ग्रेट इंडियन फ्रीडम फायटर मराठी

मनोज डोळे

ग्रेट इंडियन फ्रीडम फायटर मराठी हे पुस्तक आहे जे वाचकांसाठी विकसित केले गेले आहे जे इतिहास, व्यक्तिमत्त्वे, प्रसिद्ध ठिकाणे किंवा मानवी कुतूहल आकर्षित करणारी कोणतीही गोष्ट जाणून घेण्यास उत्सुक आहेत. सध्याच्या पिढीमध्ये भारत आणि जगातील प्रसिद्ध संस्कृती आणि उपलब्धी याबद्दल जागरूकता निर्माण करणे हा या पुस्तकाचे डिझाइन करण्याचा उद्देश आहे. या पुस्तकात तुम्हाला उत्कृष्ट भारतीय स्वातंत्र्यसैनिकांबद्दल माहिती मिळणार आहे ज्यांनी आपल्या मातृ देशासाठी लढा दिला आणि इतिहासात आपले स्थान निर्माण केले.

भारतीय इतिहास सुडाच्या आणि उठावाच्या प्रसिद्ध घटनांनी मुक्त झाला आहे ज्याने अखेरीस 200 वर्षांच्या अधिपत्यानंतर ब्रिटीशांना हाकलून लावले आणि 15 ऑगस्ट 1947 रोजी माजी व्हाईसरॉय लॉर्ड माउंटबॅटन यांना भारतीयांना सत्ता हस्तांतरित करण्याचा आदेश दिल्यानंतर भारत मुक्त करण्यास भाग पाडले. स्वातंत्र्यदिन हा आपल्या वीर स्वातंत्र्यसैनिकांच्या बलिदानाचे स्मरण आहे जे वसाहतवाद्यांच्या विरोधात उभे राहिले आणि अगदी कठोर परिणामही सहन केले, जेणेकरून नंतरच्या पिढ्यांना मोकळ्या हवेत श्वास घेता येईल.

भारतीय स्वातंत्र्यलढ्यातील स्वातंत्र्यसैनिकांचे योगदान इतिहासाने स्मरणात ठेवले आहे. अत्याचारित जातींच्या संघर्षावर लक्ष केंद्रित करणे देखील महत्त्वाचे आहे, ज्यामुळे भारताला लोकशाही आणि स्वतंत्र देश बनविण्यात मदत झाली. भारतीय स्वातंत्र्य संग्राम चळवळ ही स्वातंत्र्यसैनिकांनी दिलेल्या योगदानाबद्दल इतिहास, पॉप संस्कृती आणि शोधनिबंधांमध्ये प्रसिद्ध आहे.

गांधीवादी अहिंसक विचारसरणी आणि अ-गांधीवादी हिंसक कृतींद्वारे भारताला वसाहतवादी राजवटीपासून मुक्त करणे आणि ब्रिटीश राजवट बनवणे हे कार्य होते जिथे काहींनी आपले प्राण बलिदान दिले आणि काहींनी भारतीय राष्ट्रीय काँग्रेस (INC) आणि मुस्लिम लीगच्या राजकारणाद्वारे योगदान दिले.

भगतसिंग, मंगल पांडे आणि सुकदेव थापर यांसारखे स्वातंत्र्यसैनिक, ज्यांनी आपले प्राण बलिदान दिले, ते प्रतिष्ठित क्रांतिकारक राष्ट्रवादी होते आणि लोक त्यांना जयंती साजरे करून आणि लोकप्रिय संस्कृती पाहून त्यांचे स्मरण करतात. असो, भारताला लोकशाही देश बनवण्यात तितकेच योगदान देणाऱ्या दलित स्वातंत्र्यसैनिकांचे योगदान इतिहासाने पुसून टाकले आहे.

अनुक्रमणिका

1
विनायक दामोदर सावरकर

विनायक दामोदर सावरकर

Freedom Fighters

Scan for Story Videos - www.itibook.com

विनायक दामोदर सावरकर (उच्चार (मदत·माहिती), मराठी उच्चार: ?ina?j?k sa????k?? ; 28 मे 1883 - 26 फेब्रुवारी 1966), अनुयायांमध्ये वीर या उपसर्गाने ओळखले जाते. एक भारतीय राजकारणी, कार्यकर्ता आणि लेखक. 1922 मध्ये रत्नागिरी येथे तुरुंगात असताना त्यांनी हिंदुत्वाची हिंदू राष्ट्रवादी राजकीय विचारधारा विकसित केली. ते हिंदू महासभेतील एक प्रमुख व्यक्ती होते.

सावरकर हिंदू महासभेत सामील झाले आणि त्यांनी हिंदुत्व (हिंदुत्व) हा शब्द लोकप्रिय केला, पूर्वी चंद्रनाथ बसू यांनी तयार केला होता, भारताचे (भारत) सार म्हणून सामूहिक "हिंदू" ओळख निर्माण करण्यासाठी. सावरकर नास्तिक होते परंतु हिंदू तत्वज्ञानाचे व्यावहारिक अभ्यासक होते. उद्धरण आवश्यक

सावरकरांनी आपल्या राजकीय क्रियाकलापांना हायस्कूलचे विद्यार्थी म्हणून सुरुवात केली आणि पुण्यातील फर्ग्युसन कॉलेजमध्ये ते सुरूच ठेवले. त्यांनी आणि त्यांच्या भावाने अभिनव भारत सोसायटी नावाची गुप्त सोसायटी स्थापन केली. कायद्याच्या अभ्यासासाठी जेव्हा ते युनायटेड किंग्डमला गेले तेव्हा त्यांनी इंडिया हाऊस आणि फ्री इंडिया सोसायटी यांसारख्या संस्थांमध्ये स्वतःला सामील करून घेतले. त्यांनी क्रांतिकारक मार्गाने संपूर्ण भारतीय स्वातंत्र्याचा पुरस्कार करणारी पुस्तकेही प्रकाशित केली. 1857 च्या भारतीय बंडाबद्दल त्यांनी प्रकाशित केलेल्या भारतीय स्वातंत्र्य युद्धाच्या पुस्तकांपैकी एकावर ब्रिटिश वसाहती अधिकाऱ्यांनी बंदी घातली होती. 1910 मध्ये सावरकरांना अटक करण्यात आली आणि इंडिया हाऊस या क्रांतिकारी गटाशी संबंध असल्याबद्दल त्यांना भारतात प्रत्यार्पण करण्याचे आदेश देण्यात आले.

भारतात परतीच्या प्रवासात, मार्सेलिस बंदरात जहाज बंद असताना सावरकरांनी सुटका करून फ्रान्समध्ये आश्रय घेण्याचा प्रयत्न केला. फ्रेंच बंदर अधिकाऱ्यांनी मात्र आंतरराष्ट्रीय कायद्याचे उल्लंघन करून त्याला ब्रिटिश सरकारकडे परत दिले. भारतात परतल्यावर,

सावरकरांना एकूण पन्नास वर्षांच्या जन्मठेपेची शिक्षा सुनावण्यात आली आणि त्यांना अंदमान आणि निकोबार बेटांमधील सेल्युलर जेलमध्ये हलवण्यात आले.

1937 नंतर, त्यांनी मोठ्या प्रमाणावर प्रवास करण्यास सुरुवात केली, एक जबरदस्त वक्ता आणि लेखक बनले आणि हिंदू राजकीय आणि सामाजिक एकतेचा पुरस्कार केला. 1938 मध्ये ते मुंबईतील मराठी साहित्य संमेलनाचे अध्यक्ष होते. हिंदू महासभेचे अध्यक्ष म्हणून काम करताना सावरकरांनी हिंदु राष्ट्र (हिंदू राष्ट्र) या भारताच्या कल्पनेचे समर्थन केले. देशाला स्वतंत्र करण्यासाठी आणि भविष्यात देशाचे आणि हिंदूंचे रक्षण करण्यासाठी त्यांनी तेव्हापासून हिंदूंचे सैन्यीकरण सुरू केले. 1942 च्या वर्धा अधिवेशनात काँग्रेस कार्यकारिणीने ब्रिटीश वसाहतवादी सरकारला दिलेल्या ठरावावर सावरकरांनी उघडपणे टीका केली होती: "भारत सोडा, परंतु आपले सैन्य येथे ठेवा", ज्याचा उद्देश संभाव्य जपानी लोकांपासून भारताचे रक्षण करण्यासाठी होता. आक्रमण; सावरकरांचा ब्रिटनच्या भारतात कोणत्याही स्वरूपाच्या उपस्थितीला विरोध होता. जुलै 1942 मध्ये, हिंदू महासभेचे अध्यक्ष या नात्याने आपली कर्तव्ये पार पाडताना त्यांना खूप तणाव जाणवला आणि त्यांना विश्रांतीची गरज असल्याने त्यांनी या पदाचा राजीनामा दिला, ज्याची वेळ गांधींच्या भारत छोडो आंदोलनाशी जुळली.

1948 मध्ये सावरकरांवर महात्मा गांधींच्या हत्येचा कट रचणारा म्हणून आरोप ठेवण्यात आला होता; मात्र, पुराव्याअभावी न्यायालयाने त्यांची निर्दोष मुक्तता केली. 1998 मध्ये भारतीय जनता पक्ष (भाजप) सत्तेत आल्यानंतर आणि पुन्हा 2014 मध्ये केंद्रात मोदींच्या नेतृत्वाखालील भाजप सरकारसह सावरकर पुन्हा लोकप्रिय झाले.

विनायक दामोदर सावरकर यांचा जन्म 28 मे 1883 रोजी महाराष्ट्रातील नाशिक शहराजवळील भगूर गावात दामोदर आणि राधाबाई सावरकर यांच्या मराठी चित्पावन ब्राह्मण हिंदू कुटुंबात झाला. त्यांना गणेश, नारायण आणि मैना नावाची एक बहीण ही इतर तीन भावंडं होती. 19 सावरकरांनी त्यांच्या सक्रियतेची सुरुवात हायस्कूलचे विद्यार्थी म्हणून केली. जेव्हा ते 12 वर्षांचे होते, तेव्हा त्यांनी हिंदू-मुस्लिम दंगलीनंतर त्यांच्या गावातील मशिदीवर केलेल्या हल्ल्यात सहकारी विद्यार्थ्यांचे नेतृत्व केले, असे म्हटले: "आम्ही आमच्या मनापासून मशिदीची तोडफोड केली." 1903 मध्ये, नाशिकमध्ये, सावरकर आणि त्यांचे मोठा भाऊ गणेश सावरकर यांनी मित्र मेळा या भूमिगत क्रांतिकारी संघटनेची स्थापना केली, जी 1906 मध्ये अभिनव भारत सोसायटी बनली. अभिनव भारताचे मुख्य उद्दिष्ट ब्रिटिश राजवट उलथून टाकणे आणि हिंदू अभिमानाचे पुनरुज्जीवन करणे हे होते.

पुण्यातील फर्ग्युसन महाविद्यालयात विद्यार्थी म्हणून सावरकरांनी राजकीय कार्य चालू ठेवले. कट्टर राष्ट्रवादी नेते लोकमान्य टिळक यांचा सावरकरांवर खूप प्रभाव होता. टिळक या तरुण विद्यार्थ्यावर प्रभावित झाले आणि त्यांनी लंडनमधील कायद्याच्या अभ्यासासाठी 1906 मध्ये शिवाजी शिष्यवृत्ती मिळवण्यास मदत केली. ११ लंडनमध्ये

त्यांनी इंडिया हाऊस आणि फ्री इंडिया सोसायटी यांसारख्या संस्थांमध्ये स्वत:चा सहभाग घेतला. त्यांनी क्रांतिकारक मार्गाने संपूर्ण भारतीय स्वातंत्र्याचा पुरस्कार करणारी पुस्तकेही प्रकाशित केली. 1857 च्या भारतीय बंडाबद्दल त्यांनी प्रकाशित केलेल्या भारतीय स्वातंत्र्य युद्धाच्या पुस्तकांपैकी एकावर ब्रिटिश वसाहती अधिकाऱ्यांनी बंदी घातली होती. सावरकरांवर इटालियन राष्ट्रवादी नेते ज्युसेप्पे मॅझिनी यांच्या जीवनाचा आणि विचारसरणीचा प्रभाव होता.लंडनमधील वास्तव्यादरम्यान. , सावरकरांनी मॅझिनीच्या चरित्राचे मराठीत भाषांतर केले. मदनलाल धिंग्रा नावाच्या सहकारी विद्यार्थ्याच्या विचारावरही त्यांनी प्रभाव पाडला. 1909 मध्ये, धिंग्राने कर्झन-वायली या वसाहती अधिकाऱ्याची हत्या केली. धिंग्राने वापरलेली बंदूक सावरकरांनी पुरवली असा आरोप मार्क ज्युर्गेन्समेयर यांनी केला आहे. ज्युर्गेन्समेयरने पुढे असा आरोप केला आहे की, सावरकरांनी हत्येसाठी फासावर जाण्यापूर्वी धिंग्राच्या शेवटच्या विधानासाठी शब्द पुरवले होते. कर्झनच्या काही काळानंतर सावरकर पहिल्यांदा लंडनमध्ये मोहनदास गांधींना भेटले. -वायलीची हत्या. त्यांच्या मुक्कामादरम्यान, गांधींनी लंडनमध्ये सावरकर आणि इतर राष्ट्रवादींशी दहशतवादाच्या कृत्ये आणि गनिमी युद्धाद्वारे वसाहतवादी राज्याशी लढण्याच्या व्यर्थतेवर चर्चा केली.

भारतात गणेश सावरकर यांनी 1909 च्या मोर्ले-मिंटो सुधारणांविरुद्ध सशस्त्र बंड पुकारले होते. गुन्ह्याचा कट रचल्याबद्दल भारतीय इंपीरियल पोलिसांनी सावरकरांना तपासात गोवले. अटक टाळण्याच्या आशेने सावरकर पॅरिसमधील भिकाजी कामा यांच्या घरी गेले.

सावरकरांच्या मार्सेलीस येथे झालेल्या अटकेमुळे फ्रेंच सरकारने इंग्रजांच्या विरोधात निषेध व्यक्त केला आणि असा युक्तिवाद केला की ब्रिटिशांनी सावरकरांना त्यांच्या प्रतिपादनासाठी योग्य कायदेशीर कार्यवाही केल्याशिवाय त्यांना परत मिळवता येणार नाही. हा वाद 1910 मध्ये आंतरराष्ट्रीय लवादाच्या कायमस्वरूपी न्यायालयासमोर आला आणि त्याने 1911 मध्ये त्याचा निर्णय दिला. फ्रेंच प्रेसने मोठ्या प्रमाणावर नोंदवल्याप्रमाणे या प्रकरणाने बराच वाद निर्माण केला आणि त्यात आश्रयाच्या अधिकाराचा एक मनोरंजक आंतरराष्ट्रीय प्रश्न समाविष्ट असल्याचे मानले.

न्यायालयाने प्रथम असे म्हटले की, मार्सेलिसमध्ये सावरकरांच्या पलायनाच्या शक्यतेबाबत दोन्ही देशांमध्ये सहकार्याचा नमुना असल्याने आणि फ्रेंच अधिकाऱ्यांना सावरकरांना त्यांच्याकडे परत करण्यास प्रवृत्त करण्यात कोणतीही बळजबरी किंवा फसवणूक नव्हती, त्यामुळे ब्रिटीश अधिकाऱ्यांकडे तसे नव्हते. नंतरचे प्रस्तुतीकरण प्रक्रिया ठेवण्यासाठी त्याला परत फ्रेंचकडे सुपूर्द करणे. दुसरीकडे, न्यायाधिकरणाने असेही निरीक्षण केले की सावरकरांच्या अटकेमध्ये आणि भारतीय लष्कराच्या लष्करी पोलिस रक्षकांच्या ताब्यात देण्यात "अनियमितता" होती.

मुंबईत आल्यावर सावरकरांना पुण्यातील येरवडा मध्यवर्ती कारागृहात नेण्यात आले. 10 सप्टेंबर 1910 रोजी विशेष न्यायाधिकरणासमोर खटला सुरू झाला. सावरकरांवरील आरोपांपैकी एक म्हणजे नाशिकचे जिल्हाधिकारी जॅक्सन यांच्या हत्येला प्रवृत्त करणे. दुसरा भारतीय दंड संहिता १२१-अ अंतर्गत राजा सम्राटाविरुद्ध कट रचत होता. 35 36 दोन खटल्यांनंतर, सावरकर, तेव्हाचे वय , दोषी ठरले आणि त्यांना 50 वर्षांच्या तुरुंगवासाची शिक्षा सुनावण्यात आली आणि 4 जुलै 1911 रोजी त्यांना अंदमान आणि निकोबार बेटांमधील कुप्रसिद्ध सेल्युलर जेलमध्ये नेण्यात आले. ब्रिटिश सरकारने त्यांना राजकीय कैदी मानले होते.

सावरकरांनी त्यांच्या शिक्षेसंदर्भात काही सवलती मिळण्यासाठी मुंबई सरकारकडे अर्ज केला. तथापि, 4 एप्रिल 1911 रोजीच्या शासकीय पत्र क्रमांक 2022 द्वारे, त्यांचा अर्ज फेटाळण्यात आला आणि त्यांना कळविण्यात आले की वाहतुकीची दुसरी शिक्षा आजीवन माफ करण्याच्या प्रश्नाचा योग्य वेळी विचार केला जाईल. जीवन. सेल्युलर जेल, अंदमान आणि निकोबार बेटांवर आल्यानंतर एका महिन्यानंतर, सावरकरांनी 30 ऑगस्ट 1911 रोजी त्यांची पहिली क्षमा याचिका सादर केली. ही याचिका 3 सप्टेंबर 1911 रोजी फेटाळण्यात आली.

सावरकरांनी 14 नोव्हेंबर 1913 रोजी त्यांची पुढील क्षमायाचना सादर केली आणि गव्हर्नर जनरल कौन्सिलचे गृह सदस्य सर रेजिनाल्ड क्रॅडॉक यांना वैयक्तिकरित्या सादर केली. आपल्या पत्रात, त्यांनी स्वतःला "सरकारच्या पालकांच्या दारात" परत येण्याची उत्कंठा असलेला "उलट मुलगा" म्हणून वर्णन केले आहे. तसेच, ते म्हणाले, "याशिवाय, माझे संवैधानिक रेषेतील परिवर्तन भारतातील आणि परदेशातील त्या सर्व दिशाभूल तरुणांना परत आणेल जे एकेकाळी मला त्यांचे मार्गदर्शक म्हणून पाहत होते. मी त्यांना वाटेल त्या क्षमतेने सरकारची सेवा करण्यास तयार आहे. माझे धर्मांतर प्रामाणिक असल्यामुळे मला आशा आहे की माझे भविष्यातील आचरण असेच असेल. मला तुरुंगात ठेवून, अन्यथा काय होईल याच्या तुलनेत काहीही मिळू शकत नाही."

1917 मध्ये, सावरकरांनी सर्व राजकीय कैद्यांच्या सर्वसाधारण माफीसाठी, आणखी एक क्षमा याचिका सादर केली. 1 फेब्रुवारी 1918 रोजी सावरकरांना कळवण्यात आले की ब्रिटीश वसाहतवादी सरकारसमोर क्षमायाचिका ठेवण्यात आली होती. डिसेंबर 1919 मध्ये, राजा-सम्राट जॉर्ज पंचम यांनी एक शाही घोषणा केली होती. या घोषणेच्या परिच्छेद 6 मध्ये राजकीय गुन्हेगारांना रॉयल क्षमाशीलतेची घोषणा समाविष्ट होती. शाही घोषणेच्या संदर्भात, सावरकरांनी ३० मार्च १९२० रोजी ब्रिटीश वसाहतवादी सरकारला आपली चौथी क्षमायाचना सादर केली, ज्यामध्ये त्यांनी म्हटले की "आतापर्यंत बुकानिन प्रकारातील लढाऊ शाळेवर विश्वास ठेवण्यापासून, मी मानत नाही. कुरोपॅटकिन sic. किंवा टॉल्स्टॉयच्या शांततापूर्ण आणि तात्विक अराजकतावादालाही हातभार लावा. आणि भूतकाळातील माझ्या क्रांतिकारी प्रवृत्तींबद्दल:- हे फक्त आताच नाही तर दयाळूपणा वाटून

घेण्याच्या उद्देशाने आहे, परंतु याच्या अनेक वर्षांपूर्वी मी याबद्दल माहिती दिली आहे. आणि सरकारला माझ्या याचिकेत (1918, 1914) लिहून राज्यघटनेचे पालन करण्याचा आणि त्याच्या पाठीशी उभा राहण्याचा माझा ठाम इरादा श्री. मॉंटेगु यांनी तयार केला होता. तेव्हापासून सुधारणा आणि नंतर घोषणा केवळ माझ्या मतांमध्ये मला पुष्टी दिली आणि अलीकडेच मी सुव्यवस्थित आणि संवैधानिक विकासाच्या बाजूने उभे राहण्यासाठी माझा विश्वास आणि तत्परता जाहीरपणे व्यक्त केली आहे."

ही याचिका 12 जुलै 1920 रोजी ब्रिटीश वसाहती सरकारने फेटाळली. याचिकेवर विचार केल्यानंतर, ब्रिटीश वसाहत सरकारने गणेश सावरकरांना सोडण्याचा विचार केला परंतु विनायक सावरकरांना नाही. असे करण्यामागचे तर्क खालीलप्रमाणे सांगितले होते

हे लक्षात येते की जर गणेशची सुटका झाली आणि विनायकला ताब्यात ठेवले तर नंतरचे काही प्रमाणात पूर्वीच्या लोकांसाठी ओलिस बनतील, ज्याला हे दिसेल की त्याच्या स्वत: च्या गैरवर्तनामुळे भविष्यातील काही तारखेला त्याच्या भावाच्या सुटकेची शक्यता धोक्यात येणार नाही.

सावरकरांनी त्यांचा खटला, निकाल आणि ब्रिटीश कायद्याचे समर्थन करणाऱ्या विधानावर स्वाक्षरी केली आणि हिंसाचाराचा त्याग केला, स्वातंत्र्याचा सौदा.

२ मे १९२१ रोजी सावरकर बंधूंना रत्नागिरीच्या तुरुंगात हलवण्यात आले. 1922 मध्ये रत्नागिरी तुरुंगात असताना, त्यांनी "हिंदुत्वाचे आवश्यक" लिहिले ज्याने त्यांचा हिंदुत्वाचा सिद्धांत मांडला. 6 जानेवारी 1924 रोजी सोडण्यात आले परंतु रत्नागिरी जिल्ह्यापुरते मर्यादित. हिंदू समाजाच्या किंवा हिंदू संघटनेच्या एकत्रीकरणावर त्यांनी काम सुरू केल्यानंतर लगेचच. वसाहती अधिकाऱ्यांनी त्याच्यासाठी बंगला उपलब्ध करून दिला आणि त्याला अभ्यागतांना परवानगी देण्यात आली. त्यांच्या नजरकैदेत त्यांनी महात्मा गांधी आणि डॉ. आंबेडकर यांसारख्या प्रभावशाली लोकांची भेट घेतली. नथुराम गोडसे, ज्याने नंतर त्यांच्या आयुष्यात गांधींची हत्या केली, तेही १९२९ मध्ये सावरकरांना पहिल्यांदा भेटले होते. रत्नागिरीतील कैदेत असताना सावरकर एक विपुल लेखक बनले. तथापि, त्यांच्या प्रकाशकांनी राजकारणापासून पूर्णपणे घटस्फोट घेतल्याचे अस्वीकरण करणे आवश्यक होते. सावरकर 1937 पर्यंत रत्नागिरी जिल्ह्यापुरतेच मर्यादित राहिले. त्यावेळी, बॉम्बे प्रेसिडेन्सीच्या नवनिर्वाचित सरकारने त्यांची बिनशर्त सुटका केली.

हिंदू महासभेचे अध्यक्ष या नात्याने सावरकरांनी दुसऱ्या महायुद्धादरम्यान, "सर्व राजकारणाचे हिंदूकरण करा आणि हिंदुत्वाचे लष्करीकरण करा" ही घोषणा प्रगत केली आणि हिंदूंना लष्करी प्रशिक्षण मिळवून देण्यासाठी भारतातील ब्रिटिश युद्धाच्या प्रयत्नांना पाठिंबा देण्याचा निर्णय घेतला. 1942 मध्ये काँग्रेसने भारत छोडो आंदोलन सुरू केले तेव्हा सावरकरांनी त्यावर टीका केली आणि हिंदूंना युद्धाच्या प्रयत्नात सक्रिय राहण्यास सांगितले आणि सरकारची अवज्ञा करू नका; युद्ध". हिंदू महासभेच्या कार्यकर्त्यांनी 1944 मध्ये जिना यांच्याशी चर्चा करण्याच्या गांधींच्या पुढाकाराचा निषेध केला, ज्याचा

सावरकरांनी "तुष्टीकरण" म्हणून निषेध केला. त्यांनी सत्तेच्या हस्तांतरणाच्या ब्रिटिश प्रस्तावांवर हल्ला केला, मुस्लिम फुटीरतावाद्यांना सवलती दिल्याबद्दल काँग्रेस आणि ब्रिटिश दोघांवरही हल्ला केला. स्वातंत्र्यानंतर लगेचच, श्यामा प्रसाद मुखर्जी यांनी हिंदू महासभेच्या उपाध्यक्षपदाचा राजीनामा दिला आणि स्वतःला अखंड हिंदुस्थान (अविभाजित भारत) फळीपासून वेगळे केले, ज्याने फाळणी पूर्ववत करणे सूचित केले.

सावरकरांच्या नेतृत्वाखाली हिंदू महासभेने भारत छोडो आंदोलनाच्या आवाहनाला उघडपणे विरोध केला आणि अधिकृतपणे बहिष्कार टाकला. 58 सावरकरांनी तर "स्टिक टू युवर पोस्ट्स" हे पत्र लिहिण्यापर्यंत मजल मारली, ज्यात त्यांनी "महानगरपालिका, स्थानिक स्वराज्य संस्था, कायदेमंडळाचे सदस्य किंवा सैन्यात कार्यरत असलेल्या हिंदू सभासदांना त्यांच्या वागणुकीला चिकटून राहण्याची सूचना केली. देशभरात पोस्ट करा, आणि कोणत्याही किंमतीवर भारत छोडो आंदोलनात सामील होऊ नका.

भारतीय राष्ट्रीय काँग्रेसने 1937 च्या भारतीय प्रांतिक निवडणुकांमध्ये मुस्लीम लीग आणि हिंदू महासभेचा पराभव करून मोठा विजय मिळवला. तथापि, 1939 मध्ये, व्हॉईसरॉय लॉर्ड लिनलिथगो यांनी भारतीय लोकांशी सल्लामसलत न करता भारताला दुसऱ्या महायुद्धात युद्धखोर असल्याचे घोषित करण्याच्या कृतीच्या निषेधार्थ काँग्रेसच्या मंत्रिपदांचा राजीनामा दिला. यामुळे सावरकरांच्या अध्यक्षतेखाली हिंदू महासभेने मुस्लीम लीग आणि इतर पक्षांशी हातमिळवणी करून काही प्रांतांमध्ये सरकार स्थापन केले. अशी युती सरकारे सिंध, NWFP, आणि बंगालमध्ये स्थापन झाली.

सिंधमध्ये हिंदू महासभेचे सदस्य गुलाम हुसेन हिदायतुल्ला यांच्या मुस्लिम लीग सरकारमध्ये सामील झाले. सावरकरांच्याच शब्दात,

"सिंधमध्ये अलीकडेच, सिंध-हिंदू-सभेने निमंत्रणावर लीगशी हातमिळवणी करून आघाडी सरकार चालवण्याची जबाबदारी स्वीकारली होती, याची साक्ष द्या

वायव्य सरहद्द प्रांतात, हिंदू महासभेच्या सदस्यांनी 1943 मध्ये सरकार स्थापन करण्यासाठी मुस्लिम लीगच्या सरदार औरंगजेब खान यांच्याशी हातमिळवणी केली. मंत्रिमंडळाचे महासभेचे सदस्य अर्थमंत्री मेहर चंद खन्ना होते.

बंगालमध्ये, हिंदू महासभा डिसेंबर १९४१ मध्ये फजलुल हक यांच्या कृषक प्रजा पक्षाच्या नेतृत्वाखालील पुरोगामी युती मंत्रालयात सामील झाली. युती सरकारच्या यशस्वी कारभाराचे सावरकरांनी कौतुक केले.

30 जानेवारी 1948 रोजी गांधींच्या हत्येनंतर, पोलिसांनी मारेकरी नथुराम गोडसे आणि त्याच्या कथित साथीदारांना आणि कटकारस्थानांना अटक केली. ते हिंदू महासभेचे आणि राष्ट्रीय स्वयंसेवक संघाचे सदस्य होते. गोडसे हे "द हिंदू राष्ट्र प्रकाशन लिमिटेड" (द हिंदू नेशन पब्लिकेशन्स) द्वारे चालवल्या जाणाऱ्या पुण्यातील अग्रणी – हिंदू राष्ट्र या मराठी दैनिकाचे संपादक होते. या कंपनीत गुलाबचंद हिराचंद, भालजी पेंढारकर आणि जुगलकिशोर बिर्ला यांसारख्या नामवंत व्यक्तींचे योगदान होते. सावरकरांनी गुंतवणूक

केली होती? कंपनीत 15000 रु. हिंदू महासभेचे माजी अध्यक्ष सावरकर यांना ५ फेब्रुवारी १९४८ रोजी त्यांच्या शिवाजी पार्क येथील घरातून अटक करण्यात आली आणि त्यांना मुंबईतील आर्थर रोड तुरुंगात नजरकैदेत ठेवण्यात आले. त्याच्यावर खून, हत्येचा कट आणि हत्येसाठी प्रवृत्त केल्याचा आरोप होता. अटकेच्या एक दिवस आधी, सावरकरांनी 7 फेब्रुवारी 1948 रोजी द टाइम्स ऑफ इंडिया, बॉम्बे मध्ये नोंदवल्याप्रमाणे, सार्वजनिक लेखी निवेदनात गांधींच्या हत्येला एक भ्रातृहत्येचा गुन्हा म्हणून संबोधले, ज्यामुळे भारताचे नवजात राष्ट्र म्हणून अस्तित्व धोक्यात आले. त्याच्या घरातून जप्त केलेल्या कागदपत्रांवरून गांधींच्या हत्येशी दूरस्थपणे जोडले जाऊ शकते असे काहीही उघड झाले नाही. 68 :?धडा 12? पुराव्याअभावी सावरकरांना प्रतिबंधात्मक अटकेखाली अटक करण्यात आली.

गोडसेने हत्येचे नियोजन आणि अंमलबजावणीची संपूर्ण जबाबदारी स्वीकारली. तथापि, अनुमोदक दिगंबर बॅज यांच्या मते, 17 जानेवारी 1948 रोजी, नथुराम गोडसे हत्येपूर्वी मुंबईत सावरकरांचे शेवटचे दर्शन (प्रेक्षक/मुलाखत) करण्यासाठी गेले होते. बडगे आणि शंकर बाहेर थांबले असताना, नथुराम आणि आपटे आत गेले. बाहेर आल्यावर आपटे यांनी बडगेला सांगितले की सावरकरांनी त्यांना "यशस्वी होऊं या" (यशस्वी होऊन परत जा) असा आशीर्वाद दिला. आपटे यांनी असेही सांगितले की सावरकरांनी गांधीजींची 100 वर्षे पूर्ण झाल्याचे भाकीत केले होते आणि हे कार्य यशस्वीरित्या पूर्ण होईल यात शंका नाही. तथापि, बडगेची साक्ष ग्राहय धरण्यात आली नाही कारण अनुमोदकाच्या पुराव्यात स्वतंत्र पुष्टी नव्हती आणि म्हणून सावरकरांची निर्दोष मुक्तता करण्यात आली.

ऑगस्ट १९७४ च्या शेवटच्या आठवड्यात श्री.मनोहर माळगावकर यांनी दिगंबर बडगे यांना अनेकवेळा पाहिले आणि विशेषतः सावरकरांविरुद्धच्या त्यांच्या साक्षीच्या सत्यतेबद्दल त्यांना प्रश्न विचारला. 68 :?नोट्स? बडगे यांनी श्री. मनोहर मालगोणकर यांना आग्रहाने सांगितले की, "त्यांनी त्यांच्या माहितीनुसार कथानकाची संपूर्ण कथा उलगडून दाखवली असली तरी, फारसे अनुनय न करता, त्यांनी सावरकरांच्या विरोधात साक्ष देण्याच्या विरोधात शूर संघर्ष केला होता". शेवटी, बडगे यांनी होकार दिला. त्यांनी शपथेवर असे म्हणण्यास सहमती दर्शवली की त्यांनी नथुराम गोडसे आणि आपटे यांना सावरकरांसोबत पाहिले आणि बडगेच्या सुनावणीतच सावरकरांनी त्यांच्या उपक्रमाला आशीर्वाद दिला.

12 नोव्हेंबर 1964 रोजी, गोपाळ गोडसे, मदनलाल पाहवा आणि विष्णू करकरे यांची शिक्षेची मुदत संपल्यानंतर तुरुंगातून सुटका झाल्याबद्दल पुण्यात आयोजित धार्मिक कार्यक्रमात, बाळ गंगाधर टिळक यांचे नातू डॉ. जी.व्ही. केतकर, माजी संपादक केसरीचे आणि "तरुण भारत" चे तत्कालीन संपादक, ज्यांनी या कार्यक्रमाचे अध्यक्षस्थान भूषवले, त्यांनी गांधींच्या हत्येचा कट रचल्याची माहिती दिली, ज्याबद्दल त्यांनी कृतीच्या सहा महिने आधी माहिती दिली होती. केतकर यांना अटक करण्यात आली. महाराष्ट्र

विधानसभेच्या बाहेर आणि आत आणि भारतीय संसदेच्या दोन्ही सभागृहांमध्ये जनक्षोभ निर्माण झाला. संसदेच्या सदस्यांच्या आणि जनमताच्या दबावाखाली तत्कालीन केंद्रीय गृहमंत्री गुलझारीलाल नंदा यांनी गांधी हत्येच्या कटाची पुन्हा चौकशी करण्यासाठी गोपाल स्वरूप पाठक, खासदार आणि भारतीय सर्वोच्च न्यायालयाचे वरिष्ठ वकील यांची चौकशी आयोग म्हणून नियुक्ती केली. महाराष्ट्र सरकारशी सल्लामसलत करून जुन्या नोंदींच्या मदतीने सखोल चौकशी करण्याचा केंद्र सरकारचा मानस होता. पाठक यांना चौकशीसाठी तीन महिन्यांची मुदत देण्यात आली होती; त्यानंतर, भारताच्या सर्वोच्च न्यायालयाचे निवृत्त न्यायाधीश जेवनलाल कपूर यांची आयोगाचे अध्यक्ष म्हणून नियुक्ती करण्यात आली.

कपूर आयोगाला न्यायालयात सादर न केलेले पुरावे प्रदान करण्यात आले; विशेषतः सावरकरांचे दोन जवळचे सहकारी - अप्पा रामचंद्र कासार, त्यांचे अंगरक्षक आणि त्यांचे सचिव गजानन विष्णू दामले यांची साक्ष. श्री कासार आणि श्री दामले यांची साक्ष मार्च 1948 रोजी मुंबई पोलिसांनी आधीच नोंदवली होती, परंतु वरवर पाहता, खटल्याच्या वेळी या साक्ष न्यायालयासमोर सादर केल्या गेल्या नाहीत. या साक्ष्यांमध्ये, गोडसे आणि आपटे यांनी 23 किंवा 24 जानेवारी, रोजी सावरकरांना भेट दिल्याचे सांगितले आहे? बॉम्बच्या घटनेनंतर ते दिल्लीहून परतले होते. गोडसे आणि आपटे यांनी जानेवारीच्या मध्यात सावरकरांना पाहिले आणि त्यांच्यासोबत (सावरकर) त्यांच्या बागेत बसले, असे दामले यांनी नमूद केले. सीआयडी मुंबई 21 ते 30 जानेवारी 1948 या काळात सावरकरांवर नजर ठेवत होती. सीआयडीच्या गुन्ह्याच्या अहवालात गोडसे किंवा आपटे यांनी या वेळी सावरकरांना भेटल्याचे नमूद केलेले नाही.

न्यायमूर्ती कपूर यांनी निष्कर्ष काढला: "ही सर्व तथ्ये एकत्रितपणे सावरकर आणि त्यांच्या गटाने रचलेल्या हत्येचा कट सोडून इतर कोणत्याही सिद्धांतासाठी विनाशकारी आहेत."

सावरकरांची अटक प्रामुख्याने अनुमोदक दिगंबर बडगे यांच्या साक्षीवर आधारित होती. आयोगाने दिगंबर बॅजची पुन्हा मुलाखत घेतली नाही. आयोगाच्या चौकशीच्या वेळी बडगे हा जिवंत असून मुंबईत कार्यरत होता.

गांधींच्या हत्येनंतर सावरकरांच्या दादर येथील निवासस्थानावर संतप्त जमावाने दगडफेक केली. गांधींच्या हत्येशी संबंधित आरोपातून त्यांची निर्दोष मुक्तता झाल्यानंतर आणि तुरुंगातून सुटल्यानंतर, सावरकरांना "हिंदू राष्ट्रवादी भाषणे" केल्याबद्दल सरकारने अटक केली; राजकीय हालचाली सोडून देण्याचे मान्य केल्यानंतर त्यांची सुटका करण्यात आली. हिंदुत्वाच्या सामाजिक आणि सांस्कृतिक घटकांना ते संबोधित करत राहिले. त्यावरील बंदी उठल्यानंतर त्यांनी पुन्हा राजकीय सक्रियता सुरू केली; तथापि, प्रकृती अस्वास्थ्यामुळे 1966 मध्ये त्यांचा मृत्यू होईपर्यंत ते मर्यादित होते. ते हयात असताना त्यांच्या अनुयायांनी त्यांना सन्मान आणि आर्थिक पुरस्कार बहाल केले. सावरकर आणि

गोळवलकर, संघाचे सरसंघचालक हे एकमेकांच्या विशेष जवळ नव्हते, ७७ त्यांच्या अंत्ययात्रेला दोन हजार आरएसएस कार्यकर्त्यांनी गार्ड ऑफ ऑनर दिला. मॅककीनच्या मते, सावरकर आणि काँग्रेस यांच्यात त्यांच्या बहुतांश राजकीय कारकिर्दीत सार्वजनिक वैमनस्य होते, तरीही स्वातंत्र्यानंतर काँग्रेसचे मंत्री, वल्लभभाई पटेल आणि सीडी देशमुख यांनी हिंदू महासभा आणि सावरकर यांच्याशी भागीदारी करण्याचा अयशस्वी प्रयत्न केला. पक्षाचे सदस्य सावरकरांच्या सन्मानार्थ सार्वजनिक कार्यक्रमात सहभागी होतील. दिल्ली येथे झालेल्या भारताच्या पहिल्या स्वातंत्र्ययुद्धाच्या शताब्दी सोहळ्यात नेहरूंनी मंच सामायिक करण्यास नकार दिला.

८ नोव्हेंबर १९६३ रोजी सावरकरांच्या पत्नी यमुनाबाई यांचे निधन झाले. 1 फेब्रुवारी 1966 रोजी सावरकरांनी औषधे, अन्न आणि पाण्याचा त्याग केला ज्याला ते आत्मार्पण (मृत्यूपर्यंत उपवास) म्हणतात. मृत्यूपूर्वी त्यांनी "आत्महत्य नाही आत्मार्पण" नावाचा लेख लिहिला होता ज्यात त्यांनी असा युक्तिवाद केला होता की जेव्हा एखाद्याचे जीवन ध्येय संपले आहे आणि समाजसेवेची क्षमता उरली नाही, तेव्हा वाट पाहण्यापेक्षा इच्छेनुसार जीवन संपवणे चांगले आहे. मृत्यू 26 फेब्रुवारी 1966 रोजी बॉम्बे (आता मुंबई) येथील त्यांच्या निवासस्थानी मृत्यूपूर्वी त्यांची प्रकृती "अत्यंत गंभीर" बनली होती आणि त्यांना श्वास घेण्यास त्रास होत होता असे वर्णन करण्यात आले होते; त्याला पुनरुज्जीवित करण्याचे प्रयत्न अयशस्वी झाले आणि त्या दिवशी सकाळी 11:10 वाजता (IST) मृत घोषित करण्यात आले. त्यांच्या मृत्यूपूर्वी, सावरकरांनी त्यांच्या नातेवाईकांना केवळ त्यांचे अंत्यसंस्कार करण्यास सांगितले होते आणि हिंदू धर्मातील 10 व्या आणि 13 व्या दिवसाचे विधी काढून टाकण्यास सांगितले होते. त्यानुसार, दुसऱ्या दिवशी त्यांचा मुलगा विश्वास याने मुंबईतील सोनापूर परिसरातील विद्युत स्मशानभूमीत त्यांचे अंतिम संस्कार करण्यात आले.

त्याच्या अंत्यसंस्कारासाठी उपस्थित असलेल्या मोठ्या जनसमुदायाने त्याचा शोक केला. त्यांच्या मागे एक मुलगा विश्वास आणि मुलगी प्रभा चिपळूणकर आहे. त्यांचा पहिला मुलगा प्रभाकर लहानपणीच वारला होता. त्याचे घर, मालमत्ता आणि इतर वैयक्तिक अवशेष सार्वजनिक प्रदर्शनासाठी जतन केले गेले आहेत उद्धरण आवश्यक आहे . महाराष्ट्रातील तत्कालीन काँग्रेस पक्ष सरकारने किंवा केंद्रात कोणताही अधिकृत शोक व्यक्त केला नाही. टीप सावरकरांबद्दलची राजकीय उदासीनता त्यांच्या मृत्यूनंतरही कायम होती.

त्यांच्या तुरुंगवासाच्या काळात, सावरकरांचे विचार हिंदू सांस्कृतिक आणि राजकीय राष्ट्रवादाकडे वळू लागले आणि त्यांच्या आयुष्याचा पुढचा टप्पा याच कारणासाठी समर्पित राहिला. रत्नागिरी तुरुंगात घालवलेल्या अल्प कालावधीत सावरकरांनी त्यांचा वैचारिक ग्रंथ लिहिला – हिंदुत्व: हिंदू कोण? तुरुंगातून तस्करी करून सावरकरांच्या समर्थकांनी 'महारत्ता' या नावाने ते प्रकाशित केले. या कार्यात सावरकर हिंदू सामाजिक आणि राजकीय जाणिवेची

दूरदृष्टी असलेल्या नवीन दृष्टीला प्रोत्साहन देतात. सावरकरांनी "हिंदू" हे भारतवर्षातील देशभक्त रहिवासी म्हणून वर्णन करण्यास सुरुवात केली, धार्मिक अस्मितेच्या पलीकडे पाऊल टाकले. सर्व हिंदू समाजाच्या देशभक्ती आणि सामाजिक एकतेच्या गरजेवर भर देताना त्यांनी हिंदू, जैन, शीख आणि बौद्ध धर्माचे वर्णन केले. त्यांनी "हिंदू राष्ट्र" (हिंदू राष्ट्र) च्या "अखंड भारत" (संयुक्त भारत) ची त्यांची संकल्पना मांडली, ज्याचा कथितपणे संपूर्ण भारतीय उपखंडात विस्तार झाला. त्यांनी हिंदूंची व्याख्या आर्य किंवा द्रविड नसून "एक सामान्य मातृभूमीची मुले म्हणून जगणारी, समान पवित्र भूमीची पूजा करणारे लोक" अशी केली आहे.

सावरकरांच्या विचारांचे विवेचन करताना विद्वान, इतिहासकार आणि भारतीय राजकारणी यांची विभागणी झाली आहे. एक स्व-वर्णित नास्तिक, सावरकर हिंदू ही सांस्कृतिक आणि राजकीय ओळख मानतात. मुस्लिम आणि ख्रिश्चनांना वगळून हिंदू, शीख, बौद्ध आणि जैन यांच्यातील सामाजिक आणि सामुदायिक ऐक्यावर त्यांनी अनेकदा भर दिला. सावरकरांनी मुस्लिम आणि ख्रिश्चनांना भारतीय संस्कृतीत "मिसफिट" म्हणून पाहिले जे खरोखरच राष्ट्राचा भाग होऊ शकत नाहीत. त्यांनी असा युक्तिवाद केला की इस्लाम आणि ख्रिश्चन धर्माची सर्वात पवित्र स्थळे मध्य पूर्वेतील आहेत आणि भारतात नाहीत, त्यामुळे मुस्लिम आणि ख्रिश्चनांची भारतावरील निष्ठा विभागली गेली आहे.

6 जानेवारी 1924 रोजी तुरुंगातून सुटल्यानंतर, सावरकरांनी हिंदू वारसा आणि सभ्यतेच्या सामाजिक आणि सांस्कृतिक जतनासाठी कार्य करण्याच्या उद्देशाने रत्नागिरी हिंदू सभा संघटना स्थापन करण्यास मदत केली. 88 एक वारंवार आणि सशक्त वक्ता बनून, सर्वाकरांनी हिंदीचा समान राष्ट्रभाषा म्हणून वापर करण्यासाठी आणि जातिभेद आणि अस्पृश्यतेच्या विरोधात आंदोलन केले.

लेखनावर आपली शक्ती केंद्रित करून, सावरकरांनी हिंदू पद-पद-शाही - मराठा साम्राज्याचे दस्तऐवजीकरण करणारे पुस्तक - आणि माय ट्रान्सपोर्टेशन फॉर लाइफ - त्यांच्या सुरुवातीच्या क्रांतिकारक दिवस, अटक, खटला आणि तुरुंगवास यांचा लेख लिहिला. त्यांनी कविता, नाटके आणि कादंबऱ्यांचा संग्रहही लिहिला आणि प्रकाशित केला. अंदमानच्या तुरुंगातील अनुभवाबद्दल त्यांनी माझी जन्मथेप ("माझे जीवन-काल") नावाचे पुस्तकही लिहिले.

ते हिंदू धार्मिक प्रथांचे कट्टर टीकाकार होते, ज्यांना त्यांनी तर्कहीन मानले आणि त्यांना हिंदूंच्या भौतिक प्रगतीतील अडथळा म्हणून पाहिले. त्यांचा असा विश्वास होता की धर्म हा "हिंदू अस्मितेचा" महत्वाचा पैलू आहे. ते जातिव्यवस्थेच्या विरोधात होते आणि 1931 मध्ये त्यांनी हिंदू समाजाच्या सेव्हन शॅकल्स या शीर्षकाच्या निबंधात लिहिले होते, "भूतकाळातील अशा आदेशांचा एक महत्त्वाचा घटक जो आपण आंधळेपणाने पाळत आलो आहोत आणि जे कचराकुंडीत फेकून देण्यास पात्र आहे. इतिहासाची कठोर जातीव्यवस्था आहे"

1 ऑगस्ट 1938 रोजी पुण्यात 20,000 भक्कम श्रोत्यांसमोर केलेल्या भाषणात, सावरकर जर्मनीच्या नाझीवादाच्या आणि इटलीच्या फॅसिझमच्या अधिकाराच्या बाजूने उभे राहिले; जागतिक स्तरावर अभूतपूर्व वैभव मिळवून देणारी त्यांची कामगिरी आणि राष्ट्रीय एकात्मतेच्या यशस्वीतेने त्या निवडींचे समर्थन केले. सावरकरांनी जर्मनी आणि इटलीची निंदा केल्याबद्दल नेहरूंवर टीका केली आणि घोषित केले की "भारतातील कोट्यवधी हिंदू संघटनवादी जर्मनी, इटली किंवा जपान यांच्याबद्दल कोणतीही इच्छा बाळगत नाहीत." त्यांनी जर्मनीच्या कब्जाला पाठिंबा जाहीर केला त्याच श्वासात झेकोस्लोव्हाकिया. 93

दुसरे महायुद्ध जवळ येत असताना, सावरकरांनी सुरुवातीला भारताच्या भू-सामरिक समीकरणांवर केंद्रीत तटस्थतेच्या धोरणाचा पुरस्कार केला होता परंतु त्यांचे वक्तृत्व कालांतराने अधिक खडबडीत होत गेले आणि त्यांनी हिटलरच्या ज्यूंबद्दलच्या धोरणाला सातत्याने पाठिंबा दर्शविला. ऑक्टोबर रोजी केलेल्या भाषणात, भारतीय मुस्लिमांशी व्यवहार करण्यासाठी हिटलरचे मार्ग स्वीकारावेत असे सुचवण्यात आले होते. 11 डिसेंबर रोजी त्यांनी ज्यूंना सांप्रदायिक शक्ती म्हणून ओळखले. 93 पुढच्या मार्चमध्ये, सावरकर जर्मनीच्या आर्य संस्कृतीचे पुनरुज्जीवन, स्वस्तिकाचे त्यांचे गौरव आणि आर्य शत्रूंविरुद्धच्या "धर्मयुद्ध" चे स्वागत करतील - अशी आशा होती की जर्मन विजय शेवटी भारतातील हिंदूंना उत्साह देईल.

5 ऑगस्ट 1939 रोजी, सावरकरांनी "विचार, धर्म, भाषा आणि संस्कृती" यांचा एक समान पट्टा राष्ट्रीयत्वासाठी कसा आवश्यक आहे हे अधोरेखित केले ज्यामुळे जर्मन आणि ज्यू यांना एक राष्ट्र म्हणून विचार करण्यापासून रोखले गेले. वर्षअखेरीस, तो भारतातील मुस्लिमांची थेट जर्मन ज्यूंशी बरोबरी करत होता - चेतन भट्टच्या शब्दात, दोघांनाही अतिरिक्त-राष्ट्रीय निष्ठा बाळगल्याचा संशय होता आणि ते सेंद्रिय राष्ट्रात बेकायदेशीरपणे अस्तित्वात होते. ही भाषणे जर्मन वृत्तपत्रांमध्ये प्रसारित झाली आणि नाझी जर्मनीने सावरकरांशी संबंध ठेवण्यासाठी एका संपर्काच्या व्यक्तीला वाटप केले, जे नाझींशी कार्यरत संबंध प्रस्थापित करण्याचा प्रामाणिक प्रयत्न करत होते. अखेरीस, सावरकरांना मीन काम्फची एक प्रत भेट दिली जाईल. 93

1941 मध्ये, सावरकरांनी ज्यूंना त्यांच्या जन्मभूमी इस्रायलमध्ये पुनर्स्थापित करण्यास पाठिंबा दिला, ज्याचा त्यांचा विश्वास होता की इस्लामिक आक्रमणापासून जगाचे रक्षण होईल. सावरकरांनी नाझी जर्मनीला दिलेला पाठिंबा काढून घेतला की होलोकॉस्ट हे सर्वज्ञात झाले हे अज्ञात आहे. तथापि, 15 जानेवारी 1961 रोजी त्यांनी नेहरूंच्या "भ्याड लोकशाही" विरुद्ध हिटलरच्या नाझीवादाची बाजू घेतली होती.

रेचेल मॅकडरमॉट, लिओनार्ड ए. गॉर्डन, ऍन्सली एम्ब्री, फ्रान्सिस प्रिचेट आणि डेनिस डाल्टन यांच्यासह इतिहासकार म्हणतात की सावरकरांनी हिंदू राष्ट्रवादाच्या मुस्लिम विरोधी स्वरूपाचा प्रचार केला. अभ्यासक विनायक चतुर्वेदी म्हणतात की सावरकर त्यांच्या

मुस्लिम विरोधी लिखाणासाठी ओळखले जात होते.

सावरकरांनी भारतीय पोलीस आणि लष्करातील मुस्लिमांना "संभाव्य देशद्रोही" म्हणून पाहिले. त्यांनी वकिली केली की भारताने लष्करी, पोलिस आणि सार्वजनिक सेवेत मुस्लिमांची संख्या कमी केली आणि मुस्लिमांना युद्धसामग्रीच्या कारखान्यांमध्ये मालकी ठेवण्यास किंवा काम करण्यास बंदी घाला. सावरकरांनी गांधींवर भारतीय मुस्लिमांबद्दल चिंतित असल्याची टीका केली. ख्रिश्चन आणि मुस्लिमांपासून स्वातंत्र्य". त्यांच्या 1907 च्या भारतीय स्वातंत्र्ययुद्धात, सावरकरांनी मुस्लिमांचा नायक म्हणून समावेश केला आहे. उद्धरण आवश्यक आहे . त्यांच्या 1963 च्या सहा गौरवशाली युगात, सावरकर म्हणतात की मुस्लिम आणि ख्रिश्चनांना हिंदू धर्माचा "नाश" करायचा होता.

1940 च्या दशकात, द्वि-राष्ट्रीय सिद्धांताला मुहम्मद अली जिना आणि सावरकर यांनी पाठिंबा दिला होता, त्याशिवाय सावरकरांनी शिखांना स्वतंत्र "शिखिस्तान" स्थापन करण्याचा आग्रह देखील केला होता. जिना यांनी या सिद्धांताचा एक भाग म्हणून मुस्लिमांसाठी स्वतंत्र देशाचे समर्थन केले, तर सावरकरांना एकाच देशात दोन्ही धर्म हवे होते जेथे मुस्लिम हिंदूंच्या अधीनस्थ स्थितीत राहतात. तेव्हापासून आरएसएसने या असमान नागरिकत्वाचा पाठपुरावा सुरू ठेवला.

2
भगतसिंग

भगतसिंग

Freedom Fighters

Scan for Story Videos - www.itibook.com

भगतसिंग हे भारतीय राष्ट्रवादी चळवळीतील सर्वात प्रभावशाली क्रांतिकारकांपैकी एक मानले जातात. ते अनेक क्रांतिकारी संघटनांशी जोडले गेले आणि भारतीय राष्ट्रीय चळवळीत त्यांनी महत्त्वाची भूमिका बजावली. वयाच्या अवघ्या २३ व्या वर्षी ते शहीद झाले. त्यांच्या फाशीनंतर, 23 मार्च 1931 रोजी, भगतसिंग यांच्या समर्थकांनी आणि अनुयायांनी त्यांना "शहीद" (शहीद) मानले.

भगतसिंग यांचा जन्म 28 सप्टेंबर 1907 रोजी लायलपूर जिल्ह्यातील (आता पाकिस्तान) बंगा येथे किशन सिंग आणि विद्यावती यांच्या पोटी झाला. त्यांच्या जन्माच्या वेळी, त्यांचे वडील किशन सिंग, काका अजित आणि स्वरण सिंग 1906 मध्ये लागू झालेल्या वसाहतीकरण विधेयकाच्या विरोधात निदर्शने करण्यासाठी तुरुंगात होते. त्यांचे काका सरदार अजित सिंग हे चळवळीचे समर्थक होते आणि त्यांनी भारतीय देशभक्त संघाची स्थापना केली. . चिनाब कालवा वसाहती विधेयकाविरोधात शेतकऱ्यांचे संघटन करण्यात त्यांना त्यांचे मित्र सय्यद हैदर रझा यांनी चांगले सहकार्य केले. अजित सिंग यांच्यावर 22 खटले असून त्यांना इराणला पळून जावे लागले. त्यांचे कुटुंब गदर पक्षाचे समर्थक होते आणि घरातील राजकीयदृष्ट्या जागरूक वातावरणामुळे तरुण भगतसिंग यांच्या हृदयात देशभक्तीची भावना जागृत होण्यास मदत झाली.

भगतसिंग यांनी त्यांच्या गावातील शाळेत पाचवीपर्यंतचे शिक्षण घेतले, त्यानंतर त्यांचे वडील किशन सिंग यांनी त्यांना लाहोरमधील दयानंद अँग्लो वैदिक हायस्कूलमध्ये दाखल करून घेतले. अगदी लहान वयातच भगतसिंग यांनी महात्मा गांधींनी सुरू केलेल्या असहकार चळवळीचे पालन करण्यास सुरुवात केली. भगतसिंग यांनी उघडपणे ब्रिटिशांचा अवमान केला होता आणि सरकारने पुरस्कृत पुस्तके जाळून गांधींच्या इच्छेचे पालन केले होते. लाहोरमधील नॅशनल कॉलेजमध्ये प्रवेश घेण्यासाठी त्यांनी शाळा सोडली. त्याच्या किशोरावस्थेतील दोन घटनांनी त्याचा देशभक्तीपूर्ण दृष्टिकोन घडवला - 1919 मधील

जालियनवाला बाग हत्याकांड आणि 1921 मध्ये नानकाना साहिब येथे निशस्त्र अकाली आंदोलकांची हत्या. त्यांच्या कुटुंबाचा स्वराज्य मिळविण्यासाठी अहिंसक दृष्टिकोन असलेल्या गांधीवादी विचारसरणीवर विश्वास होता आणि काही काळ भगतसिंग यांनी भारतीय राष्ट्रीय काँग्रेस आणि असहकार आंदोलनामागील कारणांनाही पाठिंबा दिला. चौरी चौरा घटनेनंतर गांधींनी असहकार आंदोलन मागे घेण्याचे आवाहन केले. या निर्णयावर नाराज भगतसिंग यांनी गांधींच्या अहिंसक कृतीपासून स्वतःला वेगळे केले आणि तरुण क्रांतिकारी चळवळीत सामील झाले. अशा प्रकारे ब्रिटीश राजवटीविरुद्ध हिंसक बंडखोरीचा सर्वात प्रमुख वकील म्हणून त्यांचा प्रवास सुरू झाला.

त्याच्या आई-वडिलांनी त्याचं लग्न करायचं ठरवलं तेव्हा तो बीएची परीक्षा देत होता. त्याने ही सूचना ठामपणे नाकारली आणि म्हटले की, जर त्याचे लग्न गुलाम-भारतात होणार असेल तर माझी वधू फक्त मृत्यू असेल."

मार्च 1925 मध्ये, युरोपियन राष्ट्रवादी चळवळींनी प्रेरित होऊन, नौजवान भारत सभेची स्थापना भगतसिंग यांच्या सह सचिव म्हणून करण्यात आली. भगतसिंग हे हिंदुस्तान रिपब्लिकन असोसिएशन (HRA) या कट्टरपंथी गटातही सामील झाले, ज्याचे नंतर त्यांनी सहकारी क्रांतिकारक चंद्रशेखर आझाद आणि सुखदेव यांच्यासह हिंदुस्थान सोशालिस्ट रिपब्लिकन असोसिएशन (HSRA) असे नामकरण केले. लग्नासाठी जबरदस्ती केली जाणार नाही, असे पालकांनी आश्वासन दिल्यानंतर तो लाहोरमधील आपल्या घरी परतला. त्यांनी कीर्ती किसान पक्षाच्या सदस्यांशी संपर्क प्रस्थापित केला आणि "कीर्ती" या मासिकात नियमितपणे योगदान देऊ लागले. विद्यार्थी म्हणून भगतसिंग हे वाचक होते आणि ते युरोपियन राष्ट्रवादी चळवळीबद्दल वाचायचे. फ्रेडरिक एंगेल्स आणि कार्ल मार्क्स यांच्या लेखनातून प्रेरित होऊन त्यांच्या राजकीय विचारसरणीने आकार घेतला आणि समाजवादी दृष्टिकोनाकडे त्यांचा कल वाढला. त्यांनी “वीर अर्जुन” सारख्या वर्तमानपत्रातही अनेक टोपणनावाने लिखाण केले.

सुरुवातीला, भगतसिंगच्या क्रियाकलाप ब्रिटिश सरकारच्या विरोधात क्षरणकारक लेख लिहिणे, सरकारला उलथून टाकण्याच्या उद्देशाने हिंसक उठावाची तत्वे दर्शविणारी पत्रिका छापणे आणि वितरित करणे इतकेच मर्यादित होते. तरुणांवरील त्यांचा प्रभाव आणि अकाली चळवळीशी असलेला त्यांचा संबंध लक्षात घेऊन ते सरकारसाठी आस्थेचे व्यक्ती बनले. १९२६ ला लाहोर येथे झालेल्या बॉम्बस्फोट प्रकरणात पोलिसांनी त्यांना अटक केली. 5 महिन्यांनंतर त्यांची 60,000 रुपयांच्या बाँडवर सुटका करण्यात आली.

30 ऑक्टोबर 1928 रोजी लाला लजपत राय यांनी सर्वपक्षीय मिरवणुकीचे नेतृत्व केले आणि सायमन कमिशनच्या आगमनाच्या निषेधार्थ लाहोर रेल्वे स्थानकाकडे कूच केले. आंदोलकांची प्रगती रोखण्यासाठी पोलिसांनी अमानुष लाठीचार्ज केला. या संघर्षात लाला लजपतराय गंभीर जखमी झाले आणि १७ नोव्हेंबर १९२८ रोजी त्यांचा मृत्यू झाला. लाला लजपतराय यांच्या मृत्यूचा बदला म्हणून भगतसिंग आणि त्यांच्या साथीदारांनी

जेम्स ए. स्कॉट, पोलिस अधीक्षक, यांच्या हत्येचा कट रचला. लाठीचार्ज करण्याचे आदेश दिल्याचे समजते. क्रांतिकारकांनी, जेपी सॉडर्स, सहाय्यक पोलीस अधीक्षक, स्कॉट म्हणून चुकीच्या पद्धतीने त्याला ठार मारले. अटकेपासून वाचण्यासाठी भगतसिंग तातडीने लाहोर सोडले. ओळख टाळण्यासाठी, त्याने दाढी केली आणि केस कापले, हे शीख धर्माच्या पवित्र सिद्धांतांचे उल्लंघन आहे.

डिफेन्स ऑफ इंडिया ॲक्टच्या निर्मितीला प्रतिसाद म्हणून, हिंदुस्थान सोशालिस्ट रिपब्लिकन असोसिएशनने विधानसभेच्या आवारात बॉम्बस्फोट करण्याची योजना आखली, जिथे हा अध्यादेश निघणार होता. ८ एप्रिल १९२९ रोजी भगतसिंग आणि बटुकेश्वर दत्त यांनी विधानसभेच्या कॉरिडॉरवर बॉम्ब फेकून 'इन्कलाब झिंदाबाद!' अशा घोषणा दिल्या. आणि त्यांच्या मिसिव्हची रूपरेषा देणारे पॅम्फ्लेट हवेत फेकले. हा बॉम्ब कोणालाही मारण्यासाठी किंवा जखमी करण्यासाठी नव्हता आणि म्हणून तो गर्दीच्या ठिकाणाहून फेकला गेला होता, परंतु तरीही या गोंधळात अनेक परिषद सदस्य जखमी झाले. स्फोटांनंतर भगतसिंग आणि बटुकेश्वर दत्त या दोघांना अटक करण्यात आली.

निषेधाच्या नाट्यमय प्रदर्शनावर राजकीय क्षेत्रातून मोठ्या प्रमाणावर टीका झाली. सिंग यांनी उत्तर दिले - "आक्रमकपणे लागू केलेली शक्ती 'हिंसा' असते आणि त्यामुळे नैतिकदृष्ट्या अन्यायकारक असते, परंतु जेव्हा ते कायदेशीर कारणासाठी वापरले जाते तेव्हा त्याचे नैतिक औचित्य असते."

खटल्याची कार्यवाही मे मध्ये सुरू झाली जिथे सिंग यांनी स्वतःचा बचाव करण्याचा प्रयत्न केला, तर बटुकेश्वर दत्तचे प्रतिनिधित्व अफसर अली यांनी केले. स्फोटांच्या दुर्भावनापूर्ण आणि बेकायदेशीर हेतूचा हवाला देत न्यायालयाने जन्मठेपेच्या बाजूने निर्णय दिला.

शिक्षा सुनावल्यानंतर लगेचच, पोलिसांनी लाहोरमधील एचएसआरए बॉम्ब कारखान्यांवर छापे टाकले आणि अनेक प्रमुख क्रांतिकारकांना अटक केली. तीन व्यक्ती, हंस राज वोहरा, जय गोपाल आणि फणींद्र नाथ घोष हे सरकारचे अनुमोदक बनले ज्यामुळे सुखदेवसह एकूण २१ जणांना अटक करण्यात आली. , जतींद्र नाथ दास आणि राजगुरू. लाहोर कट खटला, सहाय्यक अधीक्षक सॉडर्सची हत्या आणि बॉम्ब निर्मितीसाठी भगतसिंग यांना पुन्हा अटक करण्यात आली.

10 जुलै 1929 रोजी न्यायाधीश राय साहिब पंडित श्री किशन यांच्या अध्यक्षतेखालील विशेष सत्र न्यायालयात 28 आरोपींविरुद्ध खटला सुरू झाला.

दरम्यान, सिंग आणि त्यांच्या सहकारी कैद्यांनी गोरे विरुद्ध मूळ कैद्यांच्या वागणुकीतील पूर्वग्रहदूषित फरकाच्या निषेधार्थ अनिश्चित काळासाठी उपोषण घोषित केले आणि 'राजकीय कैदी' म्हणून ओळखले जाण्याची मागणी केली. उपोषणाला प्रेसचे जबरदस्त लक्ष वेधले गेले आणि त्यांच्या मागण्यांच्या बाजूने मोठा सार्वजनिक पाठिंबा मिळविला. 63 दिवसांच्या प्रदीर्घ उपोषणानंतर जतींद्र नाथ दास यांच्या मृत्यूमुळे अधिका-

यांच्या विरोधात जनमताची तीव्रता वाढू लागली. भगतसिंग यांनी अखेर 5 ऑक्टोबर 1929 रोजी त्यांचे वडील आणि काँग्रेस नेतृत्वाच्या विनंतीवरून त्यांचे 116 दिवसांचे उपोषण मोडले.

कायदेशीर कार्यवाहीच्या संथ गतीमुळे, 1 मे 1930 रोजी व्हाईसरॉय लॉर्ड आयर्विन यांच्या निर्देशानुसार न्यायमूर्ती जे. कोल्डस्ट्रीम, न्यायमूर्ती आगा हैदर आणि न्यायमूर्ती जीसी हिल्टन यांचा समावेश असलेले विशेष न्यायाधिकरण स्थापन करण्यात आले. न्यायाधिकरणाला पुढे जाण्याचा अधिकार देण्यात आला. आरोपीच्या उपस्थितीशिवाय आणि एकतर्फी खटला होता ज्याने सामान्य कायदेशीर अधिकार मार्गदर्शक तत्त्वांचे पालन केले नाही.

न्यायाधिकरणाने 7 ऑक्टोबर 1930 रोजी आपला 300 पानांचा निकाल दिला. सॉंडर्स हत्येमध्ये सिंग, सुखदेव आणि राजगुरू यांच्या सहभागाची पुष्टी करणारे अकाट्य पुरावे सादर करण्यात आले आहेत. सिंग यांनी हत्येची कबुली दिली आणि खटल्यादरम्यान ब्रिटिश राजवटीविरुद्ध वक्तव्ये केली. त्यांना मरेपर्यंत फाशीची शिक्षा सुनावण्यात आली.

23 मार्च 1931 रोजी सकाळी 7.30 वाजता भगतसिंग यांना त्यांचे सोबती राजगुरू आणि सुखदेव यांच्यासह लाहोर तुरुंगात फाशी देण्यात आली. "इन्कलाब झिंदाबाद" आणि "ब्रिटिश साम्राज्यवाद खाली" अशा त्यांच्या आवडत्या घोषणा देत हे तिघे अगदी आनंदाने फासावर गेले. सिंग आणि त्यांच्या साथीदारांवर सतलज नदीच्या किनारी हुसैनीवाला येथे अंत्यसंस्कार करण्यात आले.

लहानपणापासूनच भगतसिंगांच्या अंतरात्म्यामध्ये देशभक्तीचे बीज रुजले होते. राष्ट्रवादाची प्रशंसा करण्यासाठी आणि ब्रिटीशमुक्त स्वतंत्र भारताची इच्छा करण्यासाठी ते मोठे झाले. युरोपियन साहित्याच्या विस्तृत वाचनाने त्याला आपल्या प्रिय देशासाठी लोकशाही भविष्याची तीव्र इच्छा असलेला समाजवादी दृष्टीकोन तयार करण्यास प्रवृत्त केले. शिखांचा जन्म झाला असला तरी, अनेक हिंदू-मुस्लिम दंगली आणि इतर धार्मिक उद्रेक पाहिल्यानंतर भगतसिंग नास्तिकतेकडे वळले. सिंग यांचा असा विश्वास होता की स्वातंत्र्यासारखी मौल्यवान गोष्ट केवळ साम्राज्यवादाच्या शोषक स्वरूपाची संपूर्ण साफसफाई करूनच मिळवता येते. रशियातील बोल्शेविक क्रांतीप्रमाणेच असा बदल केवळ सशस्त्र क्रांतीद्वारेच पुढे आणला जाऊ शकतो, असे मत त्यांनी व्यक्त केले. त्यांनी "इन्कलाब झिंदाबाद" ही घोषणा दिली जी भारतीय स्वातंत्र्य चळवळीच्या युद्धाच्या जयघोषात बदलली.

भगतसिंग, त्यांची प्रखर देशभक्ती आणि जोपासलेल्या आदर्शवादाने त्यांना त्यांच्या पिढीतील तरुणांसाठी एक आदर्श आयकॉन बनवले. ब्रिटीश शाही सरकारच्या त्यांच्या लेखी आणि मुखर उपदेशातून ते त्यांच्या पिढीचा आवाज बनले. गांधीवादी अहिंसक मार्गावरून स्वराज्याकडे निघालेल्या त्यांच्या तीव्र प्रयाणावर अनेकांनी टीका केली आहे, तरीही हौतात्म्याचा निर्भयपणे आलिंगन देऊन त्यांनी शेकडो किशोरवयीन आणि तरुणांना

मनापासून स्वातंत्र्य लढ्यात सामील होण्यासाठी प्रेरित केले. 2008 मध्ये इंडिया टुडेने घेतलेल्या सर्वेक्षणात भगतसिंग यांना सुभाषचंद्र बोस आणि महात्मा गांधी यांच्या पुढे सर्वोत्कृष्ट भारतीय म्हणून निवडण्यात आले यावरून सध्याच्या काळातील त्यांची ख्याती दिसून येते .

भगतसिंग जी प्रेरणा आजही भारतीयांच्या आत्म्यात प्रज्वलित करतात, ती त्यांच्या जीवनावरील चित्रपट आणि नाट्यरूपांतरांच्या लोकप्रियतेतून जाणवते. 23 वर्षीय क्रांतिकारकाच्या जीवनावर "शहीद" (1965) आणि "द लीजेंड ऑफ भगत सिंग" (2002) सारखे अनेक चित्रपट बनवले गेले. भगतसिंग यांच्याशी संबंधित "मोहे रंग दे बसंती चोला" आणि "सरफरोशिकी तमन्ना" सारखी लोकप्रिय गाणी आजही भारतीयांमध्ये देशभक्तीच्या भावनांना प्रेरणा देण्यासाठी प्रासंगिक आहेत. त्यांचे जीवन, विचारधारा आणि वारसा याबद्दल असंख्य पुस्तके, लेख आणि पेपर लिहिले गेले आहेत. भगतसिंग सोशल मीडियावरही खूप लोकप्रिय आहेत. व्हिडिओ शेअरिंग वेबसाइट YouTube वर, तुम्हाला भगतसिंगच्या जीवनकथेसह, फायरब्रँड क्रांतिकारकाच्या जीवनावरील अनेक व्हिडिओ सापडतील.

3
क्रांतिकारक सुखदेव

क्रांतिकारक सुखदेव

Freedom Fighters

Scan for Story Videos - www.itibook.com

सुखदेव (1907-1931) हे प्रसिद्ध भारतीय क्रांतिकारक होते ज्यांनी भारताच्या स्वातंत्र्यलढ्यात मोठी भूमिका बजावली होती. ते त्या महान भारतीय स्वातंत्र्यसैनिकांपैकी आहेत ज्यांनी आपल्या देशाच्या स्वातंत्र्यासाठी बलिदान दिले. त्यांचे पूर्ण नाव सुखदेव थापर असून त्यांचा जन्म १५ मे १९०७ रोजी झाला.

त्यांचे वडिलोपार्जित घर पंजाबमधील लुधियाना शहरातील नौघारा मोहल्ला येथे आहे. त्यांच्या वडिलांचे नाव राम लाल होते. सुखदेव आपल्या बालपणापासूनच इंपीरियल ब्रिटीश राजने भारतावर केलेले क्रूर अत्याचार पाहिले होते, ज्यामुळे ते क्रांतिकारकांमध्ये सामील झाले आणि भारताला ब्रिटीश सत्तेच्या बंधनातून मुक्त करण्याचे वचन दिले.

सुखदेव थापर हे हिंदुस्तान सोशालिस्ट रिपब्लिकन असोसिएशन (HSRA) चे सदस्य होते आणि त्यांनी पंजाब आणि उत्तर भारतातील इतर भागात क्रांतिकारी सेल संघटित केले. एक निष्ठावान नेता, त्यांनी लाहोरमधील नॅशनल कॉलेजमध्ये तरुणांना शिक्षण दिले आणि त्यांना भारताच्या गौरवशाली भूतकाळाबद्दल खूप प्रेरणा दिली. त्यांनी इतर नामवंत क्रांतिकारकांसह लाहोर येथे 'नौजवान भारत सभा' सुरू केली जी विविध उपक्रमांमध्ये गुंतलेली संघटना होती, मुख्यतः तरुणांना स्वातंत्र्य लढ्यासाठी तयार करणे आणि जातीयवादाचा अंत करणे.

सुखदेव यांनी स्वतः १९२९ मध्ये 'कारागृह उपोषण' सारख्या अनेक क्रांतिकारी कार्यात सक्रिय सहभाग घेतला; तथापि, लाहोर षड्यंत्र खटल्यातील (१८ डिसेंबर १९२८) त्यांच्या धाडसी पण धाडसी हल्ल्यांबद्दल भारतीय स्वातंत्र्य चळवळीच्या इतिहासात ते नेहमीच स्मरणात राहतील, ज्याने ब्रिटीश सरकारचा पाया हादरला. सुखदेव हा भगतसिंग आणि शिवराम राजगुरू यांचा साथीदार होता, ज्यांचा 1928 मध्ये पोलिस उपअधीक्षक, जेपी सॉडर्स यांच्या हत्येमध्ये सहभाग होता, अशा प्रकारे षड्यंत्र प्रकरणात अत्याधिक पोलिस मारहाणीमुळे, ज्येष्ठ नेते, लाला लजपत राय यांच्या मृत्यूचा बदला घेतला. नवी दिल्लीतील

सेंट्रल असेंब्ली हॉलमध्ये झालेल्या बॉम्बस्फोटानंतर (८ एप्रिल १९२९), सुखदेव आणि त्याच्या साथीदारांना अटक करण्यात आली आणि त्यांच्या गुन्ह्यासाठी दोषी ठरविण्यात आले, त्यांना फाशीची शिक्षा सुनावण्यात आली.

23 मार्च 1931 रोजी भगतसिंग, सुखदेव थापर आणि शिवराम राजगुरू या तीन शूर क्रांतिकारकांना फाशी देण्यात आली, त्यांच्या मृतदेहांवर सतलज नदीच्या काठावर गुप्तपणे अंत्यसंस्कार करण्यात आले. सुखदेव थापर हे अवघ्या २४ वर्षांचे होते जेव्हा ते आपल्या देशासाठी शहीद झाले, तथापि, त्यांचे धैर्य, देशभक्ती आणि भारताच्या स्वातंत्र्यासाठी त्यांनी केलेल्या बलिदानासाठी ते नेहमीच स्मरणात राहतील.

4
चंद्रशेखर आझाद

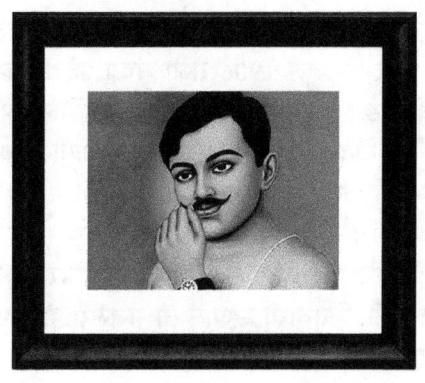

चंद्रशेखर आझाद

Freedom Fighters

चंद्रशेखर आझाद हे एक उत्कृष्ट फायरब्रँड क्रांतिकारक होते ज्यांनी आपल्या देशाच्या स्वातंत्र्याची तीव्र इच्छा बाळगली होती. भगतसिंग यांचे समकालीन, आझाद यांना त्यांच्या कृत्यांबद्दल समान स्तरावरील आदर कधीच मिळाला नाही, तरीही त्यांची कृती कमी वीर नव्हती. ब्रिटीश सरकारसाठी शक्य तितक्या समस्या निर्माण करणे हे त्यांचे आयुष्यभराचे ध्येय होते. तो वेशात मास्टर होता आणि ब्रिटीश पोलिसांनी अनेक वेळा पकडला होता. 'दुष्मनो की गोलियों का सामना हम करेंगे, /आझाद ही रहे हैं, और आझाद ही रहेंगे' ही त्यांची प्रसिद्ध घोषणा, ज्याचा अनुवाद 'मी शत्रूंच्या गोळ्यांचा सामना करू, मी मुक्त झालो आणि मी कायमचा मुक्त होईन' , त्याच्या ब्रँड क्रांतीचे अनुकरणीय आहे. त्यांनी जुन्या मित्राप्रमाणे हौतात्म्य पत्करले आणि त्यांच्या समकालीनांच्या हृदयात राष्ट्रवादाची तीव्र भावना जागृत केली.

चंद्रशेखर आझाद यांचा जन्म चंद्रशेखर तिवारी, पंडित सीता राम तिवारी आणि जागराणी देवी यांच्या पोटी 23 जुलै 1906 रोजी मध्य प्रदेशातील झाबुआ जिल्ह्यातील भावरा गावात झाला. चंद्रशेखर हे या परिसरात राहणाऱ्या भिल्ल लोकांसोबत वाढले आणि कुस्ती, पोहणे आणि धनुर्विद्या शिकले. ते लहानपणापासूनच हनुमानाचे निस्सीम अनुयायी होते. त्याने भाला फेकण्याचा सराव केला आणि एक हेवा करण्यासारखे शरीर विकसित केले. त्यांचे प्राथमिक शालेय शिक्षण भवरा येथे झाले. उच्च शिक्षणासाठी ते वाराणसीतील संस्कृत पाठशाळेत गेले. लहानपणी चंद्रशेखर हा बिनधास्त होता आणि त्याला घराबाहेर पसंती होती. विद्यार्थी म्हणून तो सरासरी होता पण एकदा बनारसमध्ये तो अनेक तरुण राष्ट्रवादीच्या संपर्कात आला.

1919 मध्ये जालियनवाला बाग हत्याकांड घडले आणि ब्रिटिश दडपशाहीच्या क्रूर कृत्याचा भारतीय राष्ट्रवादी चळवळीवर परिणाम झाला. मूलभूत मानवी हक्कांकडे ब्रिटीशांनी दाखविलेली उघड अवहेलना आणि निशस्त्र आणि शांतताप्रिय लोकांच्या गटावर हिंसाचाराचा अनावश्यक वापर, यामुळे ब्रिटिश राजवटीच्या दिशेने भारतीयांच्या द्वेषाचा भडका उडाला. या ब्रिटीश-विरोधी उत्साहाने राष्ट्राला वेठीस धरले गेले आणि चंद्रशेखर हे तरुण क्रांतिकारकांच्या गटाचा एक भाग होते ज्यांनी आपले जीवन एकाच ध्येयासाठी समर्पित केले - ब्रिटीशांना भारतातून दूर करून आपल्या प्रिय मातृभूमीचे स्वातंत्र्य मिळवणे.

1920-1921 दरम्यान गांधीजींनी जाहीर केलेल्या असहकार आंदोलनामुळे राष्ट्रवादी भावनांची पहिली लाट जागृत झाली. चंद्रशेखर केवळ किशोरवयात असताना या लाटेवर स्वार झाले आणि विविध संघटित निषेधांमध्ये मोठ्या उत्साहाने भाग घेतला. यापैकी एका निदर्शनात १६ वर्षीय चंद्रशेखरला अटक करण्यात आली होती. त्याचे नाव, निवासस्थान आणि त्याच्या वडिलांचे नाव विचारले असता, त्याने अधिकाऱ्यांना उत्तर दिले की, त्याचे नाव 'आझाद' (मुक्त), वडिलांचे नाव 'स्वतंत्रता' (स्वातंत्र्य) आणि तुरुंगातील कोठडी म्हणून

त्यांचे निवासस्थान आहे. त्याला शिक्षा म्हणून 15 चाबकाची शिक्षा सुनावण्यात आली. त्यांनी पुरेशा अविचारी लोकांना कंटाळले आणि तेव्हापासून ते चंद्रशेखर आझाद म्हणून आदरणीय बनले.

असहकार आंदोलन स्थगित करण्याच्या घोषणेने भारतीय राष्ट्रवादी भावनांना धक्का बसला. यानंतर आझाद खूप चिडला आणि त्याने ठरवले की त्याच्या इच्छित परिणामासाठी पूर्णपणे आक्रमक कृती अधिक योग्य आहे. प्रणवेश चॅटर्जी यांच्यामार्फत त्यांनी हिंदुस्थान रिपब्लिकन असोसिएशनचे संस्थापक राम प्रसाद बिस्मिल यांची भेट घेतली. तो HRA मध्ये सामील झाला आणि असोसिएशनसाठी निधी गोळा करण्यावर आपले प्रयत्न केंद्रित केले. त्यांच्या क्रांतिकारी उपक्रमांना पुढे नेण्यासाठी त्यांनी निधी उभारण्यासाठी सरकारी तिजोरी लुटण्याचे धाडसी प्रयत्न योजले आणि अंमलात आणले.

क्रांतिकारी कार्यांसाठी शस्त्रे मिळवण्यासाठी निधी देण्यासाठी खजिन्यातून पैसे घेऊन जाणारी रेल्वे लुटण्याची कल्पना राम प्रसाद बिस्मिल यांनी मांडली. बिस्मिल यांनी तिजोरीतील पैसे वाहून नेणाऱ्या गाड्यांमधील अनेक सुरक्षेतील त्रुटी लक्षात घेतल्या आणि त्यासाठी योग्य योजना आखण्यात आली. त्यांनी शाहजहांपूरहून लखनौला जाणाऱ्या 8 क्रमांकाच्या डाउन ट्रेनला लक्ष्य केले आणि काकोरी येथे अडवले. त्यांनी साखळी ओढून ट्रेन थांबवली, गार्डला धक्काबुक्की केली आणि गार्डच्या केबिनमधून 8000 रुपये घेतले. सशस्त्र रक्षक आणि क्रांतिकारक यांच्यात झालेल्या गोळीबारात एका प्रवाशाचा मृत्यू झाला. सरकारने ही हत्या असल्याचे घोषित केले आणि सहभागी क्रांतिकारकांना पकडण्यासाठी तीव्र शोध सुरू केला. आझादने अटक टाळली आणि झाशीतून क्रांतिकारी कारवाया केल्या.

आझादने एक लांब फेरफटका मारला आणि शेवटी कानपूरला पोहोचले जिथे एचआरएचे मुख्यालय होते. तिथे त्याला भगतसिंग, राजगुरू आणि सुखदेव यांसारख्या इतर फायरब्रँड्स भेटल्या. नवीन उत्साहाने भरभरून, त्यांनी HRA ची पुनर्रचना केली आणि भगतसिंग यांच्यासमवेत हिंदुस्थान सोशालिस्ट रिपब्लिकन असोसिएशन किंवा HSRA असे नामकरण केले. 30 ऑक्टोबर 1928 रोजी लाला लजपत राय यांनी सायमन कमिशनच्या विरोधात लाहोर येथे शांततापूर्ण आंदोलनाचे नेतृत्व केले. पोलिस अधीक्षक जेम्स स्कॉट यांनी मोर्चाची प्रगती रोखण्यासाठी लाठीमार करण्याचे आदेश दिले. या प्रक्रियेत लालाजी गंभीर जखमी झाले आणि जखमांमुळे 17 नोव्हेंबर 1928 रोजी त्यांचा मृत्यू झाला. आझाद आणि त्याच्या साथीदारांनी लालाच्या मृत्यूसाठी पोलीस अधीक्षकांना जबाबदार धरले आणि त्यांनी बदला घेण्याची शपथ घेतली. भगतसिंग, सुखदेव थापर आणि शिवराम राजगुरू यांच्यासोबत मिळून त्यांनी स्कॉटच्या हत्येचा कट रचला. 17 डिसेंबर 1928 रोजी, योजना अंमलात आणली गेली परंतु चुकीच्या ओळखीच्या प्रकरणामुळे सहाय्यक पोलीस अधीक्षक जॉन पी. सॉन्डर्स यांची हत्या झाली. HSRA ने दुसऱ्या दिवशी या कार्यक्रमाची जबाबदारी स्वीकारली आणि त्यात सहभागी लोक ब्रिटिशांच्या मोस्ट वॉन्टेड यादीत शीर्षस्थानी आले. 8 एप्रिल 1929 रोजी दिल्लीतील केंद्रीय विधानसभेत निदर्शने केल्यानंतर भगतसिंग यांना

अटक करण्यात आली. लाहोर आणि सहारनपूर येथील HSRA बॉम्ब कारखान्यांचा भंडाफोड झाला तेव्हा काही सदस्य राज्याचे अनुमोदक झाले. त्यामुळे राजगुरू आणि सुखदेव यांच्यासह सुमारे २१ जणांना अटक करण्यात आली. लाहोर षड्यंत्र खटल्याच्या खटल्यात आझादसह इतर 29 जणांवर आरोप ठेवण्यात आले होते, परंतु ब्रिटीश अधिकारी ज्यांना पकडू शकले नाहीत त्यांच्यापैकी तो एक होता.

ब्रिटीश राज कायद्याची अंमलबजावणी करणाऱ्या गटावर आझादचा प्रभाव पडला की त्यांनी त्याला मृत किंवा जिवंत पकडण्यासाठी किती प्रयत्न केले हे स्पष्ट होते. त्यांनी ५० रुपयांचे बक्षीसही जाहीर केले. त्याच्या डोक्यावर 30,000 रु. मोठ्या रकमेमुळे आझादचा ठावठिकाणा महत्त्वाची माहिती मिळाली. 27 फेब्रुवारी 1931 रोजी चंद्रशेखर आझाद अल्फ्रेड पार्क, अलाहाबाद येथे मित्रांसोबत भेटत होते. पूर्वसूचना मिळालेल्या पोलिसांनी उद्यानाला वेढा घातला आणि चंद्रशेखर आझाद यांना आत्मसमर्पण करण्यास सांगितले. आझादने आपल्या मित्रांना सुरक्षित वाट मिळावी म्हणून पराक्रमाने लढा दिला आणि तीन पोलिसांना ठार केले. त्याचे नेमबाजीचे कौशल्य प्रचंड तेज असले तरी तो मागे पडू लागला आणि तो गंभीर जखमी झाला. दारुगोळा जवळजवळ संपल्यानंतर आणि सुटकेचा कोणताही मार्ग न पाहता, त्याने शेवटच्या गोळीने स्वतःच्या डोक्यात गोळी झाडली. त्यांनी कधीही इंग्रजांच्या ताब्यात न जाण्याचे त्यांचे व्रत पाळले.

चंद्रशेखर आझाद यांचा खरा वारसा कायमस्वरूपी मुक्त राहण्याच्या त्यांच्या अदम्य आग्रहात आहे. ब्रिटीश राजवटीचा पाया हादरवून टाकणारी वन मॅन आर्मी, त्याचे नाव लगेच समोर येते. आझाद यांच्या कार्यामुळे त्यांच्या समकालीन आणि भावी पिढीला स्वातंत्र्य संग्रामासाठी आपले जीवन समर्पित करणाऱ्या भावी पिढीला स्वातंत्र्य लाभले. त्याच वेळी, तो ब्रिटीश अधिकाऱ्यांसाठी एक वास्तविक समस्या बनला. आझाद यांनी आपल्या देशवासियांना जी भेट दिली ती म्हणजे ब्रिटिश साम्राज्यवाद लादत असलेल्या जुलमी बेड्यांपासून मुक्त होण्याची तीव्र इच्छा. गांधी आणि काँग्रेसने स्वराज्य मिळवण्यासाठी जो अहिंसक मार्ग स्वीकारला त्यापासून एक भव्य प्रस्थान, आझाद यांच्या हिंसक स्वातंत्र्याच्या हिंसक मार्गाने भारतीयांच्या देशभक्तीच्या भावना पेटल्या. भारतीय सशस्त्र क्रांतीतील सर्वात धाडसी आणि विस्मयकारक व्यक्तिमत्त्व म्हणून ते आजही स्मरणात आहेत. पकडण्यापासून वाचलेल्या त्याच्या वीर सुटण्याच्या कथा दंतकथा आहेत. त्यांनी समाजवादी आदर्शांवर आधारित मुक्त भारताचे स्वप्न पाहिले आणि त्यांचे स्वप्न साकार करण्यासाठी स्वतःला वचनबद्ध केले. त्यांच्या योगदानामुळे तात्काळ स्वातंत्र्य मिळाले नाही, परंतु त्यांच्या महान बलिदानाने भारतीय क्रांतिकारकांमध्ये ब्रिटीश राजवटीशी लढण्यासाठी आणखी तीव्रतेने आग लावली.

स्वातंत्र्यानंतर चंद्रशेखर आझाद यांच्या शौर्याचे स्मरण म्हणून अलाहाबादमधील अल्फ्रेड पार्कचे नाव बदलून चंद्रशेखर आझाद पार्क करण्यात आले.

अनेक देशभक्तीपर चित्रपटांमध्ये आझादच्या व्यक्तिरेखेचे चित्रण करण्यात आले आहे. 2002 मध्ये अजय देवगन स्टारर भगत सिंग यांच्या बायोपिकमध्ये आझादची व्यक्तिरेखा अखिलेंद्र मिश्रा यांनी साकारली होती. आझाद, राजगुरू, पंडित राम प्रसाद बेसिल आणि अशफाकुला खान यांच्या देशभक्तीचे चित्रण रंग दे बसंती या 2006 च्या बॉलीवूड चित्रपटात करण्यात आले होते, ज्यामध्ये अमीर खानने चंद्रशेखर आझादची व्यक्तिरेखा साकारली होती.

5
मंगल पांडे

मंगल पांडे

Freedom Fighters

Scan for Story Videos - www.itibook.com

मंगल पांडे हे एक भारतीय सैनिक होते ज्यांनी १८५७ च्या उठावापूर्वीच्या घटनांमध्ये महत्त्वाची भूमिका बजावली होती, ज्यांना '१८५७चे भारतीय बंड', 'सिपाही बंड' आणि 'भारताचे पहिले स्वातंत्र्ययुद्ध' अशा वेगवेगळ्या नावांनी ओळखले जाते. त्याचे नाव 1857 च्या बंडाचा समानार्थी बनले आहे. विश्वासाने एक कट्टर ब्राह्मण, पांडे यांनी ब्रिटिश ईस्ट इंडिया कंपनीच्या 34 व्या बंगाल नेटिव्ह इन्फंट्री (BNI) रेजिमेंटमध्ये शिपाई (सैनिक) म्हणून सेवा केली. काडतुसेमध्ये वंगण म्हणून गाय आणि डुकराची चरबी वापरल्याच्या अफवा पसरल्यानंतर त्याने नव्याने आणलेल्या एनफिल्ड रायफलच्या ग्रीस केलेल्या काडतुसांची टोके चावण्यास नकार दिला. त्यानंतर संतप्त झालेल्या माणसाने आपल्या साथीदारांना ब्रिटीश अधिकाऱ्यांविरुद्ध बंड करण्यास प्रवृत्त केले आणि त्यांच्यावर हल्ला केला, जेव्हा त्याला स्वतः ला गोळी मारण्यापासून रोखले गेले, परंतु त्याला जबरदस्तीने अटक करण्यात आली आणि कोर्ट-मार्शल करण्यात आले. भारतात त्याला नायक मानले जाते. भारत सरकारने 1984 मध्ये त्यांच्या सन्मानार्थ एक टपाल तिकीट जारी केले. त्यांचे जीवन अनेक चित्रपट आणि दूरदर्शन निर्मितीमध्ये चित्रित केले गेले आहे.

मंगल पांडे यांचा जन्म 19 जुलै 1827 रोजी ब्रिटीश भारतातील सेडेड आणि जिंकलेल्या प्रांतातील (सध्या उत्तर प्रदेशात) वरच्या बलिया जिल्ह्यातील नागवा गावात झाला. ते एका उच्च-जातीतील ब्राह्मण जमीनदार कुटुंबातील होते ज्यात दृढ हिंदू विश्वास होता. 1849 मध्ये ते बंगाल आर्मीमध्ये दाखल झाले. हे ब्रिटीश भारतातील 3 अध्यक्षांपैकी एक, बंगाल प्रेसिडेन्सीचे सैन्य होते. काही स्त्रोतांच्या मते, पांडेला त्याच्या मागे कूच करणाऱ्या ब्रिगेडने सामील केले होते. मार्च 1857 मध्ये ब्रिटिश ईस्ट इंडिया कंपनीच्या 34 व्या बंगाल नेटिव्ह इन्फंट्री (BNI) रेजिमेंटच्या 5 व्या कंपनीत ते खाजगी सैनिक बनले. रेजिमेंटमध्ये अनेक ब्राह्मणांचा समावेश होता.

1850 च्या दशकाच्या मध्यात ब्रिटीशांनी भारतात एक नवीन एनफिल्ड रायफल आणली आणि तिची स्निग्ध काडतुसे त्यांची टोके चावल्यानंतरच शस्त्रामध्ये लोड केली गेली. काडतुसांमध्ये वापरलेले वंगण गायीचे किंवा डुक्कराचे मांस होते, अशा अफवा पसरू लागल्या. हिंदूंमध्ये गायींचा आदर केला जातो, तर मुस्लिमांसाठी डुकराचे मांस निषिद्ध आहे, अशा प्रकारे भारतीय शिपायांमध्ये संतापाची भावना निर्माण होऊ लागली. पांडे त्यावेळी बॅरकपूर येथील चौकीत तैनात होते. श्रद्धेने कट्टर हिंदू ब्राह्मण, पांडे देखील या प्रकरणाची माहिती घेतल्यानंतर संतापले आणि त्यांनी इंग्रजांना नापसंती दर्शविण्याचा निर्धार केला.

सामान्यतः असे मानले जाते की पांडेने आपल्या रेजिमेंटच्या इतर सैनिकांना ब्रिटीश अधिकाऱ्यांविरुद्ध बंड करण्यास प्रवृत्त करण्याचा प्रयत्न केला आणि ब्रिटिश राजवटीविरुद्ध बंडाची योजना आखली. बराकपूर येथे तैनात असलेल्या ३४ व्या बंगाल नेटिव्ह इन्फंट्रीचे ॲडज्युटंट लेफ्टनंट बाघ यांना २९ मार्च १८५७ रोजी कळले की त्यांच्या रेजिमेंटमधील काही शिपाई अस्वस्थ अवस्थेत आहेत आणि एक मंगल पांडे आपल्या सोबतीला भडकावत आहे. बंड करण्यासाठी सैनिक. पांडेने पहिला युरोपियन बघेल त्याला गोळ्या घालण्याची धमकी दिली. त्यानंतरच्या चौकशीत दिलेल्या साक्षीनुसार, ब्रिटीश सैनिकांची तुकडी स्टीमरवर आली आहे आणि छावणीजवळ उतरत आहे हे कळल्यावर संतापलेल्या पांडेने शस्त्रे जप्त केली आणि क्वार्टर-गार्ड इमारतीकडे धाव घेतली.

सार्जंट-मेजर ह्यूसन परेड ग्राऊंडवर आले आणि त्यांनी क्वार्टर-गार्ड, जमादार ईश्वरी प्रसाद यांच्या कमांडिंग ऑफिसरला पांडेला अटक करण्याचे आदेश दिले. प्रसादने मात्र पांडेला एकट्याला पकडू शकत नाही असे सांगितले कारण त्याचे एनसीओ मदतीसाठी गेले होते. दरम्यान, बंडाची माहिती मिळाल्यावर, लेफ्टनंट बाघने स्वतः ला सशस्त्र केले आणि त्याच्या घोड्यावर बसलेल्या रेषांकडे निघाले. त्याला येताना पाहून पांडेने 34 क्रमांकाच्या क्वार्टर गार्डसमोर स्टेशन गनच्या मागे पोझिशन घेतली आणि बाघवर गोळीबार केला. गोळी बाघच्या घोड्याला लागली आणि त्याला जमिनीवर आणले. त्यानंतर बागने पांडेवर गोळीबार केला पण तो चुकला आणि तो आपली तलवार काढणार असतानाच शूर पांडेने त्याला भारतीय तलवारीने घायाळ केले. दुसरा शिपाई शेख पल्टू याने पांडेला अडज्युटंटला अधिक इजा करण्यापासून रोखण्याचा प्रयत्न केला. त्यानंतर ह्युसनने पांडेचा सामना केला पण नंतरच्या मस्केटचा फटका तो जमिनीवर पडला. बंदुकीच्या गोळीबाराचा आवाज ऐकून बराकीतील इतर शिपाई धावले पण त्यांनी पल्टूला दोन इंग्रजांचे रक्षण करण्यासाठी पांडेच्या विरोधात जाण्यास नकार दिला. काही शिपायांनी पलटूवर दगड आणि बूट फेकले आणि पांडेला सोडले नाही तर त्याला गोळ्या घालण्याची धमकी दिली. दोन इंग्रज उठून पळून जाईपर्यंत पल्टू कसा तरी पांडेला चिकटून राहिला.

घटनेचा अहवाल कमांडिंग ऑफिसर जनरल हर्सी यांच्यापर्यंत पोहोचला ज्यांनी नंतर आपल्या दोन अधिकारी मुलांसह घटनास्थळी धाव घेतली आणि परिस्थिती नियंत्रणात

आणली. जनरलने आपली बंदूक काढून शिपायांना त्यांचे कर्तव्य बजावण्याचा आदेश दिला आणि जो कोणी त्याच्या आदेशाचे उल्लंघन करेल त्याला गोळ्या घालण्याचा इशारा दिला. शिपायांनी आता त्याच्या आज्ञेचे पालन केले आणि पांडेला अटक केली जाईल असे वाटल्याने त्या शूर सेनानीने मस्केटचे थूथन आपल्या छातीवर ठेऊन स्वतःचा जीव घेण्याचा प्रयत्न केला आणि आपल्या पायाच्या बोटाने ट्रिगर खेचून स्वतःला गोळी मारली, तथापि, तो यशस्वी झाला. घातक सिद्ध झाले नाही.

6 एप्रिल 1857 रोजी पांडेचे बरे झाल्यानंतर त्याचे कोर्ट मार्शल करण्यात आले. त्याला विचारण्यात आले की तो कोणत्याही पदार्थाच्या प्रभावाखाली आहे का? यावर त्याने उत्तर दिले की आपण स्वतःच बंड केले आणि त्याला प्रभावित करण्यात कोणाचाही हात नाही. त्याला फाशीची शिक्षा सुनावण्यात आली. जमादार ईश्वरी प्रसाद यांच्यावरही खटला चालवला गेला आणि क्वार्टर-गार्डच्या तीन शीख सदस्यांच्या साक्षीनंतर प्रसादने पांडेला अटक न करण्याचे आदेश दिल्याचे उघड झाल्यानंतर त्याला फाशीची शिक्षा सुनावण्यात आली. 18 एप्रिल 1857 रोजी पांडेची फाशी निश्चित करण्यात आली होती, तरीही मोठ्या बंडाच्या उद्रेकाच्या भीतीने ब्रिटीश अधिकाऱ्यांनी 8 एप्रिल 1857 रोजी त्याला फाशी दिली. प्रसादलाही 21 एप्रिल रोजी फाशी देण्यात आली.

34 व्या बीएनआय रेजिमेंटची ब्रिटिश सरकारकडून चौकशी करण्यात आली. एका बंडखोर शिपाईला रोखण्यात रेजिमेंट आपले कर्तव्य बजावण्यात अपयशी ठरल्याचा निष्कर्ष काढण्यात आला. दयाळूपणासाठी याचिका येऊ लागल्या असताना, ६ मे १८५७ रोजी रेजिमेंटला "अपमानित" करून सामुहिक शिक्षा ठोठावण्यात आली. दरम्यान, पांडेच्या फाशीच्या एका दिवसानंतर, शेख पल्टूला हवालदार (मूळ सार्जंट) म्हणून बढती देण्यात आली आणि त्याची शिफारस करण्यात आली. जनरल हर्सीच्या सजावटीसाठी. 34 व्या BNI रेजिमेंटचे विघटन होण्याच्या काही दिवस अगोदर, पल्टूला बॅरकपूर कॅन्टोन्मेंटच्या एका निर्जन भागात आमिष दाखवण्यात आले आणि त्याच्या अनेक माजी सहकाऱ्यांनी त्याची हत्या केली.

मंगल पांडे यांचे ब्रिटिशांविरुद्धचे बंड हे भारतातील एक मोठे उठाव, १८५७ चे भारतीय बंड, याच्या आरंभी मानले जाते. तसेच 'भारताचे पहिले स्वातंत्र्ययुद्ध,' 'भारतीय विद्रोह',' यांसारख्या संज्ञांनी ओळखले जाते. महान बंड, 'सिपाही विद्रोह' आणि 'भारतीय विद्रोह,' हे बंड 1857 ते 1858 दरम्यान ब्रिटिश राजवटीच्या वतीने सार्वभौम सत्ता म्हणून राज्य करणाऱ्या ब्रिटिश ईस्ट इंडिया कंपनीच्या शासनाविरुद्ध झाले.

काही वेळातच पांडेचे शौर्य सर्वत्र पसरले आणि त्यानंतरच्या काही महिन्यांत अनेक बंडखोरींना कारणीभूत ठरणाऱ्या कारणांपैकी हे सामान्यतः एक मानले जाते. पांडे यांच्या कृतींनी मातृभूमीच्या इतर अनेक शूर पुत्रांना प्रेरणा दिली जे नंतर भारतीय राष्ट्रवादी चळवळीतील प्रतिष्ठित व्यक्ती म्हणून उदयास आले. अशा स्वातंत्र्यसैनिकांमध्ये भारतीय स्वातंत्र्य समर्थक कार्यकर्ते, राजकारणी, वकील, लेखक, कवी आणि नाटककार व्ही.डी.

सावरकर यांचा समावेश होता ज्यांनी पांडेचा हेतू भारतीय राष्ट्रवादाचे प्रात्यक्षिक म्हणून प्रारंभिक प्रदर्शन मानले.

जरी समकालीन ब्रिटीश विचारांनी त्यांचा देशद्रोही आणि विद्रोह करणारा म्हणून निषेध केला असला तरी, आधुनिक भारतीय राष्ट्रवादी त्यांना ब्रिटीशांच्या विरोधात बंडाचा कट रचणारा मास्टरमाइंड म्हणून चित्रित करतात, तर आधुनिक भारत त्यांना एक वीर व्यक्तिमत्व आणि स्वातंत्र्य चळवळीच्या अग्रगण्यांपैकी एक म्हणून स्मरण करतो.

वारसा

5 ऑक्टोबर 1984 रोजी, भारत सरकारने त्यांच्या सन्मानार्थ त्यांच्या प्रतिमेसह एक टपाल तिकीट जारी केले. ज्या धाडसी माणसाने ब्रिटीश अधिकाऱ्यांविरुद्ध बंड केले आणि त्यांच्यावर हल्ला केला त्या ठिकाणाच्या स्मरणार्थ बॅरकपूर येथे उद्यान बांधण्यात आले. त्याला शहीद मंगल पांडे महा उद्यान असे नाव देण्यात आले. पश्चिम बंगालमधील सुरेंद्रनाथ बॅनर्जी रस्त्यावरील बॅरकपूर छावणी येथे शूर सैनिकाचे स्मारकही बांधण्यात आले.

6

नेताजी सुभाषचंद्र बोस

नेताजी सुभाषचंद्र बोस

Freedom Fighters

Scan for Story Videos - www.itibook.com

सुभाषचंद्र बोस हे भारतातील सर्वात प्रसिद्ध स्वातंत्र्यसैनिकांपैकी एक होते. ते तरुणांवर एक करिष्माई प्रभावशाली होते आणि भारताच्या स्वातंत्र्याच्या लढ्यात त्यांनी भारतीय राष्ट्रीय सैन्य (INA) ची स्थापना करून आणि नेतृत्व करून 'नेताजी' ही उपाधी मिळवली. सुरुवातीला भारतीय राष्ट्रीय काँग्रेसशी जुळवून घेतले असले तरी विचारधारेतील फरकामुळे त्यांची पक्षातून हकालपट्टी करण्यात आली. त्यांनी दुसऱ्या महायुद्धात जर्मनीतील नाझी नेतृत्व आणि जपानमधील शाही सैन्याकडून ब्रिटिशांना भारतातून हुसकावून लावण्यासाठी मदत मागितली. 1945 नंतर त्याच्या अचानक गायब झाल्यामुळे त्याच्या जगण्याच्या शक्यतांबाबत विविध सिद्धांत मांडले गेले.

बालपण आणि प्रारंभिक जीवन

नेताजी सुभाषचंद्र बोस यांचा जन्म 23 जानेवारी 1897 रोजी कटक (ओरिसा) येथे जानकीनाथ बोस आणि प्रभावती देवी यांच्या पोटी झाला. आठ भाऊ आणि सहा बहिणींमध्ये सुभाष हा नववा मुलगा होता. त्यांचे वडील जानकीनाथ बोस हे कटकमधील एक श्रीमंत आणि यशस्वी वकील होते आणि त्यांना "राय बहादूर" ही पदवी मिळाली होती. नंतर ते बंगाल विधान परिषदेचे सदस्य झाले.

सुभाषचंद्र बोस हे हुशार विद्यार्थी होते. कलकत्ता येथील प्रेसिडेन्सी कॉलेजमधून त्यांनी तत्वज्ञानात बी.ए. स्वामी विवेकानंदांच्या शिकवणींचा त्यांच्यावर खूप प्रभाव होता आणि एक विद्यार्थी म्हणून ते त्यांच्या देशभक्तीच्या आवेशासाठी ओळखले जात होते. बोसने आपल्या प्राध्यापकाला (EF Otten) त्याच्या वर्णद्वेषी वक्तव्यासाठी मारहाण केल्यामुळे सरकारच्या नजरेत बंडखोर-भारतीय म्हणून त्यांची बदनामी झाली. नेताजींनी नागरी सेवक व्हावे अशी त्यांच्या वडिलांची इच्छा होती आणि म्हणून त्यांनी त्यांना भारतीय नागरी सेवा परीक्षेला बसण्यासाठी इंग्लंडला पाठवले. बोस इंग्रजीत सर्वाधिक गुणांसह चौथ्या स्थानावर होते. परंतु स्वातंत्र्य चळवळीत भाग घेण्याची त्यांची इच्छा तीव्र होती आणि एप्रिल 1921

मध्ये त्यांनी प्रतिष्ठित भारतीय नागरी सेवेचा राजीनामा दिला आणि ते भारतात परत आले. डिसेंबर 1921 मध्ये, प्रिन्स ऑफ वेल्सच्या भारत भेटीनिमित्त आयोजित उत्सवावर बहिष्कार टाकल्याबद्दल बोस यांना अटक करण्यात आली आणि तुरुंगात टाकण्यात आले.

बर्लिनमधील वास्तव्यादरम्यान, तो ऑस्ट्रियन वंशाच्या एमिली शेंकलला भेटला आणि त्याच्या प्रेमात पडला. बोस आणि एमिली यांचा 1937 मध्ये एका गुप्त हिंदू समारंभात विवाह झाला आणि एमिलीने 1942 मध्ये एक मुलगी अनिताला जन्म दिला. त्यांच्या मुलीच्या जन्मानंतर लवकरच, बोस भारतात परत येण्यासाठी 1943 मध्ये जर्मनी सोडले.

राजकीय कारकीर्द

भारतीय राष्ट्रीय काँग्रेसशी संबंध

सुरुवातीला, सुभाषचंद्र बोस यांनी कलकत्त्यात काँग्रेसचे सक्रिय सदस्य चित्तरंजन दास यांच्या नेतृत्वाखाली काम केले. चित्तरंजन दास यांनीच मोतीलाल नेहरूंसोबत काँग्रेस सोडली आणि 1922 मध्ये स्वराज पक्षाची स्थापना केली. बोस चित्तरंजन दास यांना त्यांचे राजकीय गुरू मानत. त्यांनी स्वतः 'स्वराज' हे वृत्तपत्र सुरू केले, दास यांचे वृत्तपत्र 'फॉरवर्ड' संपादित केले आणि दास यांच्या महापौरपदाच्या काळात कलकत्ता महानगरपालिकेचे सीईओ म्हणून काम केले. सुभाषचंद्र बोस यांनी कलकत्त्याचे विद्यार्थी, युवक आणि मजूर यांचे प्रबोधन करण्यात महत्त्वाची भूमिका बजावली. भारताला एक स्वतंत्र, संघराज्य आणि प्रजासत्ताक राष्ट्र म्हणून पाहण्याच्या त्याच्या उत्कट प्रतिक्षेत, तो एक करिष्माई आणि फायरब्रँड युवा आयकॉन म्हणून उदयास आला. संघटना विकासातील त्यांच्या महान क्षमतेबद्दल काँग्रेसमध्ये त्यांचे कौतुक झाले. या काळात त्यांनी त्यांच्या राष्ट्रवादी कारवायांसाठी तुरुंगात अनेक काळ सेवा केली.

काँग्रेसशी वाद

1928 मध्ये काँग्रेसच्या गुवाहाटी अधिवेशनात काँग्रेसच्या जुन्या आणि नवीन सदस्यांमध्ये मतभेद निर्माण झाले. तरुण नेत्यांना "संपूर्ण स्वराज्य आणि कोणतीही तडजोड न करता" हवे होते, तर ज्येष्ठ नेते "ब्रिटिश राजवटीत भारताला अधिराज्य दर्जा" देण्याच्या बाजूने होते.

संयमी गांधी आणि आक्रमक सुभाषचंद्र बोस यांच्यातील मतभेद असह्य प्रमाणात वाढले आणि बोस यांनी 1939 मध्ये पक्षाचा राजीनामा देण्याचा निर्णय घेतला. त्याच वर्षी त्यांनी फॉरवर्ड ब्लॉकची स्थापना केली.

जरी त्यांनी त्यांच्या पत्रव्यवहारांमध्ये ब्रिटीशांबद्दल नापसंती व्यक्त केली असली तरी, त्यांनी त्यांच्या संरचित जीवनशैलीबद्दल त्यांचे कौतुक देखील व्यक्त केले. त्यांनी ब्रिटीश मजूर पक्षाच्या नेत्यांची आणि क्लेमेंट ॲटली, हॅरोल्ड लास्की, जेबीएस हॅल्डेन, आर्थर ग्रीनवुड, जीडीएच कोल आणि सर स्टॅफोर्ड क्रिप्स यांच्यासह राजकीय विचारवंतांची भेट घेतली आणि स्वतंत्र भारताच्या संभाव्य शक्यतांवर चर्चा केली.

INA ची निर्मिती

दुसऱ्या महायुद्धात ब्रिटिशांना पाठिंबा देण्याच्या काँग्रेसच्या निर्णयाला बोस यांनी कडाडून विरोध केला. एक जनआंदोलन सुरू करण्याच्या उद्देशाने, बोस यांनी भारतीयांना त्यांच्या संपूर्ण मनःपूर्वक सहभागासाठी आवाहन केले. "मला रक्त द्या आणि मी तुम्हाला स्वातंत्र्य देईन" या त्यांच्या आवाहनाला प्रचंड प्रतिसाद मिळाला आणि इंग्रजांनी त्यांना तातडीने तुरुंगात टाकले. तुरुंगात त्यांनी उपोषणाची घोषणा केली. जेव्हा त्याची प्रकृती खालावली तेव्हा हिंसक प्रतिक्रियांच्या भीतीने अधिकाऱ्यांनी त्याला सोडून दिले पण त्याला नजरकैदेत ठेवले.

जानेवारी, 1941 मध्ये, सुभाष नियोजितपणे निसटले आणि पेशावर मार्गे वळसा घालून बर्लिन, जर्मनीला पोहोचले. जर्मन लोकांनी त्याला त्याच्या प्रयत्नांमध्ये पूर्ण पाठिंबा देण्याचे आश्वासन दिले आणि त्याला जपानचीही निष्ठा प्राप्त झाली. त्याने पूर्वेकडे एक धोकादायक प्रवास केला आणि जपानला पोहोचला जिथे त्याने सिंगापूर आणि इतर दक्षिण-पूर्व आशियाई प्रदेशांमधून भरती झालेल्या 40,000 सैनिकांची कमांड स्वीकारली. त्यांनी आपल्या सैन्याला 'इंडियन नॅशनल आर्मी' (INA) असे संबोधले आणि अंदमान आणि निकोबार बेटे ब्रिटीशांकडून ताब्यात घेण्यासाठी त्याचे नेतृत्व केले आणि त्याचे शहीद आणि स्वराज बेटे असे नामकरण केले. तात्पुरते "आझाद हिंद सरकार" ताब्यात घेतलेल्या प्रदेशात काम करू लागले. INA किंवा आझाद हिंद फौजेने भारताकडे टक लावून ब्रह्मदेश सीमा ओलांडली आणि 18 मार्च 1944 रोजी भारतीय भूमीवर उभे राहिले. दुर्दैवाने, महायुद्धाची लाट आली आणि जपानी आणि जर्मन सैन्याने शरणागती पत्करली ज्यामुळे त्यांना पुढील प्रगती थांबवावी लागली. .

मृत्यू

माघार घेतल्यानंतर लगेचच नेताजी रहस्यमयरीत्या गायब झाले. असे म्हटले जाते की ते सिंगापूरला परत गेले आणि दक्षिण पूर्व आशियातील सर्व लष्करी ऑपरेशन्सचे प्रमुख फील्ड मार्शल हिसाइची तेरौची यांना भेटले ज्यांनी त्यांच्यासाठी टोकियोला जाण्याची व्यवस्था केली. 17 ऑगस्ट 1945 रोजी सायगॉन विमानतळावरून ते मित्सुबिशी की-21 हेवी बॉम्बरमध्ये चढले. दुसऱ्या दिवशी बॉम्बर तैवानमध्ये रात्री थांबल्यानंतर टेक ऑफ केल्यानंतर लगेचच क्रॅश झाला. साक्षीदारांनी सांगितले की, या प्रक्रियेत बोसला तिस-या अंशाने तीव्र जळजळ झाली. 18 ऑगस्ट 1945 रोजी त्याच्या दुखापतींमुळे त्यांचे निधन झाले. त्याच्यावर 20 ऑगस्ट रोजी तायहोकू स्मशानभूमीत अंत्यसंस्कार करण्यात आले आणि त्यांच्या अस्थी टोकियोच्या निचिरेन बौद्ध धर्मातील रेन्कजी मंदिरात अंत्यसंस्कार करण्यात आली.

सायगॉनमध्ये वाहून जाण्याच्या प्रतीक्षेत अडकलेल्या बोसच्या साथीदारांनी त्यांचा मृतदेह कधीही पाहिला नाही. तसेच त्यांच्या दुखापतींचे कोणतेही छायाचित्र त्यांना दिसले नाही. त्यांनी त्यांचा नायक मेला आहे यावर विश्वास ठेवण्यास नकार दिला आणि आशा केली की त्याने ब्रिटिश-अमेरिकन सैन्याने शोध टाळला. त्यांना मनापासून विश्वास होता

की नेताजी आपले सैन्य गोळा करतील आणि दिल्लीकडे कूच करतील. लवकरच लोक नायकाच्या दर्शनाची तक्रार करू लागले आणि गांधींनीही बोसच्या मृत्यूबद्दल शंका व्यक्त केली. स्वातंत्र्यानंतर लोकांचा असा विश्वास वाटू लागला की, नेताजींनी सनातनी जीवन स्वीकारले आणि ते साधू झाले. बोस यांच्या मृत्यूच्या सभोवतालच्या रहस्यांनी पौराणिक प्रमाण घेतले आणि कदाचित ते राष्ट्राच्या आशेचे प्रतीक असेल.

या प्रकरणाच्या चौकशीसाठी भारत सरकारने अनेक समित्या स्थापन केल्या आहेत. प्रथम 1946 मध्ये फिगेस अहवाल आणि नंतर 1956 मध्ये शाह नवाज समितीने निष्कर्ष काढला की तैवानमधील अपघातात बोस यांचा मृत्यू झाला होता.

नंतर, खोसला आयोगाने (1970) पूर्वीच्या अहवालांशी सहमती दर्शवली, न्यायमूर्ती मुखर्जी आयोगाच्या (2006) अहवालात असे म्हटले आहे की, "बोस विमान अपघातात मरण पावले नाहीत आणि रेनकोजी मंदिरातील अस्थी त्यांची नाहीत". मात्र, भारत सरकारने हे निष्कर्ष नाकारले आहेत.

2016 मध्ये, जपान सरकारने 1956 मध्ये टोकियो येथील भारतीय दूतावासाकडे सुपूर्द केलेल्या अहवालाचे वर्गीकरण केल्यानंतर, "दिवंगत सुभाषचंद्र बोस यांच्या मृत्यूचे कारण आणि इतर बाबींची चौकशी" या शीर्षकाने तैवानमधील भारतीय राष्ट्रीय नायकाच्या मृत्यूची पुष्टी केली. 18 ऑगस्ट 1945 रोजी.

विचारधारा

बोस यांच्या पत्रव्यवहारातून त्यांचा स्वतंत्र भारतातील लोकशाहीवरील विश्वास सिद्ध होतो. मुसोलिनी किंवा हिटलरसारख्या फॅसिस्टांची मदत घेतली असली तरीही बोसची प्राथमिक विचारधारा नेहमीच आपल्या मातृभूमीचे स्वातंत्र्य होती.

वारसा

नेताजी सुभाषचंद्र बोस यांनी आपल्या देशवासीयांच्या मानसिकतेवर खोलवर प्रभाव टाकला आहे. ‘जय हिंद’ ही त्यांची घोषणा आजही देशाच्या श्रद्धेने वापरली जाते. करिश्माई नेत्याच्या स्मरणार्थ कोलकाता येथील आंतरराष्ट्रीय विमानतळाला नेताजी सुभाषचंद्र बोस आंतरराष्ट्रीय विमानतळ असे नाव देण्यात आले आहे.

7
अब्दुल हाफिज मोहम्मद बरकतुल्ला

अब्दुल हाफिज मोहम्मद बरकतुल्ला

Freedom Fighters

Scan for Story Videos - www.itibook.com

अब्दुल हाफिज मोहम्मद बरकतुल्ला, ज्यांना मौलाना बरकतुल्ला (c. 7 जुलै 1854 - 20 सप्टेंबर 1927) या नावाने ओळखले जाते, ते पॅन-इस्लामिक चळवळीबद्दल सहानुभूती असलेले ब्रिटिश विरोधी भारतीय क्रांतिकारक होते. बरकतुल्ला यांचा जन्म ७ जुलै १८५४ रोजी मध्य प्रदेशातील इतवारा मोहल्ला भोपाळ येथे झाला. बरकतुल्ला यांनी भारताच्या स्वातंत्र्यासाठी, अग्रगण्य वृत्तपत्रांमध्ये ज्वलंत भाषणे आणि क्रांतिकारी लेखनासह भारताबाहेरून लढा दिला. तो भारत स्वतंत्र पाहण्यासाठी जगला नाही. 1988 मध्ये, भोपाळ विद्यापीठाचे नाव बदलून त्यांच्या सन्मानार्थ बरकतुल्ला विद्यापीठ 1 ठेवण्यात आले.

त्यांचे प्राथमिक ते महाविद्यालयीन स्तरावरील शिक्षण भोपाळ येथे झाले. नंतर ते उच्च शिक्षणासाठी मुंबई आणि लंडन येथे गेले. भारत आणि इंग्लंड या दोन्ही देशांत ज्या परीक्षांसाठी तो बसला त्या बहुतेक यशस्वी उमेदवारांच्या यादीत तो अव्वल ठरला.

वयाच्या बाराव्या वर्षी त्यांनी त्यांचे वडील मुन्शी शेख कादरतुल्ला यांना गमावले, जे भोपाळ राज्याच्या सेवेत कार्यरत होते. खांडवा आणि नंतर बॉम्बे," जे सी केर नोंदवतात. 2 1887 मध्ये तो लंडनला आला, अरबी, पर्शियन आणि उर्दू भाषेचे खाजगी धडे देत, स्वतः जर्मन, फ्रेंच आणि जपानी भाषा शिकत असताना. तेथे असताना त्याची अमीरचा भाऊ काबूलच्या सरदार नसरुल्ला खान यांच्याशी ओळख झाली. उद्धरण आवश्यक त्याने 1896 ते 1898 या कालावधीत कराची येथील अमीरच्या एजंटला साप्ताहिक वृत्तपत्र जारी करून, भारतातील इंग्रजी घडामोडींची माहिती अमीरला दिली. 1899 मध्ये तो युनायटेड स्टेट्सला रवाना झाला.

इंग्लंडमध्ये असताना तो हातरसच्या राजाचा मुलगा लाला हरदयाल आणि राजा महेंद्र प्रताप यांच्या जवळ आला. तो अफगाण अमीरचा मित्र बनला आणि काबुल वृत्तपत्र सिरेजुल-उल-अकबर'चा संपादक झाला. सॅन फ्रान्सिस्को येथे 1913 मध्ये "गदर" (बंड) पक्षाच्या संस्थापकांपैकी ते एक होते. नंतर ते 1 डिसेंबर 1915 रोजी काबूल येथे स्थापन झालेल्या

भारताच्या हंगामी सरकारचे पहिले पंतप्रधान बनले आणि त्याचे अध्यक्ष राजा महेंद्र प्रताप होते. बरकतुल्ला हे भारतीय समाजाला राजकीयदृष्ट्या जागृत करण्याच्या उद्देशाने आणि त्या देशांतील तत्कालीन प्रसिद्ध नेत्यांकडून भारताच्या स्वातंत्र्यासाठी पाठिंबा मिळवण्याच्या उद्देशाने जगातील अनेक देशांमध्ये गेले. त्यात कैसर विल्हेल्म दुसरा, अमीर हबीबुल्ला खान, मोहम्मद रेशेड, गाझी पाशा, लेनिन, हिटलर हे प्रमुख होते.

इंग्लंडमध्ये, 1897 मध्ये, बरकतुल्ला मुस्लिम देशभक्त लीगच्या सभांना उपस्थित होता. येथे त्यांना श्यामजी कृष्णवर्माच्या आसपासचे इतर क्रांतिकारी देशबांधव भेटले. अमेरिकेत सुमारे एक वर्ष घालवल्यानंतर, फेब्रुवारी 1904 मध्ये ते जपानला रवाना झाले, तेथे त्यांची टोकियो विद्यापीठात हिंदुस्थानी प्राध्यापक म्हणून नियुक्ती झाली. 1906 च्या शरद ऋतूत, न्यूयॉर्क शहरातील 1 वेस्ट 34व्या स्ट्रीट येथे, दिवंगत आदरणीय लुकास मालोबा जोशी यांचा मुलगा बरकतुल्ला आणि सॅम्युअल लुकास जोशी, मराठा ख्रिश्चन यांनी पॅन-आर्यन असोसिएशनची स्थापना केली; त्याला क्लॅन-ना-गेलच्या आयरिश क्रांतिकारकांनी, ब्रिटीश-विरोधी वकील मायरॉन एच. फेल्प्स आणि तितकेच ब्रिटीश-विरोधी स्वामी अभेदानंद यांचे समर्थन केले होते ज्यांनी स्वामी विवेकानंदांचे कार्य चालू ठेवले होते. 21 ऑक्टोबर 1906 रोजी न्यूयॉर्क येथे झालेल्या युनायटेड आयरिश लीगच्या बैठकीत बरकतुल्ला यांनी आयरिश संसदीय पक्षाचे प्रतिनिधी श्री ओ'कॉनर यांना विचारले की, "इंग्लंडच्या जुलमी आणि जुलमी राजवटीविरुद्ध भारतीय लोक उठले तर काय? भारतात, आणि जर इंग्लंडने आयर्लंडला होमरूल मान्य करावे, तर ओ"कॉनर "भारतीय जनतेला चिरडण्यासाठी ब्रिटिश सैन्याला सैनिक देणाऱ्या आयरिश लोकांच्या बाजूने असेल का." "त्रुटी: नाही |title= वापरताना निर्दिष्ट केलेले". मे 2012. कोणतेही उत्तर रेकॉर्ड केलेले नाही. गेलिक अमेरिकन मधील एका अहवालानुसार, जून 1907 मध्ये, न्यूयॉर्कमध्ये झालेल्या भारतीयांच्या बैठकीत, "कोणत्याही परदेशी व्यक्तीचा (मि. मॉर्ले) भारतीय लोकांचे भविष्य ठरवण्याचा अधिकार नाकारणारा ठराव पारित करण्यात आला आणि त्यांच्या देशवासियांना आग्रह केला. एकट्यावर अवलंबून राहणे आणि विशेषतः बहिष्कार आणि स्वदेशीवर, लजपत राय आणि अजितसिंग यांच्या हद्दपारीचा निषेध करणे आणि जमालपूर आणि इतर ठिकाणी एका वर्गाच्या भारतीयांच्या विरोधात उघडपणे भडकवण्याच्या ब्रिटीश अधिकाऱ्यांच्या कृतीचा तिरस्कार व्यक्त करणे." (स्रोत: केर, p225).

ऑगस्ट 1907 मध्ये, न्यूयॉर्क सनने बरकतुल्ला यांचे पत्र प्रकाशित केले होते की इंग्रज कसे घाबरले होते "कारण हिंदू आणि मुस्लिम एकत्र येत आहेत आणि राष्ट्रवादाचे यश जवळ आले आहे. मे 2012. मे 1907 मध्ये अलिगढ, यूपीच्या उर्दू मुल्लामध्ये छापलेले फारसी भाषेतील त्यांचे पत्र अधिक तीव्र होते, ज्यामध्ये बरकतुल्ला यांनी हिंदू आणि मुस्लिम यांच्यात एकतेच्या आवश्यकतेचे जोरदार समर्थन केले आणि मुस्लिमांची दोन प्रमुख कर्तव्ये देशभक्ती म्हणून परिभाषित केली. आणि भारताबाहेरील सर्व मुस्लिमांशी मैत्री.

हा भविष्यसूचक युक्तिवाद बर्नहार्डी यांनी जर्मनी आणि आगामी युद्धाच्या प्रकाशनाच्या चार वर्षापूर्वी केला होता, ज्याने इंग्लंडला बंगालमधील हिंदू आणि मुस्लिम अतिरेक्यांच्या ऐक्यामुळे निर्माण होणाऱ्या अत्यंत धोक्याची जाणीव ठेवण्याचा इशारा दिला होता. . त्यांचा असा विचार होता की या दोन्ही कर्तव्यांचे पालन हे सर्व राजकीय बाबींमध्ये भारतातील हिंदूंशी एकता आणि एकता या एका आचार नियमावर पूर्णपणे अवलंबून आहे. (केर, p226). ऑक्टोबर 1907 मध्ये, मॅडम कामा न्यूयॉर्कला पोहोचल्या आणि पत्रकारांना जाहीर केले: "आम्ही गुलामगिरीत आहोत, आणि ब्रिटीशांच्या दडपशाहीचा संपूर्णपणे पर्दाफाश करण्याच्या एकमेव हेतूने मी अमेरिकेत आहे ... आणि येथील उबदार मनाच्या नागरिकांची आवड हे महान प्रजासत्ताक आमच्या मताधिकारात आहे.". मे 2012. 16 ऑगस्ट 1908 रोजी कोलकाताहून भूपेंद्र नाथ दत्त, विवेकानंदांचे उष्ण-रक्ताचे भाऊ आले. जॉर्ज फ्रीमन यांनी गेलिक अमेरिकन वृत्तपत्र कार्यालयातून फ्री हिंदुस्तानचे संपादन करण्यासाठी आमंत्रित केलेले, तारकनाथ दास त्यांचे जुने सहकारी दत्ता यांच्याकडे सामील होण्यासाठी न्यूयॉर्कला गेले. मार्च 1909 मध्ये बरकतुल्ला पुन्हा जपानला निघून गेला.

जून-जुलै 1911 मध्ये ते कॉन्स्टँटिनोपल आणि पेट्रोग्राडला रवाना झाले, ऑक्टोबरमध्ये टोकियोला परतले आणि अफगाणिस्तानसह एक महान पॅन-इस्लामिक युतीच्या आगमनाचा संदर्भ देणारा एक लेख प्रकाशित केला ज्याची त्याला अपेक्षा होती की ते "मध्य आशियाचे भावी जपान" बनतील. डिसेंबरमध्ये त्याने तीन जपानी लोकांनी इस्लाम स्वीकारला: त्याचा सहाय्यक हसन यू. हतानाओ, त्याची पत्नी आणि तिचे वडील बॅरन केंटारो हिकी. जपानमधील हे पहिले इस्लाम धर्मांतर असल्याचे सांगितले जात आहे. 1912 मध्ये, बरकतुल्ला "इंग्रजी भाषेच्या वापरात अधिक अस्खलित झाला आणि त्याच्या स्वरात अधिक ब्रिटीशविरोधी झाला," केर (p133) निरीक्षण करतात. "इस्लामच्या विरुद्ध ख्रिश्चन संयोजन" या विषयावर आपल्या पेपरमध्ये चर्चा करताना, बरकतुल्लाह यांनी जर्मनीचा सम्राट विल्यम हा खरोखरच एक माणूस म्हणून ओळखला "ज्याने जगाची शांतता तसेच युद्ध आपल्या हाताच्या पोकळीत ठेवले आहे: हे कर्तव्य आहे. मुस्लिमांनी एकत्र येण्यासाठी, खलिफाच्या पाठीशी उभे राहण्यासाठी; त्यांच्या जीवन आणि मालमत्तेसह आणि जर्मनीच्या बाजूने. एका रोमन कवीला उद्धृत करून, बरकतुल्ला यांनी आठवण करून दिली की अँग्लो-सॅक्सन हे समुद्री लांडगे होते, जगाच्या लुटीवर जगत होते. आधुनिक काळातील फरक म्हणजे "पाखंडीपणाचे शुद्धीकरण जे क्रूरतेची धार वाढवते." 6 जुलै 1912 रोजी, जपान सरकारने दडपशाही करण्यापूर्वी, भारतात पेपरच्या प्रवेशास बंदी घालण्यात आली. दरम्यान, सप्टेंबरपासून, बरकतुल्लाचा राजकीय प्रचार सुरू ठेवत, एल इस्लाम नावाच्या दुसऱ्या पेपरच्या प्रती भारतात आल्या. 22 मार्च 1913 रोजी भारतात त्याची आयात प्रतिबंधित करण्यात आली. जून 1913 मध्ये, "तलवार इज द लास्ट रिसॉर्ट" या लिथोग्राफ केलेल्या उर्दू पत्रकाच्या प्रती भारतात मिळाल्या. 31 मार्च 1914 रोजी बरकतुल्ला यांची अध्यापनाची नियुक्ती जपानी अधिकाऱ्यांनी रद्द केली. त्यानंतर आणखी एक समान

पत्रक, फेरिंगी का फरेब ("इंग्रजांची फसवणूक") : केर (p135) नुसार, "याने बरकतुल्लाच्या मागील निर्मितीला मागे टाकले आणि गधरच्या प्रकाशनांच्या शैलीवर अधिक मॉडेल केले गेले. सॅन फ्रान्सिस्कोची पार्टी ज्याच्याबरोबर बरकतुल्लाने आता आपला चिठ्ठी टाकली.

मे 1913 मध्ये, जीडी कुमार सॅन फ्रान्सिस्कोहून फिलीपीन बेटांसाठी रवाना झाले होते आणि त्यांनी मनिला ते तारकनाथ दास यांना लिहिले होते: "मी मनिला (PI) फॉरवर्डिंग डेपोत तळ स्थापन करणार आहे, चीन, हाँगकाँग, शांघाय जवळील कामावर देखरेख करणार आहे. प्रोफेसर बरकतुल्ला जपानमध्ये ठीक आहेत." (केर, p237). 22 मे 1914 रोजी, बरकतुल्ला हाँगकाँग येथील शीख मंदिराचे ग्रंथी (पुजारी) भगवान सिंग उर्फ नाथा सिंग यांच्यासोबत सॅन फ्रान्सिस्कोला परतले आणि युगांतर आश्रमात सामील झाले आणि तारकनाथ दास यांच्यासोबत काम केले. ऑगस्ट 1914 मध्ये युद्ध सुरू झाल्यानंतर, कॅलिफोर्निया आणि ओरेगॉनमध्ये आशियातील भारतीय लोकसंख्येच्या सर्व प्रमुख केंद्रांवर बैठका घेण्यात आल्या आणि भारतात परत जाण्यासाठी आणि बंडात सामील होण्यासाठी निधी उभारण्यात आला: बरकतुल्ला, भगवान सिंग आणि रामचंद्र भारद्वाज स्पीकर्समध्ये. (पोर्टलँड (ओरेगॉन) टेलिग्राम, 7 ऑगस्ट 1914; फ्रेस्नो रिपब्लिकन, 23 सप्टेंबर 1914). वेळेवर बर्लिनला पोहोचून, बरकतुल्ला चट्टो किंवा वीरेंद्रनाथ चट्टोपाध्याय यांना भेटले आणि काबूलच्या मिशनमध्ये राजा महेंद्र प्रताप यांची बाजू घेतली. जर्मनीच्या ताब्यात असलेल्या भारतीय युद्धकैद्यांना ब्रिटीशविरोधी भावना जागृत करण्यात त्यांची भूमिका महत्त्वपूर्ण होती. 24 ऑगस्ट 1915 रोजी ते हेरात येथे आले आणि राज्यपालांनी त्यांचे शाही स्वागत केले.

1 डिसेंबर 1915 रोजी, प्रताप यांचा 28 वा वाढदिवस, त्यांनी पहिल्या महायुद्धाच्या काळात अफगाणिस्तानमधील काबुल येथे भारताचे पहिले हंगामी सरकार स्थापन केले. हे स्वतंत्र हिंदुस्थानचे निर्वासित सरकार होते ज्यात राजा महेंद्र प्रताप अध्यक्ष होते, मौलाना बरकतुल्ला, पंतप्रधान, मौलाना उबैदुल्ला सिंधी, गृहमंत्री होते. 3 ब्रिटिशविरोधी शक्तींनी त्यांच्या आंदोलनाला पाठिंबा दिला. परंतु, इंग्रजांशी असलेल्या काही स्पष्ट निष्ठेमुळे, अमीराने मोहीम लांबवली. मग त्यांनी परकीय शक्तींशी संबंध प्रस्थापित करण्याचा प्रयत्न केला. (केर, p305). काबूलमध्ये, सिराज-उल-अखबरने 4 मे 1916 च्या अंकात राजा महेंद्र प्रताप यांच्या मिशनची आवृत्ती आणि त्याचे उद्दिष्ट प्रकाशित केले. त्यांनी सांगितले: "महाराज कैसर यांनी मला स्वत: प्रेक्षक दिले. त्यानंतर, इंपीरियल जर्मन सरकारबरोबर भारत आणि आशियाची समस्या सोडवून, आणि आवश्यक प्रमाणपत्रे मिळाल्यानंतर, मी पूर्वेकडे सुरुवात केली. मी त्यांच्या मुलाखती घेतल्या. इजिप्तचे खेदिवे आणि तुर्कस्तानचे राजपुत्र व मंत्री, तसेच प्रख्यात एनवर पाशा आणि महामहिम पवित्र खलीफ, सुलतान-उल-मुअज्जिम यांच्यासमवेत. मी शाही तुर्क सरकारबरोबर भारत आणि पूर्वेचा प्रश्न सोडवला, आणि त्यांच्याकडून आवश्यक ओळखपत्रेही मिळाली. जर्मन आणि तुर्की अधिकारी आणि मौलवी बरकतुल्लासाहेब मला मदत करण्यासाठी माझ्यासोबत गेले होते; ते अजूनही

माझ्यासोबत आहेत.". मे 2012. राजा महेंद्र प्रताप यांना गांभीर्याने घेण्यास असमर्थ, जवाहरलाल नेहरू यांनी नंतर आत्मचरित्र (पृ. 151) मध्ये लिहिले: "तो मध्ययुगीन प्रणय, विसाव्या शतकात भरकटलेला डॉन क्विझोट असे एक पात्र असल्याचे दिसत होते." ब्रिटिशांच्या दबावाखाली अफगाण सरकारने आपली मदत मागे घेतली. मिशन बंद करण्यात आले.

बरकतुल्ला जर्मनीला परतले, त्यांनी नया इस्लामचे संपादन आणि प्रकाशन केले. काही काळ ते जर्मन जनरल स्टाफशी संलग्न होते. 18 एप्रिल 1919 रोजी त्यांनी स्वित्झर्लंडमधील पॉल केसेलरिंग यांना लिहिले: "मी तुला शेवटचे पाहिले त्याला आता चार वर्षे झाली आहेत. मी अफगाणिस्तानमध्ये राज्याचा पाहुणे म्हणून साडेतीन वर्षे होतो. सुसंस्कृत जगापासून दूर असल्याने, मी वापरला होता. महान युद्धाची बातमी खूप उशिरा मिळाली. अफगाण सरकारने मला आणि माझ्या साथीदारांना आरामदायी बनवण्यासाठी सर्वतोपरी प्रयत्न केले. त्या देशात आमच्या वास्तव्यादरम्यान आमच्यासाठी सर्व प्रकारच्या सुखसोयी उपलब्ध होत्या. अलीकडे मी बोखारा, समरकंद आणि ताश्कंद पाहिले. sic ,- ऐतिहासिक सहवासांनी समृद्ध प्रदेश./ ताश्कंदहून मास्को sic पर्यंत पोहोचण्यासाठी मला ट्रेनने 22 दिवस लागले. मला आशा आहे की लवकरच ताश्कंदला परत जावे. मला तुमच्या आरोग्याबद्दल, आनंदाबद्दल ऐकायला खूप आवडेल आणि समृद्धी, रशिया आणि स्वित्झर्लंडमधील पोस्टल संपर्क प्रस्थापित होताच./ माझी तब्येत चांगली आहे.". मे 2012.

मार्च-मे १९२१ मध्ये, ते चट्टो यांच्यासोबत भारतीय क्रांतिकारकांच्या शिष्टमंडळात मॉस्कोला गेले; ॲग्नेस स्मेडले, भूपेंद्रनाथ दत्ता, पांडुरंग खानखोजे, बिरेन दासगुप्ता, अब्दुल हाफिज, अब्दुल वाहिद, हेरंबलाल गुप्ता आणि नलिनी दासगुप्ता हे इतर प्रतिनिधींमध्ये होते. एमएन रॉय त्यांच्या आधी होते आणि त्यांनी आधीच लेनिनकडून जनादेश मिळवला होता. तथापि, रॉय विरुद्ध स्मेडलीच्या वैमनस्याबद्दल धन्यवाद, शिष्टमंडळाने त्याला सहकार्य केले नाही. म्हणून, कॉमिनटर्नच्या आयोगाने शिफारस करण्यापूर्वी दोन गटांमधील फरक तपासला. मायकेल बोरोडिन, ऑगस्ट थॅल्हेमर (जर्मन कम्युनिस्ट पक्षाचे नेते आणि सिद्धांतकार), एसजे रटगर्स (हॉलंड), मात्यास राकोसी (हंगेरी), टॉम क्वेल्च आणि जेम्स बेल (ग्रेट ब्रिटन) यांचा या आयोगाचा समावेश होता : सिबनारायण रे यांच्या मते, नंतर तीन दिवस बसून त्यांनी बर्लिन समितीला मान्यताप्राप्त गटाचा दर्जा देण्यास नकार दिला; थॅल्हेमरने या बॅचची तुलना "एकोणिसाव्या शतकातील जर्मनीतील बुर्जुआ डेमोक्रॅट्सशी केली जे स्वतःला सोशल डेमोक्रॅट म्हणून दाखवत.". मे 2012.

डिसेंबर 1921 मध्ये, जेव्हा चट्टोने बर्लिनमध्ये भारतीय बातम्या आणि माहिती ब्युरो सुरू केला तेव्हा दत्ताने आपल्या जुन्या मित्राचे नेतृत्व स्वीकारण्यास नकार दिला आणि बरकतुल्लाह त्याच्या अध्यक्षासह इंडिया इंडिपेंडन्स पार्टी नावाची प्रतिस्पर्धी संस्था स्थापन केली. युनियन उद्धरण आवश्यक सर सेसिल काय यांच्या मते, हे समर्थन जॉर्जी चिचेरिन यांच्या अध्यक्षतेखालील पीपल्स कमिसरिएट फॉर फॉरेन अफेयर्स (नार्कोमिंडेल) द्वारे

प्राप्त झाले, ज्यांनी क्रांतिकारी राष्ट्रवादीच्या गैर-कम्युनिस्ट गटाची लागवड करणे योग्य मानले. (काय, pp 56-57) रशियन स्टेट आर्काइव्ह्ज ऑफ सोशल-पोलिटिकल हिस्ट्री, मॉस्को (आरजीएएसपी) नुसार, बरकतुल्ला यांनी जवाहरलाल नेहरू यांच्यामार्फत कॉमिनटर्न आणि भारतीय राष्ट्रीय क्रांतिकारक यांच्यातील सहकार्याची गुप्त योजना सांगणारी दोन कागदपत्रे कॉमिनटर्नला पाठवली. साम्राज्यवादविरोधी लढ्याला हानी पोहोचवणाऱ्या काही धोरणांमध्ये सुधारणा व्हावी अशी त्यांची इच्छा होती. कॉमिनटर्नला पहिले पत्र 6 मे 1926 रोजी बर्लिनमधून लिहिले गेले होते. त्यात असे म्हटले आहे: "अलिकडेच मी प्रसिद्ध भारतीय क्रांतिकारक जव्हार लाल नेहरू यांना स्वित्झर्लंडमध्ये पाहिले होते, ज्यांना विशेषत: भारताकडून मला नियुक्त केले गेले होते. कॉमिनटर्नच्या भारतातील प्रचाराचा या संघटनेच्या हेतूंबद्दलचा विपरीत परिणाम मला समजावून सांगण्यासाठी आणि मला भारतीय क्रांतिकारकांचा दृष्टिकोन कॉमिनटर्नला सांगण्यास सांगण्यासाठी. आवश्यक असल्यास, श्रीमान नेहरू स्वत: तयार आहेत. बर्लिनला येऊन स्वतः भारतातील कॉमिनटर्नच्या प्रचाराची संपूर्ण परिस्थिती तुम्हाला समजावून सांगण्यासाठी. ... संपूर्ण गोष्ट इंग्रज एजंटांच्या हाती पडते आणि त्याचाच परिणाम होतो की खरे भारतीय क्रांतिकारक समोर येत आहेत. पोलिसांकडून होणाऱ्या सर्व प्रकारच्या त्रासाला... म्हणून मी प्रस्तावित करतो की बर्लिन येथे श्री. नेहरू आणि कॉमिनटर्नच्या प्रतिनिधींच्या सहभागाने मि. रॉय आणि इतरांच्या सहभागाने एक बैठक घेण्यात यावी. या प्रचाराशी संबंधित कॉम्रेड्स. या प्रकरणात आपण आपल्या परस्पर शत्रूला चिरडण्याचा योग्य मार्ग शोधू शकतो, जे आपण एकमेकांच्या विरोधात नाही तर हातात हात घालून काम केले तरच होऊ शकते." . उद्धरण आवश्यक यानंतर कॉमिन्टर्नला 2 फेब्रुवारी 1927 रोजी एक टीप देण्यात आली, ज्यामध्ये भारतातील राष्ट्रवादी क्रांतिकारकांच्या कार्यात कॉमिन्टर्नला अधिक जवळून सहभागी करून चांगल्या संघटना आणि संप्रेषण वाहिन्यांना प्रोत्साहन दिले गेले. त्यात पुढे असे: "एम. बरकतुल्ला मौलवी आणि जवाहरलाल नेहरू हे एकमेव भारतीय प्रतिनिधी असतील जे कॉमिनटर्नच्या प्रतिनिधींशी गुप्तता राखण्यासाठी वैयक्तिक करारात येतील.". उद्धरण आवश्यक

यापूर्वी जून 1926 मध्ये बरकतुल्ला यांनी लाखा सिंग यांच्यासोबत शीख कैद्यांच्या कुटुंबीयांना मदत म्हणून वीस हजार रुपये भारतात पाठवले होते. मे 1927 मध्ये, त्यांनी महेंद्र प्रताप यांच्यासोबत युनायटेड स्टेट्सला पुन्हा भेट दिली आणि स्मेडलीच्या प्रोत्साहनाने, बाघा जतीनचे अनुयायी शैलेंद्र नाथ घोष यांच्याशी संपर्क साधला. युनायटेड इंडिया लीगने निमंत्रित केल्यामुळे ते जूनमध्ये डेट्रॉईटला गेले. पं. जवाहरलाल नेहरू बर्लिनमध्ये बरकतुल्ला यांना भेटले आणि नंतर 1927 मध्ये ब्रुसेल्स परिषदेत आणि त्यांच्या क्रांतिकारी विचारांनी आणि कृतींनी खूप प्रभावित झाले. ब्रुसेल्स काँग्रेसनंतर, ते आणि राजा महेंद्र प्रताप त्यांचे ध्येय पुढे नेण्यासाठी यूएसएला गेले.

बरकतुल्ला यांचे 20 सप्टेंबर 1927 रोजी सॅन फ्रान्सिस्को येथे निधन झाले. त्यांचा मृतदेह सॅन फ्रान्सिस्को येथून सॅक्रामेंटो येथे नेण्यात आला. त्यानंतर त्यांची शवपेटी मेरीव्हिल येथे नेण्यात आली जिथे त्यांना मुस्लिम स्मशानभूमीत या वचनासह दफन करण्यात आले की त्यांच्या देशाच्या स्वातंत्र्यानंतर, त्यांचे शरीर त्यांच्या मातृभूमीत, भोपाळला हस्तांतरित केले जाईल. तरीही त्याचे अवशेष कॅलिफोर्नियातील सॅक्रामेंटो सिटी स्मशानभूमीत पुरले आहेत.

8
चक्रवर्ती राजगोपालाचारी

चक्रवर्ती राजगोपालाचारी

Freedom Fighters

Scan for Story Videos - www.itibook.com

चक्रवर्ती राजगोपालाचारी (9 डिसेंबर 1878 - 25 डिसेंबर 1972), राजाजी किंवा सीआर म्हणून प्रसिद्ध, ज्यांना मूथरिग्नार राजाजी 2 (राजाजी, विद्वान एमेरिटस) म्हणूनही ओळखले जाते, हे एक भारतीय राजकारणी, लेखक, वकील आणि स्वातंत्र्य कार्यकर्ते होते. 3 राजगोपालाचारी हे भारताचे शेवटचे गव्हर्नर-जनरल होते, कारण भारत 1950 मध्ये प्रजासत्ताक बनला. ते पहिले भारतीय वंशाचे गव्हर्नर-जनरल देखील होते, कारण या पदाचे पूर्वीचे सर्व धारक ब्रिटिश नागरिक होते. 4 त्यांनी भारतीय राष्ट्रीय काँग्रेसचे नेते, मद्रास प्रेसिडेन्सीचे प्रीमियर, पश्चिम बंगालचे राज्यपाल, भारतीय संघराज्याचे गृहमंत्री आणि मद्रास राज्याचे मुख्यमंत्री म्हणूनही काम केले. राजगोपालाचारी यांनी स्वतंत्र पक्षाची स्थापना केली आणि ते भारतातील सर्वोच्च नागरी पुरस्कार, भारतरत्न प्राप्त करणाऱ्यांपैकी एक होते. त्यांनी अण्वस्त्रांच्या वापराला कडाडून विरोध केला आणि जागतिक शांतता आणि नि:शस्त्रीकरणाचे ते समर्थक होते. त्याच्या हयातीत, त्याने 'सालेमचा आंबा' हे टोपणनाव देखील घेतले.

राजगोपालाचारी यांचा जन्म तामिळनाडूच्या कृष्णगिरी जिल्ह्यातील होसूर तालुक्यातील थोरपल्ली गावात झाला आणि त्यांचे शिक्षण सेंट्रल कॉलेज, बंगलोर आणि मद्रासच्या प्रेसिडेन्सी कॉलेजमध्ये झाले. 1900 च्या दशकात त्यांनी सालेम कोर्टात कायदेशीर सराव सुरू केला. राजकारणात प्रवेश केल्यावर, ते सदस्य आणि नंतर सालेम नगरपालिकेचे अध्यक्ष झाले. 6 महात्मा गांधींच्या सुरुवातीच्या राजकीय लेफ्टनंटपैकी एक, ते भारतीय राष्ट्रीय काँग्रेसमध्ये सामील झाले आणि रौलेट कायद्याविरुद्धच्या आंदोलनांमध्ये सहभागी झाले, असहकार चळवळ, वैकोम सत्याग्रह आणि सविनय कायदेभंग चळवळीत सामील झाले. 1930 मध्ये, राजगोपालाचारी यांनी दांडी यात्रेला

प्रतिसाद म्हणून वेदरण्यम् मीठ सत्याग्रहाचे नेतृत्व करताना तुरुंगवासाचा धोका पत्करला . 1937 मध्ये, राजगोपालाचारी मद्रास प्रेसीडेंसीचे पंतप्रधान म्हणून निवडले गेले 6 आणि 1940 पर्यंत त्यांनी काम केले, जेव्हा त्यांनी ब्रिटनने जर्मनीवर युद्ध घोषित केल्यामुळे त्यांनी राजीनामा दिला. भारत चळवळ उद्धरण आवश्यक त्यांनी मुहम्मद अली जिना आणि मुस्लीम लीग या दोघांशी चर्चा करण्यास अनुकूलता दर्शविली आणि पुढे जे CR सूत्र म्हणून ओळखले गेले ते प्रस्तावित केले. 1946 मध्ये, राजगोपालाचारी यांना भारताच्या अंतरिम सरकारमध्ये उद्योग, पुरवठा, शिक्षण आणि वित्त मंत्री म्हणून नियुक्त करण्यात आले आणि नंतर 1947 ते 1948 पर्यंत पश्चिम बंगालचे राज्यपाल, 1948 ते 1950 पर्यंत भारताचे गव्हर्नर-जनरल, 1951 पर्यंत केंद्रीय गृहमंत्री 1952 ते 1952 आणि 1952 ते 1954 पर्यंत मद्रास राज्याचे मुख्यमंत्री म्हणून. 1959 मध्ये, त्यांनी भारतीय राष्ट्रीय कॉंग्रेसचा राजीनामा दिला आणि स्वतंत्र पक्षाची स्थापना केली, ज्याने 1962, 1967 आणि 1971 च्या निवडणुकीत कॉंग्रेसच्या विरोधात लढा दिला. राजगोपालाचारी यांनी मद्रास राज्यात सीएन अन्नादुराई यांच्या नेतृत्वाखाली एकत्रित कॉंग्रेसविरोधी आघाडी स्थापन करण्यात महत्त्वाची भूमिका बजावली होती, ज्याने 1967 च्या निवडणुकीत विजय मिळवला होता. 25 डिसेंबर 1972 रोजी वयाच्या 94 व्या वर्षी त्यांचे निधन झाले.

राजगोपालाचारी हे एक कुशल लेखक होते ज्यांनी भारतीय इंग्रजी साहित्यात चिरस्थायी योगदान दिले होते आणि कर्नाटक संगीतावर सेट केलेल्या कुराई ओन्रम इलाई या गाण्याच्या रचनेचे श्रेय देखील त्यांना दिले जाते. त्यांनी भारतातील संयम आणि मंदिर प्रवेश चळवळींचा पुढाकार घेतला आणि दलित उत्थानाचा पुरस्कार केला. हिंदीचा अनिवार्य अभ्यास आणि मद्रास राज्यात प्राथमिक शिक्षणाची मद्रास योजना सुरू केल्याबद्दल त्यांच्यावर टीका करण्यात आली आहे, ज्याला त्याच्या समीक्षकांनी वंशानुगत शिक्षण धोरण पुढे जातीय पदानुक्रम कायम ठेवण्यासाठी पुढे आणले आहे. 7 महात्मा गांधी आणि जवाहरलाल नेहरू या दोघांचेही आवडते म्हणून त्यांच्या उभे राहण्याला समीक्षकांनी अनेकदा राजकारणातील त्यांच्या अग्रगण्यतेचे श्रेय दिले आहे. राजगोपालाचारी यांचे गांधींनी "माझ्या विवेकाचे रक्षक" असे वर्णन केले होते.

राजगोपालाचारी यांचा जन्म चक्रवर्ती वेंकटर्य अय्यंगार आणि त्यांची पत्नी सिंगारम्मा यांच्या पोटी १० डिसेंबर १८७८ ८ होसूरच्या बाहेरील थोरपल्ली गावात, धर्मपुरी तालुक्यात, सालेम जिल्ह्यातील, मद्रास प्रेसिडेन्सी, ब्रिटिश राजवटीत झाला. 9 त्यांचे वडील थोरपल्ली गावचे मुन्सिफ होते. 10 राजाजींचा जन्म श्रीवैष्णव पंथातील हिंदू तमिळ ब्राह्मण कुटुंबात झाला. 11 12 या जोडप्याला आधीच नरसिंहाचारी आणि श्रीनिवास असे दोन मुलगे होते.

एक अशक्त आणि आजारी मुलगा, राजगोपालाचारी हे त्याच्या पालकांसाठी सतत चिंतेत होते ज्यांना तो जास्त काळ जगू शकणार नाही अशी भीती वाटत होती. 13 लहानपणी, त्याला थोरापल्ली १३ येथील एका खेडेगावातील शाळेत दाखल करण्यात आले १३ त्यानंतर वयाच्या पाचव्या वर्षी त्यांच्या कुटुंबासह होसूर येथे स्थलांतरित झाले जेथे

राजगोपालाचारी यांनी होसूर आरव्ही सरकारी बॉईज उच्च माध्यमिक विद्यालयात प्रवेश घेतला. 13 त्यांनी 1891 मध्ये मॅट्रिकची परीक्षा उत्तीर्ण केली आणि 1894 मध्ये सेंट्रल कॉलेज, बंगलोर येथून कला शाखेत पदवी प्राप्त केली. 13 राजगोपालाचारी यांनी प्रेसिडेन्सी कॉलेज, मद्रास येथे कायद्याचा अभ्यास केला, तेथून त्यांनी १८९७ मध्ये पदवी प्राप्त केली.

राजगोपालाचारी यांनी १८९७ मध्ये अलामेलू मंगलम्मा यांच्याशी लग्न केले १४ ती दहा वर्षांची असताना १५ आणि तिच्या तेराव्या वाढदिवसाच्या एका दिवसानंतर तिने मुलाला जन्म दिला. 16 या जोडप्याला पाच मुले होती, तीन मुले: सीआर नरसिंहन, सीआर कृष्णस्वामी आणि सीआर रामास्वामी आणि दोन मुली: लक्ष्मी गांधी (नी राजगोपालाचारी) आणि नामगिरी अम्मल. 14 17 मंगम्मा 1916 मध्ये मरण पावला, त्यानंतर राजगोपालाचारी यांनी त्यांच्या मुलांच्या संगोपनाची संपूर्ण जबाबदारी घेतली. 14 त्यांचा मुलगा चक्रवर्ती राजगोपालाचारी नरसिंहन 1952 आणि 1957 च्या निवडणुकीत कृष्णगिरीतून लोकसभेवर निवडून आला आणि 1952 ते 1962 पर्यंत कृष्णगिरीसाठी संसद सदस्य म्हणून काम केले. 18 19 नंतर त्यांनी वडिलांचे चरित्र लिहिले. राजगोपालाचारी यांची मुलगी लक्ष्मी हिने महात्मा गांधींचा मुलगा देवदास गांधी यांच्याशी विवाह केला 14 20 तर त्यांच्या नातवंडांमध्ये चरित्रकार राजमोहन गांधी, तत्त्वज्ञ रामचंद्र गांधी आणि पश्चिम बंगालचे माजी राज्यपाल गोपालकृष्ण गांधी यांचा समावेश आहे. त्यांचे पणतू, चक्रवर्ती राजगोपालाचारी केशवन, काँग्रेस पक्षाचे प्रवक्ते आणि तामिळनाडू काँग्रेस कमिटीचे विश्वस्त आहेत.

राजगोपालाचारी यांची सार्वजनिक घडामोडी आणि राजकारणात रस निर्माण झाला जेव्हा त्यांनी 1900 मध्ये सालेममध्ये कायदेशीर सराव सुरू केला. 23 वयाच्या 28 व्या वर्षी ते भारतीय राष्ट्रीय काँग्रेसमध्ये सामील झाले आणि 1906 च्या कलकत्ता अधिवेशनात प्रतिनिधी म्हणून सहभागी झाले. 13 भारतीय स्वातंत्र्य कार्यकर्ते बाळ गंगाधर टिळक यांच्याकडून प्रेरित होऊन, 20 ते नंतर 1911 मध्ये सालेम नगरपालिकेचे सदस्य बनले. 24 1917 मध्ये, ते नगरपालिकेचे अध्यक्ष म्हणून निवडून आले आणि त्यांनी 1917 ते 1919 20 25 या कालावधीत सेवा बजावली, त्या काळात ते सालेम नगरपालिकेच्या पहिल्या दलित सदस्याच्या निवडीसाठी जबाबदार होते. 1917 मध्ये, त्यांनी भारतीय स्वातंत्र्य कार्यकर्ते पी. वरदराजुलू नायडू यांचा देशद्रोहाच्या आरोपांविरुद्ध बचाव केला 26 आणि दोन वर्षांनंतर रौलेट कायद्याच्या विरोधात झालेल्या आंदोलनात भाग घेतला. 25 27 राजगोपालाचारी हे स्वदेशी स्टीम नेव्हिगेशन कंपनीचे संस्थापक VO चिदंबरम पिल्लई यांचे जवळचे मित्र होते तसेच भारतीय स्वातंत्र्य चळवळीतील एनी बेझंट आणि सी. विजयराघवाचारीर यांनी त्यांचे खूप कौतुक केले होते.

1919 मध्ये महात्मा गांधी भारतीय स्वातंत्र्य चळवळीत सामील झाल्यानंतर, राजगोपालाचारी त्यांच्या अनुयायांपैकी एक बनले. 23 27 त्यांनी असहकार चळवळीत भाग घेतला आणि कायद्याचा सराव सोडून दिला. 25 १९२१ मध्ये, त्यांची काँग्रेस कार्यकारिणीवर

निवड झाली आणि १९२२ मध्ये गया येथील भारतीय राष्ट्रीय काँग्रेसच्या अधिवेशनात त्यांनी वसाहती प्रशासनाच्या सहकार्याला कडाडून विरोध केला तेव्हा नेता म्हणून पहिले मोठे यश मिळवण्यापूर्वी त्यांनी पक्षाचे सरचिटणीस म्हणून काम केले २५ आणि भारत सरकार कायदा 1919 द्वारे स्थापन केलेल्या द्वंद्वीय विधानमंडळांमध्ये सहभाग. 28 29 गांधी तुरुंगात असताना, राजगोपालाचारी यांनी "नो-चेंजर्स" च्या गटाचे नेतृत्व केले, इम्पीरियल लेजिस्लेटिव्ह कौन्सिल आणि इतर प्रांतिक विधान परिषदांच्या निवडणुका लढविण्याच्या विरोधात, "प्रो-चेंजर्स" च्या विरोधात, ज्यांनी कौन्सिल प्रवेशाची वकिली केली होती. 30 जेव्हा हा प्रस्ताव मतदानासाठी ठेवण्यात आला तेव्हा, "नो-चेंजर्स" 1,748 ते 890 मतांनी विजयी झाले, परिणामी पंडित मोतीलाल नेहरू आणि भारतीय राष्ट्रीय कॉग्रेसचे अध्यक्ष सीआर दास यांच्यासह महत्त्वाच्या कॉग्रेस नेत्यांनी राजीनामा दिला. 31 1923 मध्ये भारतीय राष्ट्रीय काँग्रेसचे विभाजन झाले तेव्हा राजगोपालाचारी हे सविनय कायदेभंग चौकशी समितीचे सदस्य होते. 25 1924-25 दरम्यान अस्पृश्यतेविरोधातील वैकोम सत्याग्रह चळवळीतही त्यांचा सहभाग होता. 27 मे 1924 रोजी जाहीर भाषणात त्यांनी वैकोममधील चिंतित उच्चवर्णीय हिंदूंना धीर दिला, "महात्माजींना जातिव्यवस्था नाहीशी करायची नाही तर अस्पृश्यता नाहीशी झाली पाहिजे असे त्यांचे मत आहे...महात्माजींना तुम्ही ठिय्यांसोबत जेवण करावे असे वाटत नाही. पुलास. त्याला काय हवे आहे की आपण गायी किंवा घोड्याच्या जवळ जाताना इतर मानवांच्या जवळ जाण्यास किंवा स्पर्श करण्यास तयार असले पाहिजे."

1930 च्या दशकाच्या सुरुवातीस, राजगोपालाचारी तामिळनाडू काँग्रेसच्या प्रमुख नेत्यांपैकी एक म्हणून उदयास आले. गांधींनी 1930 मध्ये दांडी मोर्चाचे आयोजन केले तेव्हा राजगोपालाचारी यांनी भारतीय स्वातंत्र्य कार्यकर्ते सरदार वेदरत्नम यांच्यासमवेत नागापट्टिनमजवळील वेदरण्यम येथे मिठाचे कायदे तोडले. 23 25 राजगोपालाचारी यांना सहा महिन्यांच्या सश्रम कारावासाची शिक्षा सुनावण्यात आली आणि त्यांची रवानगी त्रिचिनोपोली मध्यवर्ती कारागृहात करण्यात आली. 33 त्यानंतर त्यांची तामिळनाडू काँग्रेस कमिटीच्या अध्यक्षपदी निवड झाली. 25 1935 मध्ये भारत सरकारचा कायदा लागू झाल्यानंतर, 1937 च्या सार्वत्रिक निवडणुकीत भारतीय राष्ट्रीय काँग्रेसला भाग घेण्यास राजगोपालाचारी यांचा मोलाचा वाटा होता.

1937 च्या मद्रास निवडणुकांनंतर भारतीय राष्ट्रीय काँग्रेस प्रथम मद्रास प्रेसीडेंसीमध्ये सत्तेवर आली (ज्याला ब्रिटीशांनी मद्रास प्रांत देखील म्हटले) 15 ऑगस्ट 1947 रोजी भारत स्वतंत्र होईपर्यंत. 34 वयाच्या ५९ व्या वर्षी, राजगोपालाचारी यांनी मद्रास विद्यापीठाची जागा जिंकली आणि काँग्रेस पक्षाकडून मद्रास प्रेसीडेंसीचे पहिले पंतप्रधान म्हणून विधानसभेत प्रवेश केला.

1938 मध्ये, जेव्हा मद्रास विधान परिषदेच्या दलित सदस्यांनी मंदिर प्रवेश विधेयक मांडले तेव्हा काँग्रेसचे मुख्यमंत्री राजगोपालाचारी यांनी त्यांना ते मागे घेण्यास सांगितले.

35 राजगोपालाचारी यांनी मंदिर प्रवेश अधिकृतता आणि नुकसानभरपाई कायदा 1939 जारी केला, ज्या अंतर्गत हिंदू मंदिरांमध्ये दलित आणि शानार यांच्या प्रवेशावरील निर्बंध हटविण्यात आले. 14 36 त्याच वर्षी मदुराई येथील मीनाक्षी मंदिर दलित आणि शानरांसाठी खुले करण्यात आले. मार्च 1938 मध्ये राजगोपालाचारी यांनी प्रांतातील शेतकरी लोकसंख्येवरील कर्जाचा भार कमी करण्यासाठी कृषी कर्जमुक्ती कायदा आणला.

दारूबंदीमुळे झालेल्या सरकारी महसुलाच्या नुकसानाची भरपाई करण्यासाठी त्यांनी विक्री करासह प्रतिबंध, 14 37 देखील आणला. 38 प्रांतिक सरकारने निधीच्या कमतरतेचे कारण देत शेकडो सरकारी प्राथमिक शाळा बंद केल्या. 39 यामुळे अनेक नीच जातीतील आणि दलित विद्यार्थ्यांना शिक्षणापासून वंचित राहावे लागल्याचे त्यांच्या विरोधकांनी सांगितले. त्यांच्या विरोधकांनी त्यांच्या सरकारने गांधींची नई तालीम योजना ४० शिक्षण व्यवस्थेत लागू करण्यामागे जातीवादी हेतूचे श्रेय दिले.

मद्रासचे मुख्यमंत्री म्हणून राजगोपालाचारी यांचा कार्यकाळ शैक्षणिक संस्थांमध्ये हिंदीच्या अनिवार्य परिचयासाठी लक्षात ठेवला जातो, ज्यामुळे ते अत्यंत लोकप्रिय नव्हते. 41 या उपायामुळे व्यापक हिंदी विरोधी निदर्शने झाली, ज्यामुळे काही ठिकाणी हिंसाचार झाला आणि अशांततेत भाग घेतलेल्या 1,200 पेक्षा जास्त पुरुष, महिला आणि मुलांना तुरुंगात टाकण्यात आले. 42 दोन आंदोलक, थलामुथु नाडर आणि नटारासन, निषेधादरम्यान ठार झाले. 42 द्रविडर कळघमचे संस्थापक पेरियार ई.व्ही. रामासामी यांनी 1937 मध्ये शाळांमध्ये हिंदी शिकणे अनिवार्य करण्याच्या सी. राजगोपालाचारी यांच्या निर्णयाला विरोध केला. हिंदी विरोधी आंदोलनांदरम्यान, राजगोपालाचारी यांना सतत तमिळ थाईचे शत्रू आणि विनाशक म्हणून ओळखले जात असे. राजगोपालाचारी यांचा विरोध वाढला कारण त्यांनी 1937-40 च्या हिंदी विरोधी आंदोलनावर अत्यंत अभिजात शब्दांत उघडपणे टीका करणे सुरूच ठेवले आणि 1938 मध्ये एका तरुण आंदोलकाच्या मृत्यूकडे त्यांना विचारले असता त्याकडे दुर्लक्ष केले.

1940 मध्ये, कॉंग्रेसच्या मंत्र्यांनी त्यांच्या संमतीशिवाय जर्मनीवर युद्धाची घोषणा केल्याच्या निषेधार्थ राजीनामे दिले आणि राज्यपालांना प्रशासनाचा ताबा घेण्यास सोडले. 21 फेब्रुवारी 1940 रोजी, मद्रासच्या गव्हर्नरने हिंदीच्या वापरावरील अलोकप्रिय नवीन कायदा त्वरीत रद्द केला. 42 त्याच्या असंख्य उणीवा असूनही, राजगोपालाचारींच्या अधिपत्याखालील मद्रास हे ब्रिटिश भारतातील सर्वोत्तम प्रशासित प्रांत म्हणून राजकीय इतिहासकारांनी मानले होते.

दुसरे महायुद्ध सुरू झाल्यानंतर काही महिन्यांनी, राजगोपालाचारी यांनी भारताच्या व्हाईसरॉयने केलेल्या युद्धाच्या घोषणेच्या निषेधार्थ त्यांच्या मंत्रिमंडळातील इतर सदस्यांसह पंतप्रधानपदाचा राजीनामा दिला. राजगोपालाचारी यांना डिसेंबर 1940 मध्ये भारताच्या संरक्षण नियमांनुसार अटक करण्यात आली आणि त्यांना एक वर्षाच्या तुरुंगवासाची शिक्षा सुनावण्यात आली. 25 तथापि, त्यानंतर, राजगोपालाचारी यांनी ब्रिटिश

युद्ध प्रयत्नांच्या विरोधात मतभेद व्यक्त केले. 25 त्यांनी भारत छोडो आंदोलनालाही विरोध केला आणि त्याऐवजी ब्रिटीशांशी संवादाचा पुरस्कार केला. 46 47 जेव्हा देशाला आक्रमणाचा धोका होता तेव्हा निष्क्रियता आणि तटस्थता भारताच्या हितासाठी हानिकारक असेल असे त्यांनी तर्क केले. 46 भारताच्या फाळणीची मागणी करणाऱ्या मुस्लीम लीगशीही त्यांनी संवाद साधण्याची वकिली केली. 46 त्यानंतर त्यांनी मद्रास काँग्रेस विधिमंडळ पक्षाने मंजूर केलेल्या ठरावांवरून मतभेद आणि मद्रास प्रांतीय काँग्रेसचे नेते के. कामराज यांच्याशी मतभेद झाल्यामुळे त्यांनी पक्ष आणि विधानसभेचा राजीनामा दिला.

1945 मध्ये युद्धाच्या समाप्तीनंतर, 1946 मध्ये मद्रास प्रेसीडेंसीमध्ये निवडणुका झाल्या. युद्धाच्या शेवटच्या वर्षांत, नेहरू, सरदार वल्लभभाई पटेल आणि मौलाना अबुल कलाम आझाद यांनी कामराज यांना राजगोपालाचारी यांना मद्रास प्रेसीडेंसीचे प्रीमियर बनवण्याची विनंती केली. तामिळनाडू काँग्रेस कमिटीचे अध्यक्ष कामराज यांना राजगोपालाचारी विजयी होण्यापासून रोखण्यासाठी निवडून आलेल्या सदस्यांनी तंगुतुरी प्रकाशम यांना मुख्यमंत्रिपदाचे उमेदवार म्हणून उभे करण्यास भाग पाडले. तथापि, राजगोपालाचारी यांनी निवडणूक लढविली नाही आणि प्रकाशम निवडून आले.

गांधी आणि जिना यांच्यात वाटाघाटी सुरू करण्यात राजगोपालाचारी यांचा मोलाचा वाटा होता. 25 1944 मध्ये, त्यांनी भारतीय घटनात्मक पेच सोडवण्याचा प्रस्ताव मांडला. 25 त्याच वर्षी, त्यांनी जिल्हा भारताचा किंवा पाकिस्तानचा भाग बनवायचा की नाही हे ठरवताना 55 टक्के "संपूर्ण बहुमत" थ्रेशोल्डचा प्रस्ताव मांडला, 48 ज्यामुळे राष्ट्रवादीमध्ये मोठा वाद निर्माण झाला. 48

1946 ते 1947 पर्यंत, राजगोपालाचारी यांनी जवाहरलाल नेहरू यांच्या नेतृत्वाखालील अंतरिम सरकारमध्ये उद्योग, पुरवठा, शिक्षण आणि वित्त मंत्री म्हणून काम केले.

जेव्हा भारत आणि पाकिस्तानला स्वातंत्र्य मिळाले तेव्हा बंगाल प्रांताचे दोन भाग झाले, पश्चिम बंगाल भारताचा आणि पूर्व बंगाल पाकिस्तानचा भाग बनले. त्या वेळी, राजगोपालाचारी यांची पश्चिम बंगालचे पहिले राज्यपाल म्हणून नियुक्ती करण्यात आली होती.

१९३९ च्या त्रिपुरी काँग्रेस अधिवेशनादरम्यान सुभाषचंद्र बोस यांच्यावर केलेल्या टीकाबद्दल बंगाली राजकीय वर्गाला नापसंत, ५१ पश्चिम बंगालचे राज्यपाल म्हणून राजगोपालाचारी यांच्या नियुक्तीला बोस यांचे भाऊ सरतचंद्र बोस यांनी विरोध केला. 51 गव्हर्नर म्हणून त्यांच्या कार्यकाळात, राजगोपालाचारी यांचे प्राधान्य निर्वासितांशी व्यवहार करणे आणि कलकत्ता दंगलीनंतर शांतता आणि स्थिरता आणणे हे होते. 51 मुस्लिम व्यावसायिकांच्या बैठकीत त्यांनी तटस्थता आणि न्यायासाठी आपली वचनबद्धता घोषित केली: "माझ्या दोष किंवा त्रुटी काहीही असू शकतात, मी तुम्हाला खात्री देतो की मी कोणत्याही समुदायावर जाणीवपूर्वक अन्याय केलेल्या कोणत्याही कृत्याने माझे जीवन

कधीही विकृत करणार नाही." 51 राजगोपालाचारी यांचा पश्चिम बंगाल प्रांताचा भाग म्हणून बिहार आणि ओडिशामधील भागांचा समावेश करण्याच्या प्रस्तावालाही तीव्र विरोध होता. 51 वृत्तपत्राच्या संपादकाच्या अशाच एका प्रस्तावामुळे उत्तर मिळाले:

"मला दिसतंय की आंतर-प्रांतीय सीमांवरील आंदोलनाच्या धोरणाला तुम्ही आवर घालू शकत नाही. मतांच्या सध्याच्या दबावापुढे झुकणे सोपे आहे आणि उत्साही लोकांवर संयमाचे कोणतेही धोरण लादणे कठीण आहे. पण मी कळकळीने विनंती करतो की दुर्दम्य इच्छा तीव्र होण्यापासून ते जुनाट विकारात जाण्यापासून रोखण्यासाठी आपण सर्व काही केले पाहिजे. आपल्याजवळ पुरेशी दुर्बुद्धी आणि पूर्वग्रह आहे त्याचा सामना करण्यासाठी आपण घाई केली पाहिजे का?

बंगाली राजकीय वर्गाची सामान्य वृत्ती असूनही, राजगोपालाचारी यांना मुख्यमंत्री प्रफुल्ल चंद्र घोष आणि त्यांच्या मंत्रालयाने अत्यंत आदर आणि आदर दिला.

10 ते 24 नोव्हेंबर 1947 पर्यंत, राजगोपालाचारी यांनी गव्हर्नर-जनरल लॉर्ड माउंटबॅटन यांच्या अनुपस्थितीत भारताचे कार्यवाहक गव्हर्नर-जनरल म्हणून काम केले, जे माउंटबॅटन यांचे पुतणे प्रिन्स फिलिप आणि राजकुमारी एलिझाबेथच्या लग्नाला उपस्थित राहण्यासाठी इंग्लंडमध्ये रजेवर होते. 52 राजगोपालाचारी यांनी व्हिसेरेगल पॅलेसमध्ये अतिशय साधे जीवन जगले, स्वतःचे कपडे धुतले आणि स्वतःचे बूट पॉलिश केले. 53 त्यांच्या क्षमतेने प्रभावित होऊन, माउंटबॅटन यांनी वल्लभभाई पटेल यांच्यानंतर राजगोपालाचारी यांना त्यांची उत्तराधिकारी म्हणून दुसरी निवड केली, जेव्हा ते जून 1948 मध्ये भारत सोडणार होते. 54 राजगोपालाचारी यांची शेवटी गव्हर्नर-जनरल म्हणून निवड करण्यात आली जेव्हा नेहरू माउंटबॅटनच्या पहिल्या निवडीशी असहमत होते, जसे की पटेल स्वतःच होते. 54 तो सुरुवातीला संकोचत होता पण नेहरूंनी त्यांना लिहिले तेव्हा ते स्वीकारले होते, "मला आशा आहे की तुम्ही आम्हाला निराश करणार नाही. तुम्ही आम्हाला अनेक प्रकारे मदत करावी अशी आमची इच्छा आहे. आमच्यापैकी काहींवर ओझे आमच्या क्षमतेपेक्षा जास्त आहे." 54 त्यानंतर राजगोपालाचारी. जून 1948 ते 26 जानेवारी 1950 पर्यंत भारताचे गव्हर्नर-जनरल म्हणून काम केले आणि ते केवळ भारताचे शेवटचे गव्हर्नर-जनरलच नव्हते तर ते पद धारण करणारे एकमेव भारतीय नागरिक होते.

1949 च्या अखेरीस, राजगोपालाचारी, आधीच गव्हर्नर-जनरल, अध्यक्ष म्हणून कायम राहतील, असे गृहीत धरण्यात आले. 55 नेहरूंच्या पाठिंब्याने, राजगोपालाचारी यांना राष्ट्रपतीपदाच्या निवडणुकीसाठी उभे राहायचे होते परंतु नंतर त्यांनी माघार घेतली, ५५ ५६ भारतीय राष्ट्रीय काँग्रेसच्या एका भागाच्या विरोधामुळे, ज्यांना राजगोपालाचारींच्या गैर-सहभागाबद्दल चिंता होती, बहुतेक उत्तर भारतीय होते. भारत छोडो आंदोलन.

ते मद्रासमधून संविधान सभेवर निवडून आले. ते अल्पसंख्यांकांवरील सल्लागार समिती आणि उप-समितीचा एक भाग होते. 60 धार्मिक संप्रदायांच्या अधिकारांशी संबंधित मुद्द्यांवर त्यांनी चर्चा केली.

नेहरूंच्या निमंत्रणावरून, 1950 मध्ये राजगोपालाचारी केंद्रीय मंत्रिमंडळात पोर्टफोलिओशिवाय मंत्री म्हणून सामील झाले 49 जिथे त्यांनी नेहरू आणि गृहमंत्री सरदार पटेल यांच्यात बफर म्हणून काम केले आणि प्रसंगी दोघांमध्ये मध्यस्थी करण्याची ऑफर दिली. 49 15 डिसेंबर 1950 रोजी पटेल यांच्या मृत्यूनंतर, राजगोपालाचारी यांना अखेर गृहमंत्री बनवण्यात आले आणि त्यांनी जवळपास 10 महिने सेवा बजावली. 49 त्यांच्या पूर्ववर्तीप्रमाणे, त्यांनी नेहरूंना चीनच्या विस्तारवादी आराखड्यांबद्दल चेतावणी दिली आणि तिबेट समस्येबद्दल खेद व्यक्त केला. उद्धरण आवश्यक त्यांनी नवीन भाषिक आधारित राज्यांच्या मागणीबद्दल चिंता व्यक्त केली, असा युक्तिवाद केला की ते लोकांमध्ये मतभेद निर्माण करतील. उद्धरण आवश्यक

1951 च्या अखेरीस नेहरू आणि राजगोपालाचारी यांच्यातील मतभेद समोर आले. 49 नेहरूंना हिंदू महासभा हा नवजात प्रजासत्ताकासाठी सर्वात मोठा धोका वाटत होता, तर राजगोपालाचारी यांचे मत होते की कम्युनिस्टांनी सर्वात मोठा धोका निर्माण केला आहे. 49 63 तेलंगणाच्या उठावात सामील असलेल्यांना फाशीची शिक्षा कमी करण्याच्या नेहरूंच्या निर्णयाला आणि त्यांच्या सोव्हिएत समर्थकांच्या तीव्र झुकतेलाही त्यांनी ठामपणे विरोध केला. 63 64 गंभीर निर्णयांबद्दल नेहरूंच्या सतत अति-शासनामुळे कंटाळले, ४९ राजगोपालाचारी यांनी "आरोग्याच्या कारणास्तव" राजीनामा दिला आणि मद्रासला परतले.

1952 मद्रास निवडणुकीत, भारतीय कम्युनिस्ट पार्टी ऑफ इंडियाच्या नेतृत्वाखालील युतीने बहुतांश जागा जिंकून भारतीय राष्ट्रीय काँग्रेस राज्य विधानसभेत अल्पमतात आली. 66 67 कम्युनिस्टांनी सत्ता काबीज करावी किंवा राज्यात राज्यपाल राजवट लागू करावी अशी काँग्रेसची इच्छा नव्हती. सर्वसहमतीचे उमेदवार म्हणून सरकार स्थापन करण्यासाठी राजगोपालाचारी यांना सेवानिवृत्तीतून बाहेर काढले. 68 69 ३१ मार्च १९५२ रोजी कामराज यांनी मद्रास विधानमंडळ काँग्रेस पक्षाचे नेते म्हणून राजगोपालाचारी यांची निवड करण्याचा प्रस्ताव मांडला. हा ठराव पक्षाने मंजूर केला आणि राजगोपालाचारी यांची प्रकृती नाजूक असल्याने मुख्यमंत्री आणि मद्रास विधानमंडळ काँग्रेस पक्षाचे नेते म्हणून जबाबदारी स्वीकारण्यास राजगोपालाचारी टाळाटाळ करत असल्याचे कामराज यांनी उघड केले आणि पक्षाच्या विनंतीला मान्यता देऊन राजगोपालाचारी यांनी पुढे केले. स्वतःच्या आधी देश. 70 राजगोपालाचारी यांनी पोटनिवडणूक लढवली नाही आणि 10 एप्रिल 1952 रोजी मद्रासचे राज्यपाल श्री प्रकाशा यांनी पंतप्रधान नेहरू किंवा मद्रास राज्य मंत्रिमंडळातील मंत्र्यांशी सल्लामसलत न करता त्यांना एमएलसी म्हणून नामनिर्देशित करून मुख्यमंत्री म्हणून नियुक्त केले. 65 67 65 67 67 ७१ ७२ स्वातंत्र्यानंतर पहिल्यांदाच गव्हर्नर कार्यालयावर अयोग्य वर्तन केल्याचा आरोप करण्यात आला. 73 तामिळनाडू आणि महाराष्ट्राचे माजी राज्यपाल पी.सी. अलेक्झांडर यांनी राजगोपालाचारी यांच्या नियुक्तीबद्दल "मुख्यमंत्री निवडण्याच्या विवेकबुद्धीचा वापर करताना राज्यपालांनी केलेल्या घटनात्मक अयोग्यतेचे सर्वात ठळक प्रकरण..." असे लिहिले आहे.

३ जुलै १९५२ रोजी राजगोपालाचारी यांनी विरोधी पक्षांच्या आमदारांना आणि अपक्षांना भारतीय राष्ट्रीय काँग्रेसमध्ये सामील होण्यासाठी आमिष दाखवून विधानसभेत बहुमत असल्याचे सिद्ध केले. 67 75 एसएस रामासामी पडायची यांच्या नेतृत्वाखालील तामिळनाडू टॉयलर पार्टीचे 19 सदस्य, मद्रास स्टेट मुस्लिम लीगचे 5 सदस्य 76 आणि कॉमनवेल पार्टीच्या 6 सदस्यांनीही कम्युनिस्टांना सत्ता मिळवण्यापासून रोखण्यासाठी राजगोपालाचारी यांना पाठिंबा दिला. 77 78 नेहरू संतापले आणि त्यांनी राजगोपालाचारींना लिहिले की "आपण एक गोष्ट टाळली पाहिजे की आपण पदावर टिकून राहावे आणि इतरांना कोणत्याही परिस्थितीत बाहेर ठेवायचे आहे." 79 74 राजगोपालाचारी यांनी मात्र निवडणूक लढविण्यास नकार दिला. पोटनिवडणूक आणि विधान परिषदेचे नामनिर्देशित सदस्य म्हणून राहिले.

राजगोपालाचारी यांच्या मुख्यमंत्रिपदाच्या कार्यकाळात, मद्रास राज्यातील तेलुगू भाषिक जिल्ह्यांचा समावेश असलेल्या वेगळ्या आंध्र राज्यासाठी एका शक्तिशाली चळवळीने जोर पकडला. 80 81 19 ऑक्टोबर 1952 रोजी, पोटी श्रीरामुलू नावाच्या मद्रासमधील भारतीय स्वातंत्र्य कार्यकर्ते आणि सामाजिक कार्यकर्त्याने फुटीरतावाद्यांच्या मागण्यांचा पुनरुच्चार करत आणि मद्रास शहराचा प्रस्तावित राज्यात समावेश करण्याची मागणी करत उपोषण सुरू केले. 80 81 82 राजगोपालाचारी श्रीरामुलू यांच्या कृतीमुळे अचल राहिले आणि त्यांनी हस्तक्षेप करण्यास नकार दिला. 81 83 दिवसभर उपवास केल्यानंतर, मद्रास शहर आणि राज्यातील तेलुगू भाषिक जिल्ह्यांमध्ये दंगली भडकून, 15 डिसेंबर 1952 रोजी श्रीरामुलू यांचा मृत्यू झाला. 80 81 82 सुरुवातीला, राजगोपालाचारी आणि पंतप्रधान नेहरू दोघेही भाषिकदृष्ट्या सीमांकित राज्यांच्या निर्मितीच्या विरोधात होते परंतु राज्यातील कायदा आणि सुव्यवस्था बिघडल्याने दोघांनाही मागण्या मान्य करण्यास भाग पाडले गेले. 81 अशाप्रकारे 1 ऑक्टोबर 1953 रोजी मद्रासच्या तेलगू भाषिक जिल्ह्यांमधून आंध्र राज्याची निर्मिती करण्यात आली, ज्याची राजधानी कुर्नूल येथे होती. 84 85 तथापि, नवीन राज्याच्या सीमा एका आयोगाद्वारे निश्चित केल्या गेल्या ज्याने मद्रास शहराच्या समावेशाविरुद्ध निर्णय घेतला. 86 जरी आयोगाच्या अहवालात मालमत्तेचे आणि सचिवालयाचे सुरळीत विभाजन होण्यासाठी मद्रासला आंध्र राज्याची तात्पुरती राजधानी म्हणून ठेवण्याचा पर्याय सुचवण्यात आला असला तरी, राजगोपालाचारी यांनी आंध्र राज्याला एक दिवसही मद्रासची परवानगी देण्यास नकार दिला.

7 जून 1952 रोजी, राजगोपालाचारी यांनी राज्यातील खरेदी धोरण आणि अन्नधान्य रेशनिंग संपुष्टात आणले, सर्व किंमती आणि कोटा नियंत्रणे रद्द केली. 88 त्याचा निर्णय हा मुक्त बाजार अर्थव्यवस्थेच्या बाजूने नियोजित अर्थव्यवस्थेला नकार देणारा होता. त्यांनी राज्यातील विद्यापीठे चालवण्याचे नियमन करण्यासाठी उपाय देखील सुरू केले. उद्धरण आवश्यक

1953 मध्ये, त्यांनी "प्राथमिक शिक्षणाची सुधारित योजना 1953" म्हणून ओळखली जाणारी एक नवीन शैक्षणिक योजना आणली, ज्याने प्राथमिक शाळेतील विद्यार्थ्यांचे शालेय शिक्षण दररोज पाच तासांवरून तीन तासांपर्यंत कमी केले 89 90 7 आणि मुलांना असे सुचवले. कौटुंबिक कलाकुसर त्यांच्या वडिलांकडून आणि मुली घरकाम त्यांच्या आईकडून शिकतात. 89 90 योजना लागू होण्यापूर्वी राजाजींनी स्वतःच्या मंत्रिमंडळ किंवा विधानसभेच्या सदस्यांशी सल्लामसलतही केली नव्हती. ते म्हणाले: "शंकराने किंवा रामानुजांनी इतरांशी सल्लामसलत केल्यानंतर त्यांचे तत्वज्ञान जाहीर केले?". 91 या योजनेवर तीव्र टीका झाली आणि द्रविडीयन पक्षांकडून तीव्र निषेध नोंदवला गेला. 92 मद्रास राज्यात या योजनेच्या विरोधात दोन सुधारणा प्रस्तावित करण्यात आल्या. विधान सभा. एकाने तज्ज्ञ गटाने अभ्यास करण्याची वकिली केली, तर दुसऱ्याने योजना रद्द करण्याची वकिली केली. दोन्ही बाजूंनी जून 1953 मध्ये प्रचार मोहिमा सुरू केल्या. अड्यार नदीकिनारी, राजाजींनी धोबींना भाषण केले. त्यांनी कुलधर्म, किंवा प्रत्येक कुळाचा किंवा जातीचे सामाजिक दायित्व. त्यांनी आपले विचार स्पष्ट करण्यासाठी भाषणे दिली आणि रेडिओ प्रसारण केले. 93 द्रविड मुन्नेत्र कळघमने कुल कालवी थित्तम किंवा वंशानुगत शिक्षण धोरण 94 या योजनेला डब केले जे जातिव्यवस्था कायम ठेवण्याच्या उद्देशाने पुढे आणले गेले. ७ ९३ आणि १३ आणि १४ जुलै १९५३ रोजी राजगोपालाचारी यांच्या घराबाहेर प्रचंड निदर्शने आयोजित करण्याचा प्रयत्न केला. ट. विरोधक आणि टीकाकारांनी असा दावा केला की ही व्यवस्था समाजात खोलवर बसलेली, जात-आधारित असमानता मजबूत करेल. त्यांनी या योजनेला अत्याचारित गटातील मुलांपेक्षा उच्च जातीतील मुलांना फायदेशीर ठिकाणी ठेवण्याचा प्रयत्न मानले, ज्यांना फक्त त्यांच्या वडिलांची नोकरी शिकायची होती. 95 राजगोपालाचारी यांनी युक्तिवाद केला,

शाळा भिंतींच्या आत आहे अशी कल्पना करणे चूक आहे. संपूर्ण गाव एक शाळा आहे. गावात पॉलिटेक्निक आहे, त्याची प्रत्येक शाखा, धोबी, चाकवाले, मोची आहे.

ही योजना घराजवळच राहिली आणि या योजनेचा आढावा घेण्यासाठी परुळेकर समिती नेमण्यात आली. 97 समितीला ही योजना योग्य वाटली आणि त्यांनी सरकारच्या भूमिकेला मान्यता दिली. 98 भारताचे राष्ट्रपती राजेंद्र प्रसाद आणि पंतप्रधान जवाहरलाल नेहरू यांनीही या योजनेला पाठिंबा देऊ केला.

राजगोपालाचारी यांनी आर्थिक अडचणींचे कारण देत 6000 शाळा बंद केल्या. 101 कामराज यांनी या धोरणाला विरोध केला आणि अखेरीस त्यांच्या कार्यकाळात 12,000 शाळा उघडल्या.

1953 च्या प्राथमिक शिक्षणाची सुधारित योजना पुढे ढकलण्यासाठी त्यांच्या सरकारच्या प्रयत्नांनंतरही, सार्वजनिक विरोध वाढला, विशेषतः हिंदीला राष्ट्रभाषा म्हणून प्रस्थापित करण्याच्या प्रयत्नांना प्रतिसाद म्हणून. याचा परिणाम म्हणून राजगोपालाचारी यांना निवृत्त होण्यास भाग पाडले गेले. 102 त्यांच्या सरकारच्या वाढत्या अलोकप्रियतेमुळे

के. कामराज यांना राजगोपालाचारी यांना पाठिंबा काढून घेण्यास भाग पाडले आणि 26 मार्च 1954 रोजी त्यांनी मद्रास लेजिस्लेचर काँग्रेस पक्षाच्या अध्यक्षपदाचा राजीनामा दिला ज्यामुळे नवीन निवडणुका होऊ लागल्या. , राजगोपालाचारी यांनी कामराज विरुद्ध सी. सुब्रमण्यम यांना मैदानात उतरवले. 103 पण सुब्रमण्यम यांना कामराजच्या ९३ मतांच्या तुलनेत केवळ ४१ मते मिळवता आली आणि त्यांचा पराभव झाला. 103 राजगोपालाचारी यांनी अखेरीस 13 एप्रिल 1954 रोजी मुख्यमंत्रिपदाचा राजीनामा दिला, या निर्णयाचे श्रेय खराब आरोग्यास दिले.

मुख्यमंत्रिपदाचा राजीनामा दिल्यानंतर, राजगोपालाचारी यांनी सक्रिय राजकारणातून तात्पुरता ब्रेक घेतला आणि त्याऐवजी आपला वेळ साहित्यिक कार्यात वाहून घेतला. 23 मे 1954 ते 6 नोव्हेंबर 1955 या कालावधीत कल्की या तामिळ मासिकात मालिका म्हणून दिसलेल्या संस्कृत महाकाव्याचे तामिळ री-टेलिंग त्यांनी लिहिले. 105 नंतर भाग गोळा करून चक्रवर्ती थिरुमगन म्हणून प्रकाशित केले गेले, हे पुस्तक राजगोपालाचारी यांना तामिळ भाषेतील 1958 साहित्य अकादमी पुरस्कार मिळाले.

राजगोपालाचारी यांनी भारतीय राष्ट्रीय काँग्रेसमधून आपला अधिकृत राजीनामा दिला आणि इतर अनेक असंतुष्टांसह जानेवारी 1957 मध्ये काँग्रेस सुधार समिती (CRC) ची स्थापना केली. 109 110 केएस वेंकटकृष्ण रेड्डियार अध्यक्ष म्हणून निवडून आले आणि पक्षाने 1957 च्या विधानसभा निवडणुकीत 55 मतदारसंघात उमेदवार उभे केले, मद्रास राज्यातील विधानसभेत 13 जागांसह दुसरा सर्वात मोठा पक्ष म्हणून उदयास आला. 111 १९५७ च्या भारतीय निवडणुकांमध्ये काँग्रेस सुधारणा समितीने लोकसभेच्या १२ जागा लढवल्या होत्या. 112 28-29 सप्टेंबर, 1957 रोजी मदुराई येथे झालेल्या राज्य परिषदेत समिती पूर्णपणे राजकीय पक्ष बनली आणि भारतीय राष्ट्रीय लोकशाही काँग्रेस असे नामकरण करण्यात आले.

४ जून १९५९ रोजी, भारतीय राष्ट्रीय काँग्रेसच्या नागपूर अधिवेशनानंतर, राजगोपालाचारी, नव्याने स्थापन झालेल्या फोरम ऑफ फ्री एंटरप्राइझ (FFE) चे मुरारी वैद्य ११३ आणि शास्त्रीय उदारमतवादी आणि समाजवादी नेहरूंचे समीक्षक मिनो मसानी यांनी घोषणा केली. मद्रास येथील बैठकीत नवीन स्वतंत्र पक्षाची स्थापना. 114 रामगढचा राजा, कालाहंडीचा महाराजा आणि दरभंगाचा महाराजाधीराजा यांसारख्या माजी संस्थानांच्या असंतुष्ट प्रमुखांनी कल्पिलेला हा पक्ष पुराणमतवादी होता. 115 116 नंतर, एन.जी. रंगा, के.एम. मुन्शी, फील्ड मार्शल के.एम. करिअप्पा आणि पटियालाचे महाराज या प्रयत्नात सामील झाले. 116 राजगोपालाचारी, मसानी आणि रंगा यांनीही प्रयत्न केले पण जयप्रकाश नारायण यांना उपक्रमात सहभागी करून घेण्यात अयशस्वी झाले.

राजगोपालाचारी यांनी त्यांच्या "आमची लोकशाही" या छोट्या निबंधात काँग्रेसला उजव्या विचारसरणीच्या पर्यायाची आवश्यकता असे सांगून स्पष्ट केली:

तेव्हापासून... काँग्रेस पक्ष डाव्यांकडे वळला आहे, जे हवे आहे ते अल्ट्रा किंवा बाह्य-डावे नाही उदा. सीपीआय किंवा प्रजा सोशलिस्ट पार्टी, पीएसपी , परंतु एक मजबूत आणि स्पष्ट उजवा 115

राजगोपालाचारी यांनीही आग्रह धरला की विरोधकांनी हे केलेच पाहिजे:

पक्षाच्या बैठकीच्या बंद दाराआड आणि खाजगीरित्या कार्य करू नका, परंतु मतदारांद्वारे उघडपणे आणि वेळोवेळी कार्य करा.

त्यांनी पायाभूत दस्तऐवजात एकवीस "मूलभूत तत्त्वांद्वारे" स्वतंत्र पक्षाची उद्दिष्टे सांगितली. 118 पक्ष समानतेसाठी उभा राहिला आणि खाजगी क्षेत्रावरील सरकारी नियंत्रणाला विरोध केला. 119 120 राजगोपालाचारी यांनी नोकरशाहीवर कठोर टीका केली आणि खाजगी उद्योग स्थापन करण्यासाठी एखाद्या व्यक्तीला आवश्यक असलेल्या परवानग्या आणि परवान्यांच्या नेहरूंच्या विस्तृत प्रणालीचे वर्णन करण्यासाठी "लायसन्स-परमिट राज" हा शब्द वापरला. राजगोपालाचारी यांचे व्यक्तिमत्व पक्षासाठी एक रॅलींग पॉइंट बनले.

1961 मध्ये, राजगोपालाचारी यांनी ऑपरेशन विजयवर टीका केली, भारतीय लष्करी कारवाई ज्यामध्ये गोव्यातील पोर्तुगीज राजवट बळजबरीने संपुष्टात आणली गेली आणि हा प्रदेश भारतात समाविष्ट करण्यात आला आणि लिहिलं की भारताने "लष्करीवादाच्या विरोधात आवाज उठवण्याची नैतिक शक्ती पूर्णपणे गमावली आहे". संयुक्त राष्ट्र सुरक्षा परिषदेची शक्ती आणि प्रतिष्ठा. राजगोपालाचारी यांच्या मते, गोव्यातील पोर्तुगीज राजवट हा "भारतीय राष्ट्रवादाचा गुन्हा" होता, तर भारताने दावा केलेल्या प्रदेशांवर चिनी कब्जा करणे किंवा अस्पृश्यतेचे सामाजिक दुष्कृत्य आणि गोवा ताब्यात घेण्याच्या "महान साहस" पेक्षा हा मोठा गुन्हा नव्हता. अहिंसेच्या गांधीवादी तत्त्वांप्रती भारताची भक्ती कमी केली.

काँग्रेसविरोधी आघाडी उभारण्याच्या राजगोपालाचारी यांच्या प्रयत्नांमुळे द्रविड मुन्नेत्र कळघमचे त्यांचे पूर्वीचे शत्रू सीएन अन्नादुराई यांच्याशी मतभेद झाले. 122 1950 च्या दशकाच्या उत्तरार्धात आणि 1960 च्या सुरुवातीच्या काळात, अन्नादुराई राजगोपालाचारी यांच्या जवळ वाढले आणि 1962 च्या मद्रास विधानसभेच्या निवडणुकीसाठी स्वतंत्र पक्षाशी युती करण्याचा प्रयत्न केला. स्वतंत्र पक्ष आणि द्रविड मुन्नेत्र कळघम (डीएमके) यांच्यात अधूनमधून निवडणूक करार झाले असले तरी, राजगोपालाचारी द्रमुकशी औपचारिक संबंध ठेवण्याबाबत अ-प्रतिबद्ध राहिले, कारण ते ज्यांच्यापासून घाबरत होते अशा कम्युनिस्टांशी त्यांची विद्यमान युती आहे. 123 स्वतंत्र पक्षाने मद्रास राज्य विधानसभा निवडणुकीत 94 जागा लढवल्या आणि सहा 124 जिंकल्या तसेच 1962 च्या लोकसभा निवडणुकीत 18 संसदीय जागा जिंकल्या.

26 जानेवारी 1950 रोजी, भारत सरकारने हिंदी ही देशाची अधिकृत भाषा म्हणून स्वीकारली, परंतु गैर-हिंदी भाषिक भागातील आक्षेपांमुळे, तात्पुरत्या स्वरूपात इंग्रजी ही हिंदीच्या बरोबरीने दुसरी अधिकृत भाषा बनवण्याची तरतूद लागू केली. गैर-हिंदी भाषिक

राज्यांमध्ये हिंदीमध्ये स्विच करणे सुलभ करण्यासाठी पंधरा वर्षांचा कालावधी. 26 जानेवारी 1965 पासून, हिंदी ही भारतीय संघराज्याची एकमेव अधिकृत भाषा बनणार होती आणि बिगरहिंदी भाषिक प्रदेशातील लोकांना हिंदी शिकण्याची सक्ती करण्यात आली. यामुळे प्रखर विरोध झाला आणि प्रजासत्ताक दिनापूर्वी मद्रास राज्यात तीव्र हिंदी विरोधी निदर्शने झाली. राजगोपालाचारी यांनी यापूर्वी 1957 मध्ये राजभाषा आयोगाने केलेल्या शिफारशींवर तीव्र टीका केली होती. 126 28 जानेवारी 1956 रोजी राजगोपालाचारी यांनी अन्नादुराई आणि पेरियार यांच्यासमवेत एका ठरावावर स्वाक्षरी केली आणि अधिकृत भाषा म्हणून इंग्रजी चालू ठेवण्यास मान्यता दिली. 127 8 मार्च 1958 रोजी झालेल्या अखिल भारतीय भाषा परिषदेत त्यांनी घोषित केले: "हिंदी नसलेल्या लोकांसाठी हिंदी तितकीच परदेशी आहे जितकी इंग्रजी हिंदीच्या नायकांसाठी आहे". 128 1965 मध्ये जेव्हा हिंदीविरोधी आंदोलने सुरू झाली, तेव्हा राजगोपालाचारी यांनी 1938 मध्ये हिंदीच्या परिचयासाठी दिलेला पाठिंबा पूर्णपणे उलटवला आणि निषेधाच्या समर्थनार्थ जोरदार हिंदी विरोधी भूमिका घेतली, १२९ 'इंग्लिश एव्हर, हिंदी नेव्हर' अशी घोषणा दिली. १३० 17 जानेवारी 1965 रोजी त्यांनी तिरुचिरापल्ली येथे मद्रास राज्य हिंदी विरोधी परिषद बोलावली. 131 भारतीय राज्यघटनेचा भाग XVII ज्याने हिंदी ही अधिकृत भाषा असल्याचे घोषित केले होते ते "अरबी समुद्रात फेकून द्यावे" असे संतप्तपणे घोषित केले.

मद्रास विधानसभेच्या चौथ्या निवडणुका फेब्रुवारी 1967 मध्ये झाल्या. 132 वयाच्या ८८ व्या वर्षी, राजगोपालाचारी यांनी द्रविड मुन्नेत्र कळघम, स्वतंत्र पक्ष आणि फॉरवर्ड ब्लॉक यांच्यातील त्रिपक्षीय युतीद्वारे भारतीय राष्ट्रीय काँग्रेसला एकसंध विरोध करण्यासाठी काम केले. 133 मद्रासमध्ये काँग्रेस पक्षाचा 30 वर्षांत प्रथमच पराभव झाला आणि द्रविड मुन्नेत्र कळघम यांच्या नेतृत्वाखालील युती सत्तेवर आली. 134 सीएन अन्नादुराई यांनी 6 मार्च 1967 ते 3 फेब्रुवारी 1969 रोजी त्यांचा मृत्यू होईपर्यंत मुख्यमंत्री म्हणून काम केले.

स्वतंत्र पक्षाने इतर राज्यांमध्ये आणि लोकसभेच्या निवडणुकांमध्येही चांगली कामगिरी केली, भारतीय संसदेचे थेट निवडून आलेले कनिष्ठ सभागृह. पार्टी राजस्थान आणि गुजरात राज्यातील प्रमुख विरोधी पक्ष, त्यांनी ओडिशामध्ये आघाडी सरकार स्थापन केले आणि आंध्र प्रदेश, तामिळनाडू आणि बिहारमध्ये लक्षणीय उपस्थिती होती.

1971 मध्ये, अण्णादुराईचे उत्तराधिकारी एम. करुणानिधी यांनी राज्याच्या खराब आर्थिक परिस्थितीमुळे तामिळनाडूमध्ये दारूबंदीचे कायदे शिथिल केले. 135 राजगोपालाचारी यांनी त्यांना बंदी रद्द न करण्याची विनंती केली परंतु त्याचा काही उपयोग झाला नाही 136 आणि परिणामी, स्वतंत्र पक्षाने राज्य सरकारला दिलेला पाठिंबा काढून घेतला 137 आणि त्याऐवजी काँग्रेसशी युती केली, ज्याचे नेतृत्व भारतीय राष्ट्रीय काँग्रेसचा एक तुटलेला गट होता. कामराज.

जानेवारी 1971 मध्ये, कॉंग्रेस (ओ), जनसंघ आणि संयुक्त सोशलिस्ट पार्टी १३९ यांनी तीन-पक्षीय कॉंग्रेस विरोधी आघाडी स्थापन केली होती, त्यानंतर ८ जानेवारी रोजी, स्वतंत्र

पक्षाच्या राष्ट्रीय कार्यकारिणीने त्यात सामील होण्याचा एकमताने निर्णय घेतला. युती. 139 असंतुष्ट पक्षांनी राष्ट्रीय लोकशाही आघाडी नावाची आघाडी स्थापन केली आणि 1971 च्या भारतीय सार्वत्रिक निवडणुकांमध्ये इंदिरा गांधी यांच्या नेतृत्वाखालील भारतीय राष्ट्रीय काँग्रेसच्या विरोधात लढले. 140 141 तथापि, युती फार वाईट झाली. 142 1967 च्या निवडणुकीत स्वतंत्र पक्षाची संख्या 23 वरून 8 जागांवर कमी झाली. 143 144 1971 च्या तमिळनाडू विधानसभेच्या निवडणुकीतही स्वतंत्र पक्षाची घसरण दिसून आली ज्यात 1967 च्या निवडणुकीत 27 वरून फक्त 19 जागा जिंकल्या.

नोव्हेंबर 1972 पर्यंत, राजगोपालाचारी यांची प्रकृती खालावण्यास सुरुवात झाली 146 आणि त्याच वर्षी 17 डिसेंबर रोजी, त्यांच्या 94 व्या वाढदिवसाच्या एका आठवड्यानंतर, त्यांना युरेमिया, डिहायड्रेशन आणि मूत्रमार्गाच्या संसर्गाने ग्रस्त मद्रासच्या सरकारी रुग्णालयात दाखल करण्यात आले. 146 रूग्णालयात त्यांना मुख्यमंत्री एम. करुणानिधी, व्ही. आर. नेदुंचेझियान, व्ही. गिरी, पेरियार 122 आणि इतर राज्य आणि राष्ट्रीय नेत्यांनी भेट दिली. 146 राजगोपालाचारी यांची प्रकृती पुढील दिवसांत खालावत गेली कारण त्यांचे वारंवार भान हरपले आणि वयाच्या ९४ व्या वर्षी २५ डिसेंबर १९७२ रोजी सायंकाळी ५:४४ वाजता त्यांचे निधन झाले. 147 त्यांचा मुलगा, सी.आर. नरसिंहन, त्यांच्या मृत्यूच्या वेळी त्यांच्या पलंगावर होता, तो त्यांना हिंदू पवित्र ग्रंथातील श्लोक वाचत होता. 147 तो 56 वर्षे विधुर होता, आणि एक मुलगा आणि त्याचे दोन्ही जावई देखील जगले. उद्धरण आवश्यक

त्यांच्या निधनाबद्दल देशाच्या कानाकोपऱ्यातून शोक व्यक्त करण्यात येत आहे. भारताच्या तत्कालीन पंतप्रधान इंदिरा गांधी यांनी भाष्य केले:

श्री राजगोपालाचारी हे नवीन भारताचे निर्मात्यांपैकी एक होते, एक प्रामाणिक देशभक्त, एक असा माणूस होता ज्यांच्या भेदक बुद्धीने आणि नैतिकतेने राष्ट्रीय घडामोडींमध्ये खोलवर भर टाकली. त्यांचे विश्लेषण, त्यांची अपेक्षा, त्यांची प्रशासकीय कुशाग्रता आणि गरज भासल्यास अलोकप्रिय वाटचाल करण्याचे त्यांचे धैर्य, त्यांना एक राजकारणी म्हणून चिन्हांकित केले आणि अनेक महत्त्वपूर्ण टप्प्यांवर राष्ट्रीय इतिहासावर प्रभाव पाडला. त्यांनी सर्वोच्च पदे भूषवली होती आणि प्रत्येक कार्यालयात त्यांनी वेगळेपण बहाल केले होते.

तमिळ आणि इंग्रजी या दोन्ही मातृभाषेतील कुशल लेखक, १४ राजगोपालाचारी हे सालेम लिटररी सोसायटीचे संस्थापक होते आणि त्यांच्या सभांमध्ये नियमितपणे सहभागी होत असत. 43 1922 मध्ये, त्यांनी 21 डिसेंबर 1921 ते 20 मार्च 1922 या कालावधीत वसाहती सरकारने केलेल्या पहिल्या तुरुंगवासाचा दैनंदिन लेख सिरायिल तवम (जेलमधील ध्यान) प्रकाशित केला.

राजगोपालाचारी यांनी 1916 मध्ये तमिळ वैज्ञानिक संज्ञा सोसायटी सुरू केली, 43 एक गट ज्याने तामिळमध्ये वनस्पतिशास्त्र, रसायनशास्त्र, भौतिकशास्त्र, खगोलशास्त्र आणि गणिताशी संबंधित संज्ञांसाठी नवीन शब्द तयार केले. 43 याला संमिश्र प्रतिसाद मिळाला

कारण ते नवीन तमिळ शब्द तयार करण्यासाठी संस्कृतच्या मुळांवर अवलंबून होते.

1951 मध्ये, त्यांनी इंग्रजीमध्ये महाभारताचे संक्षिप्त पुनर्लेखन लिहिले, 151 152 त्यानंतर 1957 मध्ये रामायण लिहिले. 108 152 तत्पूर्वी, 1961 मध्ये त्यांनी कंबारच्या तमिळ रामायणाचे इंग्रजीत भाषांतर केले होते. 153 1965 मध्ये, त्यांनी थिरुक्कुरलचे इंग्रजीत भाषांतर केले आणि भगवद्‌गीता आणि इंग्रजीमध्ये उपनिषदांवर पुस्तके तसेच तमिळमध्ये सॉक्रेटिस आणि मार्कस ऑरेलियस यांच्यावरील ग्रंथ लिहिले. 154 राजगोपालाचारी अनेकदा त्यांच्या साहित्यकृतींना त्यांनी लोकांसाठी केलेली सर्वोत्तम सेवा मानतात. 122 1958 मध्ये, त्यांना रामायण - चक्रवर्ती थिरुमगनच्या पुनरुत्पादनासाठी तमिळ भाषेतील कामांसाठी साहित्य अकादमी पुरस्काराने सन्मानित करण्यात आले. 107 ते भारतीय विद्या भवन, शिक्षण आणि भारतीय संस्कृतीच्या प्रचारासाठी समर्पित संस्थेच्या संस्थापकांपैकी एक होते. 155 1959 मध्ये, भारतीय विद्या भवनाने त्यांचे पुस्तक प्रकाशित केले: "हिंदू धर्म: सिद्धांत आणि जीवनाचा मार्ग"

त्यांच्या साहित्यकृतींव्यतिरिक्त, राजगोपालाचारी यांनी भगवान व्यंकटेश्वराला समर्पित कुरई ओन्रुम इल्लई हे भक्ती गीत देखील रचले, १५६ संगीतावर आधारित आणि कर्नाटक मैफिलींमध्ये नियमित. राजगोपालाचारी यांनी 1967 मध्ये युनायटेड नेशन्स जनरल असेंब्लीमध्ये एमएस सुब्बुलक्ष्मी यांनी गायलेले आशीर्वाद स्तोत्र तयार केले.

1954 मध्ये, यूएसचे उपाध्यक्ष रिचर्ड निक्सन यांच्या एकोणीस देशांच्या आशियाई दौऱ्यादरम्यान, त्यांना राजगोपालाचारी यांनी अण्वस्त्रांच्या भावनिक गुणवत्तेवर व्याख्यान दिले होते. 158 या जोडीने आध्यात्मिक जीवनावर चर्चा केली, विशेषत: पुनर्जन्म आणि पूर्वनिश्चित. १५८ निक्सन यांनी राजगोपालाचारींच्या शब्दांची नोंद करून तीन पानांच्या नोट्स लिहिल्या, छत्तीस वर्षांनंतर त्यांच्या आठवणींमध्ये असा दावा केला की, दुपारचा "माझ्यावर इतका नाट्यमय प्रभाव पडला की मी पुढील काही वर्षांत त्यांच्या अनेक विचारांचा माझ्या भाषणात वापर केला."

गांधी पीस फाउंडेशनच्या शिष्टमंडळाचे सदस्य म्हणून युनायटेड स्टेट्सच्या दौऱ्यावर असताना, सप्टेंबर 1962 मध्ये राजगोपालाचारी यांनी व्हाईट हाऊसमध्ये अमेरिकन अध्यक्ष जॉन एफ केनेडी यांची भेट घेतली. 14 159 160 राजगोपालाचारी यांनी केनेडींना शस्त्रांच्या शर्यतीत उतरण्याच्या धोक्यांविषयी चेतावणी दिली, जी युएस जिंकू शकते. १५९ मीटिंगच्या शेवटी केनेडी यांनी टिप्पणी केली "या बैठकीचा माझ्यावर सर्वात सभ्य प्रभाव होता. 160 मी क्वचितच एवढ्या अचूकतेने, स्पष्टतेने आणि भाषेच्या अभिजाततेने मांडलेले प्रकरण ऐकले आहे". 161 1 मे 1955 रोजी, राजगोपालाचारी यांनी भारत सरकारला आवाहन केले की जर देशाने अणुचाचण्या सुरू ठेवल्या तर अमेरिकेकडून मिळणारी मदत रद्द करावी. 162 गोव्यातील पोर्तुगीज एन्क्लेव्ह काबीज करण्यासाठी भारताने पोर्तुगालविरुद्ध लष्करी बळाचा वापर केल्याची टीका राजगोपालाचारी यांनी केली होती १६३ जे ऑपरेशन आणि त्यानंतरच्या आंतरराष्ट्रीय मुत्सद्देगिरीच्या कृतींबद्दल

म्हणाले, "लष्करी वापराविरुद्ध आवाज उठवण्याची नैतिक शक्ती भारताने पूर्णपणे गमावली आहे. शक्ती."

कम्युनिस्ट पक्षाचे प्रमुख नेते ईएमएस नंबूदीरीपाद यांनी एकदा टिप्पणी केली होती की राजगोपालाचारी हे काँग्रेसचे नेते असूनही ते ज्यांच्याशी सर्वात जास्त मतभेद होते त्यांच्याबद्दल त्यांनी सर्वात जास्त आदर केला होता. 164 राजगोपालाचारींबद्दल, पेरियार, त्यांच्या प्रमुख राजकीय प्रतिस्पर्ध्यांपैकी एकाने टिप्पणी केली की "ते एक अद्वितीय आणि अतुलनीय नेते होते, जे उच्च आदर्शांसाठी जगले आणि कार्य केले".

सामाजिक सुधारणेचे प्रणेते म्हणून ओळखले जाते, १६५ राजगोपालाचारी यांनी मद्रास प्रेसिडेन्सीमध्ये मंदिर प्रवेशाच्या घोषणा दिल्या आणि दलितांच्या उत्थानासाठी कार्य केले. बी.आर. आंबेडकर आणि भारतीय राष्ट्रीय काँग्रेस यांच्यातील पूना कराराच्या निष्कर्षात त्यांनी महत्त्वपूर्ण भूमिका बजावली आणि 1938 मध्ये महाबळ मंदिर प्रवेश कार्यक्रमाचे नेतृत्व केले. 165 ते दारूबंदीचे कट्टर समर्थक होते आणि 1930 मध्ये प्रोहिबिशन लीग ऑफ इंडियाचे सचिव म्हणून निवडले गेले. 165 मद्रास प्रेसीडेंसीचे प्रमुखपद स्वीकारल्यानंतर त्यांनी संपूर्ण प्रांतात दारूबंदी लागू केली. 165 जिथे तीस वर्षांनंतर 1971 मध्ये एम. करुणानिधींनी काढून टाकले आणि 1974 मध्ये करुणानिधींनी पुन्हा बंदी घातली जोपर्यंत 1981 मध्ये एमजी रामचंद्रन यांनी पुन्हा सादर केले नाही तोपर्यंत ते प्रचलित राहिले. 166 राजगोपालाचारी हे ऑल इंडिया स्पिनर्स असोसिएशनचे सक्रिय सदस्य देखील होते. 165 आणि "भाषिक राज्ये" चा प्रखर विरोधक, जे त्यांना वाटले की भारतात अराजकता येईल. 167

त्यांना त्यांच्या साहित्यिक योगदानासाठी देखील स्मरणात ठेवले जाते, त्यापैकी काही आधुनिक काळातील अभिजात मानले जातात. त्यांनी कल्की आणि स्वतःच्या स्वराज्य या नियतकालिकासाठी वारंवार लेख लिहिले, त्यापैकी फिलिप स्प्रेट संपादक होते. उद्धरण आवश्यक

1944 ते 1946 पर्यंत बंगालचे गव्हर्नर रिचर्ड केसी यांनी राजगोपालाचारी यांना भारतातील सर्वात ज्ञानी व्यक्ती मानले. 122 राजगोपालाचारी यांना सर्वोत्कृष्ट श्रद्धांजली महात्मा गांधींकडून होती ज्यांनी त्यांना "माझ्या विवेकाचे रक्षक" म्हणून संबोधले. 51 आज, त्यांचे खाजगी कागदपत्रे दिल्लीतील तीन मूर्ती हाऊस येथील नेहरू मेमोरियल म्युझियम आणि लायब्ररीमध्ये संग्रहित आहेत.

21 ऑगस्ट 1978 रोजी संसद भवनाच्या सेंट्रल हॉलमध्ये राजगोपालाचारी यांचे चित्र लावण्यात आले. एनएस सुब्बकृष्ण यांनी रेखाटलेल्या राजगोपालाचारी यांच्या पोर्ट्रेटचे अनावरण तत्कालीन राष्ट्रपती नीलम संजीव रेड्डी यांच्या हस्ते करण्यात आले.

समीक्षकांचे मत आहे की ते प्रांतीय आणि नंतर राज्य प्रशासनातील जनतेचे विचार आणि भावना मोजण्यात अयशस्वी ठरले. त्यांचा हिंदीचा परिचय 43 आणि प्राथमिक शिक्षणाची सुधारित योजना 1953 (त्याच्या समीक्षकांनी वंशानुगत शिक्षण धोरण म्हणून

संबोधले) 93 7 व्यापक टीकेचे लक्ष्य बनले आहे. भारत छोडो आंदोलनादरम्यानची त्यांची शांततावादी भूमिका आणि त्यांच्या सीआर फॉर्म्युलामुळे भारतीय राष्ट्रीय काँग्रेसमधील त्यांच्या बहुतेक सहकाऱ्यांना राग आला.

राजगोपालाचारींचा संदर्भ देत, सरोजिनी नायडू, ज्यांचे त्यांच्याशी कधीही चांगले संबंध नव्हते, त्यांनी टिप्पणी केली की 'मद्रास कोल्हा हे कोरडे तार्किक आदि शंकराचार्य होते तर नेहरू थोर, दयाळू बुद्ध होते'.

प्रादेशिक स्तरावर त्यांच्या लोकप्रियतेत मोठ्या प्रमाणात चढ-उतार झाले असले तरी, राजगोपालाचारी प्रांतीय राजकारणावर त्यांचा ताबा मिळवू शकले, कारण त्यांना गांधी, पटेल आणि नेहरू यांसारख्या राष्ट्रीय नेत्यांची पसंती होती. 14 तामिळनाडू काँग्रेस कमिटीचे अध्यक्ष के. कामराज आणि बहुसंख्य प्रांतीय नेत्यांनी 1940 च्या दशकात त्यांना विरोध केला, राजगोपालाचारी केंद्रातील त्यांच्या सहकाऱ्यांच्या पाठिंब्याने प्रादेशिक राजकारणात प्रभावशाली स्थानावर टिकून राहिले.

राजगोपालाचारी हे द्रविडीयन चळवळीतील तमिळ ब्राह्मण नेमसेसचे मूळ स्वरूप राहिले आहेत. 44 14 43 1965 च्या हिंदी विरोधी आंदोलनांना त्यांचा प्रचंड पाठिंबा असूनही त्यांच्यावर संस्कृत आणि हिंदी समर्थक असल्याचा आरोप ठेवण्यात आला होता. 44 राजगोपालाचारी यांनी दावा केला की जात हा "आपल्या समाजाच्या संघटनेतील सर्वात महत्वाचा घटक" होता. क्रिस्टोफ जाफ्रेलॉट यांनी असा युक्तिवाद केला की राजगोपालाचारी आणि महात्मा गांधी आणि सरदार वल्लभभाई पटेल यांच्यासह इतर राजकीय नेत्यांनी अप्रत्यक्ष आणि थेट अशा दोन्ही प्रकारच्या जातिव्यवस्थेची प्रशंसा केली जी सामाजिक रचनेला एकत्र जोडते. 171 35 गव्हर्नर-जनरल म्हणून, राजाजी म्हणाले.

अन्न पिकवले जाते, कापड विणले जाते, मेंढ्या कापल्या जातात, जोडे शिवले जातात, सफाई केली जाते, गाडीची चाके आणि नांगर बांधले जातात आणि दुरुस्त केले जातात कारण, देवाचे आभार, संबंधित जाती अजूनही आहेत आणि घरे व्यापार आहेत शाळा तसेच पालक देखील मास्टर आहेत, ज्यांच्याकडे मुले आपोआप शिकतात.

9

नानासाहेब

नानासाहेब

Freedom Fighters

नाना साहिब (जन्म 19 मे 1824 – बेपत्ता 1857), धोंडू पंत (मराठी)म्हणून जन्मलेले, एक भारतीय, मराठा कुलीन होते, ज्यांनी 1857 च्या भारतीय बंडाच्या वेळी कानपूर बंडाचे नेतृत्व केले. निर्वासित मराठा पेशवा बाजीराव द्वितीय यांचा दत्तक मुलगा, तो इंग्लिश ईस्ट इंडिया कंपनीकडून पेन्शनसाठी पात्र होता. कंपनीने पेन्शनचा सन्मान करण्यास नकार दिल्याने, तसेच त्याच्या सामान्यत: गर्विष्ठ धोरणांमुळे त्याला बंड करण्यास भाग पाडले आणि भारतातील ब्रिटीश राजवटीपासून स्वातंत्र्य मिळविण्यास भाग पाडले.

नाना साहिबांचा जन्म १९ मे १८२४ रोजी नाना गोविंद धोंडू पंत म्हणून नारायण भट्ट आणि गंगाबाई यांच्या पोटी झाला. 1 तिसऱ्या मराठा युद्धातील पराभवानंतर ईस्ट इंडिया कंपनीने मराठा महासंघाचे शेवटचे पेशवे बाजीराव द्वितीय यांना कानपूर (आता कानपूर) जवळील बिठूर येथे हद्दपार केले होते, जिथे त्यांनी ब्रिटिश पेन्शनच्या काही भागासाठी मोबदला दिला होता. . नाना साहिबांचे वडील, सुशिक्षित दख्खनी ब्राह्मण, आपल्या कुटुंबासह पश्चिम घाटातून बिथूर येथे पूर्वीच्या पेशव्याचे दरबारी अधिकारी होण्यासाठी गेले होते. पुत्र नसल्यामुळे बाजीरावांनी १८२७ मध्ये नाना साहिब आणि त्यांच्या धाकट्या भावाला दत्तक घेतले. दोन्ही मुलांची आई पेशव्यांच्या पत्नींपैकी एकाची बहीण होती.

नानासाहेबांच्या निकटवर्तीयांमध्ये तात्या टोपे आणि अझीमुल्ला खान यांचा समावेश होता; तात्या टोपे हे पेशवे बाजीराव II च्या दरबारातील एक महत्त्वाचे सरदार पांडुरंग राव टोपे यांचे पुत्र होते. बाजीराव दुसरा बिथूर येथे निर्वासित झाल्यानंतर, पांडुरंग राव आणि त्यांचे कुटुंब देखील तेथे स्थलांतरित झाले. १८५१ मध्ये बाजीराव द्वितीय यांच्या निधनानंतर अझीमुल्ला खान नानासाहेबांच्या दरबारात सचिव म्हणून रुजू झाले. नंतर ते नाना साहिबांच्या दरबारात दिवाण झाले.

1848 ते 1856 दरम्यान भारतातील ब्रिटीशांसाठी गव्हर्नर जनरल असलेले लॉर्ड डलहौसी यांनी तयार केलेले विलयीकरण धोरण होते. सिद्धांतानुसार, ब्रिटीश पूर्व भारताच्या थेट प्रभावाखाली असलेले कोणतेही संस्थान किंवा प्रदेश कंपनी (उपखंडातील प्रबळ शाही सत्ता), ब्रिटीश उपकंपनी प्रणाली अंतर्गत एक वासल राज्य म्हणून, जर शासक एकतर "स्पष्टपणे अक्षम किंवा थेट वारस नसताना मरण पावला" तर आपोआप जोडले जाईल. 3 उत्तराधिकारी निवडण्याचा वारस नसलेल्या भारतीय सार्वभौमत्वाच्या दीर्घकाळ प्रस्थापित कायदेशीर अधिकाराचे नंतरचे स्थान बदलले. शिवाय, संभाव्य राज्यकर्ते पुरेसे सक्षम आहेत की नाही हे ब्रिटिशांना ठरवायचे होते. हा सिद्धांत आणि त्याचा उपयोग भारतीयांनी मोठ्या प्रमाणावर बेकायदेशीर मानला. त्या वेळी, कंपनीकडे उपखंडात पसरलेल्या अनेक प्रदेशांवर पूर्ण, शाही प्रशासकीय अधिकार क्षेत्र होते. या सिद्धांताचा वापर करून कंपनीने सातारा (1848), जयपूर आणि संबलपूर (1849), बाघाट (1850),

नागपूर (1853) आणि झाशी (1854) ही संस्थानं ताब्यात घेतली. इंग्रजांनी अवध (अवध) (1856) ताब्यात घेतले आणि असा दावा केला की स्थानिक शासक योग्यरित्या राज्य करत नाहीत. या सिद्धांताचा वापर करून कंपनीने आपल्या वार्षिक महसुलात सुमारे चार दशलक्ष पौंडांची भर घातली. 1 ईस्ट इंडिया कंपनीच्या वाढत्या सामर्थ्याने, भारतीय समाजातील वर्ग आणि मोठ्या प्रमाणावर देशी सशस्त्र झाशी सैन्यात असंतोष पसरला; हे 1857 च्या भारतीय बंडाच्या वेळी पदच्युत राजवंशांच्या सदस्यांसोबत सामील झाले.

पेशव्यांच्या इच्छेनुसार, नाना साहिब, त्यांच्या दत्तक, मराठ्यांच्या गादीचे वारसदार, आणि ईस्ट इंडिया कंपनीकडून त्यांच्या दत्तक वडिलांच्या सतत वार्षिक £80,000 पेन्शनसाठी पात्र होते. तथापि, बाजीराव II च्या मृत्यूनंतर, कंपनीने नाना हे जन्मजात वारस नाहीत आणि राज्य अस्तित्वात नाही या कारणास्तव पेन्शन बंद केली. नाना, अजूनही श्रीमंत असताना, पेन्शन संपुष्टात आणल्यामुळे आणि बाजीरावांनी वनवासात ठेवलेल्या विविध पदव्या आणि अनुदाने निलंबित केल्यामुळे नाना खूप नाराज झाले. त्यानुसार नानासाहेबांनी १८५३ मध्ये इंग्रज सरकारकडे आपली बाजू मांडण्यासाठी एक दूत (अझिमुल्ला खान) इंग्लंडला पाठवला. तथापि, अझीमुल्ला खान इंग्रजांना पेन्शन पुन्हा सुरू करण्यास राजी करू शकले नाहीत आणि ते 1855 मध्ये भारतात परतले.

नाना साहेबांनी कॅनपोरचे जिल्हाधिकारी चार्ल्स हिलर्सडन यांचा विश्वास जिंकला. 4 बंड कानपूरपर्यंत पसरल्यास नानासाहेब 1,500 सैनिकांची फौज एकत्र करतील अशी योजना होती.

6 जून 1857 रोजी, कावनपूर येथे ईस्ट इंडिया कंपनीच्या सैन्याने केलेल्या बंडाच्या वेळी, ब्रिटीश तुकडीने शहराच्या उत्तरेकडील भागात आश्रय घेतला होता. काऊनपोरमधील प्रचलित गोंधळाच्या दरम्यान, साहिब आणि त्यांच्या सैन्याने शहराच्या उत्तरेकडील भागात असलेल्या ब्रिटीश मासिकात प्रवेश केला. मासिकाचे रक्षण करणाऱ्या 53 व्या नेटिव्ह इन्फंट्रीच्या सैनिकांना वाटले की साहिब कंपनीच्या वतीने मासिकाचे रक्षण करण्यासाठी आले आहेत. तथापि, एकदा त्यांनी नियतकालिकात प्रवेश केल्यावर, नाना साहिबांनी जाहीर केले की ते कंपनीविरुद्धच्या बंडात सहभागी झाले होते, आणि बहादूर शाह II चा जामीनदार बनण्याचा त्यांचा हेतू होता.

कंपनीच्या खजिन्याचा ताबा घेतल्यानंतर, साहिबने ग्रँड ट्रंक रोडला पुढे नेले की त्यांना पेशवे परंपरेनुसार मराठा संघराज्य पुनर्संचयित करायचे आहे, आणि कानपोर काबीज करण्याचा निर्णय घेतला. जाताना साहिब कल्याणपूर येथे बंडखोर कंपनीच्या सैनिकांना भेटले. बहादुरशाह II ला भेटण्यासाठी सैनिक दिल्लीला जात होते. त्यांनी कानपूरला परत जावे आणि इंग्रजांचा पराभव करण्यास मदत करावी अशी साहेबांची इच्छा होती. सैनिक सुरुवातीला नाखूष होते, पण साहेबांनी इंग्रजांच्या तावडीचा नाश केल्यास त्यांना त्यांचे पगार दुप्पट आणि सोन्याचे बक्षीस देण्याचे आश्वासन दिल्यावर त्यांनी सामील होण्याचा निर्णय घेतला.

5 जून 1857 रोजी नानासाहेबांनी जनरल व्हीलरला पत्र पाठवून पुढच्या दिवशी सकाळी 10 वाजता हल्ला होण्याची अपेक्षा केली. 6 जून रोजी, त्याच्या सैन्याने (बंडखोर सैनिकांसह) सकाळी 10:30 वाजता कंपनीच्या ताफ्यावर हल्ला केला, कंपनीच्या सैन्याने हल्ल्यासाठी पुरेशी तयारी केली नव्हती परंतु हल्लेखोर सैन्याने प्रवेश करण्यास टाळाटाळ केल्यामुळे ते स्वत: चा बचाव करण्यात यशस्वी झाले. भारतीय सैन्याने असा विश्वास ठेवला होता की प्रवेशबंदीमध्ये गनपावडरने भरलेले खंदक आहेत जे जवळ गेल्यास स्फोट होतील. 6 कंपनीने त्यांच्या तात्पुरत्या किल्ल्यामध्ये तीन आठवडे थोडे पाणी आणि अन्नपुरवठा केला आणि उन्हामुळे आणि पाण्याच्या कमतरतेमुळे अनेकांना जीव गमवावा लागला.

इंग्रजांच्या चौकीवरील प्रगतीची बातमी पसरताच अनेक बंडखोर शिपाई त्याच्याशी सामील झाले. 10 जूनपर्यंत, तो सुमारे बारा हजार ते पंधरा हजार भारतीय सैनिकांचे नेतृत्व करत असल्याचे मानले जात होते. 7 घेरावाच्या पहिल्या आठवड्यात, नाना साहेबांच्या सैन्याने संलग्नकांना वेढा घातला, पळवाटा निर्माण केल्या आणि आजूबाजूच्या इमारतींमधून गोळीबाराची जागा स्थापन केली. बचाव करणारा कॅप्टन जॉन मूरने प्रत्युत्तर दिले आणि रात्रीच्या वेळी सोर्टीज सुरू केले. नाना साहिबांनी आपले मुख्यालय सावदा हाऊस (किंवा सावदा कोठी) येथे परत घेतले, जे सुमारे दोन मैलांवर होते. मूरच्या हल्ल्याला प्रत्युत्तर म्हणून, नाना साहिबांनी ब्रिटीश सैन्यावर थेट हल्ला करण्याचा निर्णय घेतला, परंतु बंडखोर सैनिकांनी उत्साहाचा अभाव दर्शविला.

23 जून 1857 पर्यंत, प्लासीच्या लढाईच्या 100 व्या वर्धापन दिनापर्यंत स्निपर फायर आणि बॉम्बस्फोट चालूच होता. 23 जून 1757 रोजी झालेली प्लासीची लढाई ही भारतातील ईस्ट इंडिया कंपनीच्या राजवटीच्या विस्तारास कारणीभूत ठरणारी एक महत्त्वाची लढाई होती. शिपायांच्या बंडाच्या प्रेरक शक्तींपैकी एक, ही एक भविष्यवाणी होती ज्याने या लढाईनंतर अगदी शंभर वर्षांनी ईस्ट इंडिया कंपनीच्या राजवटीचा पाडाव होण्याची भविष्यवाणी केली होती. 8 यामुळे नाना साहेबांच्या नेतृत्वाखालील बंडखोर सैनिकांना 23 जून 1857 रोजी तळावर मोठा हल्ला करण्यास प्रवृत्त केले. तथापि, दिवसाच्या अखेरीस त्यांना प्रवेश मिळू शकला नाही.

सलग बॉम्बफेक, स्निपर फायर आणि हल्लेखोरांच्या हल्ल्यांमुळे हे तळ सतत आपले सैनिक आणि नागरिक गमावत होते. रोगराई आणि अन्न, पाणी आणि औषधांचा कमी पुरवठा यामुळेही ते त्रस्त होते. त्यांचा मुलगा लेफ्टनंट गॉर्डन व्हीलरचा बॅरेक्सवरील हल्ल्यात शिरच्छेद करण्यात आल्यानंतर जनरल व्हीलरचे वैयक्तिक मनोबल कमी झाले होते.

नानासाहेब आणि त्यांच्या सल्लागारांनी गतिरोध संपवण्याची योजना आखली. 24 जून रोजी, त्यांनी एक महिला युरोपियन कैदी, रोझ ग्रीनवे, यांना त्यांचा संदेश देण्यासाठी प्रवेशगृहात पाठवले. शरणागतीच्या बदल्यात, त्यांनी युरोपियन लोकांना सतीचौरा

घाटापर्यंत सुरक्षित मार्ग देण्याचे वचन दिले, गंगेवरील एक गोदी जिथून ते अलाहाबादला जाऊ शकतात. 7 जनरल व्हीलरने ही ऑफर नाकारली, कारण त्यावर स्वाक्षरी झाली नव्हती आणि नानासाहेबांनीच ही ऑफर दिली होती याची शाश्वती नव्हती.

दुसऱ्या दिवशी, 25 जून रोजी नानासाहेबांनी दुसरी चिठ्ठी, स्वत: स्वाक्षरी केलेली, दुसरी महिला कैदी श्रीमती जेकोबी यांच्यामार्फत पाठवली. प्रवेश दोन गटांमध्ये भिन्न मतांसह विभागला गेला - एक गट बचाव चालू ठेवण्याच्या बाजूने होता, तर दुसरा गट प्रस्ताव स्वीकारण्यास तयार होता. दुसऱ्या दिवशी नाना साहेबांच्या सैन्याकडून कोणताही गोळीबार झाला नाही. शेवटी, व्हीलरने अलाहाबादला सुरक्षित मार्गाच्या बदल्यात आत्मसमर्पण करण्याचा निर्णय घेतला . एक दिवस तयारी केल्यानंतर आणि त्यांच्या मृतांना दफन केल्यानंतर, युरोपियन लोकांनी 27 जून 1857 रोजी सकाळी अलाहाबादला जाण्याचा निर्णय घेतला.

27 जूनच्या सकाळी, व्हीलरच्या नेतृत्वाखाली एक मोठा स्तंभ प्रवेशद्वारातून बाहेर पडला. साहिबांनी अनेक गाड्या, डोल्या आणि हत्ती पाठवले जेणेकरून स्त्रिया, लहान मुले आणि आजारी लोकांना नदीकाठावर जावे लागेल. कंपनीचे अधिकारी आणि लष्करी जवानांना त्यांच्यासोबत शस्त्रे आणि दारूगोळा घेऊन जाण्याची परवानगी देण्यात आली होती आणि जवळजवळ संपूर्ण बंडखोर सैन्य त्यांना घेऊन गेले होते. 7 सकाळी ८ वाजता ते सतीचौरा घाटावर (आताचा सत्ती चौरा घाट) पोहोचले. साहिबांनी अलाहाबादला जाण्यासाठी हरदेव मल्ला नावाच्या नाविकाच्या मालकीच्या सुमारे 40 बोटींची व्यवस्था केली होती. 9

सतीचौरा घाटावर गंगा नदी विलक्षण कोरडी होती आणि युरोपियन लोकांना होड्या दूर वळवणे कठीण होते. व्हीलर आणि त्याचा पक्ष प्रथम जहाजावर होते आणि त्यांची बोट पुढे नेण्यात व्यवस्थापित करणारे पहिले होते. काही गोंधळ उडाला, कारण भारतीय बोटींनी ओव्हरबोर्डवर उडी मारली आणि किनाऱ्याकडे पोहायला सुरुवात केली. त्यांच्या उडी दरम्यान, स्वयंपाकाची काही आग विझली आणि काही बोटी पेटल्या. सतीचौरा घाटावर पुढे नेमके काय घडले याच्या भोवती वाद निर्माण झाला असला तरी, 7 आणि पहिली गोळी कोणी मारली हे माहीत नाही, 9 निघालेल्या युरोपियनांवर बंडखोर शिपायांनी हल्ला केला आणि बहुतेक जण मारले गेले किंवा पकडले गेले.

कंपनीच्या काही अधिकाऱ्यांनी नंतर असा दावा केला की साहेबांनी विलंब करण्याच्या हेतूने बोटी शक्य तितक्या उंच चिखलात ठेवल्या होत्या. त्यांनी असा दावाही केला की साहिबने पूर्वी बंडखोरांवर गोळीबार करून सर्व युरोपियन लोकांना ठार मारण्याची व्यवस्था केली होती. ईस्ट इंडिया कंपनीने नंतर साहिबांवर विश्वासघात आणि निष्पाप लोकांच्या हत्येचा आरोप केला असला तरी, साहिब यांनी या हत्याकांडाची पूर्वनियोजित किंवा आदेश दिला होता हे सिद्ध करणारा कोणताही निश्चित पुरावा कधीही सापडला नाही. 10 काही इतिहासकारांचा असा विश्वास आहे की सतीचौरा घाट हत्याकांड हा गोंधळाचा परिणाम होता, साहिब आणि त्यांच्या सहकाऱ्यांनी राबवलेल्या कोणत्याही योजनेचा नाही. 11 असे

असले तरी, नदीकाठावर पूर्व-स्थित असलेल्या तोफांमधून स्नायपर फायरिंगची घटना घटनास्थळावर नोंदवली गेली होती, हे पूर्वनियोजन सुचवू शकते.

काहीही असो, सतीचौरा घाटावर प्रचलित गोंधळाच्या दरम्यान, साहिबचे सेनापती तांत्या टोपे यांनी कथितरित्या द्वितीय बंगाल घोडदळ आणि काही तोफखान्यांना युरोपियन लोकांवर गोळीबार करण्याचे आदेश दिले. 6 बंडखोर घोडदळ सोवार पाण्यात उतरले आणि उरलेल्या कंपनीच्या सैनिकांना तलवारी आणि पिस्तुलांनी मारले. वाचलेले पुरुष मारले गेले, तर स्त्रिया आणि मुले पकडली गेली, कारण साहेबांना त्यांची हत्या मान्य नव्हती. 12 घेराबंदी दरम्यान सुमारे 120 स्त्रिया आणि मुलांना कैद करण्यात आले आणि सावदा हाऊस, नाना साहिबांचे मुख्यालय येथे नेण्यात आले.

बंडखोर सैनिकांनी व्हीलरच्या बोटीचाही पाठलाग केला, जी हळू हळू सुरक्षित पाण्याकडे जात होती. काही गोळीबारानंतर, बोटीवरील युरोपियन लोकांनी पांढरा ध्वज फडकवण्याचा निर्णय घेतला. त्यांना बोटीतून उतरवून सावदा घरी परत नेण्यात आले. वाचलेली माणसे जमिनीवर बसली होती, कारण साहिबचे सैनिक त्यांना मारण्यासाठी सज्ज झाले होते. महिलांनी आग्रह धरला की ते त्यांच्या पतीसोबत मरतील, परंतु त्यांना दूर खेचले गेले. साहिबांनी ब्रिटीश धर्मगुरू मॉनक्रिफ यांना मारण्यापूर्वी प्रार्थना वाचण्याची विनंती मान्य केली. 13 ब्रिटीश सुरुवातीला बंदुकींनी जखमी झाले आणि नंतर तलवारीने मारले गेले. 7 महिला आणि मुलांना त्यांच्या उर्वरित सहकाऱ्यांसोबत पुन्हा भेटण्यासाठी सावदा हाऊसमध्ये नेण्यात आले.

हयात असलेल्या स्त्रिया आणि मुलांची संख्या, सुमारे 120, सावदा हाऊसमधून बीबीघर ("महिलांचे घर") येथे हलविण्यात आले, कावनपूरमधील व्हिला-प्रकारचे घर. त्यांच्यासोबत नंतर व्हीलरच्या बोटीतून वाचलेल्या इतर काही महिला आणि मुलेही सामील झाली. फतेहगढमधील महिला आणि मुलांचा आणखी एक गट आणि इतर काही बंदीवान महिलांनाही बिबिघरमध्ये बंदिस्त करण्यात आले. एकूण, तेथे सुमारे 200 महिला आणि मुले होती.

या वाचलेल्यांची काळजी घेण्यासाठी नाना साहिबांनी हुसैनी खानम (ज्यांना हुसैनी बेगम म्हणूनही ओळखले जाते) नावाची तवायफ (नॉच मुलगी) नियुक्त केली. त्याने या कैद्यांचा ईस्ट इंडिया कंपनीशी सौदेबाजीत वापर करण्याचे ठरवले. 6 सुमारे 1,000 ब्रिटीश, 150 शीख सैनिक आणि 30 अनियमित घोडदळ असलेल्या कंपनीचे सैन्य जनरल हेन्री हॅवलॉकच्या नेतृत्वाखाली अलाहाबादहून कानपूर आणि लखनौ पुन्हा ताब्यात घेण्यासाठी निघाले होते. 13 हॅवलॉकचे सैन्य नंतर मेजर रेनॉड आणि जेम्स नील यांच्या नेतृत्वाखालील सैन्याने सामील झाले. साहिबांनी हॅवलॉक आणि नील यांच्या नेतृत्वाखालील ईस्ट इंडिया कंपनीच्या सैन्याने अलाहाबादला माघार घ्यावी अशी मागणी केली. तथापि, कंपनी सैन्याने कानपोरच्या दिशेने अथकपणे प्रगती केली. साहेबांनी त्यांची प्रगती तपासण्यासाठी सैन्य पाठवले आणि दोन्ही सैन्यांची 12 जुलै रोजी फत्तेपूर येथे भेट झाली, जिथे जनरल

हॅवलॉकच्या सैन्याने विजय मिळवला आणि शहर ताब्यात घेतले.

त्यानंतर साहेबांनी आपला भाऊ बाळा राव यांच्या नेतृत्वाखाली आणखी एक फौज पाठवली. १५ जुलै रोजी जनरल हॅवलॉकच्या नेतृत्वाखालील ब्रिटिश सैन्याने आँगच्या लढाईत बाळा राव यांच्या सैन्याचा पराभव केला. 6 १६ जुलै रोजी हॅवलॉकच्या सैन्याने कानपोरकडे प्रगती करण्यास सुरुवात केली. आँगच्या युद्धादरम्यान, हॅवलॉक काही बंडखोर सैनिकांना पकडण्यात यशस्वी झाला, ज्यांनी त्याला सांगितले की 5,000 बंडखोर सैनिकांचे सैन्य 8 तोफखान्याच्या तुकड्यांसह पुढे रस्त्यावर आहे. हॅवलॉकने या सैन्यावर एकतर्फी हल्ला करण्याचा निर्णय घेतला, परंतु बंडखोर सैनिकांनी बाजूची युक्ती पाहिली आणि गोळीबार केला. या लढाईत दोन्ही बाजूंनी मोठ्या प्रमाणावर जीवितहानी झाली, परंतु कंपनीच्या सैन्यासाठी कावनपूरचा रस्ता मोकळा झाला.

यावेळी, हे स्पष्ट झाले की कंपनीचे सैन्य कॅनपोरजवळ येत आहे आणि साहिबचे सौदेबाजीचे प्रयत्न अयशस्वी झाले आहेत. साहिबांना माहिती मिळाली की हॅवलॉक आणि नील यांच्या नेतृत्वाखालील ब्रिटीश सैन्य भारतीय गावकऱ्यांविरुद्ध हिंसाचार करत आहेत. 15 काही इतिहासकारांचा असा विश्वास आहे की बीबीघर हत्याकांड ही कंपनीच्या सैन्याने केलेल्या हिंसाचाराच्या बातमीची प्रतिक्रिया होती.

साहिब आणि त्यांचे सहकारी, ज्यात तांत्या टोपे आणि अझिमुल्ला खान यांचा समावेश होता, त्यांनी बिबिघर येथे बंदिवानांचे काय करावे याबद्दल वादविवाद केला. साहेबांच्या काही सल्लागारांनी अगोदरच ब्रिटिश सैन्याने केलेल्या भारतीयांच्या हत्येचा बदला म्हणून बिबिघर येथे बंदिवानांना मारण्याचा निर्णय घेतला होता. 15 साहिबच्या घरातील महिलांनी या निर्णयाला विरोध केला आणि उपोषण केले, परंतु त्यांचे प्रयत्न निष्फळ ठरले.

अखेर १५ जुलै रोजी बिबिघर येथे कैदेत असलेल्या महिला व बालकांना ठार मारण्याचा आदेश देण्यात आला. जरी काही कंपनी इतिहासकारांनी असे म्हटले की हत्याकांडाचा आदेश साहिबांनीच दिला होता, 13 या घटनेचे तपशील, जसे की हत्याकांडाचा आदेश कोणी दिला, हे अस्पष्ट आहे. 14 16 काही स्त्रोतांनुसार, अझीमुल्ला खानने बीबीघर येथे महिला आणि मुलांच्या हत्येचा आदेश दिला, 17 तर काहींच्या मते बेगम किंवा गुलाम किंवा साहिबच्या मालकिणीने हत्येचा आदेश दिला होता.

सुरुवातीला, बंडखोर शिपायांनी स्त्रिया आणि मुलांना मारण्याचा आदेश पाळण्यास नकार दिला. कर्तव्यात कसूर केल्याबद्दल त्यांना फाशीची धमकी देण्यात आली तेव्हा त्यांच्यापैकी काहींनी अंगणातून महिला आणि मुलांना काढून टाकण्यास सहमती दर्शविली. साहिबांनी इमारत सोडली कारण त्यांना उलगडणाऱ्या हत्याकांडाचा साक्षीदार व्हायचे नव्हते. 6 महिला आणि मुलांना विधानसभेच्या खोलीतून बाहेर येण्याचे आदेश देण्यात आले, परंतु त्यांनी तसे करण्यास नकार दिला. त्यानंतर बंडखोर सैनिकांनी बोर्डच्या खिडक्यांमधील छिद्रांमधून गोळीबार सुरू केला. गोळीबाराच्या पहिल्या फेरीनंतर, बंदिवानांच्या ओरडण्याने सैनिक अस्वस्थ झाले आणि त्यांनी महिला आणि मुलांवर

गोळीबार करण्यास ठामपणे नकार दिला.

संतप्त झालेल्या बेगम हुसैनी खानम यांनी शिपायांच्या या कृत्याला भ्याडपणा म्हणून संबोधले आणि तिचा प्रियकर सरवूर खान याला बंदिवानांना मारण्याचे काम पूर्ण करण्यास सांगितले. 6 सरवूर खानने काही कसाईंना कामावर ठेवले, ज्यांनी जिवंत महिला आणि मुलांची क्लीव्हरने हत्या केली. सर्व बंदिवान मारले गेल्याचे दिसताच कसाई निघून गेले. तथापि, काही महिला आणि मुले इतर मृतदेहांच्या खाली लपून वाचण्यात यशस्वी झाले होते. काही सफाई कामगारांनी मृतांचे मृतदेह कोरड्या विहिरीत फेकून देण्याचे मान्य केले होते. दुसऱ्या दिवशी सकाळी, जेव्हा बंडखोर मृतदेहाची विल्हेवाट लावण्यासाठी आले, तेव्हा त्यांना आढळले की चार ते सात वर्षे वयोगटातील तीन महिला आणि तीन मुले अजूनही जिवंत आहेत. 15 बचावलेल्या महिलांना सफाई कामगारांनी विहिरीत टाकले होते, ज्यांना खून झालेल्यांचे मृतदेह काढण्यास सांगितले होते. मग सफाई कामगारांनी तीन लहान मुलांना एकावेळी एका विहिरीत फेकून दिले, सर्वात लहान मुलांना. काही बळी, त्यात लहान मुले, त्यामुळे मृतदेहांच्या ढिगाऱ्यात जिवंत गाडले गेले.

16 जुलै 1857 रोजी कंपनीचे सैन्य काऊनपोरला पोहोचले. जनरल हॅवलॉकला माहिती मिळाली की साहिब यांनी अहिरवा गावात स्थान घेतले आहे. त्याच्या सैन्याने साहिबच्या सैन्यावर हल्ला केला आणि विजय मिळवला. साहिबांनी मग कावनपोर मॅगझिन उडवले, ते ठिकाण सोडून दिले आणि बिथूरला परतले. जेव्हा ब्रिटीश सैनिकांना बीबीघर हत्याकांडाची माहिती मिळाली, तेव्हा त्यांनी लूटमार आणि घरे जाळण्यासह बदला हिंसाचारात भाग घेतला. 6 19 19 जुलै रोजी जनरल हॅवलॉकने बिथूर येथे पुन्हा ऑपरेशन सुरू केले, परंतु नानासाहेब आधीच निसटले होते. बिथूर येथील साहिबचा राजवाडा प्रतिकार न करता ताब्यात घेतला. ब्रिटीश सैन्याने बंदुका, हत्ती आणि उंट जप्त केले आणि साहिबच्या राजवाड्याला आग लावली.

कंपनीने काऊनपोर पुन्हा ताब्यात घेतल्यानंतर साहिब गायब झाले. त्याचा सेनापती, तांत्या टोपे याने नोव्हेंबर १८५७ मध्ये ग्वाल्हेरच्या ताफ्यातील बंडखोर सैनिकांचा समावेश असलेले मोठे सैन्य गोळा करून कानपोर पुन्हा ताब्यात घेण्याचा प्रयत्न केला. त्याने कावनपोरच्या पश्चिमेकडील आणि उत्तर-पश्चिमेकडील सर्व मार्गांवर ताबा मिळवला, परंतु नंतर कावनपूरच्या दुसऱ्या लढाईत त्याचा पराभव झाला.

सप्टेंबर 1857 मध्ये, साहिब यांना घातक ताप आला होता; तथापि, हे संशयास्पद आहे. 20 राणी लक्ष्मीबाई, तात्या टोपे आणि राव साहेब (नाना साहेबांचे जवळचे विश्वासू) यांनी ग्वाल्हेर येथे जून १८५८ मध्ये साहेबांना पेशवा म्हणून घोषित केले.

1859 पर्यंत साहिब नेपाळला पळून गेल्याची माहिती मिळाली. 21 पर्सेव्हल लँडन यांनी नोंदवले आहे की नाना साहिब नेपाळचे पंतप्रधान सर जंग बहादूर राणा यांच्या संरक्षणाखाली रिरिथांगजवळ थापा तेली येथे पश्चिम नेपाळमध्ये त्यांचे दिवस काढले. त्याच्या कुटुंबालाही संरक्षण मिळाले, परंतु मौल्यवान दागिन्यांच्या बदल्यात पूर्व

नेपाळमधील धनगरामध्ये . 22 फेब्रुवारी 1860 मध्ये, ब्रिटीशांना माहिती मिळाली की साहिबच्या पत्नींनी नेपाळमध्ये आश्रय घेतला आहे, जिथे ते थापाथली जवळच्या घरात राहतात. साहिब स्वतः नेपाळच्या आतील भागात राहत असल्याचे सांगण्यात आले.

साहेबांचे अंतिम भाग्य कधीच कळले नाही. 1888 पर्यंत त्याला पकडण्यात आल्याच्या अफवा आणि बातम्या पसरल्या होत्या आणि अनेक व्यक्तींनी म्हातारा साहिब असल्याचा दावा करून ब्रिटीशांकडे वळले. हे वृत्त खोटे निघाल्याने त्याला पकडण्याचे पुढील प्रयत्न सोडून देण्यात आले. त्याला कॉन्स्टँटिनोपलमध्ये स्पॉट केल्याच्या बातम्याही आल्या.

1857 च्या घटनांनंतर दहा वर्षांनी भारतात घडलेली ज्युल्स व्हर्नची द एंड ऑफ नाना साहिब ("द स्टीम हाऊस" या नावानेही प्रकाशित) ही कादंबरी या अफवांवर आधारित आहे. द डेव्हिल्स विंडमध्ये, मनोहर मालगोणकर नाना साहेबांच्या विद्रोहाच्या आधी, दरम्यान आणि नंतरच्या जीवनाची सहानुभूतीपूर्ण पुनर्रचना त्यांच्याच शब्दात सांगितल्याप्रमाणे करतात. 24 1857 च्या भारतीय बंडाच्या 150 व्या वर्धापन दिनानिमित्त 2008 मध्ये प्रकाशित झालेली आणि अनुराग कुमार यांनी लिहिलेली आणखी एक कादंबरी रीकॅलिट्रन्समध्ये अहाबला एका भारतीय ऋषीकडून आशीर्वाद मिळत असल्यासारखे एक पात्र दाखवले आहे ज्याने त्याला त्याच्या जीवनाशी आणि 1857 च्या लढाईशी जोडलेले एक विशेष वरदान देखील दिले आहे.

भारताच्या स्वातंत्र्यानंतर, साहिब यांना स्वातंत्र्य सैनिक म्हणून गौरवण्यात आले आणि साहिब आणि त्यांचे बंधू बाळा राव यांच्या सन्मानार्थ कानपूरमधील नाना राव पार्क बांधण्यात आले.

श्री के.व्ही. बेलसरे यांचे महाराष्ट्रीय संत श्री ब्रह्मचैतन्य गोंदवलेकर महाराज यांच्यावरील पुस्तकात असे म्हटले आहे की, कंपनीशी झालेल्या लढाईत पराभूत झाल्यानंतर श्री नानासाहेब पेशवे उत्तर प्रदेशातील सीतापूरच्या परिसरातील नैमिषारण्य, नैमिषा जंगलात गेले, तेथे त्यांनी श्री गोंदवलेकर महाराजांची भेट घेतली, त्यांनी आश्वासन दिले. नानासाहेब तुमच्या केसला धक्का लग्नार नाही. या पुधील आयुश्य तुम्हा भगवंताच्या चिंतना मध्ये घालावे. मी तुमच्या अंतकली हजर असेन. 1860 ते 1906 पर्यंत, त्याच्या मृत्यूपर्यंत). पुस्तकानुसार, ३०/३१ ऑक्टोबर/१नोव्हेंबर १९०६ रोजी वयाच्या ८१ व्या वर्षी त्यांचे निधन झाले, तेव्हा श्री गोंदवलेकर महाराज त्यांच्यासोबत उपस्थित होते. श्रीमहाराजांनी त्यांचे सर्व विधी पार पाडले.

सुरुवातीला नानासाहेब इंग्रजांशी युद्धात राज्य गमावल्यामुळे खूप अस्वस्थ झाले होते. पण श्री गोंदवलेकर महाराजांनी त्यांना "ईश्वराची इच्छा" समजावून सांगितली. ते म्हणाले, "नानासाहेबांना इतक्या दुःखद रीतीने लढाई आणि राज्य गमवावे लागले हे खूप दुःखदायक आहे, परंतु इंग्रजांशी लढणे हे मुघलांशी लढण्यापेक्षा पूर्णपणे वेगळे आहे. ब्रिटिश भाषा जाणणारे मध्यमवर्गीय लोक नेतृत्व करतील. ब्रिटिशांविरुद्धचे पुढचे स्वातंत्र्ययुद्ध. लवकरच ते चित्रात येतील. राजा किंवा योद्धा म्हणून तुमची भूमिका संपली आहे आणि

आता तुम्हाला 'अंतर्गत युद्धा'वर लक्ष केंद्रित करण्याची गरज आहे. सुरुवातीला हे सत्य स्वीकारणे त्यांच्यासाठी खूप कठीण होते, परंतु हळूहळू नानासाहेबांनी हे मान्य केले आणि देवाच्या मार्गावर प्रगती केली. अयोध्येला वर्तमानपत्रे (केसरी) आणि खाद्यपदार्थ आणण्यासाठी त्यांच्या 2 सेवकांसह तो गुहेत राहत होता. नानानसाहेब नेपाळमध्ये "पशुपतिनाथ" ला जायचे आणि त्यांच्या कुटुंबाला - समशेरबहाद्दर आणि पत्नीला भेटायचे.

10

लाल बहादूर शास्त्री

लाल बहादूर शास्त्री

Freedom Fighters

Scan for Story Videos - www.itibook.com

लाल बहादूर शास्त्री 2 ऑक्टोबर 1904 - 11 जानेवारी 1966 हे भारतीय राजकारणी आणि राजकारणी होते ज्यांनी 1964 ते 1966 पर्यंत भारताचे दुसरे पंतप्रधान आणि 1961 ते 1963 पर्यंत भारताचे 6 वे गृहमंत्री. त्यांनी आनंद, गुजरातच्या अमूल दूध सहकारी संस्थेला पाठिंबा देऊन - दुधाचे उत्पादन आणि पुरवठा वाढवण्याची राष्ट्रीय मोहीम - पांढऱ्या क्रांतीला प्रोत्साहन दिले. आणि नॅशनल डेअरी डेव्हलपमेंट बोर्ड तयार करणे. भारताच्या अन्न उत्पादनाला चालना देण्याची गरज अधोरेखित करताना, शास्त्री यांनी 1965 मध्ये भारतातील हरित क्रांतीला प्रोत्साहन दिले. यामुळे अन्नधान्य उत्पादनात वाढ झाली, विशेषत: पंजाब, हरियाणा आणि उत्तर प्रदेश या राज्यांमध्ये.

शास्त्री यांचा जन्म 2 ऑक्टोबर 1904 रोजी मुगलसराय येथे शारदा प्रसाद श्रीवास्तव आणि रामदुलारी देवी यांच्याकडे झाला. त्यांनी पूर्व मध्य रेल्वे आंतर महाविद्यालय आणि हरीश चंद्र हायस्कूलमध्ये शिक्षण घेतले, जे त्यांनी असहकार चळवळीत सामील होण्यासाठी सोडले. त्यांनी मुझफ्फरपूर येथे हरिजनांच्या भल्यासाठी काम केले आणि "श्रीवास्तव" हे त्यांचे जातीवरून आलेले आडनाव वगळले. स्वामी विवेकानंद, गांधी आणि ॲनी बेझंट यांच्याविषयी वाचून शास्त्रींच्या विचारांचा प्रभाव पडला. गांधींच्या मनापासून प्रभावित आणि प्रभावित होऊन ते 1920 च्या दशकात भारतीय स्वातंत्र्य चळवळीत सामील झाले. लाला लजपत राय यांनी स्थापन केलेल्या सर्व्हंट्स ऑफ पीपल सोसायटीचे (लोक सेवक मंडळ) अध्यक्ष म्हणून त्यांनी काम केले आणि भारतीय राष्ट्रीय काँग्रेसमध्ये प्रमुख पदे भूषवली. 1947 मध्ये स्वातंत्र्यानंतर, ते भारत सरकारमध्ये सामील झाले आणि पंतप्रधान नेहरूंच्या मंत्रिमंडळातील प्रमुख सहकाऱ्यांपैकी एक बनले, प्रथम रेल्वे मंत्री (1951-56), आणि नंतर गृहमंत्र्यांसह इतर अनेक प्रमुख पदांवर.

1965 च्या भारत-पाकिस्तान युद्धात त्यांनी देशाचे नेतृत्व केले. युद्धादरम्यान त्यांची "जय जवान, जय किसान" ("सैनिकाला जय; शेतकऱ्याचा जय हो") ही घोषणा खूप

लोकप्रिय झाली. 10 जानेवारी 1966 रोजी ताश्कंद कराराने युद्ध औपचारिकपणे संपले; दुसऱ्या दिवशी त्याचा मृत्यू झाला, तो अजूनही ताश्कंदमध्ये आहे, त्याच्या मृत्यूचे कारण वादात आहे; हा हृदयविकाराचा झटका असल्याचे नोंदवले गेले होते, परंतु त्याचे कुटुंब या कारणास्तव समाधानी नव्हते. त्यांना मरणोत्तर भारतरत्न प्रदान करण्यात आला.

शास्त्री यांचा जन्म 2 ऑक्टोबर 1904 रोजी त्यांच्या आजी-आजोबांच्या घरी कायस्थ कुटुंबात झाला. 1 शास्त्रींचे पूर्वज रामनगर, वाराणसीच्या जमिनदाराच्या सेवेत होते आणि शास्त्री आयुष्याच्या पहिल्या वर्षात तिथेच राहिले. शास्त्री यांचे वडील, शारदा प्रसाद श्रीवास्तव, एक शालेय शिक्षक होते जे नंतर अलाहाबाद येथील महसूल कार्यालयात लिपिक झाले, तर त्यांची आई, रामदुलारी देवी, मुघलसराय येथील रेल्वे शाळेत मुख्याध्यापक आणि इंग्रजी शिक्षक मुन्शी हजारी लाल यांची मुलगी होती. शास्त्री हे त्यांच्या पालकांचे दुसरे अपत्य आणि ज्येष्ठ पुत्र होते; त्याला कैलाशी देवी (जन्म 1900) ही मोठी बहीण होती.

एप्रिल 1906 मध्ये, जेव्हा शास्त्री महत्प्रयासाने 18 महिन्यांचे होते, तेव्हा नुकतेच नायब तहसीलदारपदी बढती मिळालेले त्यांचे वडील बुबोनिक प्लेगच्या साथीने मरण पावले. रामदुलारी देवी, तेव्हा केवळ 23 वर्षांची होती आणि तिच्या तिसऱ्या मुलासह गर्भवती होती, ती आपल्या दोन मुलांना घेऊन रामनगरहून मुघलसराय येथे आपल्या वडिलांच्या घरी राहायला गेली आणि तिथेच स्थायिक झाली. तिने जुलै 1906 मध्ये सुंदरी देवी या मुलीला जन्म दिला. 4 5 अशा प्रकारे, शास्त्री आणि त्यांच्या बहिणी त्यांचे आजोबा हजारी लालजी यांच्या घरात वाढल्या. 6 तथापि, 1908 च्या मध्यात हजारी लालजींचा पक्षाघाताने मृत्यू झाला, त्यानंतर त्यांच्या कुटुंबाची काळजी त्यांचे भाऊ (शास्त्रींचे पणतू) दरबारी लाल, जे गाझीपूर येथील अफू नियमन विभागाचे मुख्य कारकून होते आणि नंतर त्यांनी त्यांच्या कुटुंबाची देखभाल केली. मुलगा (रामदुलारी देवीचा चुलत भाऊ) बिंदेश्वरी प्रसाद, मुगलसराय येथील शाळेतील शिक्षक.

शास्त्रींच्या कुटुंबात, त्या काळातील अनेक कायस्थ कुटुंबांप्रमाणे, 8 मुलांना उर्दू भाषा आणि संस्कृतीचे शिक्षण घेण्याची प्रथा होती. याचे कारण असे की उर्दू/फारसी ही शतकानुशतके सरकारची भाषा होती, इंग्रजीने बदलण्यापूर्वी, आणि जुन्या परंपरा 20 व्या शतकात टिकून राहिल्या. 9 म्हणून, शास्त्रींनी वयाच्या चारव्या वर्षी मुघलसराय येथील पूर्व मध्य रेल्वे इंटर कॉलेजमध्ये मौलवी (एक मुस्लिम धर्मगुरू) बुधन मियाँ यांच्या देखरेखीखाली शिक्षण सुरू केले. सहावी इयत्तेपर्यंत त्यांनी तेथेच शिक्षण घेतले. 10 1917 मध्ये बिंदेश्वरी प्रसाद यांची वाराणसी येथे बदली झाली आणि रामदुलारी देवी आणि तिच्या तीन मुलांसह संपूर्ण कुटुंब तेथे गेले. वाराणसीमध्ये, शास्त्री हरीश चंद्र हायस्कूलमध्ये सातव्या इयत्तेत प्रवेश घेत आहेत. 11 यावेळी, त्यांनी "श्रीवास्तव" (जे कायस्थ कुटुंबांच्या पोटजातीचे पारंपारिक आडनाव आहे) हे त्यांचे जातीवरून आलेले आडनाव वगळण्याचा निर्णय घेतला.

त्यांच्या कुटुंबाचा स्वातंत्र्य चळवळीशी कोणताही संबंध नसताना, हरीश चंद्र हायस्कूलमधील त्यांच्या शिक्षकांमध्ये निष्कामेश्वर प्रसाद मिश्रा नावाचे एक प्रखर देशभक्त आणि अत्यंत आदरणीय शिक्षक होते, ज्यांनी शास्त्रींना त्यांच्या मुलांना शिकवण्याची परवानगी देऊन अत्यंत आवश्यक आर्थिक पाठबळ दिले. . मिश्रा यांच्या देशभक्तीने प्रेरित होऊन, शास्त्रींनी स्वातंत्र्यलढ्यात खोल रस घेतला आणि त्याचा इतिहास आणि स्वामी विवेकानंद, महात्मा गांधी आणि ॲनी बेझंट यांच्यासह अनेक नामांकित व्यक्तिमत्त्वांच्या कार्यांचा अभ्यास करण्यास सुरुवात केली. 13 जानेवारी 1921 मध्ये, जेव्हा शास्त्री दहावीत होते आणि अंतिम परीक्षेला बसून तीन महिने होते, तेव्हा ते बनारसमध्ये गांधी आणि पंडित मदन मोहन मालवीय यांनी आयोजित केलेल्या जाहीर सभेला उपस्थित होते. विद्यार्थ्यांनी सरकारी शाळांमधून माघार घ्यावी आणि असहकार आंदोलनात सामील व्हावे, या महात्माजींच्या आवाहनाने प्रेरित होऊन शास्त्री यांनी दुसऱ्याच दिवशी हरीशचंद्र हायस्कूलमधून माघार घेतली आणि काँग्रेस पक्षाच्या स्थानिक शाखेत स्वयंसेवक म्हणून सामील झाले आणि आंदोलनात सक्रिय सहभाग घेतला. सरकारी प्रात्यक्षिके. 14 त्याला लवकरच अटक करण्यात आली आणि तुरुंगात टाकण्यात आले, परंतु तो अद्याप अल्पवयीन असल्याने त्याला सोडून देण्यात आले.

18 एप्रिल 1965 रोजी भारतीय पंतप्रधान श्री लाल बहादूर शास्त्री यांच्या हस्ते MNREC अलाहाबादच्या मुख्य इमारतीचे उद्घाटन

शास्त्रींचे तात्काळ पर्यवेक्षक जे.बी. कृपलानी नावाचे माजी बनारस हिंदू विद्यापीठाचे व्याख्याते होते, जे भारतीय स्वातंत्र्य चळवळीतील सर्वात प्रमुख नेते आणि गांधींच्या जवळच्या अनुयायांपैकी एक बनतील. 17 तरुण स्वयंसेवकांनी त्यांचे शिक्षण सुरू ठेवण्याची गरज ओळखून, कृपलानी आणि मित्र व्हीएन शर्मा यांनी तरुण कार्यकर्त्यांना त्यांच्या राष्ट्राच्या वारशाचे शिक्षण देण्यासाठी आणि श्रीमंत परोपकारी आणि उत्साही व्यक्तीच्या पाठिंब्याने "राष्ट्रवादी शिक्षण" भोवती केंद्रीत अनौपचारिक शाळेची स्थापना केली. काँग्रेस राष्ट्रवादी, शिवप्रसाद गुप्ता, काशी विद्यापीठाचे उद्घाटन गांधींनी बनारसमध्ये 10 फेब्रुवारी 1921 रोजी उच्च शिक्षणाची राष्ट्रीय संस्था म्हणून केली होती. नवीन संस्थेच्या पहिल्या विद्यार्थ्यांपैकी, शास्त्री यांनी तत्त्वज्ञान आणि नीतिशास्त्र या विषयात प्रथम श्रेणीची पदवी प्राप्त केली. 1925 मध्ये विद्यापिठ. त्यांना शास्त्री ("विद्वान") ही पदवी देण्यात आली. 18 ही पदवी संस्थेने दिलेली बॅचलर पदवी होती परंतु ती त्याच्या नावाचा भाग म्हणून अडकली.

शास्त्री यांनी लाला लजपत राय यांनी स्थापन केलेल्या सर्व्हंट्स ऑफ द पीपल सोसायटी (लोक सेवक मंडळ) चे आजीवन सदस्य म्हणून नावनोंदणी केली आणि मुझफ्फरपूर येथे गांधींच्या मार्गदर्शनाखाली हरिजनांच्या भल्यासाठी काम करण्यास सुरुवात केली. 21 पुढे ते संस्थेचे अध्यक्ष झाले.

1928 मध्ये महात्मा गांधींच्या आवाहनानुसार शास्त्री भारतीय राष्ट्रीय काँग्रेसचे सक्रिय आणि परिपक्व सदस्य बनले. त्याला अडीच वर्षे तुरुंगवास भोगावा लागला. 24 नंतर, त्यांनी 1937 मध्ये यूपीच्या संसदीय मंडळाचे संघटक सचिव म्हणून काम केले. 25 1940 मध्ये, स्वातंत्र्य चळवळीला वैयक्तिक सत्याग्रहाला पाठिंबा दिल्याबद्दल त्यांना एका वर्षासाठी तुरुंगात पाठवण्यात आले.

8 ऑगस्ट 1942 रोजी महात्मा गांधींनी मुंबईतील गोवालिया टँक येथे भारत छोडो भाषण जारी केले आणि ब्रिटिशांनी भारत सोडण्याची मागणी केली. वर्षभराच्या तुरुंगवासानंतर नुकतेच बाहेर आलेले शास्त्री अलाहाबादला गेले. आठवडाभर त्यांनी जवाहरलाल नेहरूंच्या घरी, आनंद भवनातून स्वातंत्र्य कार्यकर्त्यांना सूचना पाठवल्या. 27 त्यांनी 1937 मध्ये संयुक्त प्रांतांसाठी निवडून आलेले प्रतिनिधी म्हणून काम केले आणि भारताच्या स्वातंत्र्यानंतर, शास्त्री यांची त्यांच्या गृहराज्य, उत्तर प्रदेशमध्ये संसदीय सचिव म्हणून नियुक्ती करण्यात आली. 29 रफी अहमद किडवई केंद्रात मंत्री बनल्यानंतर १५ ऑगस्ट १९४७ रोजी गोविंद बल्लभ पंत यांच्या मुख्यमंत्रिपदाखाली ते पोलिस आणि वाहतूक मंत्री झाले. परिवहन मंत्री म्हणून त्यांनी सर्वप्रथम महिला कंडक्टरची नियुक्ती केली. पोलिस खात्याचे प्रभारी मंत्री म्हणून, त्यांनी बेलगाम जमावाला पांगवण्यासाठी लाठ्यांऐवजी पाण्याच्या जेटचा वापर करण्याचे आदेश दिले, ज्यांच्या सूचना त्यांनी दिल्या होत्या. 30 पोलिस मंत्री म्हणून (1950 पूर्वी गृहमंत्री म्हणून बोलावले गेले होते) त्यांच्या कार्यकाळात 1947 मधील जातीय दंगली, मोठ्या प्रमाणावर स्थलांतर आणि निर्वासितांचे पुनर्वसन यशस्वीरित्या रोखण्यात आले.

1951 मध्ये, जवाहरलाल नेहरू पंतप्रधान असताना शास्त्री यांना अखिल भारतीय काँग्रेस कमिटीचे सरचिटणीस बनवण्यात आले. उमेदवारांची निवड आणि प्रचाराची दिशा आणि निवडणूक प्रचारासाठी ते थेट जबाबदार होते. 1952, 1957 आणि 1962 च्या भारतीय सार्वत्रिक निवडणुकांमध्ये काँग्रेस पक्षाच्या प्रचंड यशात त्यांनी महत्त्वाची भूमिका बजावली. 1952 मध्ये, त्यांनी सोराव उत्तर कम फुलपूर पश्चिम मतदारसंघातून यूपी विधानसभा यशस्वीपणे लढवली आणि 69% पेक्षा जास्त मते मिळवून विजय मिळवला. त्यांना यूपीचे गृहमंत्री म्हणून कायम ठेवण्यात येईल असे मानले जात होते, परंतु नेहरूंनी अचानकपणे त्यांना केंद्रात मंत्री म्हणून बोलावले. 13 मे 1952 रोजी भारतीय प्रजासत्ताकच्या पहिल्या मंत्रिमंडळात शास्त्री यांना रेल्वे आणि वाहतूक मंत्री बनवण्यात आले. 32 त्यांनी 1959 मध्ये वाणिज्य आणि उद्योग मंत्री आणि 1961 मध्ये गृहमंत्री म्हणून काम केले. 33 शास्त्री यांनी 1964 मध्ये मंत्री म्हणून मंगळूर बंदराची पायाभरणी केली.

27 मे 1964 रोजी जवाहरलाल नेहरू यांचे निधन झाले. त्यानंतर 9 जून रोजी शास्त्रींना पंतप्रधान बनवण्यात काँग्रेस पक्षाचे अध्यक्ष के. कामराज यांचा मोलाचा वाटा होता. शास्त्री जरी सौम्य स्वभावाचे आणि मृदुभाषी असले तरी ते एक नेहरूवादी समाजवादी होते आणि

त्यामुळे रूढीवादी उजव्या विचारसरणीच्या मोरारजी देसाईंच्या चढाईला रोखू इच्छिणाऱ्यांना त्यांनी आवाहन केले.

11 जून 1964 रोजी पंतप्रधान म्हणून त्यांच्या पहिल्या प्रसारणात शास्त्री म्हणाले:

प्रत्येक राष्ट्राच्या जीवनात एक वेळ अशी येते जेव्हा ते इतिहासाच्या क्रॉस-रोड्सवर उभे असते आणि त्यांना कोणता मार्ग निवडायचा असतो. पण आमच्यासाठी, कोणतीही अडचण किंवा संकोच नाही, उजवीकडे किंवा डावीकडे पाहण्याची गरज नाही. आमचा मार्ग सरळ आणि स्पष्ट आहे - सर्वांसाठी स्वातंत्र्य आणि समृद्धीसह समाजवादी लोकशाहीची उभारणी आणि जागतिक शांतता आणि सर्व राष्ट्रांशी मैत्री राखणे.

शास्त्री यांनी नेहरूंच्या मंत्रिमंडळातील अनेक सदस्यांना कायम ठेवले. संरक्षण मंत्री यशवंतराव चव्हाण यांच्याप्रमाणे टीटी कृष्णमाचारी यांना भारताचे अर्थमंत्री म्हणून कायम ठेवण्यात आले. त्यांनी स्वरण सिंग यांची परराष्ट्र मंत्री म्हणून नियुक्ती केली. त्यांनी जवाहरलाल नेहरू यांच्या कन्या आणि काँग्रेसचे माजी अध्यक्ष इंदिरा गांधी यांची माहिती आणि प्रसारण मंत्री म्हणून नियुक्ती केली. गुलझारीलाल नंदा गृहमंत्री म्हणून कायम राहिले.

मुख्य लेख: तामिळनाडूची हिंदी विरोधी आंदोलने

लाल बहादूर शास्त्री यांच्या कार्यकाळात मद्रास 1965 च्या हिंदी विरोधी आंदोलनाचा साक्षीदार होता. भारत सरकारने हिंदी ही भारताची एकमेव राष्ट्रभाषा म्हणून प्रस्थापित करण्यासाठी दीर्घकाळ प्रयत्न केले होते. याचा विरोध बिगरहिंदी भाषिक राज्यांनी विशेषतः मद्रास राज्याने केला. 37 परिस्थिती शांत करण्यासाठी, शास्त्रींनी आश्वासन दिले की जोपर्यंत बिगर हिंदी भाषिक राज्ये हवी आहेत तोपर्यंत इंग्रजी ही अधिकृत भाषा म्हणून वापरली जाईल. विद्यार्थ्यांच्या आंदोलनाप्रमाणेच शास्त्रींच्या आश्वासनानंतर दंगल शांत झाली.

शास्त्री यांनी केंद्रीय नियोजनासह नेहरूंची समाजवादी आर्थिक धोरणे चालू ठेवली. 39 आनंद, गुजरातच्या अमूल दूध सहकारी संस्थेला पाठिंबा देऊन आणि राष्ट्रीय दुग्धविकास मंडळाची निर्मिती करून त्यांनी श्वेतक्रांती - दुधाचे उत्पादन आणि पुरवठा वाढवण्याची राष्ट्रीय मोहीम - प्रोत्साहन दिले. 40 त्यांनी 31 ऑक्टोबर 1964 रोजी कंझरी येथे अमूलच्या पशुखाद्य कारखान्याच्या उद्घाटनासाठी आनंदला भेट दिली. या सहकाराचे यश जाणून घेण्याची त्यांना प्रचंड उत्सुकता असल्याने त्यांनी एका गावात शेतकऱ्यांसोबत रात्रभर मुक्काम केला आणि एका शेतकरी कुटुंबासोबत रात्रीचे जेवणही केले. शेतकऱ्यांची सामाजिक-आर्थिक परिस्थिती सुधारण्यासाठी हे मॉडेल देशाच्या इतर भागांतही लागू करण्याच्या त्यांच्या इच्छेबद्दल त्यांनी कैरा जिल्हा सहकारी दूध उत्पादक संघ लिमिटेड (अमूल) चे तत्कालीन महाव्यवस्थापक वर्गीस कुरियन यांच्याशी चर्चा केली. या भेटीचा परिणाम म्हणून, 1965 मध्ये आणंद येथे राष्ट्रीय दुग्ध विकास मंडळ (NDDB) ची स्थापना करण्यात आली. 41

देशभरातील अन्नटंचाईवर बोलताना शास्त्री यांनी लोकांना स्वेच्छेने एक वेळचे जेवण सोडून देण्याचे आवाहन केले जेणेकरुन वाचवलेले अन्न बाधित लोकांना वितरित करता येईल. तथापि, देशाला आवाहन करण्यापूर्वी त्यांनी प्रथम स्वतःच्या कुटुंबात ही प्रणाली लागू केली याची खात्री केली. त्यांनी आपल्या देशवासियांना आठवड्यातून जेवण वगळण्याचे आवाहन केले. त्यांच्या आवाहनाला उत्स्फूर्त प्रतिसाद मिळाला. सोमवारी संध्याकाळी रेस्टॉरंट्स आणि रेस्टॉरंट्सचेही शटर खाली पडले. देशातील अनेक भागांनी 'शास्त्री व्रत' पाळले. नवी दिल्लीतील त्यांच्या शासकीय निवासस्थानी त्यांनी स्वतः लॉन नांगरून अन्नधान्याची जास्तीत जास्त लागवड करण्यासाठी देशाला प्रवृत्त केले. 1965 मध्ये पाकिस्तानशी झालेल्या 22 दिवसांच्या युद्धादरम्यान, 19 ऑक्टोबर 1965 रोजी, शास्त्री यांनी अलाहाबादमधील उर्वा येथे 'जय जवान जय किशन' ("सैनिकांचा जयजयकार करा") हा नारा दिला, जो राष्ट्रीय नारा बनला. भारताच्या अन्न उत्पादनाला चालना देण्याची गरज अधोरेखित करताना, शास्त्री यांनी 1965 मध्ये भारतातील हरित क्रांतीलाही प्रोत्साहन दिले. 42 43 44 यामुळे अन्नधान्य उत्पादनात वाढ झाली, विशेषतः पंजाब, हरियाणा आणि उत्तर प्रदेशमध्ये. या उपक्रमातील प्रमुख टप्पे म्हणजे गव्हाच्या उच्च-उत्पादक जाती, 45 आणि गंज प्रतिरोधक जातींचा विकास करणे हे होते.

जरी ते समाजवादी होते, तरी शास्त्री यांनी सांगितले की भारताची अर्थव्यवस्था रेजिमेंटेड प्रकारची असू शकत नाही. त्यांच्या सरकारने राष्ट्रीय कृषी उत्पादने बोर्ड कायदा पास केला आणि फूड कॉर्पोरेशन कायदा 1964 अंतर्गत भारतीय अन्न महामंडळ स्थापन करण्यासाठी जबाबदार होते.

1965 च्या भारत-पाक युद्धादरम्यान त्यांनी दिलेल्या उत्कृष्ट घोषणेसाठी माहिती आणि प्रसारण मंत्रालयाने (भारत) शास्त्री यांच्या मृत्यूच्या 47 वर्षांनंतरही त्यांच्या 48 व्या हुतात्मा दिनी त्यांचे स्मरण केले:

माजी पंतप्रधान लाल बहादूर शास्त्री हे त्या महान भारतीयांपैकी एक होते ज्यांनी आपल्या सामूहिक जीवनावर अमिट छाप सोडली आहे. आपल्या सार्वजनिक जीवनात लाल बहादूर शास्त्रींचे योगदान अनन्यसाधारण होते कारण ते भारतातील सामान्य माणसाच्या जीवनाच्या अगदी जवळ आले होते. लाल बहादूर शास्त्री यांच्याकडे भारतीयांनी त्यांचे स्वतःचे एक म्हणून पाहिले, ज्यांनी त्यांचे आदर्श, आशा आणि आकांक्षा सामायिक केल्या. त्यांच्या कर्तृत्वाकडे एखाद्या व्यक्तीचे वेगळे यश नाही तर आपल्या समाजाचे सामूहिक यश म्हणून पाहिले गेले. शास्त्री यांच्या नेतृत्वाखाली भारताने 1965 च्या पाकिस्तानी आक्रमणाला तोंड दिले आणि ते परतवून लावले. ही केवळ भारतीय लष्करासाठीच नव्हे तर देशातील प्रत्येक नागरिकासाठी अभिमानाची बाब आहे. त्यांचा जय जवान! जय किसान !! ते आजही देशभरात घुमते. 'जय हिंद' हीच अंतःप्रेरणेची भावना आहे. 1965 चे युद्ध आपल्या स्वाभिमानासाठी आणि आपल्या राष्ट्रीय प्रतिष्ठेसाठी लढले गेले आणि जिंकले गेले. आपल्या संरक्षण दलांचा अशा प्रशंसनीय कौशल्याने वापर केल्याबद्दल, देश श्री

लाल बहादूर शास्त्रींच्या नजरेत आहे. त्यांच्या मोठ्या मनाने आणि सार्वजनिक सेवेसाठी ते सर्वकाळ स्मरणात राहतील.

शास्त्री यांनी नेहरूंचे अलाइनमेंटचे धोरण चालू ठेवले परंतु सोव्हिएत युनियनशीही घनिष्ठ संबंध निर्माण केले. 1962 च्या चीन-भारत युद्धानंतर आणि चीन आणि पाकिस्तान यांच्यातील लष्करी संबंधांच्या निर्मितीनंतर, शास्त्री यांच्या सरकारने देशाच्या संरक्षण बजेटचा विस्तार करण्याचा निर्णय घेतला.

1964 मध्ये, शास्त्री यांनी भारतीय भूमीवर उतरल्यावर प्रत्यावर्तितांना आश्रय देण्यासाठी पुरेशा सुविधा उपलब्ध करून देण्यासाठी स्थानिक सरकारांच्या जबाबदारीवर स्वाक्षरी केली. विशेषत: मद्रास राज्यात त्या काळात मुख्यमंत्री मिंजूर के. भक्तवत्सलम यांनी परत आलेल्यांच्या पुनर्वसनात काळजी घेतली. डिसेंबर 1965 मध्ये, शास्त्री यांनी आपल्या कुटुंबासह रंगून, बर्मा येथे अधिकृत भेट दिली आणि देशाच्या जनरल ने विन यांच्या लष्करी सरकारशी पुन्हा सौहार्दपूर्ण संबंध प्रस्थापित केले.

1965 च्या भारत-पाक युद्धात भारताचे नेतृत्व करताना शास्त्री यांचा सर्वात मोठा क्षण आला. 1 अर्ध्या कच्छ द्वीपकल्पावर दावा सांगून, पाकिस्तानी सैन्याने ऑगस्ट 1965 मध्ये भारतीय सैन्याशी चकमक केली. कच्छमधील चकमकीबद्दल लोकसभेला दिलेल्या अहवालात, शास्त्री म्हणाले:

आमच्या मर्यादित संसाधनांचा वापर करताना आम्ही आर्थिक विकासासाठी योजना आणि प्रकल्पांना नेहमीच प्राधान्य दिले आहे. त्यामुळे सीमेवरील घटनांना चिथावणी देण्यात किंवा संघर्षाचे वातावरण निर्माण करण्यात भारताचा कोणताही स्वारस्य असू शकत नाही हे वस्तुनिष्ठपणे पाहण्याची तयारी असलेल्या प्रत्येकासाठी हे स्पष्ट होईल... या परिस्थितीत सरकारचे कर्तव्य अगदी स्पष्ट आहे. आणि हे कर्तव्य पूर्णपणे आणि प्रभावीपणे पार पाडले जाईल... आवश्यक असेल तोपर्यंत आम्ही गरिबीत राहणे पसंत करू पण आम्ही आमच्या स्वातंत्र्यावर गदा येऊ देणार नाही.

1 ऑगस्ट 1965 रोजी, अतिरेकी आणि पाकिस्तानी सैनिकांची मोठी घुसखोरी सुरू झाली, केवळ सरकार मोडून काढण्याची नव्हे तर सहानुभूतीपूर्ण बंडखोरी करण्याची आशा होती. बंड घडले नाही आणि भारताने आपले सैन्य सीझफायर लाइन (आताची नियंत्रण रेषा) ओलांडून पाठवले आणि लाहोरजवळील आंतरराष्ट्रीय सीमा ओलांडून पाकिस्तानला धमकावले कारण युद्ध सामान्य प्रमाणात सुरू झाले. पंजाबमध्ये मोठ्या टँकच्या लढाया झाल्या आणि पाकिस्तानी सैन्याने उपखंडाच्या उत्तरेकडील भागात विजय मिळवला, तर भारतीय सैन्याने काश्मीरमधील हाजी पीर येथील महत्त्वाची चौकी ताब्यात घेतली आणि पाकिस्तानी शहर लाहोर तोफखाना आणि मोर्टारच्या गोळीबारात आणले.

भारत-पाक युद्ध 23 सप्टेंबर 1965 रोजी संयुक्त राष्ट्रांनी अनिवार्य केलेल्या युद्धविरामाने संपले. युद्धबंदीच्या दिवशी राष्ट्राला प्रसारित करताना, शास्त्री म्हणाले:

दोन देशांच्या सशस्त्र दलांमधील संघर्ष संपुष्टात आला असताना, संयुक्त राष्ट्रांसाठी आणि शांततेसाठी उभे असलेल्या सर्वांसाठी अधिक महत्त्वाची गोष्ट म्हणजे गहन संघर्ष संपवणे.... हे कसे आणता येईल? बद्दल आमच्या मते, शांततापूर्ण सहअस्तित्व हे एकमेव उत्तर आहे. भारताने सहअस्तित्वाच्या तत्त्वावर ठाम राहून जगभर त्याचे नेतृत्व केले आहे. राष्ट्रांमध्ये शांततापूर्ण सहअस्तित्व शक्य आहे, त्यांच्यातील मतभेद कितीही खोल असले तरीही, त्यांच्या राजकीय आणि आर्थिक व्यवस्थेत कितीही अंतर असले तरीही, त्यांना विभाजित करणारे प्रश्न कितीही तीव्र असले तरीही.

पंतप्रधान असताना, शास्त्री यांनी सोव्हिएत युनियन, युगोस्लाव्हिया, इंग्लंड, कॅनडा, नेपाळ, इजिप्त आणि बर्मासह अनेक देशांना भेटी दिल्या. 21 ऑक्टोबर 1964 मध्ये कैरो येथील गैर-आघाडी परिषदेतून परतत असताना, पाकिस्तानचे तत्कालीन अध्यक्ष मोहम्मद अयुब खान यांच्यासोबत जेवणाच्या निमंत्रणावरून शास्त्री यांनी कराची विमानतळावर काही तासांचा मुक्काम केला. प्रोटोकॉलचे उल्लंघन करून, अयुब खान यांनी विमानतळावर वैयक्तिकरित्या त्यांचे स्वागत केले आणि त्यांची अनौपचारिक बैठक झाली. 1965 मध्ये पाकिस्तानसोबतच्या युद्धविरामानंतर, शास्त्री आणि अयुब खान यांनी ताश्कंद (माजी यूएसएसआर, आता आधुनिक उझबेकिस्तानमध्ये) अलेक्सी कोसिगिन यांनी आयोजित केलेल्या शिखर परिषदेला हजेरी लावली होती. 10 जानेवारी 1966 रोजी शास्त्री आणि अयुब खान यांनी ताश्कंद जाहीरनाम्यावर स्वाक्षरी केली.

शास्त्री 5 फूट 2 इंच उंच 53 आणि नेहमी धोतर नेसत असत. 1961 मध्ये राष्ट्रपती भवनात युनायटेड किंगडमच्या राणीच्या सन्मानार्थ त्यांनी पायजमा घातलेला एकमेव प्रसंग होता. 54 16 मे 1928 रोजी शास्त्री यांनी मिर्झापूर येथील ललिता देवी यांच्याशी विवाह केला. 55 या जोडप्याला चार मुलगे आणि दोन मुली होत्या, म्हणजे कुसुम शास्त्री, थोरली मुलगी, हरी कृष्ण शास्त्री, मोठा मुलगा, सुमन शास्त्री, ज्यांचा मुलगा, सिद्धार्थ नाथ सिंह हे भारतीय जनता पक्षाचे प्रवक्ते आणि उत्तर सरकारचे आरोग्य मंत्री आहेत. प्रदेश, अनिल शास्त्री जे त्यांच्या वडिलांच्या काँग्रेस पक्षाचे सदस्य आहेत, त्यांचा मुलगा आदर्श शास्त्री याने आम आदमी पक्षाच्या तिकीटावर अलाहाबादमधून २०१४ च्या सार्वत्रिक निवडणुका लढवण्यासाठी Apple Inc मधील कॉर्पोरेट कारकीर्द सोडून दिली. 56 ते निवडणूक हरले पण 2015 मध्ये ते दिल्ली विधानसभेचे सदस्य म्हणून निवडून आले. 57 58 सुनील शास्त्री जे भारतीय जनता पार्टीचे सदस्य आहेत आणि अशोक शास्त्री, वयाच्या ३७ व्या वर्षी मृत्यूपूर्वी कॉर्पोरेट जगतात काम करणारे सर्वात धाकटे पुत्र, ५९ त्यांची पत्नी नीरा शास्त्री भारतीय जनता पक्षाच्या राष्ट्रीय कार्यकारिणीच्या सदस्य होत्या. ६० कुटुंबातील इतर सदस्य देखील भारताच्या कॉर्पोरेट आणि सामाजिक जीवनात सामील झाले आहेत.

11 जानेवारी 1966 रोजी ताश्कंद, उझबेकिस्तान (तत्कालीन सोव्हिएत युनियन) येथे 1965 च्या भारत-पाकिस्तान युद्धाचा अंत करण्यासाठी शांतता करारावर स्वाक्षरी

केल्यानंतर एक दिवस शास्त्री यांचे निधन झाले. 61 शास्त्री यांच्या समर्थक आणि जवळच्या नातेवाईकांपैकी अनेकांनी त्यावेळी नकार दिला आणि तेव्हापासून त्यांनी त्यांच्या मृत्यूच्या परिस्थितीवर विश्वास ठेवण्यास नकार दिला आणि चुकीचा खेळ केल्याचा आरोप केला. 62 63 षड्यंत्र सिद्धांत त्याच्या मृत्यूच्या काही तासांतच प्रकट झाला आणि त्यानंतरही कायम राहिला. राष्ट्रीय नायक म्हणून त्यांचा गौरव करण्यात आला आणि त्यांच्या स्मरणार्थ उभारण्यात आलेले विजय घाट स्मारक. त्यांच्या मृत्यूनंतर, गुलझारीलाल नंदा यांनी पुन्हा एकदा कार्यवाहक पंतप्रधानपदाची भूमिका स्वीकारली जोपर्यंत काँग्रेस संसदीय पक्षाने मोरारजी देसाई यांच्याऐवजी इंदिरा गांधी यांची अधिकृतपणे शास्त्रींच्या उत्तराधिकारी म्हणून निवड केली होती.

शास्त्री यांच्या मृत्यूनंतर त्यांची पत्नी ललिता शास्त्री यांनी त्यांच्यावर विषप्रयोग केल्याचा आरोप केला होता. क्रांत एमएल वर्मा यांनी लिहिलेले ललिता के अंसू 65 नावाचे हिंदीतील महाकाव्य पुस्तक 1978 मध्ये प्रकाशित झाले. 66 या पुस्तकात शास्त्रींच्या मृत्यूची दुःखद कहाणी त्यांची पत्नी ललिता यांनी सांगितली आहे. 67 1993 मध्ये पत्रकार ग्रेगरी डग्लस यांनी सीआयए अधिकारी रॉबर्ट क्रोली यांच्या मुलाखतींची मालिका घेतली. भारतीय अणुकार्यक्रम हाणून पाडण्यासाठी तेरा दिवसांनंतर सीआयएने शास्त्रींची हत्या केल्याचा दावा त्यांनी "आणि आम्ही शास्त्री यांनाही खिळखिळा केला. आणखी एक गाय-प्रेमी चिंधी डोके", तसेच तेरा दिवसांनंतर भारतीय अणुशास्त्रज्ञ होमी भाभा यांची हत्या केली.

भारत सरकारने त्यांच्या मृत्यूबद्दल कोणतीही माहिती जाहीर केली नाही आणि माध्यमांनी मौन बाळगले. 'आउटलुक' मासिकाने भारतामध्ये षड्यंत्राचे संभाव्य अस्तित्व कव्हर केले होते. 70 शास्त्री यांच्या मृत्यूशी संबंधित दस्तऐवज घोषित करण्यासाठी माहितीच्या अधिकाराखाली सीआयएच्या आय ऑन साउथ एशियाचे लेखक अनुज धर यांनी नंतर एक प्रश्न विचारला होता, परंतु पंतप्रधान कार्यालयाने त्यास नकार दिला, असे नमूद केले आहे की यामुळे नुकसान होऊ शकते. परकीय संबंध, देशात व्यत्यय आणतात आणि संसदीय विशेषाधिकारांचे उल्लंघन करतात. 71 कुलदीप नायरची आणखी एक आरटीआय याचिका देखील नाकारण्यात आली, कारण पीएमओने याचिकेवर खुलासा करण्यापासून सूट दिली आहे. भारताने शास्त्री यांचे शवविच्छेदन केले का आणि सरकारने चुकीच्या खेळाच्या आरोपांची चौकशी केली होती का, या प्रश्नांना गृह मंत्रालयाने अद्याप उत्तर दिलेले नाही. दिल्ली पोलिसांनी आरटीआय अर्जाला दिलेल्या उत्तरात म्हटले आहे की त्यांच्याकडे शास्त्री यांच्या मृत्यूशी संबंधित कोणतेही रेकॉर्ड नाही. परराष्ट्र मंत्रालयाने आधीच सांगितले आहे की यूएसएसआरमध्ये कोणतेही शवविच्छेदन केले गेले नाही. दिल्ली पोलिसांच्या केंद्रीय जन माहिती अधिकाऱ्यांनी 29 जुलै 2009 72 रोजी दिलेल्या उत्तरात म्हटले आहे की, "भारताचे माजी पंतप्रधान लाल बहादूर शास्त्री यांच्या मृत्यूशी संबंधित अशी कोणतीही नोंद या जिल्ह्यात उपलब्ध नाही. त्यामुळे संबंधित आवश्यक माहिती

कृपया नवीन दिल्ली जिल्ह्याला शून्य मानले जाऊ शकते." 73 यामुळे अधिक शंका निर्माण झाल्या आहेत. 74 लाल बहादूर शास्त्री यांचा मृत्यू हे भारतीय राजकारणातील सर्वात मोठे न उलगडलेले रहस्य मानले जाते.

पीएमओने आरटीआय अर्जाच्या फक्त दोन प्रश्नांची उत्तरे दिली आणि सांगितले की त्यांच्याकडे शास्त्रींच्या मृत्यूशी संबंधित एकच वर्गीकृत दस्तऐवज आहे, ज्याला आरटीआय कायद्यांतर्गत प्रकटीकरणापासून सूट आहे. बाकीचे प्रश्न परराष्ट्र मंत्रालय आणि गृह मंत्रालयाला उत्तर देण्यासाठी पाठवले आहेत. एमईएने सांगितले की, पूर्वीच्या सोव्हिएत सरकारचा एकमेव दस्तऐवज "आरएन चुग, पंतप्रधानांच्या उपस्थितीत डॉक्टर आणि काही रशियन डॉक्टरांचा समावेश असलेल्या टीमने केलेल्या संयुक्त वैद्यकीय तपासणीचा अहवाल आहे" आणि त्यात कोणतेही शवविच्छेदन केले गेले नाही. युएसएसआर. गृह मंत्रालयाने शास्त्रींच्या मृतदेहावर भारतात केलेल्या कोणत्याही शवविच्छेदनाशी संबंधित प्रतिसादासाठी हे प्रकरण दिल्ली पोलिस आणि राष्ट्रीय अभिलेखागारांकडे पाठवले.

शास्त्री हे धर्मनिरपेक्षतावादी होते ज्यांनी राजकारणात धर्म मिसळण्यास नकार दिला. युद्धबंदीनंतर काही दिवसांनी दिल्लीतील रामलीला मैदानावर झालेल्या एका जाहीर सभेत त्यांनी बीबीसीच्या एका अहवालाविरुद्ध तक्रार केली ज्यात दावा केला होता की शास्त्री यांची हिंदू म्हणून ओळख म्हणजे ते पाकिस्तानशी युद्धासाठी तयार आहेत. त्याने म्हटले:

मी हिंदू असताना मीर मुश्ताक जो या सभेचे अध्यक्ष आहे तो मुस्लिम आहे. मिस्टर फ्रँक अँथनी ज्याने तुम्हाला संबोधित केले ते ख्रिश्चन आहेत. इथे शीख आणि पारशीही आहेत. आपल्या देशाची खास गोष्ट म्हणजे आपल्याकडे हिंदू, मुस्लिम, ख्रिश्चन, शीख, पारशी आणि इतर सर्व धर्मांचे लोक आहेत. आपल्याकडे मंदिरे आणि मशिदी, गुरुद्वारा आणि चर्च आहेत. पण हे सगळे आम्ही राजकारणात आणत नाही. भारत आणि पाकिस्तानमध्ये हाच फरक आहे. पाकिस्तान स्वतःला इस्लामिक राज्य म्हणून घोषित करतो आणि धर्माचा राजकीय घटक म्हणून वापर करतो, तर आम्हा भारतीयांना आपण कोणताही धर्म निवडू शकतो आणि आपल्याला पाहिजे त्या मार्गाने पूजा करण्याचे स्वातंत्र्य आहे. जोपर्यंत राजकारणाचा संबंध आहे, तर आपण प्रत्येक जण दुसऱ्याइतकाच भारतीय आहोत.

1960 ते 1964 या काळात शास्त्रींचे माध्यम सल्लागार कुलदीप नायर आठवतात की, भारत छोडो आंदोलनादरम्यान त्यांची मुलगी आजारी होती आणि त्यांना तुरुंगातून पॅरोलवर सोडण्यात आले होते. मात्र, डॉक्टरांनी महागडी औषधे लिहून दिल्यामुळे तो तिचा जीव वाचवू शकला नाही. पुढे 1963 मध्ये, ज्या दिवशी त्यांना मंत्रिमंडळातून वगळण्यात आले, त्यादिवशी ते त्यांच्या घरात अंधारात, दिवा नसताना बसले होते. कारण विचारले असता, ते म्हणाले की आता मंत्री नसल्यामुळे सर्व खर्च स्वतःच करावा लागेल आणि एक खासदार आणि मंत्री या नात्याने गरजेच्या वेळेची बचत करण्याइतकी कमाई त्यांनी केली नाही.

1950 च्या दशकात शास्त्री अनेक वर्षे कॅबिनेट मंत्री राहिले असले तरी त्यांचा मृत्यू झाला तेव्हा ते गरीब होते. शेवटी त्याच्याकडे फक्त एक जुनी कार होती, जी त्याने सरकारकडून हप्त्याने खरेदी केली होती आणि ज्यासाठी त्याच्याकडे अजूनही पैसे होते. ते सर्व्हंट्स ऑफ इंडिया सोसायटीचे सदस्य होते (ज्यामध्ये महात्मा गांधी, लाला लजपत राय, गोपाळ कृष्ण गोखले यांचा समावेश होता) ज्याने सर्व सदस्यांना खाजगी मालमत्तेचे संचय टाळण्यास आणि लोकांचे सेवक म्हणून सार्वजनिक जीवनात राहण्यास सांगितले. ते पहिले रेल्वे मंत्री होते ज्यांनी मोठ्या रेल्वे अपघातानंतर पदाचा राजीनामा दिला कारण त्यांना नैतिक जबाबदारी वाटली.

लखनौच्या बाल विद्या मंदिर या प्रतिष्ठित शाळेची पायाभरणी 19 नोव्हेंबर 1964 रोजी त्यांच्या पंतप्रधानपदाच्या कार्यकाळात त्यांच्या हस्ते करण्यात आली. त्यांनी नोव्हेंबर 1964 मध्ये चेन्नईच्या थरमणी येथे केंद्रीय तंत्रज्ञान संस्थेचे उद्घाटन केले. 81 त्यांनी 1965 मध्ये ट्रॉम्बे येथे प्लुटोनियम पुनर्प्रक्रिया प्रकल्पाचे उद्घाटन केले. डॉ. होमी जहांगीर भाभा यांच्या सूचनेनुसार, शास्त्री यांनी आण्विक स्फोटकांच्या विकासास अधिकृत केले. भाभा यांनी न्यूक्लियर एक्स्प्लोझिव्ह डिझाइन ग्रुप स्टडी ऑफ न्यूक्लियर एक्स्प्लोशन फॉर पीसफुल पर्पजेस (SNEPP) स्थापन करून प्रयत्न सुरू केले. 82 त्यांनी 20 मार्च 1965 रोजी हैदराबाद येथे आंध्र प्रदेश कृषी विद्यापीठाचे उद्घाटन केले ज्याचे 1996 मध्ये आचार्य एनजी रंगा कृषी विद्यापीठ असे नामकरण करण्यात आले आणि तेलंगणा राज्याच्या निर्मितीनंतर दोन विद्यापीठांमध्ये विभागले गेले. तेलंगणामधील विद्यापीठाला जुलै 2014 मध्ये प्रोफेसर जयशंकर कृषी विद्यापीठ असे नाव देण्यात आले. शास्त्री यांनी अलाहाबाद येथील नॅशनल इन्स्टिट्यूट ऑफ टेक्नॉलॉजीचेही उद्घाटन केले. लाल बहादूर शास्त्री यांनी चेन्नई पोर्ट ट्रस्टच्या जवाहर डॉकचे उद्घाटन केले आणि नोव्हेंबर 1964 मध्ये VO चिदंबरनार पोर्ट ट्रस्टचे बांधकाम सुरू केले. 83 त्यांनी गुजरात राज्यातील सैनिक स्कूल बालचडीचे उद्घाटन केले. त्यांनी अलमट्टी धरणाची पायाभरणी केली. कार्यान्वित धरण त्याचे नाव धारण करते.

शास्त्री आयुष्यभर प्रामाणिकपणा आणि नम्रतेसाठी ओळखले जात होते. त्यांना मरणोत्तर भारतरत्न प्रदान करण्यात आला आणि दिल्लीत त्यांच्यासाठी "विजय घाट" स्मारक बांधण्यात आले. लाल बहादूर शास्त्री नॅशनल अॅकॅडमी ऑफ अॅडमिनिस्ट्रेशन (मसूरी, उत्तराखंड) यासह अनेक शैक्षणिक संस्था त्यांचे नाव घेतात. 1995 मध्ये लाल बहादूर शास्त्री एज्युकेशनल ट्रस्टने दिल्ली येथे लाल बहादूर शास्त्री इन्स्टिट्यूट ऑफ मॅनेजमेंटची स्थापना केली. भारत आणि कॅनडा यांच्यातील विद्वत्तापूर्ण क्रियाकलापांना चालना देण्याच्या भूमिकेमुळे शास्त्री इंडो-कॅनेडियन संस्थेचे नाव शास्त्री यांच्या नावावर ठेवण्यात आले. 85 लाल बहादूर शास्त्री नॅशनल मेमोरियल ट्रस्ट द्वारे चालवले जाणारे लाल बहादूर शास्त्री मेमोरियल, ते पंतप्रधान असताना त्यांच्या निवासस्थानाच्या 10 जनपथशेजारी, 86 1, मोतीलाल नेहरू प्लेस, नवी दिल्ली येथे आहे. 87 आयआयटी

खरगपूरच्या निवासस्थानातील एका हॉलला लाल बहादूर शास्त्री हॉल ऑफ रेसिडेन्स असे नाव देण्यात आले आहे.

2011 मध्ये, शास्त्रींच्या 45 व्या पुण्यतिथीला, उत्तर प्रदेश सरकारने वाराणसीमधील रामनगर येथील शास्त्रींच्या वडिलोपार्जित घराचे नूतनीकरण करण्याची घोषणा केली आणि त्याचे चरित्र संग्रहालयात रूपांतर करण्याची योजना जाहीर केली. 89 90 वाराणसी आंतरराष्ट्रीय विमानतळ हे त्यांच्या नावावर आहे. 91 उझबेकिस्तानच्या ताश्कंद शहरात लाल बहादूर शास्त्री यांचे स्मारक आणि त्यांच्या नावावर असलेला रस्ता असलेले भारतीय संस्कृती केंद्र आहे. हैदराबाद, तेलंगणा, गुजरातमधील अहमदाबाद, केरळमधील कोल्लम, गाझियाबाद आणि ओडिशातील भवानीपटना या शहरांमध्ये त्यांच्या नावावर काही स्टेडियम आहेत. उत्तर कर्नाटकातील कृष्णा नदीवरील अलमट्टी धरणाचे नाव बदलून लाल बहादूर शास्त्री सागर असे ठेवण्यात आले. त्यांच्या हस्ते पायाभरणी करण्यात आली. एमव्ही लाल बहादूर शास्त्री या मालवाहू जहाजाचे नाव त्यांच्या नावावर आहे. त्यांच्या जन्मशताब्दी समारंभात भारतीय रिझर्व्ह बँकेने ५ रुपयांची नाणी जारी केली. 1991 पासून दरवर्षी अखिल भारतीय लाल बहादूर शास्त्री हॉकी स्पर्धा आयोजित केली जाते - ही एक प्रमुख हॉकी स्पर्धा आहे. आंध्र प्रदेशातील नागार्जुन सागर धरणाच्या डाव्या किनारी कालव्याला लाल बहादूर शास्त्री कालवा असे नाव देण्यात आले असून त्याची लांबी 295 किमी आहे.

भारतीय संसद भवनाच्या सेंट्रल हॉलमध्ये शास्त्री (डावीकडे) यांचे चित्र.

मुंबई, बंगळुरू (विधान सौधा), नवी दिल्ली (सीजीओ कॉम्प्लेक्स), गोरखपूर, अलमट्टी डॅम साइट, रामनगर, यूपी, हिसार, विशाखापट्टणम, नागार्जुन डॅम साइट, वारंगल, नागपूर, वर्धा, बोकारो, येथे शास्त्रींचे आजीवन पुतळे उभारण्यात आले आहेत. जोधपूर, हैदराबाद, पाटणा, धनबाद आणि वाराणसी विमानतळावर.

तिरुअनंतपुरम, पुणे, वाराणसी (विमानतळ), अहमदाबाद (लेकसाइड), कुरुक्षेत्र, शिमला, कासरगोड, इंदूर, जालंदर, महू, उरण, रहीमपुरा, धर्मशाला, मिदनापूर आणि भोपाळ येथे शास्त्रींच्या जीवनाकृती प्रतिमा उभारण्यात आल्या आहेत. नवी दिल्ली, मुंबई, पुणे, पुद्दुचेरी, लखनौ, वारंगल आणि अलाहाबाद आणि एर्नाकुलम या शहरातील काही प्रमुख रस्त्यांना त्यांच्या नावावर ठेवण्यात आले आहे, जसे की शास्त्री रोड, कोट्टायम, केरळ आहे. हिमाचल प्रदेशातील मंडी येथे लाल बहादूर शास्त्री वैद्यकीय महाविद्यालय आणि नवी दिल्ली, चेन्नई आणि लखनौ येथे शास्त्री भवने आहेत. 2005 मध्ये, भारत सरकारने दिल्ली विद्यापीठात लोकशाही आणि शासनाच्या क्षेत्रात त्यांच्या सन्मानार्थ एक खुर्ची तयार केली.

भारतीय संसद भवनाच्या सेंट्रल हॉलमध्ये शास्त्रींचे पोर्ट्रेट टांगलेले आहे. विद्या भूषण यांनी रंगवलेल्या या पोर्ट्रेटचे अनावरण भारताचे तत्कालीन राष्ट्रपती डॉ. शंकर दयाळ शर्मा यांच्या हस्ते 2 ऑक्टोबर 1993 रोजी करण्यात आले.

शास्त्रींचे जीवन आणि मृत्यू हा विशेषतः भारतीय लोकप्रिय संस्कृतीचा विषय आहे. लाल बहादूर शास्त्री यांना श्रद्धांजली हा एस. सुखदेव यांनी दिग्दर्शित केलेला 1967 चा लघुपट आहे आणि भारताच्या फिल्म्स डिव्हिजनने निर्मित केलेला आहे जो माजी पंतप्रधानांना श्रद्धांजली अर्पण करतो. 94 अपने शास्त्री जी (1986) यांनाही श्रद्धांजली वाहण्यात आली.

जय जवान जय किसान हा मिलन अजमेरा यांचा 2015 चा भारतीय हिंदी-भाषेतील चरित्रात्मक नाटक चित्रपट आहे, ज्याचे शीर्षक शास्त्रींच्या लोकप्रिय घोषवाक्यानंतर आहे, ज्यामध्ये त्यांचे संपूर्ण जीवन जन्मापासून ते मृत्यूपर्यंतचे चित्रण आहे जेथे ते अखिलेश जैन यांनी चित्रित केले आहे. लाल बहादूर शास्त्री यांचा मृत्यू, ज्योती कपूर दास यांचा 2018 चा टेलिव्हिजन डॉक्युमेंटरी चित्रपट त्यांच्या मृत्यूची पुनर्रचना करतो आणि त्यांचा मुलगा सुनील शास्त्री यांच्या मुलाखतींसह विविध कट सिद्धांतांचा समावेश करतो. 96 विवेक अग्निहोत्री दिग्दर्शित द ताश्कंद फाइल्स (2019) नावाचा चित्रपट लाल बहादूर शास्त्री यांच्या मृत्यूच्या रहस्याभोवती फिरतो.

ABP News वर प्रसारित होणारी आणि भारतीय पंतप्रधानांची विविध धोरणे आणि राजकीय कार्यकाळ कव्हर करणारी 2013 ची भारतीय माहितीपट टेलिव्हिजन मालिका प्रधान मंत्री (साहित्य? 'पंतप्रधान') यांनी संपूर्ण सातवा भाग "लाल बहादूर शास्त्री" यांना त्यांच्या देशाच्या कार्यकाळासाठी समर्पित केला. शास्त्रीच्या भूमिकेत अखिल मिश्रासोबत नेता.

1965 च्या युद्धावर आधारित मनोज कुमारचा 1967 चा उपकार हा चित्रपट शास्त्रींना समर्पित होता. 99 लाल बहादूर शास्त्री, 2014 चा भारतीय मल्याळम-भाषेतील कॉमेडी चित्रपट रेजिश मिधिला यांनी पंतप्रधानांच्या नावावर ठेवला आहे परंतु त्याचा त्यांच्या जीवनाशी कोणताही स्पष्ट संबंध नाही.

11
बेगम हजरत महल

बेगम हजरत महल

Freedom Fighters

Scan for Story Videos - www.itibook.com

बेगम हजरत महल 1857 च्या उठावात इंग्रजांना आव्हान देणाऱ्या काही महिलांपैकी एक होत्या. तिचे पहिले नाव मुहम्मदी खानम होते. तिचा जन्म फैजाबाद, अवध येथे झाला. आयुष्याच्या उत्तरार्धात तिने नवाब वाजिद अली शाह यांच्यासोबत मुतह विवाह केला.

१८५६ मध्ये ब्रिटिश ईस्ट इंडिया कंपनीने अवधवर ताबा मिळवला आणि अवधचे शेवटचे नवाब नवाब वाजिद अली शाह यांना कलकत्त्याला वनवासात पाठवण्यात आले. हजरत महलने आपला मुलगा बिरजीस कादिरसह लखनौला परत जाण्याचा निर्णय घेतला.

अवध ग्रहण केल्यानंतर मेरठ येथे बंडखोरी झाली आणि लखनौमध्ये बंडाचा ध्वज निर्माण झाला जो अवधच्या इतर शहरांमध्ये वेगाने पसरला. लखनौ हे एकमेव ठिकाण होते जिथे इंग्रजांनी रेसिडेन्सी इमारत सोडली नाही आणि बंडखोरांना त्यांची गमावलेली सत्ता परत मिळवण्यापर्यंत तोंड दिले.

हा उठाव घडवून आणण्यात हजरत महल ही एक प्रमुख व्यक्ती होती. रसेल म्हणतो, "तिने संपूर्ण अवधला खळबळ उडवून दिली आहे. नाना साहेब आणि मौलवी अहमद उल्ला शाह हे तिचे जवळचे सहकारी होते. आउटराम आणि हॅवलॉक हे लखनौच्या रेसिडेन्सीमध्ये ब्रिटिश गॅरिसनला आराम देण्यासाठी कानपूरहून आले. बंडखोरांशी झालेल्या काही चकमकींनंतर आउटराम २३ सप्टेंबर १८५७ रोजी आलुम बाग (लखनौच्या उपनगरातील एक बाग) ताब्यात घेण्यात यशस्वी झाला.

कानपूरमधील इंग्रजांचा विजय तिच्या योजनांना आणखी एक धक्का होता. नोव्हेंबर महिन्यात ब्रिटीश सैन्याचे कमांडर इन चीफ सर कॉलिन कॅम्पबेल एका छोट्या सैन्यासह लखनौला आले.

बेगमने भयंकर लढाईत शत्रूचा सामना केला पण तिची स्थिती कमकुवत होत गेली. बेगमने केलेल्या प्रतिकाराला न जुमानता, इंग्रज कमांडर वेढलेल्या चौकीला रेसिडेन्सीमधून आलुम बागेपर्यंत नेण्यात यशस्वी झाले ज्यात काही ब्रिटिश अधिकारी मारले गेले आणि

जखमी झाले.

बेगम हजरत महल यांनी सैनिकांना प्रोत्साहन देण्यासाठी अनेकदा बैठका बोलावल्या, त्यांना शूर बनण्यास आणि कारणासाठी लढण्यास सांगितल्या. तिने चळवळीसाठी सूचना पत्रे लिहिली आणि 25 फेब्रुवारी 1858 रोजी हत्तीवर बसून रणांगणावर हजर झाल्याची नोंद आहे. अलुम बागवर कधी कधी मौलवी अहमद उल्ला शाह यांच्या नेतृत्वाखालील सैन्याने हल्ला केला तर काही वेळा बेगम यांनी वैयक्तिकरित्या हल्ला केला परंतु बंडखोर सैन्याचा पराभव करण्यात ब्रिटिशांना यश आले.

मार्चमध्ये सर कॉलिन कॅम्पबेल यांच्या नेतृत्वाखाली ब्रिटिशांनी लखनौविरुद्ध कारवाई सुरू केली. नेपाळचा महाराजा जंग बहादूर याने लखनौ ताब्यात घेण्यासाठी पाठवलेल्या 3000 गोरखांचा या फौजेत समावेश होता.

19 मार्च 1858 पर्यंत मूसाबाग, चारबाग आणि केसरबाग ब्रिटिशांच्या ताब्यात आले.

प्रतिकूल परिस्थितीत, बेगम तिच्या अनुयायांसह, तिचा मुलगा बिरजीस कादीर आणि नाना साहेब नेपाळला पळून गेल्या. नेपाळी अधिकारी बंडखोरांना आश्रय देण्यास कचरत होते आणि 15 जानेवारी 1859 रोजी कठोर शब्दात लिहिलेल्या पत्रात जनरल बुद्री यांनी लिहिले, "तुम्ही माझ्या हद्दीत आणि सीमेवर राहावे किंवा आश्रय घ्यावा, तर गोरखा सैन्य निश्चितपणे, त्याचा पाठपुरावा करतील. दोन्ही उच्च राज्यांनी मान्य केलेला करार, आक्रमण करा आणि तुमच्यावर युद्ध करा..."

नेपाळच्या अधिकार्‍यांनी नंतर निर्णय बदलला आणि तिने बंडखोर नेत्यांशी किंवा भारतातील लोकांशी संवाद साधला नाही अशा अटींवर तिला आश्रय देण्यात आला. नेपाळमध्ये तिला अडचणींचा सामना करावा लागला जिथे तिचा मुलगा आजारी पडला. नोकोटे (नेपाळ) येथील तिच्या प्रभारी लेफ्टनंटने पाहिले की बेगमची नेपाळमधूनही पळून जाण्याची योजना होती. कर्नल रॅमसेच्या पत्रानुसार, पाच मार्ग होते ज्याद्वारे बंडखोर टेकड्यांमधून जाऊ शकतात.

बेगमच्या सुटकेनंतर, इंग्रजांनी घोषित केले की बंडखोर आणि त्यांच्या नेत्यांनी सरकारविरुद्ध कट रचण्यासाठी स्वत: ला सादर केले पाहिजे. ज्यांनी ब्रिटीश अधिकार्‍यांची हत्या केली नाही त्यांचे प्राण वाचवले जातील आणि हे बेगमपासून खालच्या दर्जाच्या लोकांपर्यंत सर्वांना लागू होते. बेगमने हे मान्य केले नाही आणि शरणागती पत्करण्याऐवजी, सशस्त्र बदला घेण्याच्या उद्देशाने तिने नेपाळी अधिकाऱ्यांकडे मदत मागितली.

ब्रिटीश अधिकाऱ्यांनी "बेगम हजरत महलला एक महिला आणि शाही घराण्याची सदस्य म्हणून तिच्यासाठी सर्व मोबदला मिळतील" अशा अटी देऊनही, बेगम हजरत महलने त्यांना शरण आले नाही.

उद्रेक आटोक्यात आल्यानंतर, इंग्लंडच्या राणीने ब्रिटिश भारतातील लोकांना शांत करण्यासाठी एक घोषणा जारी केली. याला प्रत्युत्तर म्हणून, बेगम हजरत महल यांनी एक प्रतिउत्तर घोषणा जारी केली आणि लोकांना या वचनांवर विश्वास ठेवू नका असा इशारा

दिला "कारण इंग्रजांची ही अविचल प्रथा आहे की चूक मोठी असो किंवा लहान असो कधीही क्षमा करू नका."

1877 मध्ये बेगमने भारतात परत येण्याचा प्रयत्न केला परंतु आदेश जारी करण्यात आले, ज्यानुसार बिरजीस कादिर किंवा त्यांच्या आईने ब्रिटीश भारतात प्रवेश करण्याची कोणतीही विनंती केली जाणार नाही. भारत सरकारने एक अट घातली की जर त्यांनी ब्रिटीश सरकारच्या हद्दीत प्रवेश केला तर त्यांना सरकारकडून कोणतीही मदत किंवा भत्ता मिळणार नाही आणि ते ज्या जिल्ह्यामध्ये वास्तव्य करू शकतील त्या जिल्ह्याच्या दंडाधिकाऱ्यांच्या देखरेखीखाली असतील.

बेगम हजरत महल भारतात येऊ शकल्या नाहीत आणि त्यांना कायमचे नेपाळमध्ये राहावे लागले. 1879 मध्ये तिच्यासाठी परदेशात असलेल्या एका महान कारणासाठी तिचा मृत्यू झाला. बेगम हजरत महल यांची कबर काठमांडूमध्ये आहे. 10 मे 1984 रोजी तिच्या सन्मानार्थ टपाल तिकीट जारी करण्यात आले.

स्वातंत्र्याच्या पहिल्या लढाईत इंग्रजांविरुद्ध लढणाऱ्या मोजक्या महिलांपैकी एक अदम्य बेगम बनली.

12

चित्तरंजन दास

चित्तरंजन दास

Freedom Fighters

चित्तरंजन दास (5 नोव्हेंबर 1870 - 16 जून 1925), ज्यांना देशबंधू (राष्ट्राचे मित्र) म्हटले जाते, ते भारतीय स्वातंत्र्य चळवळीतील भारतीय स्वातंत्र्यसैनिक, राजकीय कार्यकर्ते आणि वकील होते आणि स्वराज पक्षाचे (स्वातंत्र्य पक्ष) संस्थापक-नेते होते. भारतातील ब्रिटीश वसाहतीच्या काळात बंगाल. त्याचे नाव संक्षिप्त रूपात सीआर दास असे आहे

चित्तरंजन दास यांचा जन्म कलकत्ता येथे ५ नोव्हेंबर १८७० १ २ रोजी बिक्रमपूर, ढाका, बांगलादेश येथील सुप्रसिद्ध बैद्य ३ ४ कुटुंबात झाला. बिक्रमपूरला अनेक शतकांपासून लांब ऐतिहासिक आणि सांस्कृतिक वाट आहे. 12व्या शतकात ही सेना घराण्याचे राजे बल्लाल सेना आणि लक्ष्मण सेनेची राजधानी होती आणि तेव्हापासून पूर्व भारतातील शिक्षण आणि संस्कृतीचे एक महत्त्वाचे स्थान मानले जाते.

दास कुटुंब ब्राह्मो समाजाचे सदस्य होते. चित्तरंजन हे भुवन मोहन दास यांचे पुत्र आणि ब्राह्मो समाजसुधारक दुर्गा मोहन दास यांचे पुतणे होते. त्यांचे वडील वकील आणि पत्रकार होते ज्यांनी ब्रह्मो पब्लिक ओपिनियन या इंग्रजी चर्च साप्ताहिकाचे संपादन केले. अतुल प्रसाद सेन, सत्य रंजन दास, सतीश रंजन दास, सुधी रंजन दास, सरला रॉय आणि लेडी अबला बोस हे त्यांचे काही चुलत भाऊ होते. त्यांचा ज्येष्ठ नातू सिद्धार्थ शंकर रे आणि त्यांची नात न्यायमूर्ती मंजुळा बोस आहे.

त्याला सामान्यतः सन्माननीय देश बंधू म्हणजे "राष्ट्राचा मित्र" असे संबोधले जाते. अनेक साहित्यिक संस्थांशी त्यांचा निकटचा संबंध होता आणि त्यांनी अनेक लेख आणि निबंधांव्यतिरिक्त कविताही लिहिल्या. त्यांनी बसंती देवी (1880-1974) यांच्याशी विवाह केला आणि त्यांना अपर्णा देवी (1898-1972), चिररंजन दास (1899-1928) आणि कल्याणी देवी (1902-1983) ही तीन मुले झाली. बसंती देवी देखील स्वातंत्र्य चळवळीत उतरल्या आणि 1921 मध्ये असहकार चळवळीत तिची वहिनी उर्मिला देवी सोबत कोर्टात अटक करणारी पहिली महिला होती. तिची सर्वांबद्दलची जिव्हाळा आणि आपुलकी पौराणिक होती आणि तिने मातृसत्ताक पदावर काम केले. स्वातंत्र्य सैनिक बंधुत्व. नेताजी सुभाषचंद्र बोस तिला 'मा' मानत असत.

दुर्गा मोहन यांचे दास कुटुंब वकिलांचे कुटुंब होते. दुर्गा मोहनचा मोठा मुलगा सत्य रंजन इमॅन्युएल कॉलेजमधून मॅट्रिक उत्तीर्ण झाला आणि 1883-1886 दरम्यान मिडल टेंपलमध्ये होता, त्यानंतर 1890-1894 दरम्यान दुर्गा मोहनच्या भावाचा मुलगा चित्त रंजन दास. सतीश रंजन दास (1891-1894), ज्योतिष रंजन दास आणि अतुल प्रसाद सेन (1892-1895) यांनी त्यांचे अनुकरण केले.

लंडनमध्ये त्यांनी श्री अरबिंदो घोष, अतुल प्रसाद सेन आणि सरोजिनी नायडू यांच्याशी मैत्री केली होती आणि त्यांनी एकत्र येऊन ब्रिटीश संसदेत दादाभाई नौरोजींचा प्रचार केला

होता.

१८९४ मध्ये चित्तरंजन दास यांनी आपल्या किफायतशीर सरावाचा त्याग केला आणि ब्रिटीश वसाहतवादी सरकारविरुद्ध असहकार आंदोलन सुरू असताना राजकारणात शिरकाव केला. 9 चित्तरंजन दास यांनी पुन्हा थोडक्यात माहिती घेतली आणि 1909 मध्ये अलिपूर बॉम्ब प्रकरणात सहभाग असल्याच्या आरोपावरून अरविंदो घोष यांचा यशस्वीपणे बचाव केला. त्यांच्या उत्तरपारा भाषणात श्री अरविंदांनी कृतज्ञतेने कबूल केले की चित्तरंजन दास यांनी त्यांना वाचवण्यासाठी त्यांची तब्येत मोडली.

1908 मध्ये अलीपूर बॉम्ब खटल्याच्या ऐतिहासिक खटल्यात, श्री अरबिंदो घोष यांचे बचाव पक्षाचे वकील चित्तरंजन दास यांनी आठ दिवसांच्या चिंतनानंतर हे शेवटचे विधान केले:

म्हणून माझे तुम्हाला आवाहन आहे की, अशा व्यक्तीवर ज्याच्यावर आरोप लावले जात आहेत, तो केवळ या न्यायालयाच्या बारसमोरच नाही तर उच्च न्यायालयाच्या इतिहासाच्या बारसमोर उभा आहे आणि माझे तुम्हाला हे आवाहन आहे: हा वाद शांत झाल्यावर, या गदारोळानंतर, हे आंदोलन थांबल्यानंतर, तो मेला आणि गेल्यानंतर, त्याच्याकडे देशभक्तीचा कवी, राष्ट्रवादाचा पैगंबर आणि मानवतेचा प्रेमी म्हणून पाहिले जाईल. तो मेल्यानंतर आणि निघून गेल्यानंतर, त्याचे शब्द केवळ भारतातच नव्हे, तर दूरवरच्या समुद्रात आणि जमिनींवरही प्रतिध्वनी आणि पुन: प्रतिध्वनित होतील. म्हणून मी म्हणतो की त्याच्या पदावर असलेला माणूस केवळ या न्यायालयाच्या पट्टीपुढे उभा नाही तर इतिहास उच्च न्यायालयाच्या बारसमोर उभा आहे. साहेब, तुमच्या निर्णयावर विचार करण्याची आणि सज्जनो, तुमच्या निर्णयावर विचार करण्याची वेळ आली आहे.

चित्तरंजन दास यांचा अनुशीलन समितीच्या कार्यात सक्रिय सहभाग होता. 11 प्रमथ मित्तर यांनी समितीचे अध्यक्ष या नात्याने शेकडो तरुण फायरब्रँड तयार करण्यासाठी संघटित केले जे राष्ट्रासाठी आपले प्राण बलिदान देण्यास तयार होते, तेव्हा चित्तरंजन त्यांचे सहकारी बनले. अनुशीलन समितीची देखभाल पी. मित्तर यांनी चित्तरंजन दास (1894), हरिदास बोस (1895), सुरेन हलदर (1900) आणि मानवेंद्र नाथ रॉय (1901) यांच्या सहाय्याने केली.

1919-1922 च्या असहकार आंदोलनादरम्यान ते बंगालमधील एक प्रमुख व्यक्तिमत्व होते आणि त्यांनी ब्रिटीश-निर्मित कपड्यांवर बंदी आणली, स्वतःचे युरोपियन कपडे जाळून आणि खादीचे कपडे घालून एक आदर्श निर्माण केला. एकेकाळी, त्याचे कपडे पॅरिसमध्ये तयार केले आणि धुतले गेले आणि त्याने कलकत्त्याला कपडे पाठवण्यासाठी पॅरिसमध्ये कायमस्वरूपी लॉन्ड्री ठेवली. जेव्हा ते स्वातंत्र्य चळवळीशी संलग्न झाले तेव्हा त्यांनी या सर्व सुखसोयींचा त्याग केला. उद्धरण आवश्यक

त्यांनी फॉरवर्ड नावाचे वृत्तपत्र काढले आणि नंतर भारतातील विविध ब्रिटीश विरोधी चळवळींना पाठिंबा म्हणून त्याचे नाव बदलून लिबर्टी ठेवले. कलकत्ता महानगरपालिका

स्थापन झाल्यावर ते पहिले महापौर झाले. ते राष्ट्रीय स्वातंत्र्याच्या प्राप्तीसाठी अहिंसा आणि संवैधानिक पद्धतींवर विश्वास ठेवणारे होते आणि त्यांनी हिंदू-मुस्लिम ऐक्य, सहकार्य आणि जातीय सलोख्याचा पुरस्कार केला आणि राष्ट्रीय शिक्षणाचे समर्थन केले. गांधींच्या गटाला "नो कौन्सिल एन्ट्री" वरील प्रस्ताव गमावल्यानंतर त्यांनी गया अधिवेशनात भारतीय राष्ट्रीय काँग्रेसच्या अध्यक्षपदाचा राजीनामा दिला. त्यानंतर त्यांनी 1923 मध्ये ज्येष्ठ मोतीलाल नेहरू आणि तरुण हुसेन शहीद सुहरावर्दी यांच्यासमवेत स्वराज पक्षाची स्थापना केली आणि त्यांचे बिनधास्त मत आणि स्थान व्यक्त केले.

चित्तरंजन दास एक प्रतिष्ठित बंगाली कवी म्हणून उदयास आले, जेव्हा, राष्ट्रीय चळवळीच्या अडचणीच्या काळात, त्यांनी त्यांच्या "मालांचा" आणि "माला" या कवितासंग्रहाचे पहिले दोन खंड प्रकाशित केले. 1913 मध्ये त्यांनी "सागर संगीत" (समुद्राचे गाणे) प्रकाशित केले. श्री अरबिंदो पाँडेचेरीमध्ये होते आणि त्यांना आर्थिक मदतीची नितांत गरज होती.

1925 मध्ये चित्तरंजन यांची प्रकृती जास्त कामामुळे बिघडू लागली. उद्धरण आवश्यक चित्तरंजन त्यांची तब्येत बरी होण्यासाठी दार्जिलिंगला गेले आणि मे 1925 मध्ये सर एनएन सरकार यांच्या घरी "स्टेप साइड" येथे राहिले. महात्मा गांधी त्यांची भेट घेऊन काही दिवस त्यांच्यासोबत राहिले. गांधीजींनी लिहिले,

"जेव्हा मी दार्जिलिंग सोडले तेंव्हा मी याआधी विचार केला नव्हता असे बरेच काही सोडले. देशबंधूबद्दलच्या माझ्या प्रेमाचा आणि अशा महान आत्म्याबद्दलच्या माझ्या प्रेमळ भावनेचा अंत नव्हता.

चित्तरंजन नॅशनल कॅन्सर इन्स्टिट्यूट ऑफ कोलकाताची विनम्र सुरुवात १९५० मध्ये झाली जेव्हा चित्तरंजन सेवा सदनच्या आवारात चित्तरंजन कॅन्सर हॉस्पिटलची स्थापना झाली. चित्तरंजन यांनी त्यांच्या मृत्यूच्या काही वर्षांपूर्वी ही मालमत्ता त्यांचे घर आणि लगतच्या जमिनीसह महिलांच्या जीवनातील सुधारणांसाठी राष्ट्राला भेट म्हणून दिली होती. 16

चित्तरंजन पार्क, मोठ्या बंगाली समुदायाचे निवासस्थान, मूळतः दक्षिण दिल्लीतील ईपीडीपी कॉलनीचे नाव 1980 च्या दरम्यान देशबंधू चित्तरंजन दास यांच्या नावावरून ठेवण्यात आले.

13
बिपीन चंद्र पाल

बिपीन चंद्र पाल

Freedom Fighters

Scan for Story Videos - www.itibook.com

बिपिन चंद्र पाल (बंगाली); 7 नोव्हेंबर 1858 - 20 मे 1932) हे भारतीय राष्ट्रवादी, लेखक, वक्ते, समाजसुधारक आणि भारतीय स्वातंत्र्य चळवळीतील होते. स्वातंत्र्य सैनिक. ते "लाल बाल पाल" या त्रिकुटातील एक तृतीयांश होते. 1 पाल हे श्री अरबिंदो यांच्यासह स्वदेशी चळवळीचे प्रमुख शिल्पकार होते. ब्रिटिश वसाहतवादी सरकारने बंगालच्या फाळणीलाही त्यांनी विरोध केला.

बिपिन चंद्र पाल यांचा जन्म पोइल, हबीगंज, सिल्हेट जिल्हा, ब्रिटीश भारताच्या बंगाल प्रेसिडेन्सी या गावात हिंदू बंगाली कायस्थ कुटुंबात झाला. 2 त्यांचे वडील रामचंद्र पाल हे पर्शियन विद्वान आणि छोटे जमीनदार होते. त्यांनी चर्च मिशन सोसायटी कॉलेज (आताचे सेंट पॉल कॅथेड्रल मिशन कॉलेज), कलकत्ता विद्यापीठाचे संलग्न महाविद्यालय येथे शिकले आणि शिकवले. 3 त्यांनी इंग्लंडमधील नवीन मँचेस्टर कॉलेज, ऑक्सफर्ड येथे एक वर्ष तुलनात्मक धर्मशास्त्राचा अभ्यास केला परंतु अभ्यासक्रम पूर्ण केला नाही. 4 त्यांचा मुलगा निरंजन पाल हा बॉम्बे टॉकीजच्या संस्थापकांपैकी एक होता. एक जावई आयसीएस अधिकारी एसके डे होते, जे नंतर केंद्रीय मंत्री झाले. त्यांचे दुसरे जावई स्वातंत्र्यसैनिक उल्लासकर दत्ता होते ज्यांनी त्यांच्या बालपणीच्या प्रेमाची आवड लीला दत्ता यांच्याशी त्यांच्या शेवटच्या वयात अनेक परिस्थितींनंतर विवाह केला.

बिपिन चंद्र पाल मुलाचे कुटुंब - निरंजन पाल (बॉम्बे टॅकीजचे संस्थापक) नातू- कॉलिन पाल (शूटिंग स्टारचे लेखक) चित्रपट दिग्दर्शक ग्रेट ग्रँडसन - दीप पाल (स्टेडीकॅम कॅमेरावर्क). राजकारणात जेवढे क्रांतिकारक होते, तेवढेच पाल त्यांच्या खासगी आयुष्यातही होते. त्यांच्या पहिल्या पत्नीच्या मृत्यूनंतर त्यांनी एका विधवेशी लग्न केले आणि ब्राह्मोसमाजात प्रवेश केला.

पाल यांना भारतातील क्रांतिकारी विचारांचे जनक म्हणून ओळखले जाते. 6 पाल हे भारतीय राष्ट्रीय काँग्रेसचे प्रमुख नेते बनले. 1887 मध्ये झालेल्या भारतीय राष्ट्रीय

काँग्रेसच्या मद्रास अधिवेशनात, बिपिन चंद्र पाल यांनी भेदभाव करणारा शस्त्र कायदा रद्द करण्याची जोरदार मागणी केली. लाला लजपत राय आणि बाळ गंगाधर टिळक यांच्यासोबत ते लाल-बाल-पाल त्रिकुटाचे होते जे क्रांतिकारी कार्याशी संबंधित होते. श्री अरबिंदो घोष आणि पाल यांना पूर्ण स्वराज, स्वदेशी, बहिष्कार आणि राष्ट्रीय शिक्षणाच्या आदर्शांभोवती फिरणाऱ्या नवीन राष्ट्रीय चळवळीचे प्रमुख प्रवर्तक म्हणून ओळखले गेले. त्यांच्या कार्यक्रमात स्वदेशी, बहिष्कार आणि राष्ट्रीय शिक्षणाचा समावेश होता. त्यांनी स्वदेशीचा वापर आणि गरिबी आणि बेरोजगारी दूर करण्यासाठी विदेशी वस्तूंवर बहिष्कार टाकण्याचा प्रचार आणि प्रोत्साहन दिले. त्यांना स्वरूपातून सामाजिक दुष्कृत्ये काढून टाकायची होती आणि राष्ट्रीय टीकेतून राष्ट्रवादाची भावना जागृत करायची होती. ब्रिटिश वसाहती सरकारशी असहकाराच्या स्वरूपातील सौम्य निषेधावर त्यांचा अजिबात विश्वास नव्हता. त्या एका मुद्द्यावर, ठाम राष्ट्रवादी नेत्याचे महात्मा गांधींशी काहीही साम्य नव्हते. आयुष्याच्या शेवटच्या सहा वर्षात त्यांनी काँग्रेसशी फारकत घेतली आणि एकांतवासाचे जीवन व्यतीत केले. श्री अरबिंदो यांनी त्यांचा उल्लेख राष्ट्रवादाच्या पराक्रमी संदेष्ट्यांपैकी एक म्हणून केला. बिपीनचंद्र पाल यांनी सामाजिक आणि आर्थिक विकृती दूर करण्यासाठी प्रयत्न केले. त्यांनी जातिव्यवस्थेला विरोध केला आणि विधवा पुनर्विवाहाचा पुरस्कार केला. त्यांनी 48 तासांच्या कामाच्या आठवड्याची वकिली केली आणि कामगारांच्या वेतनात वाढ करण्याची मागणी केली. त्यांनी गांधींच्या मार्गांबद्दल तिरस्कार व्यक्त केला, ज्यावर त्यांनी टीका केली की ते "तर्क" ऐवजी "जादू" मध्ये आहेत. 5

पत्रकार म्हणून, पाल यांनी बंगाल पब्लिक ओपिनियन, द ट्रिब्यून आणि न्यू इंडियासाठी काम केले, जिथे त्यांनी त्यांच्या राष्ट्रवादाचा प्रचार केला. 7 त्यांनी अनेक लेख लिहून भारताला चीनमध्ये होत असलेल्या बदलांबद्दल आणि इतर भू-राजकीय परिस्थितींबद्दल चेतावणी दिली. पाल यांनी त्यांच्या एका लेखनात भारतासाठी भविष्यातील धोका कुठून येईल याचे वर्णन करताना "आमचा खरा धोका" या शीर्षकाखाली लिहिले.

14
राणी लक्ष्मीबाई

राणी लक्ष्मीबाई

Freedom Fighters

Scan for Story Videos - www.itibook.com

राणी लक्ष्मीबाई ही भारताच्या उत्तरेकडील झाशी संस्थानाची राणी होती. 1857 मध्ये सुरू झालेल्या भारताच्या स्वातंत्र्याच्या पहिल्या युद्धातील त्या सर्वात प्रमुख व्यक्तिमत्त्वांपैकी एक होत्या. या लेखात, आम्ही तुम्हाला झाशी की राणी – राणी लक्ष्मीबाई यांचे चरित्र सादर करू, ज्या शौर्य आणि धैर्याचे प्रतीक होत्या.

तिचा जन्म काशी (आता वाराणसी) येथे 18 नोव्हेंबर 1835 मध्ये एका महाराष्ट्रीय कुटुंबात झाला. बालपणात तिला मणिकर्णिका या नावाने ओळखले जायचे. तिचे कुटुंबीय तिला प्रेमाने मनू म्हणत. वयाच्या चारव्या वर्षी तिने तिची आई गमावली. त्यामुळे तिच्या संगोपनाची जबाबदारी तिच्या वडिलांवर आली. अभ्यास करत असताना, तिने मार्शल आर्ट्सचे औपचारिक प्रशिक्षण देखील घेतले, ज्यामध्ये घोडेस्वारी, नेमबाजी आणि तलवारबाजीचा समावेश होता. झाशी की राणी – राणी लक्ष्मीबाईचा संपूर्ण जीवन इतिहास जाणून घेण्यासाठी वाचा.

१८४२ मध्ये झाशीचे महाराज राजे गंगाधरराव नेवाळकर यांच्याशी तिचा विवाह झाला. लग्न झाल्यावर तिचे नाव लक्ष्मीबाई ठेवण्यात आले. झाशीच्या जुन्या शहरातील गणेश मंदिरात तिचा विवाह सोहळा पार पडला. 1851 मध्ये तिने एका मुलाला जन्म दिला. दुर्दैवाने, मूल चार महिन्यांपेक्षा जास्त जगले नाही.

१८५३ मध्ये गंगाधर राव आजारी पडले आणि खूप अशक्त झाले. त्यामुळे या जोडप्याने एक मूल दत्तक घेण्याचा निर्णय घेतला. ब्रिटीशांनी दत्तक घेण्याबाबत कोणताही मुद्दा उपस्थित करू नये यासाठी झाशी की राणी – राणी लक्ष्मीबाई यांना स्थानिक ब्रिटिश प्रतिनिधींच्या साक्षीने हे दत्तक मिळाले. 21 नोव्हेंबर 1853 रोजी महाराज गंगाधर राव यांचे निधन झाले.

7 मार्च 1854 रोजी ब्रिटिशांनी झाशी राज्य विसर्जित करणारे राजपत्र जारी केले. मेजर एलिस हा इंग्रज अधिकारी झाशी की राणी – राणी लक्ष्मीबाई यांना भेटायला आला तेव्हा

अन्यायामुळे राणी लक्ष्मीबाई संतप्त झाल्या. त्यांनी राज्य विसर्जित करण्याची अधिकृत घोषणा वाचून दाखवली. संतापलेल्या राणी लक्ष्मीबाईने एलिसला 'मेरी झांसी नहीं दूंगी (मी माझ्या झाशीपासून वेगळे होणार नाही)' असे सांगितले जेव्हा त्याने तिची जाण्याची परवानगी मागितली. एलिस तिचे ऐकून निघून गेली. 1857 च्या लढाईने जानेवारी 1857 पासून सुरू झालेल्या स्वातंत्र्याच्या लढाईने 10 मे रोजी मेरठलाही वेढले.

मेरठ, दिल्ली आणि बरेली बरोबरच झाशीचीही ब्रिटिश राजवटीतून सुटका झाली. झाशी मुक्त झाल्यानंतर तीन वर्षांनी, राणी लक्ष्मीबाईने झाशीचा ताबा घेतला आणि तिने ब्रिटिशांच्या संभाव्य हल्ल्यापासून झाशीचे रक्षण करण्याची तयारी केली. सर ह्यू रोज यांची राणी लक्ष्मीबाई यांना जिवंत पकडण्यासाठी इंग्रजांनी नेमले होते. 20 मार्च 1858 रोजी, सर ह्यूज यांनी आपल्या सैन्यासह झाशीपासून 3 मैल दूर तळ ठोकला आणि तिला निरोप पाठवला की तिने शरण जावे; पण शरणागती पत्करण्याऐवजी ती आपल्या किल्ल्याच्या तटबंदीवर उभी राहून आपल्या सैन्याला इंग्रजांशी लढण्यास प्रवृत्त करते. लढाई सुरू झाली. झाशीच्या तोफांनी इंग्रजांना हुलकावणी दिली. सलग ४० दिवस गोळीबार होऊनही झाशीच्या किल्ल्यावर हल्ला होऊ शकला नाही; त्यामुळे सर ह्यू यांनी विश्वासघाताचा मार्ग स्वीकारण्याचा निर्णय घेतला. शेवटी 3 एप्रिल रोजी सर ह्यू रोजचे सैन्य झाशीत दाखल झाले.

सैनिकांनी लोकांना लुटण्यास सुरुवात केली. झाशी की राणी - राणी लक्ष्मीबाईने शत्रूचा नाश मोडून पेशव्यात सामील होण्याचा निर्णय घेतला. रात्री तिच्या भरवशाच्या 200 घोडदळांच्या ताफ्यासह तिने आपल्या 12 वर्षाच्या मुलाला दामोदरला पाठीवर बांधले आणि 'जय शंकर'चा नारा देत आपला गड सोडला. तिने ब्रिटीशांच्या तुकडीत प्रवेश केला आणि काल्पीच्या दिशेने स्वारी केली. तिच्यासोबत तिचे वडील मोरोपंत होते. ब्रिटीश सैन्याची दुफळी तोडताना तिचे वडील जखमी झाले, ब्रिटिशांनी पकडले आणि त्यांना फाशी देण्यात आली.

सलग 24 तास सायकल चालवून 102 मैलांचे अंतर कापून राणीने काल्पी गाठली. पेशवाने परिस्थितीचा न्याय केला आणि तिला मदत करण्याचा निर्णय घेतला. तिच्या विनंतीनुसार त्याने आपल्या सैन्याची तुकडी तिला दिली. 22 मे रोजी सर ह्यू रोजने काल्पीवर हल्ला केला. झाशी की राणी - राणी लक्ष्मीबाई तलवार हातात घेऊन विजेसारखी पुढे सरसावल्या. तिच्या जोरदार हल्ल्यामुळे ब्रिटीश सैन्याला मोठा धक्का बसला. या धक्क्याने व्यथित झालेल्या सर ह्यू रोजने आपल्या राखीव उंट सैन्याला युद्धभूमीवर आणले. सैन्याच्या ताज्या मजबुतीमुळे क्रांतिकारकांच्या उत्साहावर परिणाम झाला आणि 24 मे रोजी काल्पी ब्रिटीशांनी ताब्यात घेतला. पराभूत रावसाहेब पेशवे, बांद्याचा नवाब, तात्या टोपे, झाशीची राणी लक्ष्मीबाई आणि सर्व सरदार गोपाळपूरला जमले. झाशी की राणी - राणी लक्ष्मीबाईंनी ग्वाल्हेर ताब्यात घेण्याचे सुचवले. ग्वाल्हेरचे शासक शिंदे हे इंग्रज समर्थक होते. झाशी की राणी – राणी लक्ष्मीबाईने ग्वाल्हेर जिंकून पेशव्यांच्या स्वाधीन

केले.

सर ह्यू रोज यांनी राणी लक्ष्मीबाईंकडून ग्वाल्हेरच्या पराभवाची बातमी ऐकली होती. वेळ वाया गेल्यास परिस्थिती नियंत्रणाबाहेर जाऊ शकते, हे त्यांच्या लक्षात आले; म्हणून त्यांनी ग्वाल्हेरकडे कूच केले. सर ह्यू रोजने ग्वाल्हेरला स्पर्श केल्याने लक्ष्मीबाई आणि पेशव्यांनी इंग्रजांशी लढण्याचा निर्णय घेतला. लक्ष्मीबाईंनी ग्वाल्हेरच्या पूर्व बाजूचे रक्षण करण्याची जबाबदारी स्वतःवर घेतली. लक्ष्मीबाईंच्या अभूतपूर्व शौर्याने त्यांच्या सैन्याला प्रेरणा दिली; पुरुषांच्या गणवेशातल्या तिच्या दासीही रणांगणात उतरल्या. लक्ष्मीबाईंच्या शौर्याचा परिणाम इंग्रज सैन्याच्या माघारीत झाला.

18 जून रोजी इंग्रजांनी ग्वाल्हेरवर सर्व बाजूंनी हल्ला केला. शरणागती पत्करण्यापेक्षा शत्रूची आघाडी तोडून बाहेर पडण्याचे तिने ठरवले. लष्करी आघाडी तोडत असताना ती एक बाग समोर आली. ती तिच्या 'राजरतन' घोड्यावर स्वार होत नव्हती. नवीन घोडा उडी मारून पार करण्याऐवजी कालव्याजवळ गोल गोल फिरू लागला. झाशी की राणी – राणी लक्ष्मीबाईला त्याचे परिणाम जाणवले आणि त्यांनी ब्रिटीश सैन्यावर हल्ला करण्यासाठी माघार घेतली. ती जखमी झाली, रक्तस्त्राव सुरू झाला आणि ती घोड्यावरून पडली. पुरुषाच्या पोशाखात असल्याने सैनिकांनी तिला ओळखले नाही आणि तिला तिथेच सोडले. राणीच्या विश्वासू सेवकांनी तिला जवळच्या गंगादास मठात नेले आणि तिला गंगाजल दिले. आपल्या शरीराला कोणत्याही ब्रिटीश पुरुषांनी हात लावू नये अशी शेवटची इच्छा तिने व्यक्त केली आणि शौर्याने मृत्यूला कवटाळले. जगभरातील क्रांतिकारक, सरदार भगतसिंग यांचे संघटन आणि शेवटी नेताजी सुभाषचंद्र बोस यांचे सैन्यही झाशी की राणी-राणी लक्ष्मीबाई यांनी दाखवलेल्या शौर्याने प्रेरित झाले होते. झाशी की राणी - राणी लक्ष्मीबाई यांनी वयाच्या २३ व्या वर्षी अखेरचा श्वास घेतला.

तिने हिंदुस्थानींच्या अनेक पिढ्यांना प्रेरणा दिली, त्यामुळे त्या स्वातंत्र्यलढ्यात अमर झाल्या. झाशी की राणी-राणी लक्ष्मीबाई अशा शूर योद्ध्यापुढे नतमस्तक होतो. झाशी की राणी - राणी लक्ष्मीबाईचा जीवन इतिहास, ज्यांनी 23 वर्षांच्या तरुण वयात युद्धात बलिदान देण्यास प्राधान्य दिले, तो खूप प्रेरणादायी आहे. झाशी, नंतर काल्पी आणि शेवटी ग्वाल्हेर येथे झालेल्या लढायांमध्ये तिने असामान्य लढाऊ आत्मा आणि शौर्य दाखवून इंग्रजांना आश्चर्यचकित केले. ब्रिटीश मेजर सर ह्यू रोज यांना झाशीचा किल्ला जिंकता यावा म्हणून विश्वासघात करावा लागला. लढाई लढताना आपल्या मुलाला पाठीवर बांधणारी अशी असामान्य महिला जगाच्या इतिहासात सापडणार नाही. पहिल्या महायुद्धातील 'गदर' पक्षाशी संबंधित असलेल्या देशभक्तांना, शहीद भगतसिंगांच्या संघटनेला आणि स्वातंत्र्यवीर सावरकरांपासून सुभाषचंद्रांपर्यंतच्या सर्व क्रांतिकारकांना प्रेरणा देणारे तिने निवडलेले शौर्य आणि शौर्य मरण भव्य आहे. झाशी की राणी - राणी लक्ष्मीबाई यांच्या जीवन इतिहासावर बरेच साहित्य लिहिले गेले आहे. तिच्या सन्मानार्थ वीर कविता रचल्या गेल्या आहेत.

राणी लक्ष्मीबाईचे नाव ऐकले की इंग्रजांशी बेधडक लढा आठवतो. तिने काही गोष्टी अतिशय शिस्तबद्ध रीतीने पाळल्यामुळे तिच्यात ही 'क्षत्रवृत्ती' निर्माण झाली. शिवाय, ती एक मजबूत प्रशासक देखील होती. तिचे असे अनेक गुण आहेत ज्याबद्दल आपल्यापैकी अनेकांना माहिती नाही. वरसई (तालुका पेण, जि. रायगड) येथील दिवंगत विष्णुपंत गोडसे यांनी त्यांच्या उत्तर भारतातील प्रवासाची प्रवासवर्णने लिहून ठेवली होती आणि ते झाशी की राणी – राणी लक्ष्मीबाई यांना भेटले होते, त्यामुळे आम्ही हे तपशील जाणून घेऊ शकतो. अशा प्रकारे त्यांनी या गोष्टी लिहून आपल्या भावी पिढ्यांना उपकृत केले आहे. समाजातील एक वर्ग ब्राह्मण समाजाच्या द्वेषातून इतिहास नष्ट करण्याचा प्रयत्न करीत आहे आणि इतिहासातील ब्राह्मणांच्या योगदानाचे अवमूल्यन करण्याचा प्रयत्न करीत आहे. गोडसे गुरुजींचा हा लेख, ब्राह्मणांचे असे अवमूल्यन करण्याचे प्रयत्न कसे हाणून पाडणे आवश्यक आहे आणि या समाजाने समाजाला कसे उपकृत केले आहे हे जाणून घेण्यास मदत होईल.

झाशी की राणी – राणी लक्ष्मीबाई ही श्रींची एकुलती एक मुलगी होती. मोरोपंत तांबे, श्रीमंत बाजीराव पेशवे यांच्याकडे नोकरीला. ती अगदी लहान असतानाच तिने तिची आई गमावली; म्हणून मोरोपंतांनी तिला प्रत्येक गोष्टीत प्रशिक्षण देण्याचा प्रयत्न केला. नंतर तिचा विवाह झाशी संस्थान (छोटे राज्य) येथील राजे गंगाधरबाबा यांच्याशी झाला आणि तिचे नाव बदलून लक्ष्मीबाई ठेवण्यात आले.

श्री महालक्ष्मी ही झाशीच्या राज्यकर्त्यांच्या घराण्याची कुलदेवता होती. झाशीच्या दक्षिण दरवाजासमोर एका मोठ्या तलावात श्री महालक्ष्मीचे मंदिर आहे. झाशीच्या राजाने या मंदिरात पूजा करण्याची आणि सर्व वेळ दिवा लावण्याची सर्व व्यवस्था केली होती. नगरात अनेक मंदिरे असून त्या सर्वांचे व्यवस्थापन 'संस्थान' करत होते. राजा गंगाधरबाबा यांच्या मृत्यूनंतर झाशी की राणी – राणी लक्ष्मीबाई यांनी त्यांचा समर्थपणे सांभाळ केला.

राजे गंगाधरबाबा यांच्या निधनानंतर त्यांच्या संस्थानचे व्यवस्थापन इंग्रजांच्या ताब्यात गेले. पतीच्या मृत्यूनंतर राणीला मुंडण करण्यासाठी श्री क्षेत्र प्रयागला जायचे होते; परंतु त्यासाठी इंग्रजांची परवानगी आवश्यक होती, त्यामुळे विलंब होत होता. झाशी की राणी – राणी लक्ष्मीबाईने, म्हणून एक नियम पाळला की, जोपर्यंत ती आपले मुंडन करू शकत नाही तोपर्यंत ती स्नानानंतर 'भस्म' लावायची आणि दररोज 3 ब्राह्मणांना रु.3/- अर्पण करायची. त्यानुसार राणी लवकर उठून स्नान वगैरे उरकून पांढऱ्या रंगाची साडी नेसून रोज तुळशीपूजनानंतर 'पार्थिव लिंगाची' पूजा करत असे.

लक्ष्मीबाईंना लहानपणापासूनच व्यायाम करायला आणि घोडेस्वारी करायला जायची आवड होती. झाशीची राणी झाल्यानंतरही ती लवकर उठायची आणि व्यायाम करायची. मग ती घोडेस्वारी आणि हत्तीवर स्वार होऊन जायची. हा तिचा दिनक्रम होता.

राणी लक्ष्मीबाई घोड्यांच्या उत्तम न्यायाधीश होत्या. घोड्यांच्या ज्ञानासाठी ती प्रसिद्ध होती. एकदा एक घोडेविक्रेता दोन चांगले घोडे घेऊन श्री क्षेत्र उज्जैनचे राजा बाबासाहेब आपटे यांच्याकडे गेला; पण तो त्यांचा न्याय करू शकला नाही. मग विक्रेता ग्वाल्हेरच्या

श्रीमंत जयाजीराजे शिंदे यांच्याकडे गेला; पण तोही घोड्यांचा दर्जा काढू शकला नाही. शेवटी तो झाशीला आला. राणी लक्ष्मीबाईला एका घोड्यावर स्वार होती आणि त्यांनी विक्रेत्याला घोडा चांगल्या जातीचा असल्याचे सांगितले आणि रु. 1200/- त्याला. मग तिने दुसऱ्या घोड्यावर स्वार होऊन त्याला फक्त रुपये देऊ केले. 50/- त्याचसाठी; घोड्याच्या छातीत दुखापत झाली आहे. विक्रेत्याने वस्तुस्थिती स्वीकारली. ज्यांनी आधी घोड्यांची तपासणी केली होती, त्यांनी दोन्ही घोडे समान ताकदीचे असल्याचे सांगितले होते.

एकदा झाशीला कडाक्याच्या थंडीचा फटका बसला होता. शहराच्या दक्षिण दरवाजाजवळ सुमारे 1000-1200 भिकारी जमा झाले. जेव्हा राणी श्री महालक्ष्मीच्या दर्शनासाठी गेली तेव्हा तिने गर्दी पाहिली आणि तिच्या मंत्र्याला त्यांच्याबद्दल विचारले. त्यांनी राणीला सांगितले की गरीब लोक थंडीपासून बचावासाठी काही कव्हरलेट मागवत आहेत. राणीने आदेश जारी केला की चौथ्या दिवसापर्यंत शहरातील सर्व गरीब लोकांना टोपी, कोट आणि ब्लँकेटचे वाटप केले जावे आणि आदेशाची अंमलबजावणी झाली.

झाशी राज्यात बालवसागर नावाचे एक छोटेसे शहर होते. चोरट्यांमुळे स्थानिक नागरिक हैराण झाले होते. राणी या ठिकाणी गेली आणि अडचणीची काळजी घेत 15 दिवस राहिली. अनेक गुन्हेगारांना फाशी देण्यात आली आणि काहींना तुरुंगात टाकण्यात आले.

काही 'सरदारांनी' राणीला काही सैनिकांसह किल्ल्यावर परत जाण्याचा सल्ला दिला. ब्रिटीश सैनिकांची संख्या जास्त असल्याने लढणे कठीण असल्याचे राणीच्या लक्षात आले. निवडक 1500 सैनिकांसह, राणीने मध्यरात्री आपला किल्ला सोडून काल्पीला जाण्याचा निर्णय घेतला आणि ती वेढा तोडून काल्पीला गेली. दत्तक पुत्राला पाठीवर बांधून, घोड्यावर स्वार होऊन तिने तलवारीने वेढा कापला; पण तिचे बहुतेक सैनिक मारले गेले. ती आपल्या एका दासीसह त्वरेने काल्पीला गेली.

काल्पी येथे राणीने श्रीमंत नानासाहेब पेशवे आणि तात्या टोपे यांची भेट घेतली. नंतर फक्त त्यांच्यासोबतच तिने इंग्रजांशी लढा दिला. एके ठिकाणी राणी आपल्या सरदार 'सरदार' बरोबर रणांगणात गेली; मोठी लढत झाली पण तिला पराभवाला सामोरे जावे लागले. काल्पीजवळच्या एका ठिकाणी तिची भेट गोडसे गुरुजींशी झाली, जे पूर्वी तिच्या सेवेत होते. त्या भेटीत तिने त्याला १८५७ च्या बंडातील सहभागाबद्दल सांगितले. राणीने गोडसे गुरुजींना सांगितले की तिच्याकडे फार कमी गोष्टी शिल्लक आहेत (ब्रिटिशांनी तिला जे काही देऊ केले त्यामध्ये ती शांतपणे जगू शकली असती); 'मी विधवा आहे आणि मला गरज नव्हती; पण सर्व हिंदू आणि धर्माचा विचार करून मी अशी कृती करण्याचा विचार केला.'

श्रीमंत नानासाहेब पेशवे, तात्या टोपे आणि राणी लक्ष्मीबाई यांनी ग्वाल्हेर जिंकले; पण पळून गेलेल्या जयाजीराजे शिंदे यांनी इंग्रजांची मदत घेऊन पुन्हा हल्ला केला. ग्वाल्हेर येथे एक लढाई झाली ज्यात राणीला गोळी लागली; पण त्या स्थितीतही ती लढत राहिली. शेवटी, ती तलवारीने वार झाली आणि तिच्या घोड्यावरून पडली; पण तात्या टोपे यांनी ताबडतोब

तिचा मृतदेह घेऊन वेढा तोडला. त्याने तिच्यावर अंत्यसंस्कार केले आणि अंतिम संस्कार केले. अशा प्रकारे, झाशी की राणी – आपल्या धर्मासाठी लढणारी राणी लक्ष्मीबाई आजही एक शूर राणी म्हणून 'खूब लडी मर्दानी, वो तो झांसीवाली रानी थी!' म्हणून ओळखली जाते.

15
बाळ गंगाधर टिळक

बाळ गंगाधर टिळक

Freedom Fighters

Scan for Story Videos - www.itibook.com

बाळ गंगाधर टिळक यांचा जन्म केशव गंगाधर टिळक 23 जुलै 1856 - 1 ऑगस्ट 1920), लोकमान्य (IAST: लोकमान्य) म्हणून प्रिय असलेले, एक भारतीय राष्ट्रवादी, शिक्षक आणि स्वातंत्र्य कार्यकर्ते होते. ते लाल बाल पाल त्रयस्थांपैकी एक तृतीयांश होते. 5 टिळक हे भारतीय स्वातंत्र्य चळवळीचे पहिले नेते होते. ब्रिटिश वसाहतवादी अधिकाऱ्यांनी त्यांना "भारतीय अशांततेचे जनक" म्हटले. त्यांना "लोकमान्य" ही पदवी देखील बहाल करण्यात आली, ज्याचा अर्थ "लोकांनी त्यांचा नेता म्हणून स्वीकार केला". 6 महात्मा गांधींनी त्यांना "आधुनिक भारताचा निर्माता" म्हटले.

टिळक हे स्वराज्याचे ('स्वराज्य') पहिले आणि प्रबळ पुरस्कर्ते आणि भारतीय चेतनेतील एक मजबूत कट्टरपंथी होते. "स्वराज्य हा माझा जन्मसिद्ध हक्क आहे आणि तो मी मिळवणारच!" त्यांनी बिपिन चंद्र पाल, लाला लजपत राय, अरबिंदो घोष, व्हीओ चिदंबरम पिल्लई आणि मुहम्मद अली जिना यांच्यासह अनेक भारतीय राष्ट्रीय काँग्रेस नेत्यांशी घनिष्ट युती केली.

केशव गंगाधर टिळक यांचा जन्म 23 जुलै 1856 रोजी रत्नागिरी येथे एका मराठी हिंदू चित्पावन ब्राह्मण कुटुंबात झाला, जो सध्याच्या महाराष्ट्रातील रत्नागिरी जिल्ह्याचे मुख्यालय आहे (तत्कालीन बॉम्बे प्रेसिडेन्सी). 1 चिखली हे त्यांचे वडिलोपार्जित गाव. त्यांचे वडील गंगाधर टिळक हे शाळेत शिक्षक होते आणि टिळक सोळा वर्षांचे असताना त्यांचे निधन झाले. १८७१ मध्ये, वडिलांच्या मृत्यूच्या काही महिने आधी, सोळा वर्षांचे असताना टिळकांचा तापीबाई (नी बाळ) यांच्याशी विवाह झाला. लग्नानंतर तिचे नाव बदलून सत्यभामाबाई ठेवण्यात आले. त्यांनी 1877 मध्ये पुण्याच्या डेक्कन कॉलेजमधून गणित विषयात प्रथम श्रेणीत कला शाखेची पदवी प्राप्त केली. त्याऐवजी एलएलबी अभ्यासक्रमात सामील होण्यासाठी त्यांनी एमएचा अभ्यासक्रम अर्धवट सोडला आणि 1879 मध्ये त्यांनी सरकारी लॉ कॉलेजमधून एलएलबी पदवी प्राप्त केली. 8 पदवीधर

झाल्यानंतर टिळकांनी पुण्यातील एका खाजगी शाळेत गणित शिकवायला सुरुवात केली. पुढे नवीन शाळेतील सहकाऱ्यांशी वैचारिक मतभेद झाल्याने त्यांनी माघार घेतली आणि पत्रकार बनले. टिळकांनी सार्वजनिक कार्यात सक्रिय सहभाग घेतला. त्यांनी नमूद केले: "धर्म आणि व्यावहारिक जीवन वेगळे नाही. खरा आत्मा हा देशाला आपले कुटुंब बनवण्याऐवजी केवळ आपल्या स्वतःसाठी काम करणे आहे. पलीकडची पायरी म्हणजे मानवतेची सेवा करणे आणि पुढील पायरी म्हणजे देवाची सेवा करणे."

विष्णुशास्त्री चिपळूणकर यांच्या प्रेरणेने, त्यांनी 1880 मध्ये गोपाळ गणेश आगरकर, महादेव बल्लाळ नामजोशी आणि विष्णुशास्त्री चिपळूणकर यांच्यासह काही महाविद्यालयीन मित्रांसह माध्यमिक शिक्षणासाठी न्यू इंग्लिश स्कूलची सह-स्थापना केली. भारतातील तरुणांसाठी शिक्षणाचा दर्जा सुधारणे हे त्यांचे ध्येय होते. शाळेच्या यशामुळे त्यांनी 1884 मध्ये डेक्कन एज्युकेशन सोसायटीची स्थापना करून एक नवीन शिक्षण प्रणाली तयार केली जी भारतीय संस्कृतीवर भर देऊन तरुण भारतीयांना राष्ट्रवादी विचार शिकवते. 10 सोसायटीने 1885 मध्ये पोस्ट-माध्यमिक अभ्यासासाठी फर्ग्युसन कॉलेजची स्थापना केली. टिळक फर्ग्युसन कॉलेजमध्ये गणित शिकवत. 1890 मध्ये, टिळकांनी डेक्कन एज्युकेशन सोसायटी अधिक उघडपणे राजकीय कार्यासाठी सोडली. 11 त्यांनी धार्मिक आणि सांस्कृतिक पुनरुज्जीवनावर भर देऊन स्वातंत्र्याच्या दिशेने एक व्यापक चळवळ सुरू केली.

टिळकांची प्रदीर्घ राजकीय कारकीर्द ब्रिटिश वसाहतवादी राजवटीपासून भारतीय स्वायत्ततेसाठी आंदोलन करत होती. गांधींपूर्वी, ते भारतीय राजकीय नेते होते. त्यांचे सहकारी महाराष्ट्रीयन समकालीन, गोखले यांच्या विपरीत, टिळक हे कट्टर राष्ट्रवादी पण सामाजिक परंपरावादी मानले जात होते. त्यांना अनेक प्रसंगी तुरुंगवास भोगावा लागला ज्यात मंडाले येथे दीर्घकाळ थांबला. त्यांच्या राजकीय जीवनाच्या एका टप्प्यावर त्यांना ब्रिटिश लेखक सर व्हॅलेंटाईन चिरोल यांनी "भारतीय अशांततेचे जनक" म्हटले होते.

टिळक 1890 मध्ये भारतीय राष्ट्रीय काँग्रेसमध्ये सामील झाले. 14 त्यांनी त्याच्या मध्यम वृत्तीला विरोध केला, विशेषतः स्वराज्याच्या लढ्याकडे. तो त्यावेळच्या प्रख्यात रॅडिकल्सपैकी एक होता. 15 खरं तर, 1905-1907 च्या स्वदेशी चळवळीमुळे भारतीय राष्ट्रीय काँग्रेसमध्ये नरमपंथी आणि अतिरेकी अशी विभागणी झाली.

1896 च्या उत्तरार्धात, बुबोनिक प्लेग मुंबई ते पुण्यापर्यंत पसरला आणि जानेवारी 1897 पर्यंत तो महामारीच्या प्रमाणात पोहोचला. आपत्कालीन परिस्थितीला तोंड देण्यासाठी ब्रिटिश भारतीय सैन्य आणले गेले आणि प्लेगला आळा घालण्यासाठी कठोर उपाय योजले गेले, ज्यात खाजगी घरांमध्ये सक्तीने प्रवेश करणे, घरातील रहिवाशांची तपासणी, रुग्णालये आणि अलग ठेवण्याच्या शिबिरांमध्ये स्थलांतर करणे, वैयक्तिक वस्तू काढून टाकणे आणि नष्ट करणे यांचा समावेश आहे. मालमत्ता, आणि रुग्णांना शहरात प्रवेश करण्यापासून किंवा सोडण्यापासून प्रतिबंधित करणे. मे महिन्याच्या अखेरीस साथीचे

रोग नियंत्रणात आले. साथीच्या रोगाला आळा घालण्यासाठी केलेल्या उपाययोजनांमुळे भारतीय जनतेमध्ये मोठ्या प्रमाणावर नाराजी पसरली. टिळकांनी हा मुद्दा त्यांच्या केसरी या पेपरमध्ये (केसरी मराठीत लिहिला होता, आणि "मराठा" इंग्रजीत लिहिला होता) मध्ये प्रक्षोभक लेख प्रकाशित करून, हिंदू धर्माचा धर्मग्रंथ, भगवद्गीता उद्धृत करून, कोणावरही दोष लावता येणार नाही असे सांगून हा मुद्दा उचलला. बक्षीसाचा कोणताही विचार न करता अत्याचारी मारला. यानंतर, 22 जून 1897 रोजी, कमिशनर रँड आणि आणखी एक ब्रिटिश अधिकारी, लेफ्टनंट आयर्स्ट यांना चापेकर बंधू आणि त्यांच्या इतर साथीदारांनी गोळ्या घालून ठार केले. बार्बरा आणि थॉमस आर. मेटकाफ यांच्या मते, टिळकांनी "गुन्हेगारांची ओळख जवळजवळ निश्चितपणे लपवून ठेवली". 16 टिळकांवर खुनाला चिथावणी दिल्याचा आरोप ठेवण्यात आला आणि त्यांना १८ महिने तुरुंगवासाची शिक्षा झाली. जेव्हा ते सध्याच्या मुंबईतील तुरुंगातून बाहेर आले, तेव्हा त्यांना शहीद आणि राष्ट्रीय नायक म्हणून सन्मानित करण्यात आले. 17 त्यांनी त्यांचे सहकारी काका बाप्टिस्टा यांनी तयार केलेली नवीन घोषणा स्वीकारली: "स्वराज्य (स्वराज्य) हा माझा जन्मसिद्ध हक्क आहे आणि तो मी मिळवणारच."

बंगालच्या फाळणीनंतर, जी राष्ट्रवादी चळवळ कमकुवत करण्यासाठी लॉर्ड कर्झनने आखलेली रणनीती होती, टिळकांनी स्वदेशी चळवळ आणि बहिष्कार चळवळीला प्रोत्साहन दिले. 19 या चळवळीत विदेशी वस्तूंवर बहिष्कार आणि परदेशी वस्तू वापरणाऱ्या भारतीयांवर सामाजिक बहिष्काराचा समावेश होता. स्वदेशी चळवळीत स्वदेशी उत्पादित वस्तूंचा समावेश होता. एकदा परदेशी मालावर बहिष्कार टाकला की, भारतातच त्या वस्तूंच्या उत्पादनाने एक पोकळी भरून काढावी लागली. स्वदेशी आणि बहिष्कार आंदोलन या एकाच नाण्याच्या दोन बाजू असल्याचे टिळक म्हणाले.

टिळकांनी गोपाळ कृष्ण गोखले यांच्या मध्यम विचारांना विरोध केला आणि त्यांना बंगालमधील सहकारी भारतीय राष्ट्रवादी बिपिन चंद्र पाल आणि पंजाबमध्ये लाला लजपत राय यांनी पाठिंबा दिला. त्यांना "लाल-बाल-पाल ट्रिमविरेट" असे संबोधले जात असे. 1907 मध्ये गुजरातमधील सुरत येथे काँग्रेस पक्षाचे वार्षिक अधिवेशन झाले. काँग्रेसच्या नूतन अध्यक्षाच्या निवडीवरून पक्षातील मध्यमवर्गीय आणि कट्टरपंथी गटांमध्ये वाद निर्माण झाला होता. टिळक, पाल आणि लजपत राय यांच्या नेतृत्वाखालील कट्टरपंथी गट आणि मध्यम गटात पक्ष विभागला गेला. अरबिंदो घोष, VO चिदंबरम पिल्लई सारखे राष्ट्रवादी टिळक समर्थक होते.

कलकत्त्यात विचारले असता त्यांनी स्वतंत्र भारतासाठी मराठा प्रकारच्या सरकारची कल्पना केली आहे का, टिळकांनी उत्तर दिले की 17 व्या आणि 18 व्या शतकातील मराठा बहुल सरकार 20 व्या शतकात कालबाह्य होते आणि त्यांना स्वतंत्र भारतासाठी अस्सल संघराज्य व्यवस्था हवी होती जिथे प्रत्येकजण होता. एक समान भागीदार. 22 ते पुढे म्हणाले की अशा प्रकारचे सरकारच भारताच्या स्वातंत्र्याचे रक्षण करू शकेल. देवनागरी

लिपीत लिहिलेली हिंदी ही भारताची एकमेव राष्ट्रभाषा म्हणून स्वीकारावी असे सुचविणारे ते पहिले काँग्रेस नेते होते.

त्यांच्या हयातीत इतर राजकीय खटल्यांमध्ये टिळकांवर ब्रिटिश भारत सरकारने तीन वेळा राजद्रोहाचा खटला चालवला होता- १८९७, २४ १९०९, २५ आणि १९१६. 26 1897 मध्ये, टिळकांना राजांच्या विरोधात असंतोषाचा प्रचार केल्याबद्दल 18 महिन्यांच्या तुरुंगवासाची शिक्षा झाली. 1909 मध्ये, त्याच्यावर पुन्हा देशद्रोह आणि भारतीय आणि ब्रिटिश यांच्यातील वांशिक वैमनस्य वाढवण्याचा आरोप लावण्यात आला. मुंबईचे वकील मुहम्मद अली जिना टिळकांच्या बचावात हजर झाले पण त्यांना एका वादग्रस्त निकालात बर्मामध्ये सहा वर्षांच्या तुरुंगवासाची शिक्षा झाली. 27 1916 मध्ये जेव्हा तिसऱ्यांदा टिळकांवर स्वराज्यावरील व्याख्यानांबद्दल देशद्रोहाचा आरोप लावण्यात आला तेव्हा जिना पुन्हा त्यांचे वकील होते आणि यावेळी त्यांना या खटल्यातून निर्दोष सोडण्यात आले.

30 एप्रिल 1908 रोजी, प्रफुल्ल चाकी आणि खुदीराम बोस या दोन बंगाली तरुणांनी मुझफ्फरपूर येथे कलकत्ता फेम चीफ प्रेसिडेन्सी मॅजिस्ट्रेट डग्लस किंग्सफोर्ड यांना मारण्यासाठी एका गाडीवर बॉम्ब फेकले, परंतु त्यात प्रवास करणाऱ्या दोन महिलांचा चुकून मृत्यू झाला. पकडल्यावर चाकीने आत्महत्या केली, तर बोसला फाशी देण्यात आली. टिळकांनी त्यांच्या केसरी या पेपरमध्ये क्रांतिकारकांचा बचाव केला आणि तत्काळ स्वराज्य किंवा स्वराज्याची मागणी केली. सरकारने तातडीने त्यांच्यावर देशद्रोहाचा गुन्हा दाखल केला. खटल्याच्या शेवटी, विशेष ज्युरीने त्याला 7:2 बहुमताने दोषी ठरवले. न्यायाधीश दिनशॉ डी. दावर यांनी त्याला मंडाले, बर्मा येथे सहा वर्षांचा तुरुंगवास आणि £1,000 (US$13) दंड ठोठावला. 30 त्यांना काही म्हणायचे आहे का, असे न्यायाधीशांनी विचारले असता, टिळक म्हणाले:

मला एवढेच सांगायचे आहे की, ज्युरीचा निकाल असूनही, मी निर्दोष आहे हे मी कायम ठेवतो. पुरुष आणि राष्ट्रांच्या नशिबावर राज्य करणाऱ्या उच्च शक्ती आहेत; आणि मला वाटतं, माझ्या पेन आणि जिभेपेक्षा मी ज्या कारणाचे प्रतिनिधित्व करत आहे त्याचा फायदा माझ्या दुःखाने अधिक व्हावा ही प्रॉव्हिडन्सची इच्छा असू शकते.

मुहम्मद अली जिना हे त्यांचे वकील होते. 29 न्यायमूर्ती दावर यांच्या निकालावर प्रेसमध्ये कठोर टीका झाली आणि ब्रिटिश न्याय व्यवस्थेच्या निःपक्षपातीपणाच्या विरोधात पाहिले गेले. 1897 मध्ये टिळकांच्या पहिल्या राजद्रोहाच्या खटल्यात न्यायमूर्ती दावर स्वतः हजर झाले होते. 27 शिक्षा सुनावताना न्यायमूर्तींनी टिळकांच्या वर्तनावर काही कठोर ताशेरे ओढले. त्याने न्यायिक प्रतिबंध फेकून दिला जो काही प्रमाणात ज्युरीला त्याच्या चार्जमध्ये साजरा करता आला. त्यांनी लेखांचा निषेध केला, "देशद्रोहाचा धक्कादायक", हिंसेचा प्रचार करणे, संमतीने खुनाचे बोलणे. "तुम्ही भारतात बॉम्बच्या आगमनाचे स्वागत करता जणू काही भारतात त्याच्या भल्यासाठी आले आहे. मी म्हणतो, अशी पत्रकारिता देशाला शाप आहे". टिळकांना 1908 ते 1914 या काळात मंडाले येथे

पाठवण्यात आले. 31 तुरुंगात असताना, त्यांनी वाचन आणि लेखन चालू ठेवले आणि भारतीय राष्ट्रवादी चळवळीबद्दल त्यांच्या कल्पना विकसित केल्या. तुरुंगात असताना त्यांनी गीता रहस्य लिहिले. 32 त्याच्या पुष्कळ प्रती विकल्या गेल्या आणि ते पैसे भारतीय स्वातंत्र्य संग्रामासाठी दान केले गेले.

मंडाले तुरुंगात शिक्षेदरम्यान टिळकांना मधुमेह झाला. 16 जून 1914 रोजी सुटकेच्या वेळी या आणि तुरुंगातील जीवनाच्या सामान्य परीक्षांमुळे त्यांची सुटका झाली. त्याच वर्षी ऑगस्टमध्ये पहिले महायुद्ध सुरू झाले, तेव्हा टिळकांनी राजा-सम्राट जॉर्ज पंचम यांना पाठिंबा दिला आणि नवीन भरती शोधण्यासाठी त्यांचे वक्तृत्व वळवले. युद्ध प्रयत्न. ब्रिटिश संसदेने मे 1909 मध्ये पारित केलेल्या मिंटो-मॉर्ले रिफॉर्म्स या नावाने प्रसिद्ध असलेल्या इंडियन कौन्सिल कायद्याचे त्यांनी स्वागत केले आणि त्याला "शासक आणि शासित यांच्यातील विश्वासाची लक्षणीय वाढ" असे म्हटले. राजकीय सुधारणांची गती घाई करण्याऐवजी हिंसाचाराच्या कृत्यांमुळे प्रत्यक्षात कमी होते, असा त्यांचा विश्वास होता. ते काँग्रेसशी समेट करण्यास उत्सुक होते आणि त्यांनी थेट कारवाईची मागणी सोडून दिली होती आणि "संवैधानिक मार्गाने काटेकोरपणे" आंदोलनांसाठी तोडगा काढला होता - एक ओळ ज्याचा प्रतिस्पर्ध्या गोखले यांनी दीर्घकाळ समर्थन केला होता. 34 अतिरिक्त उद्धरण(चे) आवश्यक आहे टिळक लखनौ करार 1916 दरम्यान ते आपल्या सहकारी राष्ट्रवादींसोबत पुन्हा एकत्र आले आणि भारतीय राष्ट्रीय काँग्रेसमध्ये पुन्हा सामील झाले.

टिळकांनी मोहनदास गांधींना संपूर्ण अहिंसा ("संपूर्ण अहिंसा") ची कल्पना सोडून स्वराज्य ("स्वराज्य") मिळविण्याचा प्रयत्न करण्यास पटवून देण्याचा प्रयत्न केला. स्वराज्य मिळवण्याचे साधन आणि सत्याग्रहाच्या त्यांच्या वकिलातीत ते ठाम होते, त्यांनी टिळकांच्या देशासाठी केलेल्या सेवांचे आणि त्यांच्या दृढ निश्चयाचे कौतुक केले. टिळकांनी व्हॅलेंटाईन चिरोल विरुद्ध दिवाणी खटला गमावल्यानंतर आणि आर्थिक नुकसान झाल्यानंतर, गांधींनी टिळकांनी केलेल्या खर्चाची पूर्तता करण्याच्या उद्देशाने सुरू केलेल्या टिळक पर्स फंडात योगदान देण्यास भारतीयांना आवाहन केले.

टिळकांनी 1916-18 मध्ये जीएस खापर्डे आणि ॲनी बेझंट यांच्यासोबत ऑल इंडिया होम रूल लीग स्थापन करण्यात मदत केली. मध्यम आणि कट्टरपंथी गटांना पुन्हा एकत्र करण्याचा अनेक वर्षांचा प्रयत्न केल्यानंतर, त्याने हार मानली आणि स्वराज्याची मागणी करणाऱ्या होम रूल लीगवर लक्ष केंद्रित केले. टिळकांनी स्वराज्याच्या चळवळीत सामील होण्यासाठी शेतकरी आणि स्थानिकांच्या समर्थनासाठी गावोगावी प्रवास केला. 31 टिळक रशियन राज्यक्रांतीमुळे प्रभावित झाले आणि त्यांनी व्लादिमीर लेनिनची प्रशंसा केली. 37 एप्रिल 1916 मध्ये लीगचे 1400 सदस्य होते आणि 1917 पर्यंत सदस्य संख्या अंदाजे 32,000 झाली. टिळकांनी महाराष्ट्र, मध्य प्रांत आणि कर्नाटक आणि बेरार प्रदेशात होमरूल लीग सुरू केली. बेझंट लीग उर्वरित भारतात सक्रिय होती.

टिळकांनी आयुष्यभर व्यापक राजकीय कृतीसाठी भारतीय जनतेला एकत्र करण्याचा प्रयत्न केला. हे होण्यासाठी, ब्रिटीशविरोधी हिंदुत्ववादी चळवळीचे सर्वसमावेशक समर्थन असणे आवश्यक आहे असे त्यांचे मत होते. यासाठी त्यांनी रामायण आणि भगवद्गीतेच्या कथित मूळ तत्त्वांचे समर्थन केले. त्यांनी या आवाहनाला सक्रियता कर्म-योग किंवा कृतीचा योग असे नाव दिले. 39 त्याच्या विवेचनात, भगवद्गीता कृष्ण आणि अर्जुन यांच्यातील संभाषणात हे तत्व प्रकट करते जेव्हा कृष्ण अर्जुनाला त्याच्या शत्रूंशी (ज्यामध्ये त्याच्या कुटुंबातील अनेक सदस्यांचा समावेश होता) युद्ध करण्यास सांगितले कारण ते त्याचे कर्तव्य आहे. टिळकांच्या मते, भगवद्गीतेने सक्रियतेचे भक्कम औचित्य प्रदान केले. तथापि, हे त्यावेळच्या मजकुराच्या मुख्य प्रवाहातील प्रतिपादनाशी विरोधाभास होते, ज्यावर त्यागवादी विचारांचे वर्चस्व होते आणि पूर्णपणे देवासाठी कृती करण्याची कल्पना होती. हे रामानुज आणि आदि शंकराच्या त्यावेळच्या दोन मुख्य प्रवाहातील दृश्यांद्वारे प्रतिनिधित्व केले गेले. या तत्त्वज्ञानाचा आधार शोधण्यासाठी, टिळकांनी गीतेतील संबंधित परिच्छेदांचे स्वतःचे विवेचन लिहिले आणि ज्ञानदेवांचे गीतेवरील भाष्य, रामानुजांचे टीकात्मक भाष्य आणि गीतेचे स्वतःचे भाषांतर वापरून त्यांच्या मतांचे समर्थन केले. 40 त्यांची मुख्य लढाई त्या काळातील त्यागी विचारांविरुद्ध होती जी सांसारिक सक्रियतेशी विरोधाभासी होती. याच्याशी लढण्यासाठी, त्यांनी कर्म, धर्म आणि योग यासारख्या शब्दांचा तसेच त्याग या संकल्पनेचा पुनर्व्याख्या करण्यासाठी खूप प्रयत्न केले. हिंदू धार्मिक चिन्हे आणि ओळींवर त्यांनी तर्कसंगतता स्थापित केल्यामुळे, त्यांनी अनेक गैर-हिंदूंना वेगळे केले जसे की मुस्लिम ज्यांनी समर्थनासाठी ब्रिटिशांशी मैत्री करण्यास सुरुवात केली.

टिळकांचा पुण्यात उदयास येत असलेल्या उदारमतवादी प्रवृत्तींचा तीव्र विरोध होता जसे की स्त्रियांचे हक्क आणि अस्पृश्यतेविरुद्ध सामाजिक सुधारणा. 41 42 43 टिळकांनी 1885 मध्ये पुण्यात पहिल्या मूळ मुलींच्या उच्च माध्यमिक शाळेची (आता हुजूरपागा म्हणून ओळखले जाते) स्थापना करण्यास आणि त्याचा अभ्यासक्रम महाराष्ट्र आणि केसरी या वृत्तपत्रांचा वापर करून तीव्र विरोध केला. 42 44 45 टिळकांचा आंतरजातीय विवाहालाही विरोध होता, विशेषतः उच्चवर्णीय स्त्रीने खालच्या जातीतील पुरुषाशी विवाह केला होता. 45 देशस्थ, चित्पावन आणि कर्‍हाडे यांच्या बाबतीत, त्यांनी या तीन महाराष्ट्रीयन ब्राह्मण गटांना "जातिनिहायता" सोडून आंतरविवाह करण्यास प्रोत्साहित केले. तथापि, मुलींचे लग्नाचे वय सोळा आणि मुलांसाठी वीस पर्यंत वाढवण्याच्या परिपत्रकावर स्वाक्षरी करण्यास तो तयार होता.

बालवधू रुखमाबाईचे वयाच्या अकराव्या वर्षी लग्न झाले होते पण तिने पतीसोबत राहण्यास नकार दिला. पतीने वैवाहिक हक्कांच्या परतफेडीसाठी खटला दाखल केला, सुरुवातीला तो हरला पण निर्णयाला अपील केले. 4 मार्च 1887 रोजी न्यायमूर्ती फारान यांनी हिंदू कायद्यांचा अर्थ लावत रुखमाबाईंना "तिच्या पतीसोबत राहायला जा अन्यथा सहा महिने तुरुंगवास भोगावा" असा आदेश दिला. टिळकांनी न्यायालयाच्या या निर्णयाला

मान्यता दिली आणि न्यायालय हिंदू धर्मशास्त्रांचे पालन करत असल्याचे सांगितले. निकाल पाळण्यापेक्षा तुरुंगवास भोगावा लागेल, अशी प्रतिक्रिया रुखमाबाईंनी दिली. तिचे लग्न नंतर राणी व्हिक्टोरियाने विसर्जित केले. नंतर, तिने लंडन स्कूल ऑफ मेडिसिन फॉर वुमनमधून डॉक्टर ऑफ मेडिसिनची पदवी प्राप्त केली.

1890 मध्ये, अकरा वर्षांच्या फुलमणी बाईचा तिच्या मोठ्या पतीसोबत लैंगिक संबंध असताना मृत्यू झाला, तेव्हा पारशी समाजसुधारक बेहरामजी मलबारी यांनी विवाहासाठी मुलीच्या पात्रतेचे वय वाढवण्यासाठी संमती वय कायदा, 1891 चे समर्थन केले. टिळकांनी विधेयकाला विरोध केला आणि सांगितले की पारशी तसेच इंग्रजांना (हिंदू) धार्मिक बाबींवर अधिकार नाही. त्याने मुलीला "दोषयुक्त स्त्री अवयव" असल्याचा दोष दिला आणि प्रश्न केला की "निरुपद्रवी कृत्य केल्याबद्दल नवऱ्याचा छळ कसा होऊ शकतो". त्याने त्या मुलीला "निसर्गाच्या धोकादायक विक्षिप्त" पैकी एक म्हटले. 43 स्त्री-पुरुष संबंधांच्या बाबतीत टिळकांचा पुरोगामी विचार नव्हता. हिंदू स्त्रियांना आधुनिक शिक्षण मिळाले पाहिजे यावर त्यांचा विश्वास नव्हता. उलट, त्यांचा अधिक पुराणमतवादी दृष्टिकोन होता, असा विश्वास होता की स्त्रिया म्हणजे गृहिणी आहेत ज्यांना त्यांच्या पती आणि मुलांच्या गरजांनुसार स्वतः ला अधीन करावे लागले. 11 टिळकांनी 1918 मध्ये अस्पृश्यता निर्मूलनाच्या याचिकेवर स्वाक्षरी करण्यास नकार दिला, त्यांच्या मृत्यूच्या दोन वर्षांपूर्वी, जरी त्यांनी यापूर्वी एका सभेत त्याविरोधात बोलले होते.

टिळक आणि स्वामी विवेकानंद यांना एकमेकांबद्दल खूप आदर आणि आदर होता. 1892 मध्ये ट्रेनने प्रवास करताना त्यांची चुकून भेट झाली आणि टिळकांच्या घरी विवेकानंद पाहुणे म्हणून होते. तिथे उपस्थित असलेल्या एका व्यक्तीने (बासुकाका) ऐकले की विवेकानंद आणि टिळक यांच्यात एकमत झाले होते की टिळक "राजकीय" क्षेत्रात राष्ट्रवादासाठी काम करतील, तर विवेकानंद "धार्मिक" क्षेत्रात राष्ट्रवादासाठी काम करतील. विवेकानंदांचे लहान वयात निधन झाले तेव्हा टिळकांनी केसरीमध्ये खूप दुःख व्यक्त केले आणि त्यांना श्रद्धांजली वाहिली. b c d e टिळकांनी विवेकानंदांबद्दल म्हटले:

"कोणताही हिंदू, ज्याच्या हृदयात हिंदू धर्माचे हित आहे, विवेकानंदांच्या समाधीबद्दल दुःख व्यक्त करण्यास मदत करू शकत नाही. विवेकानंदांनी, अद्वैत तत्त्वज्ञानाचा ध्वज सदैव जगाच्या सर्व राष्ट्रांमध्ये फडकत ठेवण्याचे काम हाती घेतले होते. त्यांना हिंदू धर्माची आणि हिंदू लोकांची खरी महानता कळते. ज्याप्रमाणे त्यांनी एक सुरक्षित पाया घातला होता, त्याचप्रमाणे ते त्यांच्या विद्वत्ता, वक्तृत्व, उत्साह आणि प्रामाणिकपणाच्या बळावर या कार्याच्या पूर्ततेने त्यांच्या कर्तृत्वाचा मुकुट घालतील अशी त्यांना आशा होती. पण स्वामींच्या समाधीने या आशा मावळल्या आहेत. हजारो वर्षांपूर्वी, दुसरे संत शंकराचार्य, ज्यांनी जगाला हिंदू धर्माची महिमा आणि महानता दाखवली. १९ व्या शतकात दुसरे शंकराचार्य म्हणजे विवेकानंद, जे. , जगाला हिंदू धर्माचे वैभव दाखवून दिले. त्यांचे कार्य अजून पूर्ण व्हायचे आहे. आम्ही आमचे वैभव, आमचे स्वातंत्र्य, सर्व काही गमावले आहे."

कोल्हापूर संस्थानाच्या शासक शाहूचे टिळकांशी अनेक संघर्ष झाले कारण नंतरचे टिळकांनी शूद्रांसाठी असलेल्या मराठ्यांसाठीच्या पुराणिक विधींच्या ब्राह्मणांच्या निर्णयाशी सहमती दर्शविली. टिळकांनी असेही सुचवले की मराठ्यांनी त्यांना ब्राह्मणांनी दिलेला शूद्र दर्जा "संतुष्ट" असावा. टिळकांच्या वृत्तपत्रांनी, तसेच कोल्हापुरातील वृत्तपत्रांनी शाहूंवर त्यांचा जातीय पूर्वग्रह आणि ब्राह्मणांबद्दलच्या अवास्तव वैराबद्दल टीका केली. यामध्ये शाहूंनी चार ब्राह्मण महिलांवर केलेल्या लैंगिक अत्याचारासारख्या गंभीर आरोपांचा समावेश होता. लेडी मिंटो नावाच्या एका इंग्रज महिलेने त्यांना मदत करण्याची विनंती केली होती. शाहूंच्या एजंटने हे आरोप "त्रासदायक ब्राह्मणांवर" लावले होते. टिळक आणि दुसऱ्या ब्राह्मणाला शाहूंनी इस्टेटी जप्त केल्याचा त्रास सहन करावा लागला, प्रथम शाहू आणि शंकरेश्वरच्या शंकराचार्य यांच्या भांडणात आणि नंतर दुसऱ्या प्रकरणामध्ये.

टिळकांनी 1880-1881 मध्ये मराठीत केसरी ("द लायन") आणि इंग्रजीत महारत्ता (कधीकधी 'मराठा' म्हणून संबोधले जाते) ही दोन साप्ताहिके गोपाळ गणेश आगरकर यांच्यासोबत 1880-1881 मध्ये सुरू केली. याद्वारे त्यांना 'भारताचा जागृत करणारा' म्हणून ओळखले गेले, कारण नंतर केसरी हे दैनिक बनले आणि ते आजतागायत प्रकाशित करत आहे. या उत्सवांमध्ये अनेक दिवसांच्या मिरवणुका, संगीत आणि खाद्यपदार्थांचा समावेश होता. ते शेजारच्या, जातीने किंवा व्यवसायाने वर्गणीच्या माध्यमातून आयोजित केले गेले. विद्यार्थी बहुधा हिंदू आणि राष्ट्रीय गौरव साजरे करत असत आणि राजकीय प्रश्नांना सामोरे जात असत; स्वदेशी वस्तूंच्या संरक्षणासह. 60 1895 मध्ये, टिळकांनी मराठा साम्राज्याचे संस्थापक शिवाजीची जयंती "शिवजयंती" साजरी करण्यासाठी श्री शिवाजी निधी समितीची स्थापना केली. रायगड किल्ल्यावरील शिवाजींच्या समाधीच्या (समाधी) पुनर्बांधणीसाठी निधी देण्याचेही या प्रकल्पाचे उद्दिष्ट होते. या दुसऱ्या उद्दिष्टासाठी टिळकांनी तळेगाव दाभाडे येथील सेनापती खंडेराव दाभाडे द्वितीय यांच्यासमवेत श्री शिवाजी रायगड स्मारक मंडळाची स्थापना केली, जे मंडळाचे संस्थापक अध्यक्ष झाले.

गणपती उत्सव आणि शिवजयंती यांसारख्या घटनांचा उपयोग टिळकांनी वसाहतवादी राजवटीच्या विरोधात सुशिक्षित उच्चभ्रूंच्या वर्तुळाच्या पलीकडे राष्ट्रीय भावना निर्माण करण्यासाठी केला. पण त्यामुळे हिंदू-मुस्लिम मतभेदही वाढले. उत्सवाचे आयोजक हिंदूंना गायींचे रक्षण करण्यास आणि शिया मुस्लिमांनी आयोजित केलेल्या मोहरम उत्सवावर बहिष्कार घालण्याचे आवाहन करतील, ज्यामध्ये हिंदू पूर्वी अनेकदा सहभागी झाले होते. अशाप्रकारे, जरी हे उत्सव वसाहतवादी राजवटीला विरोध करण्याचा एक मार्ग होता, तरीही त्यांनी धार्मिक तणाव निर्माण करण्यास हातभार लावला. 60 शिवसेनेसारख्या समकालीन मराठी हिंदू राष्ट्रवादी पक्षांनी शिवाजीबद्दल आदर व्यक्त केला. 61 तथापि, भारतीय इतिहासकार, उमा चक्रवर्ती प्रोफेसर गॉर्डन जॉन्सनचा हवाला देतात आणि म्हणतात, "हे लक्षणीय आहे की, ज्या वेळी टिळक शिवाजीचा राजकीय वापर करत होते, तेव्हाही त्यांना

मराठा म्हणून क्षत्रिय दर्जा देण्याच्या प्रश्नाला टिळकांसह परंपरावादी ब्राह्मणांनी विरोध केला होता. शिवाजी हा एक शूर पुरुष होता, त्याच्या सर्व शौर्याने, त्याला ब्राह्मणाच्या जवळपास असलेल्या दर्जाचा अधिकार दिला नाही. पुढे, शिवाजीने ब्राह्मणांची पूजा केल्यामुळे सामाजिक संबंधांमध्ये कोणत्याही प्रकारे बदल झाला नाही. शूद्र म्हणून त्याने ते केले - शुद्र म्हणून सेवक, ब्राह्मणाचा गुलाम नाही तर".

1880 मध्ये टिळकांनी इतरांसोबत स्थापन केलेली डेक्कन एज्युकेशन सोसायटी आजही पुण्यात फर्ग्युसन कॉलेज सारख्या संस्था चालवते. 63 20 व्या शतकाच्या सुरूवातीस टिळकांनी सुरू केलेली स्वदेशी चळवळ 1947 मध्ये ते उद्दिष्ट साध्य होईपर्यंत स्वातंत्र्य चळवळीचा भाग बनली. काँग्रेस सरकारने अर्थव्यवस्थेचे उदारीकरण होईपर्यंत 1990 च्या दशकापर्यंत स्वदेशी हा भारत सरकारच्या धोरणाचा भाग होता असे म्हणता येईल. 64 अधिक चांगल्या स्रोताची आवश्यकता टिळक म्हणाले, "मी भारताला माझी मातृभूमी आणि माझी देवी मानतो, भारतातील लोक माझे नातेवाईक आहेत आणि त्यांच्या राजकीय आणि सामाजिक मुक्तीसाठी निष्ठावान आणि स्थिर कार्य करणे हा माझा सर्वोच्च धर्म आणि कर्तव्य आहे".

1903 मध्ये टिळकांनी "द आर्क्टिक होम इन द वेद" हे पुस्तक लिहिले. त्यात त्यांनी असा युक्तिवाद केला की वेद केवळ आर्कटिकमध्येच रचले जाऊ शकतात आणि शेवटच्या हिमयुगाच्या सुरुवातीनंतर आर्य बाड्र्सने त्यांना दक्षिणेकडे आणले. त्यांनी वेदांची अचूक वेळ ठरवण्यासाठी एक नवीन मार्ग सुचविला. उद्धरण आवश्यक "द ओरियन" मध्ये त्यांनी वेगवेगळ्या नक्षत्रांच्या स्थानाचा वापर करून वेदांचा काळ मोजण्याचा प्रयत्न केला. 66 वेगवेगळ्या वेदांमध्ये नक्षत्रांच्या स्थानांचे वर्णन केले आहे. टिळकांनी मंडाले येथील तुरुंगात "श्रीमध भगवद्गीता रहस्य" लिहिले - भगवद्गीतेतील 'कर्मयोग' चे विश्लेषण, जे वेद आणि उपनिषदांची देणगी म्हणून ओळखले जाते.

टिळकांचे पुत्र श्रीधर टिळक यांनी 1920 च्या उत्तरार्धात दलित नेते डॉ. आंबेडकर यांच्यासमवेत अस्पृश्यता निर्मूलनासाठी मोहीम चालवली. 67 दोघेही बहु-जातीय समता संघाचे नेते होते. 68 69 श्रीधर यांचे पुत्र जयंतराव टिळक (1921-2001) हे अनेक वर्षे केसरी वृत्तपत्राचे संपादक होते. जयंतराव हे काँग्रेस पक्षाचे राजकारणीही होते. ते भारतीय संसदेचे वरिष्ठ सभागृह असलेल्या राज्यसभेत महाराष्ट्राचे प्रतिनिधित्व करणारे भारतीय संसदेचे सदस्य होते. ते महाराष्ट्र विधान परिषदेचे सदस्यही होते.

बाळ गंगाधर टिळकांचे वंशज रोहित टिळक हे पुणे स्थित काँग्रेस पक्षाचे राजकारणी आहेत. 71 2017 मध्ये, ज्या महिलेसोबत त्याचे विवाहबाह्य संबंध होते, त्याने त्याच्यावर बलात्कार आणि इतर गुन्ह्यांचा आरोप केला होता. या आरोपांप्रकरणी तो सध्या जामिनावर बाहेर आहे.

28 जुलै 1956 रोजी संसद भवनाच्या सेंट्रल हॉलमध्ये बीजी टिळकांचे चित्र लावण्यात आले. गोपाळ देउस्कर यांनी रंगवलेल्या टिळकांच्या पोर्ट्रेटचे अनावरण भारताचे तत्कालीन

पंतप्रधान जवाहरलाल नेहरू यांनी केले होते.

पुण्यातील टिळक स्मारक रंग मंदिर हे नाट्यगृह त्यांना समर्पित आहे. 2007 मध्ये, भारत सरकारने टिळकांच्या 150 व्या जयंतीनिमित्त एक नाणे जारी केले. 76 77 लोकमान्य टिळकांचे स्मारक म्हणून मंडाले तुरुंगात क्लॅफ-कम-लेक्चर हॉल बांधण्यासाठी बर्मा सरकारची औपचारिक मान्यता मिळाली. ?35,000 (US$440) भारत सरकारने आणि £7,500 (US$94) बर्मामधील स्थानिक भारतीय समुदायाने दिले.

त्यांच्या जीवनावर अनेक भारतीय चित्रपट बनवले गेले आहेत, ज्यात लोकमान्य बाळ गंगाधर टिळक (1951) आणि लोकमान्य टिळक (1957), विश्राम बेडेकर, ओम राऊत यांचे लोकमान्यः एक युगपुरुष (2015), आणि द ग्रेट फ्रीडम फायटर लोकमान्य हे डॉक्युमेंटरी चित्रपट आहेत. बाळ गंगाधर टिळक - स्वराज माझा जन्मसिद्ध हक्क (2018) विनय धुमाळे.

16
राम प्रसाद बिस्मिल

राम प्रसाद बिस्मिल

Freedom Fighters

Scan for Story Videos - www.itibook.com

राम प्रसाद बिस्मिल (उच्चार (मदत·माहिती) हिंदी: ????????? "???????") (११ जून १८९७ - १९ डिसेंबर १९२७) हे एक भारतीय कवी, लेखक आणि क्रांतिकारक होते ज्यांनी भाग घेतला. 1918 च्या मैनपुरी षडयंत्रात आणि 1925 च्या काकोरी षडयंत्रात आणि ब्रिटिश राजवटीविरुद्ध लढा दिला. बिस्मिल हे स्वातंत्र्यसैनिक होते ज्यांनी भारताच्या स्वातंत्र्य लढ्यात सक्रिय भूमिका बजावली होती. भारताच्या स्वातंत्र्यासाठी त्यांनी दिलेल्या योगदानाच्या स्मरणार्थ, त्यांचा जन्मदिवस (11 जून) भारतीय लोक उत्सव दिन म्हणून साजरा करतात. 1918 मधील मणिपुरी कट आणि 1925 मधील काकोरी कटाचा भाग म्हणून तो प्रसिद्ध आहे. काकोरी घटना ही जंग-ए-आझादीच्या महत्त्वाच्या घटनांपैकी एक होती. त्यांना उर्दू आणि हिंदी भाषेवर प्रभुत्व होते, ज्यामुळे ते एक प्रमुख क्रांतिकारक बनले. ते बहुभाषिक अनुवादक देखील होते आणि त्यांची मणिपुरीची प्रतिज्ञा ही प्रसिद्ध कविता खूप प्रसिद्ध झाली. 1 बिस्मिल यांना 19 डिसेंबर 1927 रोजी ब्रिटिशांनी त्यांच्या क्रांतिकारी कारवायांसाठी फाशी दिली. स्वातंत्र्यसैनिक असण्यासोबतच ते देशभक्त कवी होते आणि त्यांनी राम, अग्यात आणि बिस्मिल या टोपणनावांचा वापर करून हिंदी आणि उर्दूमध्ये लेखन केले. पण, ते फक्त 'बिस्मिल' या आडनावाने लोकप्रिय झाले. ते आर्य समाजाशी संबंधित होते जिथे त्यांना स्वामी दयानंद सरस्वती यांनी लिहिलेल्या सत्यार्थ प्रकाश या पुस्तकापासून प्रेरणा मिळाली. आर्य समाजाचे धर्मोपदेशक स्वामी सोमदेव यांच्या मार्फत लाला हरदयाळ यांच्याशीही त्यांचे गोपनीय संबंध होते. बिस्मिल हे हिंदुस्थान रिपब्लिकन असोसिएशन या क्रांतिकारी संघटनेच्या संस्थापक सदस्यांपैकी एक होते. भगतसिंग यांनी त्यांची २ उर्दू आणि हिंदीतील एक महान कवी-लेखक म्हणून प्रशंसा केली, ज्यांनी इंग्रजीतून कॅथरीन आणि बंगालीमधून बोल्शेविकोन की कार्टूट या पुस्तकांचे भाषांतरही केले होते.

राम प्रसाद बिस्मिल यांचा जन्म ११ जून १८९७ रोजी तोमर राजपूत कुटुंबात मुरलीधर तोमर आणि मूलमती यांच्या घरात झाला, ३ ज्यांनी त्यांची मुळे मध्य प्रदेशातील मोरेना

जिल्ह्यातील बरवाई येथे घेतली, ४ ५ ६ पूर्वीच्या शाहजहांपूर जिल्ह्यातील उत्तर-पश्चिम प्रांत. 7 त्यांनी घरातच वडिलांकडून हिंदी शिकले आणि त्यांना मौलवीकडून उर्दू शिकण्यासाठी पाठवले. वडिलांच्या नापसंतीला न जुमानता त्यांना इंग्रजी भाषेच्या शाळेत दाखल करण्यात आले आणि शाहजहानपूर येथील आर्य समाजातही ते सामील झाले. बिस्मिल यांनी देशभक्तीपर कविता लिहिण्याची प्रतिभा दाखवली

18 वर्षांचा विद्यार्थी असताना, बिस्मिलने हरदयाळ यांचे विद्वान आणि सहकारी भाई परमानंद यांना सुनावलेल्या फाशीची शिक्षा वाचली. त्या वेळी ते नियमितपणे शाहजहानपूर येथील आर्य समाज मंदिरात जात होते, जेथे स्वामी सोमदेव, परमानंद यांचे मित्र राहत होते. 9 या वाक्याने संतापलेल्या बिस्मिलने हिंदीत मेरा जन्म (en: My Birth) नावाची कविता रचली, जी त्याने सोमदेवला दाखवली. या कवितेने भारतावरील इंग्रजांचे नियंत्रण हटवण्याची वचनबद्धता दर्शविली.

बिस्मिलने पुढच्या वर्षी शाळा सोडली आणि काही मित्रांसह लखनौला गेला. नरम दल (भारतीय राष्ट्रीय काँग्रेसचा "मध्यम गट") गरम दलाला शहरात टिळकांचे भव्य स्वागत करण्यास परवानगी देण्यास तयार नव्हते. त्यांनी तरुणांचा एक गट तयार केला आणि सोमदेव यांच्या संमतीने अमेरिकन स्वातंत्र्याच्या इतिहासावर हिंदीत एक पुस्तक प्रकाशित करण्याचा निर्णय घेतला, अमेरिका की स्वतंत्रता का इतिहास. हे पुस्तक काल्पनिक बाबू हरिवंश सहाय यांच्या लेखकत्वाखाली प्रकाशित झाले आणि त्याच्या प्रकाशकाचे नाव सोमदेव सिद्धगोपाल शुक्ला असे देण्यात आले. पुस्तक प्रकाशित होताच, उत्तर प्रदेश सरकारने त्याचे प्रचलन राज्यात प्रतिबंधित केले.

बिस्मिल यांनी मातृवेदी (मातृभूमीची अल्टर) नावाची क्रांतिकारी संघटना स्थापन केली आणि औरैया येथील शाळेतील शिक्षक गेंडा लाल दीक्षित यांच्याशी संपर्क साधला. बिस्मिलला जर अनुभवी माणसे साथ दिली तर ते आपल्या मिशनमध्ये अधिक प्रभावी ठरू शकतात हे जाणून सोमदेवने ही व्यवस्था केली. दीक्षितचे राज्यातील काही शक्तिशाली दरोडेखोरांशी संपर्क होते. दीक्षित यांना त्यांच्या शक्तीचा उपयोग ब्रिटिश शासकांविरुद्धच्या सशस्त्र लढ्यात करायचा होता. बिस्मिलप्रमाणेच दीक्षित यांनीही शिवाजी समिती (शिवाजी महाराजांच्या नावाने) नावाची तरुणांची सशस्त्र संघटना स्थापन केली होती. या जोडीने युनायटेड प्रांतातील (आता उत्तर प्रदेश) इटावा, मैनपुरी, आग्रा आणि शाहजहांपूर जिल्ह्यांतील तरुणांना संघटित करून त्यांची संघटना मजबूत केली.

28 जानेवारी 1918 रोजी, बिस्मिल यांनी देशवासियों के नाम संदेश (देशवासियांना एक संदेश) नावाची पत्रिका प्रकाशित केली, जी त्यांनी त्यांच्या मैनपुरी की प्रतिज्ञा (मैनपुरीचे व्रत) या कवितेसह वितरित केली. 1918 मध्ये पक्षाच्या लुटीसाठी निधी गोळा करण्यासाठी तीन वेळा हाती घेण्यात आले होते. 1918 च्या दिल्ली काँग्रेसमध्ये यूपी सरकारने प्रतिबंधित केलेली पुस्तके विकत असताना पोलिसांनी मैनपुरी आणि आसपास त्यांचा शोध घेतला. पोलिसांना ते सापडल्यावर बिस्मिल पुस्तकांसह फरार झाला. न विकलेले तो दिल्ली आणि

आग्रा दरम्यान दुसऱ्या लुटीची योजना आखत असताना पोलिसांचे एक पथक आले आणि दोन्ही बाजूंनी गोळीबार सुरू झाला. बिस्मिलने यमुनेत उडी मारली आणि पाण्याखाली पोहला. तो चकमकीत मरण पावला असा पोलिसांचा आणि त्याच्या साथीदारांचा अंदाज होता. दीक्षितला त्याच्या इतर साथीदारांसह अटक करून आग्रा किल्ल्यात ठेवण्यात आले. येथून तो दिल्लीला पळून लपून राहत होता. त्यांच्यावर फौजदारी गुन्हा दाखल करण्यात आला. ही घटना 'मैनपुरी षडयंत्र' म्हणून ओळखली जाते. 1 नोव्हेंबर 1919 रोजी मैनपुरीचे न्यायदंडाधिकारी बीएस ख्रिस यांनी सर्व आरोपींविरुद्ध निकाल जाहीर केला आणि दीक्षित आणि बिस्मिल यांना फरार घोषित केले.

1919 ते 1920 पर्यंत बिस्मिल अस्पष्ट राहिले, त्यांनी उत्तर प्रदेशातील विविध गावांमध्ये फिरून अनेक पुस्तके तयार केली. यापैकी त्यांनी आणि इतरांनी लिहिलेल्या मन की लहर नावाचा कवितांचा संग्रह होता, तर त्यांनी बंगालीतून दोन कामांचा अनुवाद केला (बोल्शेविकोन की कर्टूट आणि योगिक साधन) आणि इंग्रजी मजकुरातून कॅथरीन किंवा स्वतंत्रता की देवी बनवल्या. त्यांनी ही सर्व पुस्तके सुशीलमाला अंतर्गत त्यांच्या स्वतः च्या संसाधनाद्वारे प्रकाशित केली - एक योगिक साधना वगळता प्रकाशनांची मालिका जी फरार झालेल्या प्रकाशकाला दिली गेली आणि त्याचा शोध लागला नाही. तेव्हापासून ही पुस्तके सापडली आहेत. बिस्मिल यांचे आणखी एक पुस्तक, क्रांती गीतांजली, त्यांच्या मृत्यूनंतर 1929 मध्ये प्रकाशित झाले आणि 1931 मध्ये ब्रिटीश राजांनी ते प्रतिबंधित केले.

फेब्रुवारी 1920 मध्ये, जेव्हा मणिपुरी कट खटल्यातील सर्व कैद्यांची सुटका करण्यात आली, तेव्हा बिस्मिल शाहजहांपूरला घरी परतले, जिथे त्यांनी अधिकृत अधिकाऱ्यांशी सहमती दर्शवली की ते क्रांतिकारी कार्यात भाग घेणार नाहीत. राम प्रसाद यांचे हे विधान न्यायालयासमोर स्थानिक भाषेतही नोंदवले गेले.

1921 मध्ये अहमदाबाद काँग्रेसमध्ये सहभागी झालेल्या शाहजहानपूरमधील अनेक लोकांमध्ये बिस्मिल यांचा समावेश होता. ज्येष्ठ काँग्रेस सदस्य प्रेम कृष्ण खन्ना आणि क्रांतिकारक अशफाकुल्ला खान यांच्यासमवेत ते डायसवर बसले होते. बिस्मिल यांनी मौलाना हसरत मोहनी यांच्यासोबत काँग्रेसमध्ये सक्रिय भूमिका बजावली आणि काँग्रेसच्या सर्वसाधारण सभेत पूर्णा स्वराजचा सर्वाधिक चर्चेचा प्रस्ताव मंजूर झाला. या प्रस्तावाच्या बाजूने नसलेले मोहनदास के. गांधी तरुणांच्या जबरदस्त मागणीपुढे असहाय्य झाले. तो शाहजहानपूरला परतला आणि संयुक्त प्रांतातील तरुणांना सरकारशी असहकार करण्यासाठी एकत्र केले. बिस्मिलच्या उग्र भाषणांचा आणि श्लोकांचा यूपीच्या लोकांवर इतका प्रभाव पडला की ते ब्रिटिश राजवटीविरुद्ध वैर बनले. बनारसी लाल (मंजूरकर्ता) १६ यांनी न्यायालयात केलेल्या विधानानुसार - "राम प्रसाद म्हणायचे की अहिंसेने स्वातंत्र्य मिळणार नाही." १७ पडताळणी अयशस्वी

फेब्रुवारी 1922 मध्ये चौरी चौरा येथे काही आंदोलक शेतकऱ्यांची पोलिसांनी हत्या केली. चौरी चौरा पोलिस ठाण्यावर लोकांनी हल्ला केला आणि 22 पोलिसांना जिवंत जाळले.

गांधींनी या घटनेमागील वस्तुस्थिती जाणून न घेता, काँग्रेसच्या कोणत्याही कार्यकारिणी सदस्याशी सल्लामसलत न करता असहकार आंदोलन तात्काळ थांबवण्याची घोषणा केली. बिस्मिल आणि त्यांच्या तरुणांच्या गटाने भारतीय राष्ट्रीय काँग्रेसच्या गया अधिवेशनात (1922) गांधींना जोरदार विरोध केला. गांधींनी त्यांचा निर्णय मागे घेण्यास नकार दिल्यावर तत्कालीन अध्यक्ष चित्तरंजन दास यांनी राजीनामा दिला. जानेवारी 1923 मध्ये, पक्षाच्या श्रीमंत गटाने मोतीलाल नेहरू आणि चित्तरंजन दास यांच्या संयुक्त नेतृत्वाखाली नवीन स्वराज पक्षाची स्थापना केली आणि तरुण गटाने बिस्मिल यांच्या नेतृत्वाखाली क्रांतिकारी पक्षाची स्थापना केली.

लाला हरदयाल यांच्या संमतीने, बिस्मिल अलाहाबादला गेले जेथे त्यांनी सचिंद्र नाथ सन्याल आणि बंगालचे दुसरे क्रांतिकारक डॉ. जादूगोपाल मुखर्जी यांच्या मदतीने 1923 मध्ये पक्षाची राज्यघटना तयार केली. संस्थेचे मूळ नाव आणि उद्दिष्टे एका पिवळ्या कागदावर टाईप करण्यात आली होती 20 आणि त्यानंतरच्या घटना समितीची बैठक ३ ऑक्टोबर १९२४ रोजी यूपीमधील कावनपूर येथे सचिंद्र नाथ सन्याल यांच्या अध्यक्षतेखाली झाली.

या बैठकीत पक्षाचे नाव हिंदुस्थान रिपब्लिकन असोसिएशन (एचआरए) असे ठरवण्यात आले. इतरांच्या प्रदीर्घ चर्चेनंतर बिस्मिल यांना शाहजहानपूरचे जिल्हा संघटक आणि शस्त्र विभाग प्रमुख म्हणून घोषित करण्यात आले. संयुक्त प्रांताच्या (आग्रा आणि औध) प्रांतीय संघटकाची अतिरिक्त जबाबदारीही त्यांच्यावर सोपवण्यात आली होती. सचिंद्र नाथ सन्याल यांची राष्ट्रीय संघटक म्हणून एकमताने नामनिर्देशन करण्यात आले आणि दुसरे ज्येष्ठ सदस्य जोगेश चंद्र चटर्जी यांना अनुशीलन समितीच्या समन्वयकपदाची जबाबदारी देण्यात आली. कानपूर येथील सभेला उपस्थित राहिल्यानंतर, सन्याल आणि चटर्जी दोघेही यूपी सोडले आणि संघटनेच्या पुढील विस्तारासाठी बंगालला गेले.

जानेवारी 1925 च्या सुरुवातीस संपूर्ण भारतातील संयुक्त प्रांतात क्रांतिकारी नावाचे एक पत्रक वितरित केले गेले. या पत्रकाच्या प्रती, ज्याला पुराव्यामध्ये "व्हाईट लिफलेट" म्हणून संबोधले गेले आहे, काकोरी कटाच्या इतर काही कथित कटकर्त्यांकडे देखील सापडले. औधच्या मुख्य न्यायालयाच्या निकालानुसार. या जाहीरनाम्याची टाईप केलेली प्रत मन्मथ नाथ गुप्ता यांच्याकडे सापडली. 20 तो पांढऱ्या कागदावर चार पानांच्या छापील पॅम्फलेटच्या स्वरूपात एचआरएचा जाहीरनामा होता, जो संयुक्त प्रांतातील बहुतेक जिल्ह्यांमध्ये आणि भारताच्या इतर भागात गुप्तपणे पोस्टाने आणि हाताने प्रसारित केला गेला होता.

या पत्रकावर छापखान्याचे नाव नव्हते. पत्रिकेचे शीर्षक होतेः "द रिव्होल्युशनरी" (भारतीय क्रांतिकारी पक्षाचे एक अंग). त्यास प्रथम क्रमांक व प्रकाशनाचा पहिला अंक देण्यात आला. त्याच्या प्रकाशनाची तारीख 1 जानेवारी 1925 देण्यात आली होती.

बिस्मिल यांनी उत्तर प्रदेशातील लखनौजवळील काकोरी येथे एका ट्रेनमधून सरकारी खजिना लुटण्यासाठी एक सावध योजना राबवली ही ऐतिहासिक घटना 9 ऑगस्ट 1925 रोजी घडली आणि तिला काकोरी रेल्वे दरोडा म्हणून ओळखले जाते. दहा क्रांतिकारकांनी 8 डाउन सहारनपूर-लखनौ पॅसेंजर ट्रेन काकोरी येथे थांबवली - लखनौ रेल्वे जंक्शनच्या आधी एक स्टेशन. या कारवाईत जर्मन बनावटीच्या माऊसर C96 सेमी ऑटोमॅटिक पिस्तुलांचा वापर करण्यात आला. एचआरए चीफ राम प्रसाद बिस्मिल यांचे लेफ्टनंट अशफाकुल्ला खान यांनी मन्मथ नाथ गुप्ता यांना आपले माऊसर दिले आणि कॅश चेस्ट उघडण्यासाठी स्वतःला गुंतवले. आपल्या हातात नवीन शस्त्र पाहून उत्सुकतेने मन्मथ नाथ गुप्ता यांनी पिस्तूल काढले आणि प्रवासी अहमद अलीला गोळी मारून ठार केले, जो आपल्या पत्नीला लेडीज डब्यात पाहण्यासाठी ट्रेनमधून खाली उतरला होता.

40 हून अधिक क्रांतिकारकांना अटक करण्यात आली होती, तर केवळ 10 जणांनी लूटमारीत भाग घेतला होता. या घटनेशी पूर्णपणे संबंध नसलेल्या व्यक्तींनाही ताब्यात घेण्यात आले. मात्र, त्यातील काहींना सोडून देण्यात आले. सरकारने जगत नारायण मुल्ला यांची सरकारी वकील म्हणून अतुलनीय शुल्क आकारून नियुक्ती केली. डॉ. हरकरण नाथ मिश्रा (बॅरिस्टर आमदार) आणि डॉ. मोहनलाल सक्सेना (एमएलसी) यांची बचाव वकील म्हणून नियुक्ती करण्यात आली. आरोपींचा बचाव करण्यासाठी संरक्षण समिती देखील स्थापन करण्यात आली होती. 24 गोविंद बल्लभ पंत, चंद्र भानू गुप्ता आणि कृपा शंकर हजेला यांनी बाजू मांडली. पुरुष दोषी आढळले आणि त्यानंतरचे अपील अयशस्वी झाले. 16 सप्टेंबर 1927 रोजी, लंडनमधील प्रिव्ही कौन्सिलकडे दयाळूपणासाठी अंतिम अपील पाठविण्यात आले परंतु ते देखील अयशस्वी झाले.

18 महिन्यांच्या कायदेशीर प्रक्रियेनंतर बिस्मिल, अशफाकुल्ला खान, रोशन सिंग आणि राजेंद्र नाथ लाहिरी यांना फाशीची शिक्षा सुनावण्यात आली. बिस्मिल यांना 19 डिसेंबर 1927 रोजी गोरखपूर तुरुंगात, अशफाकुल्ला खान यांना फैजाबाद तुरुंगात आणि ठाकूर रोशन सिंग यांना नैनी अलाहाबाद तुरुंगात फाशी देण्यात आली. लाहिरीला दोन दिवसांपूर्वी गोंडा कारागृहात फाशी देण्यात आली होती.

बिस्मिलचा मृतदेह हिंदू अंत्यसंस्कारासाठी राप्ती नदीवर नेण्यात आला आणि ते ठिकाण राजघाट म्हणून ओळखले जाऊ लागले.

बिस्मिल यांनी देशवासियों के नाम संदेश (en: A message to my countrymen) नावाची पत्रिका प्रकाशित केली. भूमिगत राहताना त्यांनी काही बंगाली पुस्तकांचे भाषांतर केले. बोल्शेविकोन की कर्टूट (en: द बोल्शेविकचा कार्यक्रम) आणि योगिक साधन (अरविंद घोष यांचे). याशिवाय मन की लहर (en: A sally of mind) आणि स्वदेशी रंग हा कवितासंग्रहही त्यांनी लिहिला होता. आणखी एक स्वाधीनता की देवी: कॅथरीन ही इंग्रजी पुस्तकातून २७ हिंदीमध्ये तयार केली गेली होती. हे सर्व त्यांनी सुशील माला मालिकेत प्रकाशित केले होते. बिस्मिल यांनी त्यांचे आत्मचरित्र गोरखपूर तुरुंगात दोषी कैदी म्हणून

ठेवले असताना लिहिले.

राम प्रसाद बिस्मिल यांचे आत्मचरित्र काकोरी के शहीद या मुखपृष्ठ शीर्षकाखाली गणेश शंकर विद्यार्थी यांनी १९२८ मध्ये प्रताप प्रेस, कावनपूर येथून प्रकाशित केले होते. या पुस्तकाचा ढोबळ अनुवाद ब्रिटिश भारतातील संयुक्त प्रांताच्या गुन्हे अन्वेषण विभागाने तयार केला आहे. अनुवादित पुस्तक संपूर्ण देशात अधिकृत आणि पोलिसांच्या वापरासाठी गोपनीय दस्तऐवज म्हणून प्रसारित केले गेले.

त्यांनी सरफरोशी की तमन्ना, मन की लहर आणि स्वदेशी रंग ही कविता भारतातील ब्रिटीश राजवटीच्या काळात एक युद्धकथा म्हणून अमर केली. 31 दिल्लीहून प्रकाशित होणाऱ्या 'सबाह' या जर्नलमध्ये ते प्रथम प्रकाशित झाले.

शाहजहांपूरच्या शहीद स्मारक समितीने शाहजहांपूर शहरातील खिरनी बाग मोहल्ला येथे 1897 मध्ये बिस्मिलचा जन्म झालेल्या स्मारकाची स्थापना केली आणि त्याचे नाव "अमर शहीद राम प्रसाद बिस्मिल स्मारक" ठेवले. 18 डिसेंबर 1994 रोजी हुतात्माच्या 69 व्या पुण्यतिथीच्या पूर्वसंध्येला उत्तर प्रदेशचे तत्कालीन राज्यपाल मोतीलाल व्होरा यांच्या हस्ते पांढऱ्या संगमरवरी बनवलेल्या पुतळ्याचे उद्घाटन करण्यात आले.

भारतीय रेल्वेच्या उत्तर रेल्वे क्षेत्राने शहाजहानपूरपासून 11 किलोमीटर (6.8 मैल) अंतरावर पं. राम प्रसाद बिस्मिल रेल्वे स्टेशन बांधले. काकोरी येथेच काकोरी कारस्थानकर्त्यांचे स्मारक आहे. 19 डिसेंबर 1983 रोजी भारताच्या पंतप्रधान इंदिरा गांधी यांच्या हस्ते त्याचे उद्घाटन करण्यात आले.

भारत सरकारने बिस्मिलच्या जन्मशताब्दी वर्षात 19 डिसेंबर 1997 रोजी एक बहुरंगी स्मरणार्थ पोस्टल स्टॅम्प जारी केले.

उत्तर प्रदेश सरकारने एका उद्यानाला त्यांच्या नावावर नाव दिले होते: अमर शहीद पं. राम प्रसाद बिस्मिल उद्यान हे रामपूर जहागीर गावाजवळ आहे, जेथे 1919 मध्ये मैनपुरी कट प्रकरणानंतर बिस्मिल भूमिगत राहत होते.

17
लाला लजपत राय

लाला लजपत राय

Freedom Fighters

Scan for Story Videos - www.itibook.com

लाला लजपत राय (28 जानेवारी 1865 - 17 नोव्हेंबर 1928) हे भारतीय लेखक, स्वातंत्र्य सेनानी आणि राजकारणी होते. भारताच्या स्वातंत्र्य चळवळीत त्यांनी मोलाची भूमिका बजावली. ते पंजाब केसरी म्हणून प्रसिद्ध होते. ते लाल बाल पाल त्रिमूर्तीच्या तीन सदस्यांपैकी एक होते. 1 1894 मध्ये पंजाब नॅशनल बँक आणि लक्ष्मी इन्शुरन्स कंपनीच्या सुरुवातीच्या काळात ते त्यांच्या कार्यांशी देखील जोडले गेले होते. सर्व-विरोधात शांततापूर्ण निषेध मोर्चाचे नेतृत्व करत असताना पोलिसांनी केलेल्या लाठीचार्जमध्ये गंभीर जखमी झाल्यानंतर काही आठवड्यांनी हृदयविकाराच्या झटक्याने त्यांचा मृत्यू झाला. ब्रिटिश सायमन कमिशन भारतीय घटनात्मक सुधारणा.

राय यांचा जन्म 28 जानेवारी 1865 अग्रवाल 2 जैन कुटुंबात उर्दू आणि पर्शियन सरकारी शाळेतील शिक्षक मुन्शी राधा कृष्ण अग्रवाल 3 आणि त्यांची पत्नी गुलाब देवी अग्रवाल यांचा मुलगा म्हणून पंजाब प्रांतातील मोगा जिल्ह्यातील धुडीके येथे झाला होता. 4 मुन्शी राधाकृष्ण यांच्या सहा मुलांमध्ये ते थोरले होते. ते महाराजा अग्रसेन यांच्या कुलातील होते. तरुणपणाचा बराच काळ त्यांनी जगरांवमध्ये घालवला. जगरांव येथे त्यांचे घर अजूनही उंच आहे आणि तेथे ग्रंथालय व संग्रहालय आहे. 5 त्यांनी जगरांव येथे आरके हायस्कूल ही पहिली शैक्षणिक संस्था बांधली.

1870 च्या दशकाच्या उत्तरार्धात, त्यांच्या वडिलांची रेवाडी येथे बदली झाली, जिथे त्यांचे प्राथमिक शिक्षण पंजाब प्रांतातील रेवाडी येथील सरकारी उच्च माध्यमिक विद्यालयात झाले, जिथे त्यांचे वडील उर्दू शिक्षक म्हणून तैनात होते. 1880 मध्ये, लजपत राय लाहोर येथील सरकारी महाविद्यालयात कायद्याचा अभ्यास करण्यासाठी दाखल झाले, जेथे ते लाला हंस राज आणि पंडित गुरु दत्त यांसारख्या देशभक्त आणि भावी स्वातंत्र्यसैनिकांच्या संपर्कात आले. लाहोर येथे शिकत असताना ते स्वामी दयानंद सरस्वती यांच्या हिंदू सुधारणावादी चळवळीने प्रभावित झाले, विद्यमान आर्य समाज लाहोरचे सदस्य बनले (स्थापना १८७७) आणि लाहोरस्थित आर्य गॅझेटचे संस्थापक-संपादक.

1884 मध्ये त्यांच्या वडिलांची रोहतक येथे बदली झाली आणि राय लाहोर येथे शिक्षण पूर्ण केल्यानंतर सोबत आले. 1886 मध्ये, ते हिस्सार येथे गेले जेथे त्यांच्या वडिलांची बदली झाली, आणि त्यांनी कायद्याचा सराव करण्यास सुरुवात केली आणि बाबू चुरामणी यांच्यासह हिसारच्या बार कौन्सिलचे संस्थापक सदस्य बनले. त्याच वर्षी त्यांनी बाबू चुरामणी (वकील), तीन तायल बंधू (चंदूलाल तायल, हरी लाल तायल आणि बालमोकंद तायल), डॉ. रामजी लाल हुडा, डॉ. रामजी लाल तायल यांच्यासमवेत भारतीय राष्ट्रीय काँग्रेसची हिस्सार जिल्हा शाखा आणि सुधारणावादी आर्य समाजाची स्थापना केली. धनी राम, आर्य समाज पंडित मुरारी लाल, 7 सेठ छजू राम जाट (जाट स्कूल, हिसारचे संस्थापक) आणि देव राज संधीर. 1888 मध्ये आणि पुन्हा 1889 मध्ये, बाबू चुरामणी, लाला छबिल दास आणि सेठ गौरी शंकर यांच्यासह अलाहाबाद येथे काँग्रेसच्या वार्षिक अधिवेशनात

भाग घेण्यासाठी हिस्सारच्या चार प्रतिनिधींपैकी एक होण्याचा मान त्यांना मिळाला. 1892 मध्ये, ते लाहोर उच्च न्यायालयात सराव करण्यासाठी लाहोरला गेले. स्वातंत्र्य मिळविण्यासाठी भारताच्या राजकीय धोरणाला आकार देण्यासाठी, त्यांनी पत्रकारिता देखील केली आणि द ट्रिब्यूनसह अनेक वृत्तपत्रांमध्ये नियमित योगदान दिले. 1886 मध्ये, त्यांनी महात्मा हंसराज यांना लाहोर येथील राष्ट्रवादी दयानंद अँग्लो-वेदिक विद्यालयाची स्थापना करण्यास मदत केली.

1914 मध्ये, त्यांनी स्वतःला भारतीय स्वातंत्र्य चळवळीत समर्पित करण्यासाठी कायद्याचा सराव सोडला आणि ब्रिटन आणि नंतर 1917 मध्ये युनायटेड स्टेट्सला प्रवास केला. ऑक्टोबर 1917 मध्ये त्यांनी न्यूयॉर्कमध्ये इंडियन होम रूल लीग ऑफ अमेरिकाची स्थापना केली. ते 1917 ते 1920 पर्यंत युनायटेड स्टेट्समध्ये राहिले. त्यांच्या सुरुवातीच्या स्वातंत्र्यलढ्यावर आर्य समाज आणि जातीय प्रतिनिधित्वाचा परिणाम झाला.

भारतीय राष्ट्रीय काँग्रेसमध्ये सामील झाल्यानंतर आणि पंजाबमधील राजकीय आंदोलनात भाग घेतल्यानंतर, लाला लजपत राय वडवाल यांना मंडाले येथे हद्दपार करण्यात आले, परंतु त्यांना विध्वंसासाठी ठेवण्यासाठी पुरेसे पुरावे नव्हते. डिसेंबर 1907 मध्ये सुरत येथे झालेल्या पक्षाच्या अधिवेशनाच्या अध्यक्षपदासाठी लजपत राय यांच्या समर्थकांनी त्यांची निवड निश्चित करण्याचा प्रयत्न केला, परंतु त्यांना यश आले नाही.

ब्रिटीश-शैलीतील संस्थांना पर्याय म्हणून त्यांनी लाहोर येथील ब्रॅडलॉफ हॉलमध्ये स्थापन केलेल्या नॅशनल कॉलेजच्या पदवीधरांमध्ये भगतसिंग यांचा समावेश होता. 9 1920 च्या कलकत्ता विशेष अधिवेशनात त्यांची भारतीय राष्ट्रीय काँग्रेसच्या अध्यक्षपदी निवड झाली. 10 1921 मध्ये, त्यांनी लाहोरमध्ये सर्व्हंट्स ऑफ द पीपल सोसायटी ही एक ना-नफा कल्याणकारी संस्था स्थापन केली, ज्याने फाळणीनंतर आपला तळ दिल्लीला हलवला आणि भारताच्या अनेक भागात शाखा आहेत. 11 त्यांच्या मते, हिंदू समाजाला जातीव्यवस्था, स्त्रियांचे स्थान आणि अस्पृश्यता यांच्याशी स्वतःची लढाई लढण्याची गरज आहे. 12 वेद हा हिंदू धर्माचा एक महत्त्वाचा भाग होता पण खालच्या जातीतील लोकांना ते वाचण्याची परवानगी नव्हती. लाला लजपतराय यांनी खालच्या जातीतील लोकांना मंत्रांचे पठण करण्याची परवानगी दिली पाहिजे. प्रत्येकाला वेद वाचण्याची आणि शिकण्याची मुभा दिली पाहिजे असे त्यांचे मत होते.

लजपत राय यांनी 1917 मध्ये युनायटेड स्टेट्सला प्रवास केला आणि नंतर पहिल्या महायुद्धात परतले. त्यांनी पश्चिम समुद्र किनारी शीख समुदायांना भेट दिली, अलाबामा येथील तुस्केगी विद्यापीठाला भेट दिली आणि फिलीपिन्समधील कामगारांशी भेट घेतली. त्यांचे प्रवासवर्णन, द युनायटेड स्टेट्स ऑफ अमेरिका (1916), या प्रवासांचा तपशील देते आणि WEB डू बोईस आणि फ्रेडरिक डग्लस यांच्यासह आघाडीच्या आफ्रिकन अमेरिकन विचारवंतांचे विस्तृत अवतरण वैशिष्ट्यीकृत करते. युनायटेड स्टेट्समध्ये असताना त्यांनी न्यूयॉर्क शहरात इंडियन होम रूल लीग आणि यंग इंडिया आणि हिंदुस्थान इन्फॉर्मेशन

सर्व्हिसेस असोसिएशन या मासिक नियतकालिकाची स्थापना केली होती. राय यांनी युनायटेड स्टेट्स हाऊस कमिटी ऑन फॉरेन अफेअर्सकडे याचिका केली, ज्यामध्ये भारतातील ब्रिटीश राजाच्या कुप्रशासनाचे ज्वलंत चित्र रेखाटले, भारतीय जनतेच्या स्वातंत्र्याच्या आकांक्षा यासह इतर अनेक मुद्द्यांमध्ये भारतीय स्वातंत्र्याच्या प्राप्तीसाठी आंतरराष्ट्रीय समुदायाच्या समर्थनाची जोरदार मागणी केली. . 32 पानांची याचिका, जी रातोरात तयार करण्यात आली होती, त्यावर ऑक्टोबर 1917 मध्ये यूएस सिनेटमध्ये चर्चा झाली. 14 पुस्तक "रंग-जात" च्या कल्पनेसाठी देखील युक्तिवाद करते, जे अमेरिकेतील वंश आणि भारतातील जात यांच्यातील समाजशास्त्रीय समानता सुचवते. पहिल्या महायुद्धादरम्यान, लजपतराय अमेरिकेत वास्तव्यास होते, परंतु ते 1919 मध्ये भारतात परतले आणि पुढील वर्षी त्यांनी असहकार चळवळ सुरू करणाऱ्या कॉँग्रेस पक्षाच्या विशेष अधिवेशनाचे नेतृत्व केले. 1921 ते 1923 या काळात ते तुरुंगात होते आणि सुटल्यावर ते विधानसभेवर निवडून गेले.

1928 मध्ये, युनायटेड किंग्डमने भारतातील राजकीय परिस्थितीचा अहवाल देण्यासाठी सर जॉन सायमन यांच्या अध्यक्षतेखाली सायमन कमिशनची स्थापना केली. भारतीय राजकीय पक्षांनी आयोगावर बहिष्कार टाकला कारण त्यात कोणत्याही भारतीय सदस्यांचा समावेश नव्हता आणि त्याला देशभरात निषेध नोंदवण्यात आला. 15 30 ऑक्टोबर 1928 रोजी आयोगाने लाहोरला भेट दिली तेव्हा लजपत राय यांनी त्याच्या निषेधार्थ अहिंसक मोर्चाचे नेतृत्व केले आणि "सायमन गो बॅक!" अशी घोषणा दिली. आंदोलकांनी काळे झेंडे घेऊन घोषणाबाजी केली.

लाहोरमधील पोलीस अधीक्षक जेम्स ए. स्कॉट यांनी पोलिसांना आंदोलकांवर लाठीचार्ज करण्याचे आदेश दिले आणि राय यांच्यावर वैयक्तिकरित्या प्राणघातक हल्ला केला. 16 गंभीर जखमी असूनही, राय यांनी त्यानंतर जमावाला संबोधित केले आणि म्हणाले, "मी जाहीर करतो की आज माझ्यावर झालेला प्रहार हा भारतातील ब्रिटीश राजवटीच्या शवपेटीतील शेवटचा खिळा असेल."

राय त्याच्या जखमांमधून पूर्णपणे बरे झाले नाहीत आणि 17 नोव्हेंबर 1928 रोजी मरण पावले. डॉक्टरांना वाटले की जेम्स स्कॉटच्या प्रहारामुळे त्याचा मृत्यू झाला. 16 तथापि, जेव्हा हे प्रकरण ब्रिटिश संसदेत मांडण्यात आले, तेव्हा ब्रिटिश सरकारने राय यांच्या मृत्यूबाबत कोणतीही भूमिका नाकारली. 18 भगतसिंग, एक HSRA क्रांतिकारक जो या कार्यक्रमाचा साक्षीदार होता, 19 राय यांच्या मृत्यूचा बदला घेण्याची शपथ घेतली, जे भारतीय स्वातंत्र्य चळवळीचे महत्त्वपूर्ण नेते होते. 18 ब्रिटीश सरकारला संदेश देण्यासाठी स्कॉटला मारण्याच्या कटात तो इतर क्रांतिकारक, शिवराम राजगुरू, सुखदेव थापर आणि चंद्रशेखर आझाद यांच्याशी सामील झाला. 20 तथापि, चुकीच्या ओळखीच्या प्रकरणात, सिंह यांना लाहोर पोलिसांचे सहाय्यक अधीक्षक जॉन पी. सॉडर्स यांच्यावर गोळी झाडण्याचे संकेत देण्यात आले. 17 डिसेंबर 1928 रोजी लाहोरमधील जिल्हा पोलिस मुख्यालयातून

बाहेर पडताना राजगुरू आणि सिंह यांनी त्यांच्यावर गोळ्या झाडल्या. 21 त्यांचा पाठलाग करणारा हेड कॉन्स्टेबल चानन सिंग हा आझादच्या कव्हरिंग फायरमुळे गंभीर जखमी झाला होता.

या प्रकरणाने सिंग आणि हिंदुस्थान सोशालिस्ट रिपब्लिकन असोसिएशनच्या त्यांच्या सहकारी सदस्यांना सूड उगवल्याचा दावा करण्यापासून थांबवले नाही.

लजपत राय हे भारतीय राष्ट्रवादी चळवळ, भारतीय राष्ट्रीय काँग्रेसच्या नेतृत्वाखालील भारतीय स्वातंत्र्य चळवळ, हिंदू सुधारणा चळवळी आणि आर्य समाजाचे हेवीवेट दिग्गज नेते होते, ज्यांनी आपल्या पिढीतील तरुणांना प्रेरणा दिली आणि पत्रकारितेच्या लेखनाने त्यांच्या हृदयात देशभक्तीची सुप्त भावना जागवली. लीड-बाय-उदाहरण सक्रियता. चंद्रशेखर आझाद आणि भगतसिंग यांच्यासारख्या स्वातंत्र्य चळवळीतील तरुणांना राय यांच्याकडून प्रेरणा मिळाली.

19 व्या शतकाच्या उत्तरार्धात आणि 20 व्या शतकाच्या सुरुवातीस लाला लजपत राय स्वतः हिसार काँग्रेस, हिसार बार कौन्सिल, राष्ट्रीय डीएव्ही व्यवस्थापकीय समितीसह अनेक संघटनांचे संस्थापक होते. लाला लजपत राय हे "लक्ष्मी विमा कंपनी" चे प्रमुख देखील होते आणि त्यांनी कराचीतील लक्ष्मी बिल्डिंग सुरू केली, ज्यावर आजही त्यांच्या स्मरणार्थ एक फलक आहे. 1956 मध्ये जीवन विमा व्यवसायाचे मोठ्या प्रमाणावर राष्ट्रीयीकरण झाले तेव्हा लक्ष्मी विमा कंपनीचे भारतीय आयुर्विमा महामंडळात विलीनीकरण करण्यात आले.

लाला धनपत राय बस्ट पुतळा, लजपत राय डीएव्ही कॉलेज, जगरांव

लाला धनपत राय बस्ट पुतळा, लजपत राय डीएव्ही कॉलेज, जगरांव

1927 मध्ये, लजपत राय यांनी त्यांच्या आईच्या स्मृतीप्रित्यर्थ महिलांसाठी क्षयरोग रुग्णालय बांधण्यासाठी आणि चालवण्यासाठी ट्रस्टची स्थापना केली, ज्या ठिकाणी त्यांची आई, गुलाब देवी यांचे लाहोरमध्ये क्षयरोगाने निधन झाले होते. २३ हे गुलाब देवी चेस्ट हॉस्पिटल म्हणून ओळखले जाऊ लागले आणि 17 जुलै 1934 रोजी उघडले. आता गुलाब देवी मेमोरियल हॉस्पिटल हे सध्याच्या पाकिस्तानातील सर्वात मोठे हॉस्पिटल आहे जे एका वेळी 2000 हून अधिक रुग्णांना रुग्ण म्हणून सेवा देते.

1926 मध्ये लाला लजपत राय यांनी त्यांचे वडील श्री यांच्या स्मरणार्थ आरके ट्रस्टची स्थापना केली. राधाकृष्ण. 1956 मध्ये आरके ट्रस्टने जगरांव येथे लाला लजपत राय मेमोरियल कॉलेजची स्थापना केली. नंतर कॉलेज डीएव्ही मॅनेजमेंट अंतर्गत घेण्यात आले आणि त्याचे नाव लजपत राय डीएव्ही कॉलेज असे ठेवण्यात आले. आरके ट्रस्ट जगरांवमधील आरके हायस्कूलचे व्यवस्थापन देखील करतो. लाला लजपत राय यांचे धाकटे बंधू लाला धनपत राय यांना त्यांनी आरके हायस्कूलचे पहिले मुख्याध्यापक म्हणून नियुक्त केले होते.

20 व्या शतकाच्या सुरुवातीला उभारण्यात आलेला, लाहोर येथे लजपत राय यांचा पुतळा, नंतर भारताच्या फाळणीनंतर शिमल्यातील मध्यवर्ती चौकात हलविण्यात आला. 1959 मध्ये, लाला लजपत राय ट्रस्टची स्थापना त्यांच्या जन्मशताब्दी उत्सवाच्या पूर्वसंध्येला पंजाबी परोपकारी (आरपी गुप्ता आणि बीएम ग्रोव्हर यांच्यासह) च्या एका गटाने केली होती, जे लाला लजपत राय चालवणारे भारतीय महाराष्ट्रात स्थायिक झाले आणि समृद्ध झाले. मुंबईतील वाणिज्य आणि अर्थशास्त्र महाविद्यालय. लाला लजपत राय मेमोरियल मेडिकल कॉलेज, मेरठ हे त्यांच्या नावावर आहे. 25 1998 मध्ये लाला लजपत राय इन्स्टिट्यूट ऑफ इंजिनीअरिंग अँड टेक्नॉलॉजी, मोगा हे नाव त्यांच्या नावावर ठेवण्यात आले. 2010 मध्ये, हरियाणा सरकारने त्यांच्या स्मरणार्थ हिसार येथे लाला लजपत राय पशुवैद्यकीय आणि प्राणी विज्ञान विद्यापीठाची स्थापना केली.

लाजपत नगर आणि लाला लजपत राय यांचा हिस्सारमधील पुतळा असलेला चौक; २६ नवी दिल्लीतील लाजपत नगर आणि लजपत नगर सेंट्रल मार्केट, लाजपत नगरमधील लाला लजपत राय मेमोरियल पार्क, चांदणी चौक, दिल्लीतील लजपत राय मार्केट; खरगपूर येथील इंडियन इन्स्टिट्यूट ऑफ टेक्नॉलॉजी (IIT) येथील लाला लजपत राय हॉल ऑफ रेसिडेन्स; कानपूरमधील लाला लजपतराय हॉस्पिटल; बस टर्मिनस, अनेक संस्था, शाळा आणि लायब्ररी यांना त्यांच्या जन्मगावी जगराँव नावाने त्यांच्या सन्मानार्थ नाव देण्यात आले आहे ज्यात प्रवेशद्वारावर त्यांचा पुतळा आहे. पुढे, भारतातील असंख्य महानगरे आणि इतर शहरांमध्ये त्यांच्या नावावर अनेक रस्ते आहेत.

18
महात्मा गांधी

महात्मा गांधी

Freedom Fighters

Scan for Story Videos - www.itibook.com

मोहनदास करमचंद गांधी (2 ऑक्टोबर 1869 - 30 जानेवारी 1948) एक भारतीय वकील, 4 वसाहतविरोधी राष्ट्रवादी 5 आणि राजकीय नीतिशास्त्री 6 होते. ज्यांनी ब्रिटीश राजवटीपासून भारताच्या स्वातंत्र्यासाठी यशस्वी मोहिमेचे नेतृत्व करण्यासाठी अहिंसक प्रतिकार केला, आणि नंतर जगभरातील नागरी हक्क आणि स्वातंत्र्यासाठी चळवळींना प्रेरणा दिली. सन्माननीय महात्मा (संस्कृत: "महात्मा", "पूज्य"), प्रथम दक्षिण आफ्रिकेत 1914 मध्ये त्यांना लागू केले गेले, आता जगभरात वापरले जाते.

तटीय गुजरातमधील एका हिंदू कुटुंबात जन्मलेल्या आणि वाढलेल्या गांधींनी इनर टेंपल, लंडन येथे कायद्याचे प्रशिक्षण घेतले आणि जून 1891 मध्ये वयाच्या 22 व्या वर्षी त्यांना बारमध्ये बोलावण्यात आले. भारतात दोन अनिश्चित वर्षांनंतर, जिथे ते सुरू करू शकले नाहीत. कायद्याचा यशस्वी सराव करून, 1893 मध्ये एका भारतीय व्यापाऱ्याचे दाव्यात प्रतिनिधित्व करण्यासाठी ते दक्षिण आफ्रिकेत गेले. तो 21 वर्षे दक्षिण आफ्रिकेत राहिला. येथेच गांधींनी एक कुटुंब वाढवले आणि प्रथम नागरी हक्कांच्या मोहिमेत अहिंसक प्रतिकार केला. 1915 मध्ये, वयाच्या 45 व्या वर्षी, ते भारतात परतले आणि लवकरच शेतकरी, शेतकरी आणि शहरी मजुरांना अत्याधिक जमीन-कर आणि भेदभावाच्या विरोधात आंदोलन करण्यासाठी संघटित करण्याचे ठरवले.

1921 मध्ये भारतीय राष्ट्रीय कॉंग्रेसचे नेतृत्व स्वीकारून, गांधींनी गरिबी कमी करणे, महिलांचे अधिकार वाढवणे, धार्मिक आणि वांशिक सौहार्द निर्माण करणे, अस्पृश्यता समाप्त करणे आणि सर्वात महत्त्वाचे म्हणजे स्वराज्य किंवा स्वराज्य प्राप्त करणे यासाठी देशव्यापी मोहिमांचे नेतृत्व केले. गांधींनी भारतातील ग्रामीण गरिबांची ओळख म्हणून हाताने कातलेल्या धाग्याने विणलेले छोटे धोतर स्वीकारले. आत्मनिरीक्षण आणि राजकीय निषेध या दोन्हीसाठी तो एका स्वयंपूर्ण निवासी समुदायात राहू लागला, साधे अन्न खाऊ लागला आणि दीर्घ उपवास करू लागला. सामान्य भारतीयांसमोर वसाहतविरोधी राष्ट्रवाद

आणून, गांधींनी 1930 मध्ये 400 किमी (250 मैल) दांडी सॉल्ट मार्चसह ब्रिटिशांनी लादलेल्या मीठ कराला आव्हान देण्यात आणि 1942 मध्ये ब्रिटिशांना भारत सोडण्याचे आवाहन करण्यात त्यांचे नेतृत्व केले. त्यांना अनेकांना तुरुंगात टाकण्यात आले. दक्षिण आफ्रिका आणि भारत या दोन्ही देशांमध्ये आणि अनेक वर्षे.

धार्मिक बहुलवादावर आधारित स्वतंत्र भारताच्या गांधींच्या दृष्टीला 1940 च्या दशकाच्या सुरुवातीला मुस्लिम राष्ट्रवादाने आव्हान दिले होते ज्याने ब्रिटिश भारतातील मुस्लिमांसाठी स्वतंत्र मातृभूमीची मागणी केली होती. 11 ऑगस्ट 1947 मध्ये, ब्रिटनने स्वातंत्र्य दिले, परंतु ब्रिटिश भारतीय साम्राज्य दोन अधिराज्यांमध्ये विभागले गेले, एक हिंदू-बहुल भारत आणि मुस्लिम-बहुल पाकिस्तान. अनेक विस्थापित हिंदू, मुस्लीम आणि शीख त्यांच्या नवीन भूमीत जात असताना, विशेषतः पंजाब आणि बंगालमध्ये धार्मिक हिंसाचार सुरू झाला. स्वातंत्र्याच्या अधिकृत उत्सवापासून दूर राहून, गांधींनी पीडित भागांना भेट दिली, त्रास कमी करण्याचा प्रयत्न केला. त्यानंतरच्या काही महिन्यांत त्यांनी धार्मिक हिंसाचार थांबवण्यासाठी अनेक उपोषणे केली. यातील शेवटची, 12 जानेवारी 1948 रोजी दिल्लीत सुरू झाली जेव्हा ते 78 वर्षांचे होते, शिवाय पाकिस्तानला देय असलेली काही रोख संपत्ती फेडण्यासाठी भारतावर दबाव आणण्याचे अप्रत्यक्ष लक्ष्य होते. भारत सरकारने धार्मिक दंगलखोरांप्रमाणेच माघार घेतली असली तरी, पाकिस्तान आणि भारतीय मुस्लिम, विशेषत: दिल्लीत वेढा घातल्या गेलेल्या, भारतातील काही हिंदूंमध्ये गांधींनी त्यांच्या बचावासाठी खूप दृढनिश्चय केला होता, असा विश्वास पसरला.यापैकी नथुराम गोडसे, पश्चिम भारतातील एक अतिरेकी हिंदू राष्ट्रवादी, ज्याने 30 जानेवारी 1948 रोजी दिल्लीतील आंतरधर्मीय प्रार्थना सभेत त्यांच्या छातीत तीन गोळ्या झाडून गांधींची हत्या केली.

गांधींचा जन्मदिवस, 2 ऑक्टोबर, भारतात गांधी जयंती, राष्ट्रीय सुट्टी आणि जगभरात आंतरराष्ट्रीय अहिंसा दिवस म्हणून साजरा केला जातो. गांधींना सामान्यतः, औपचारिकपणे नसले तरी, भारतातील राष्ट्रपिता मानले जाते आणि त्यांना सामान्यतः बापू म्हटले जाते

मोहनदास करमचंद गांधी यांचा जन्म 2 ऑक्टोबर 1869 22 रोजी एका गुजराती हिंदू मोध बनिया कुटुंबात पोरबंदर (सुदामपुरी म्हणूनही ओळखले जाते), काठियावाड द्वीपकल्पावरील किनारी शहर आणि नंतर लहान भागामध्ये झाला. भारतीय साम्राज्याच्या काठियावाड एजन्सीमधील पोरबंदरचे संस्थान. त्यांचे वडील, करमचंद उत्तमचंद गांधी (1822-1885), यांनी पोरबंदर राज्याचे दिवाण (मुख्यमंत्री) म्हणून काम केले. त्यांचे कुटुंब तत्कालीन जुनागड राज्यातील कुतियाना गावातून आले होते.

जरी त्यांचे फक्त प्राथमिक शिक्षण झाले होते आणि ते पूर्वी राज्य प्रशासनात लिपिक होते, तरी करमचंद यांनी एक सक्षम मुख्यमंत्री सिद्ध केले. त्यांच्या कार्यकाळात करमचंद यांनी चार लग्न केले. त्याच्या पहिल्या दोन बायका लहानपणीच मरण पावल्या, प्रत्येकाने

मुलीला जन्म दिल्यानंतर, आणि त्याचे तिसरे लग्न निपुत्रिक होते. 1857 मध्ये, करमचंदने आपल्या तिसऱ्या पत्नीची पुनर्विवाह करण्याची परवानगी मागितली; त्याच वर्षी, त्यांनी पुतलीबाई (1844-1891) यांच्याशी विवाह केला, त्या देखील जुनागड येथून आल्या होत्या, 28 आणि प्रणामी वैष्णव कुटुंबातील होत्या. 29 पुढील दशकात करमचंद आणि पुतलीबाई यांना तीन मुले झाली: एक मुलगा, लक्ष्मीदास (सी. 1860-1914); एक मुलगी, रलियातबेन (1862-1960); आणि दुसरा मुलगा, करसंदास (c. 1866-1913).

2 ऑक्टोबर 1869 रोजी, पुतलीबाईंनी पोरबंदर शहरातील गांधी कुटुंबाच्या निवासस्थानाच्या एका अंधाऱ्या, खिडकीविरहित तळमजल्यावरील खोलीत आपल्या शेवटच्या मुलाला, मोहनदासला जन्म दिला. लहानपणी, गांधींचे वर्णन त्यांची बहीण रलियात यांनी "पारासारखे अस्वस्थ, एकतर खेळणे किंवा फिरणे असे केले होते. कुत्र्यांचे कान मुरडणे हा त्यांचा आवडता मनोरंजन आहे." ३२ भारतीय अभिजात कथा, विशेषतः श्रवण आणि राजा हरिश्चंद्र यांच्या कथा. , त्यांच्या बालपणात गांधींवर खूप प्रभाव पडला. त्यांच्या आत्मचरित्रात त्यांनी कबूल केले की त्यांनी त्यांच्या मनावर अमिट छाप सोडली. तो लिहितो: "त्याने मला पछाडले आणि मी हरिश्चंद्राला संख्या नसताना स्वतःशीच अभिनय केला असावा." सत्य आणि प्रेमाची सर्वोच्च मूल्ये म्हणून गांधींची सुरुवातीची आत्म-ओळख या महाकाव्य पात्रांमध्ये सापडते.

कुटुंबाची धार्मिक पार्श्वभूमी सर्वांगीण होती. गांधींचे वडील करमचंद हिंदू होते आणि त्यांची आई पुतलीबाई प्रणामी वैष्णव हिंदू कुटुंबातील होती. गांधींचे वडील वैश्य वर्णातील मोड बनिया जातीचे होते. त्यांची आई मध्ययुगीन कृष्ण भक्ती-आधारित प्रणामी परंपरेतून आली होती, ज्यांच्या धार्मिक ग्रंथांमध्ये भगवद्गीता, भागवत पुराण आणि वेद, कुराण आणि बायबलचे सार समाविष्ट असल्याचा विश्वास असलेल्या शिकवणींसह 14 ग्रंथांचा समावेश आहे. गांधींवर त्यांच्या आईचा खूप प्रभाव होता, एक अत्यंत धार्मिक स्त्री जी "तिच्या रोजच्या प्रार्थनेशिवाय जेवण घेण्याचा विचार करणार नाही... ती सर्वात कठीण शपथ घ्यायची आणि ती न डगमगता पाळायची. सलग दोन किंवा तीन उपवास करणे म्हणजे काहीच नव्हते. तिला."

1874 मध्ये, गांधींचे वडील करमचंद यांनी पोरबंदरला राजकोटच्या छोट्या राज्यासाठी सोडले, जिथे ते तेथील शासक ठाकूर साहिब यांचे सल्लागार बनले; राजकोट हे पोरबंदरपेक्षा कमी प्रतिष्ठित राज्य असले तरी, ब्रिटीश प्रादेशिक राजकीय एजन्सी तेथेच होती, ज्यामुळे राज्याच्या दिवाणांना सुरक्षिततेचे प्रमाण मिळाले. 1876 मध्ये करमचंद राजकोटचा दिवाण बनला आणि त्याचा भाऊ तुलसीदास त्याच्यानंतर पोरबंदरचा दिवाण झाला. त्यानंतर त्याचे कुटुंब राजकोटमध्ये त्याच्यासोबत पुन्हा सामील झाले.

1886 मध्ये गांधी (उजवीकडे) त्यांचा मोठा भाऊ लक्ष्मीदास यांच्यासोबत

वयाच्या 9 व्या वर्षी गांधींनी त्यांच्या घराजवळील राजकोट येथील स्थानिक शाळेत प्रवेश घेतला. तेथे त्यांनी अंकगणित, इतिहास, गुजराती भाषा आणि भूगोल या विषयांचा

अभ्यास केला. वयाच्या 11 व्या वर्षी, त्यांनी राजकोटमधील हायस्कूल, अल्फ्रेड हायस्कूलमध्ये प्रवेश घेतला. तो एक सरासरी विद्यार्थी होता, त्याने काही बक्षिसे जिंकली होती, परंतु तो लाजाळू आणि जिभेने बांधलेला विद्यार्थी होता, त्याला खेळांमध्ये रस नव्हता; पुस्तके आणि शालेय धडे हेच त्याचे सोबती होते.

मे 1883 मध्ये, 13 वर्षांच्या मोहनदासचा विवाह 14 वर्षांच्या कस्तुरबाई माखनजी कपाडिया (तिचे पहिले नाव सहसा "कस्तुरबा" असे लहान केले जात असे आणि प्रेमाने "बा" असे) प्रथेनुसार एका व्यवस्थित विवाहात झाले. त्यावेळच्या प्रदेशाचा. या प्रक्रियेत, त्याने शाळेतील एक वर्ष गमावले परंतु नंतर त्याच्या अभ्यासाला गती देऊन ते भरून काढण्याची परवानगी मिळाली. त्याचे लग्न हा एक संयुक्त कार्यक्रम होता, जिथे त्याचा भाऊ आणि चुलत भावाचेही लग्न होते. त्यांच्या लग्नाच्या दिवसाची आठवण करून देताना तो एकदा म्हणाला, "आम्हाला लग्नाबद्दल फारशी माहिती नव्हती, आमच्यासाठी म्हणजे फक्त नवीन कपडे घालणे, मिठाई खाणे आणि नातेवाईकांसोबत खेळणे." प्रचलित परंपरेप्रमाणे, पौगंडावस्थेतील वधूला तिच्या आईवडिलांच्या घरी आणि पतीपासून दूर जास्त वेळ घालवायचा होता.

बऱ्याच वर्षांनंतर लिहिताना, मोहनदासने आपल्या तरुण वधूबद्दल वाटलेल्या वासनायुक्त भावनांचे खेदपूर्वक वर्णन केले, "शाळेतही मी तिचाच विचार करायचो, आणि रात्रीचा दिवस आणि त्यानंतरच्या भेटीचा विचार मला सतावत होता." नंतर तिला तिच्याबद्दल मत्सर आणि मालकीण वाटणे, जसे की ती तिच्या मैत्रिणींसोबत मंदिरात कधी जायची, आणि तिच्याबद्दलच्या भावनांमध्ये लैंगिक वासनायुक्त असल्याचे आठवते.

1885 च्या उत्तरार्धात, गांधींचे वडील करमचंद यांचे निधन झाले. गांधी, तेव्हा 16 वर्षांचे होते, आणि त्यांच्या वयाच्या 17 वर्षांच्या पत्नीला पहिले बाळ होते, जे फक्त काही दिवस जगले. या दोन मृत्यूंनी गांधींना दुःख झाले. गांधी दाम्पत्याला आणखी चार मुले होती, सर्व मुलगे: हरिलाल, १८८८ मध्ये जन्म; मणिलाल, जन्म 1892; रामदास, जन्म 1897; आणि 1900 मध्ये जन्मलेले देवदास.

नोव्हेंबर 1887 मध्ये, 18 वर्षीय गांधींनी अहमदाबादमधील हायस्कूलमधून पदवी प्राप्त केली. 50 जानेवारी 1888 मध्ये, त्यांनी भावनगर राज्यातील समलदास महाविद्यालयात प्रवेश घेतला, जो त्यावेळच्या प्रदेशातील उच्च शिक्षणाची एकमेव पदवी देणारी संस्था होती. पण तो बाहेर पडला आणि पोरबंदरमध्ये आपल्या कुटुंबाकडे परतला.

गांधींनी मुंबईतील सर्वात स्वस्त कॉलेज सोडले होते. मावजी दवे जोशीजी, एक ब्राह्मण पुजारी आणि कौटुंबिक मित्र, यांनी गांधी आणि त्यांच्या कुटुंबियांना सल्ला दिला की त्यांनी लंडनमध्ये कायद्याच्या अभ्यासाचा विचार करावा. 53 जुलै १८८८ मध्ये त्यांची पत्नी कस्तुरबा यांनी त्यांचा पहिला जिवंत मुलगा हरिलाल यांना जन्म दिला. गांधींनी आपली पत्नी आणि कुटुंब सोडून घरापासून दूर जाणे हे त्यांच्या आईला पटत नव्हते. गांधींचे काका

तुलसीदास यांनीही त्यांच्या पुतण्याला परावृत्त करण्याचा प्रयत्न केला. गांधींना जायचे होते. आपल्या पत्नीचे आणि आईचे मन वळवण्यासाठी गांधींनी आपल्या आईसमोर मांस, दारू आणि स्त्रियांपासून दूर राहण्याची शपथ घेतली. गांधींचे भाऊ लक्ष्मीदास, जे आधीच वकील होते, त्यांनी गांधींच्या लंडन अभ्यास योजनेचे स्वागत केले आणि त्यांना पाठिंबा देण्याची ऑफर दिली. पुतलीबाईंनी गांधींना परवानगी आणि आशीर्वाद दिला.

गांधी लंडनमध्ये कायद्याचे विद्यार्थी म्हणून

10 ऑगस्ट 1888 रोजी, 18 वर्षांचे गांधी, पोरबंदरहून मुंबईसाठी निघून गेले, ज्याला तेव्हा बॉम्बे म्हणून ओळखले जाते. आल्यानंतर, तो स्थानिक मोड बनिया समुदायासोबत राहिला ज्यांच्या वडीलधाऱ्यांनी त्याला इशारा दिला की इंग्लंड त्याला त्याच्या धर्माशी तडजोड करण्यास प्रवृत्त करेल आणि पाश्चिमात्य मार्गांनी खाण्यापिण्यास प्रवृत्त करेल. गांधींनी त्यांना त्यांच्या आईला दिलेले वचन आणि तिचे आशीर्वाद याविषयी माहिती देऊनही, त्यांना त्यांच्या जातीतून बहिष्कृत करण्यात आले. गांधींनी याकडे दुर्लक्ष केले आणि 4 सप्टेंबर रोजी ते बॉम्बेहून लंडनला निघाले आणि त्यांच्या भावाने त्यांना निरोप दिला. गांधींनी युनिव्हर्सिटी कॉलेज, लंडन, लंडन विद्यापीठाचे एक घटक महाविद्यालयात शिक्षण घेतले.

यूसीएलमध्ये, त्याने कायदा आणि न्यायशास्त्राचा अभ्यास केला आणि बॅरिस्टर होण्याच्या उद्देशाने त्याला इनर टेंपलमध्ये नावनोंदणी करण्यासाठी आमंत्रित केले गेले. त्याच्या बालपणातील लाजाळूपणा आणि स्वत: ची माघार त्याच्या किशोरावस्थेपर्यंत चालू होती. लंडनमध्ये आल्यावर त्यांनी ही वैशिष्ट्ये कायम ठेवली, परंतु सार्वजनिक बोलण्याच्या सराव गटात सामील झाला आणि कायद्याचा सराव करण्यासाठी पुरेसा लाजाळूपणा दूर केला.

लंडनच्या गरीब डॉकलँड समुदायांच्या कल्याणासाठी त्यांनी उत्सुकता दर्शविली. 1889 मध्ये, लंडनमध्ये कडवट व्यापार विवाद सुरू झाला, ज्यामध्ये डॉकर्स चांगल्या पगारासाठी आणि शर्तींसाठी संप करत होते आणि नाविक, जहाजबांधणी करणारे, फॅक्टरी गर्ल्स आणि इतर एकजुटीने संपात सामील झाले होते. काही प्रमाणात कार्डिनल मॅनिंगच्या मध्यस्थीमुळे, गांधी आणि एका भारतीय मित्राला कार्डिनलला भेट देण्याचे आणि त्याच्या कामाबद्दल त्यांचे आभार मानण्याचे नेतृत्व केल्यामुळे स्ट्रायकर यशस्वी झाले.

शाकाहार आणि समितीचे काम

गांधींचा लंडनमधील काळ त्यांनी आपल्या आईला केलेल्या नवसाचा प्रभाव होता. त्यांनी नृत्याचे धडे घेण्यासह "इंग्रजी" प्रथा अंगीकारण्याचा प्रयत्न केला. तथापि, त्याने आपल्या घरमालकाने देऊ केलेल्या सौम्य शाकाहारी जेवणाचे कौतुक केले नाही आणि लंडनच्या काही शाकाहारी रेस्टॉरंटपैकी एक सापडेपर्यंत तो वारंवार भुकेला होता. हेन्री सॉल्टच्या लिखाणामुळे प्रभावित होऊन, तो लंडन व्हेजिटेरियन सोसायटीमध्ये सामील झाला आणि त्याच्या कार्यकारी समितीवर त्याची निवड झाली ५९ त्याचे अध्यक्ष आणि

उपकार अर्नॉल्ड हिल्स यांच्या नेतृत्वाखाली. समितीवर असताना एक उपलब्धी म्हणजे बेजवॉटर अध्यायाची स्थापना. 60 त्याला भेटलेले काही शाकाहारी लोक थिऑसॉफिकल सोसायटीचे सदस्य होते, ज्याची स्थापना 1875 मध्ये सार्वत्रिक बंधुत्व वाढवण्यासाठी करण्यात आली होती आणि ती बौद्ध आणि हिंदू साहित्याच्या अभ्यासासाठी समर्पित होती. त्यांनी गांधींना भगवद्‌गीता भाषांतरात आणि मूळ दोन्हीमध्ये वाचण्यासाठी प्रोत्साहित केले.

गांधींचे हिल्सशी मैत्रीपूर्ण आणि उत्पादक संबंध होते, परंतु सहकारी समिती सदस्य थॉमस ॲलिन्सन यांच्या सतत एलव्हीएस सदस्यत्वावर या दोघांनी भिन्न दृष्टिकोन ठेवला. त्यांचे मतभेद हे गांधींच्या अधिकाराला आव्हान देण्याचे पहिले ज्ञात उदाहरण आहे, त्यांचा लाजाळूपणा आणि संघर्षाकडे झुकणारा स्वभाव आहे.

ॲलिन्सन नवीन उपलब्ध गर्भनिरोधक पद्धतींचा प्रचार करत होते, परंतु हिल्सने सार्वजनिक नैतिकतेचा ऱ्हास होत असल्याचा विश्वास ठेवून त्यांना नकार दिला. शाकाहार ही एक नैतिक चळवळ आहे असा त्यांचा विश्वास होता आणि त्यामुळे एलिन्सनने यापुढे एलव्हीएसचा सदस्य राहू नये. गांधींनी जन्म नियंत्रणाच्या धोक्यांवर हिल्सची मते मांडली, परंतु ॲलिन्सनच्या भिन्नतेच्या अधिकाराचे रक्षण केले. 61 गांधींना हिल्सला आव्हान देणे कठीण गेले असते; हिल्स हे त्यांच्यापेक्षा 12 वर्षांचे ज्येष्ठ होते आणि गांधींपेक्षा वेगळे होते, ते अत्यंत वक्तृत्ववान होते. त्यांनी LVS बँकरोल केले आणि लंडनच्या ईस्ट एंडमध्ये 6,000 हून अधिक लोकांना रोजगार देणाऱ्या टेम्स आयर्नवर्क्स कंपनीसह उद्योगाचा कर्णधार होता . तो एक अत्यंत कुशल खेळाडू देखील होता ज्याने नंतर फुटबॉल क्लब वेस्ट हॅम युनायटेडची स्थापना केली. त्याच्या 1927 मध्ये एक आत्मचरित्र, खंड. मी, गांधींनी लिहिले:

हा प्रश्न मला खूप आवडला...मला मिस्टर हिल्स आणि त्यांच्या औदार्याबद्दल खूप आदर होता. परंतु मला असे वाटले की एखाद्या माणसाला शाकाहारी समाजातून वगळणे अगदी अयोग्य आहे कारण त्याने प्युरिटन नैतिकतेला समाजातील एक वस्तू मानण्यास नकार दिला होता

ॲलिन्सनला काढून टाकण्याचा प्रस्ताव मांडण्यात आला आणि त्यावर समितीने चर्चा केली आणि मतदान केले. समितीच्या बैठकीत गांधींचा लाजाळूपणा त्यांच्या ॲलिन्सनच्या बचावात अडथळा होता. त्याने आपली मते कागदावर लिहून ठेवली परंतु लाजाळूपणाने त्याला त्याचे युक्तिवाद वाचण्यापासून रोखले, म्हणून हिल्स, अध्यक्ष, यांनी समितीच्या दुसऱ्या सदस्याला ते वाचण्यास सांगितले. समितीच्या इतर काही सदस्यांनी गांधींशी सहमती दर्शवली असली तरी, मत गमावले आणि ॲलिन्सन यांना वगळले. गांधींच्या भारतात परतल्याच्या सन्मानार्थ एलव्हीएस फेअरवेल डिनरमध्ये हिल्सने टोस्टचा प्रस्ताव दिल्याने कोणतीही कठोर भावना नव्हती.

गांधी, वयाच्या 22 व्या वर्षी, जून 1891 मध्ये बारमध्ये बोलावले गेले आणि नंतर ते लंडनहून भारतासाठी निघून गेले, जिथे त्यांना कळले की ते लंडनमध्ये असताना त्यांची आई मरण पावली होती आणि त्यांच्या कुटुंबाने त्यांच्याकडून ही बातमी ठेवली होती. 59 बॉम्बेमध्ये कायद्याची प्रथा सुरू करण्याचे त्यांचे प्रयत्न अयशस्वी झाले कारण ते साक्षीदारांची उलटतपासणी करण्यास मानसिकदृष्ट्या अक्षम होते. तो राजकोटला परत आला आणि माफक जीवन जगण्यासाठी याचिकाकर्त्यांसाठी मसुदा तयार केला, परंतु जेव्हा त्याने ब्रिटीश अधिकारी सॅम सनी यांच्यावर अत्याचार केला तेव्हा त्याला थांबण्यास भाग पाडले गेले.

1893 मध्ये काठियावाडमधील दादा अब्दुल्ला नावाच्या मुस्लिम व्यापाऱ्याने गांधींशी संपर्क साधला. अब्दुल्ला यांचा दक्षिण आफ्रिकेत मोठा यशस्वी शिपिंग व्यवसाय होता. जोहान्सबर्गमधील त्याच्या दूरच्या चुलत भावाला वकिलाची गरज होती आणि त्यांनी काठियावारी वारसा असलेल्या एखाद्याला प्राधान्य दिले. गांधींनी कामाच्या मोबदल्याची चौकशी केली. त्यांनी एकूण पगार £105 (~$17,200 2019 मध्ये) आणि प्रवास खर्च देऊ केला. ब्रिटीश साम्राज्याचा एक भाग असलेल्या दक्षिण आफ्रिकेच्या नताल कॉलनीमध्ये किमान एक वर्षाची वचनबद्धता असेल हे जाणून त्यांनी ते स्वीकारले.

एप्रिल 1893 मध्ये, 23 वर्षांचे गांधी, अब्दुल्लाच्या चुलत भावाचे वकील म्हणून दक्षिण आफ्रिकेला रवाना झाले. त्यांनी 21 वर्षे दक्षिण आफ्रिकेत घालवली, जिथे त्यांनी त्यांचे राजकीय विचार, नैतिकता आणि राजकारण विकसित केले.

दक्षिण आफ्रिकेत आल्यावर लगेचच, गांधींना त्यांच्या त्वचेचा रंग आणि वारसा यामुळे भेदभावाचा सामना करावा लागला, जसे की सर्व रंगीबेरंगी लोक. ६७ त्याला स्टेजकोचमध्ये युरोपियन प्रवाशांसोबत बसू दिले नाही आणि ड्रायव्हरजवळ जमिनीवर बसण्यास सांगितले, नंतर त्याने नकार दिल्यावर मारहाण केली; इतर ठिकाणी घराजवळ चालण्याचे धाडस केल्याबद्दल त्याला गटारात लाथ मारण्यात आली, दुसऱ्या एका उदाहरणात प्रथम श्रेणी सोडण्यास नकार दिल्यानंतर पीटरमेरिट्झबर्ग येथे ट्रेनमधून फेकून दिले. 68 69 तो ट्रेन स्टेशनवर बसून रात्रभर थरथरत होता आणि विचार करत होता की त्याने भारतात परत यायचे की त्याच्या हक्कांसाठी आंदोलन करायचे. 69 त्याने विरोध करणे पसंत केले आणि दुसऱ्या दिवशी त्याला ट्रेनमध्ये चढण्याची परवानगी मिळाली. 70 दुसऱ्या एका घटनेत, डर्बन न्यायालयाच्या दंडाधिकाऱ्याने गांधींना त्यांची पगडी काढण्याचा आदेश दिला, जो त्यांनी करण्यास नकार दिला. 71 दक्षिण आफ्रिकेत भारतीयांना सार्वजनिक फूटपाथवर चालण्याची परवानगी नव्हती. गांधींना एका पोलीस अधिकाऱ्याने कोणतीही पूर्वसूचना न देता फुटपाथवरून रस्त्यावर लाथ मारली होती.

हरमनच्या मते गांधी जेव्हा दक्षिण आफ्रिकेत आले, तेव्हा त्यांनी स्वतःला "पहिला ब्रिटन आणि दुसरा भारतीय" असे मानले. तथापि, गांधींनी अनुभवलेल्या आणि निरीक्षण केलेल्या ब्रिटीश लोकांकडून त्यांच्या आणि त्यांच्या सहकारी भारतीयांविरुद्धच्या पूर्वग्रहाने

त्यांना खूप त्रास दिला. त्याला हे अपमानास्पद वाटले, काही लोकांना अशा अमानवी प्रथांमध्ये सन्मान किंवा श्रेष्ठता किंवा आनंद कसा वाटू शकतो हे समजून घेण्यासाठी धडपडत आहे. गांधींनी ब्रिटिश साम्राज्यात आपल्या लोकांच्या भूमिकेवर प्रश्नचिन्ह निर्माण करण्यास सुरुवात केली.

अब्दुल्ला प्रकरण ज्याने त्यांना दक्षिण आफ्रिकेत आणले होते ते मे १८९४ मध्ये संपले आणि गांधी भारतात परतण्याची तयारी करत असताना भारतीय समुदायाने त्यांच्यासाठी निरोप समारंभ आयोजित केला. तथापि, नताल सरकारच्या नवीन भेदभावाच्या प्रस्तावामुळे गांधींनी दक्षिण आफ्रिकेत त्यांचा मूळ मुक्काम वाढवला. त्यांनी भारतीयांना मतदानाचा अधिकार नाकारण्याच्या विधेयकाला विरोध करण्यासाठी मदत करण्याची योजना आखली, हा अधिकार नंतर एक विशेष युरोपियन अधिकार म्हणून प्रस्तावित करण्यात आला. त्यांनी ब्रिटिश वसाहती सचिव जोसेफ चेंबरलेन यांना या विधेयकावर त्यांच्या भूमिकेवर पुनर्विचार करण्यास सांगितले. 65 बिल पास होण्यास ते थांबवू शकले नसले तरी दक्षिण आफ्रिकेतील भारतीयांच्या तक्रारींकडे लक्ष वेधण्यात त्यांची मोहीम यशस्वी झाली. त्यांनी 1894 मध्ये नेटल इंडियन काँग्रेसची स्थापना करण्यात मदत केली, 60 70 आणि या संघटनेच्या माध्यमातून त्यांनी दक्षिण आफ्रिकेतील भारतीय समुदायाला एकसंध राजकीय शक्तीमध्ये रूपांतरित केले. जानेवारी 1897 मध्ये, जेव्हा गांधी डर्बनमध्ये उतरले, तेव्हा पांढऱ्या वसाहतींच्या जमावाने त्यांच्यावर हल्ला केला आणि पोलिस अधीक्षकांच्या पत्नीच्या प्रयत्नांमुळेच ते बचावले. तथापि, त्याने जमावाच्या कोणत्याही सदस्याविरुद्ध आरोप लावण्यास नकार दिला.

बोअर युद्धादरम्यान भारतीय रुग्णवाहिका कॉर्प्सच्या स्ट्रेचर-वाहकांसह गांधी

बोअर युद्धादरम्यान, गांधींनी 1900 मध्ये नेटल इंडियन ॲम्ब्युलन्स कॉर्प्स म्हणून स्ट्रेचर-वाहकांचा एक गट तयार केला. आर्थर हर्मनच्या मते, गांधींना ब्रिटिश वसाहतवादी स्टिरियोटाइप हे सिद्ध करायचे होते की मुस्लिम "मार्शल रेस" प्रमाणे, धोका आणि परिश्रम यांचा समावेश असलेल्या "पुरुषी" क्रियाकलापांसाठी हिंदू योग्य नाहीत. 77 बोअर्सच्या विरोधात ब्रिटिश लढाऊ सैन्याला पाठिंबा देण्यासाठी गांधींनी अकराशे भारतीय स्वयंसेवक उभे केले. त्यांना प्रशिक्षित आणि वैद्यकीयदृष्ट्या आघाडीवर सेवा देण्यासाठी प्रमाणित करण्यात आले. ते कोलेन्सोच्या लढाईत व्हाईट स्वयंसेवक रुग्णवाहिका कॉर्प्सचे सहाय्यक होते. स्पायन कोपच्या लढाईत गांधी आणि त्यांचे वाहक पुढच्या रांगेत गेले आणि जखमी सैनिकांना मैलभर फील्ड हॉस्पिटलमध्ये घेऊन जावे लागले कारण भूभाग रुग्णवाहिकांसाठी खूप खडबडीत होता. गांधी आणि इतर सदतीस भारतीयांना राणीचे दक्षिण आफ्रिका पदक मिळाले.

1906 मध्ये, ट्रान्सवाल सरकारने वसाहतीतील भारतीय आणि चिनी लोकसंख्येची सक्तीने नोंदणी करणारा नवीन कायदा जारी केला. त्या वर्षी 11 सप्टेंबर रोजी जोहान्सबर्ग येथे झालेल्या एका जन निषेध सभेत, गांधींनी प्रथमच सत्याग्रह (सत्यावरील भक्ती)

किंवा अहिंसक निषेधाची त्यांची विकसित होत असलेली पद्धत स्वीकारली. 80 अँथनी परेल यांच्या मते, गांधींवरही तमिळ नैतिक मजकूर तिरुक्कू?ए? लिओ टॉल्स्टॉयने त्यांच्या पत्रव्यवहारात त्याचा उल्लेख केल्यानंतर "अ लेटर टू अ हिंदू" ने सुरुवात केली. 81 82 गांधींनी भारतीयांना नवीन कायद्याचा अवमान करण्याचे आणि तसे केल्याबद्दल शिक्षा भोगण्याचे आवाहन केले. निषेध, मन वळवण्याचे कौशल्य आणि जनसंपर्क या गांधींच्या विचारांचा उदय झाला होता. ते 1915 मध्ये भारतात परत आणले.

दक्षिण आफ्रिकेत असताना गांधींनी आपले लक्ष भारतीयांवर केंद्रित केले. त्यांना सुरुवातीला राजकारणात रस नव्हता. तथापि, त्याच्याशी भेदभाव केल्यावर आणि धमकावल्यानंतर हे बदलले, जसे की एका पांढऱ्या ट्रेनच्या अधिकाऱ्याने त्याच्या त्वचेच्या रंगामुळे ट्रेनच्या डब्यातून बाहेर फेकले. दक्षिण आफ्रिकेतील गोरे लोकांसोबतच्या अशा अनेक घटनांनंतर, गांधींचे विचार आणि लक्ष बदलले आणि त्यांना वाटले की त्यांनी याचा प्रतिकार केला पाहिजे आणि हक्कांसाठी संघर्ष केला पाहिजे. नेटल इंडियन कॉंग्रेसची स्थापना करून त्यांनी राजकारणात प्रवेश केला. 85 अश्विन देसाई आणि गुलाम वाहेद यांच्या मते, वर्णद्वेषावर गांधींचे विचार विवादास्पद आहेत आणि काही बाबतीत त्यांची प्रशंसा करणाऱ्यांना त्रासदायक आहेत. गांधींना दक्षिण आफ्रिकेत सुरुवातीपासूनच छळ सहन करावा लागला. इतर रंगीबेरंगी लोकांप्रमाणेच, गोऱ्या अधिकाऱ्यांनी त्याला त्याचे अधिकार नाकारले, आणि प्रेस आणि रस्त्यावरील लोकांनी त्याला "परजीवी", "अर्ध-बर्बरस", "कॅनकर", "स्क्वालिड कुली", "यलो मॅन" असे संबोधले. आणि इतर विशेषण. वांशिक द्वेषाची अभिव्यक्ती म्हणून लोक त्याच्यावर थुंकतील.

दक्षिण आफ्रिकेत असताना, गांधींनी भारतीयांच्या वांशिक छळावर लक्ष केंद्रित केले परंतु आफ्रिकन लोकांकडे दुर्लक्ष केले. काही प्रकरणांमध्ये, राज्य देसाई आणि वाहेद, त्यांचे वर्तन वांशिक स्टिरियोटाइपिंग आणि आफ्रिकन शोषणाचा एक इच्छुक भाग होता. 86 सप्टेंबर 1896 मध्ये एका भाषणादरम्यान गांधींनी तक्रार केली की दक्षिण आफ्रिकेतील ब्रिटिश वसाहतीतील गोरे लोक भारतीय हिंदू आणि मुस्लिमांना "काफिरच्या पातळीपर्यंत" लाजत आहेत. गांधींनी त्या वेळी भारतीय आणि कृष्णवर्णीय दक्षिण आफ्रिकेचा वेगळा विचार केल्याचा पुरावा म्हणून विद्वानांनी ते उदाहरण म्हणून दिले आहे. हर्मनने दिलेले आणखी एक उदाहरण म्हणून, गांधींनी वयाच्या 24 व्या वर्षी, 1895 मध्ये नेटाल असेंब्लीसाठी भारतीयांना मतदानाचा हक्क मिळवून देण्यासाठी कायदेशीर ब्रीफ तयार केला. गांधींनी वंशाचा इतिहास आणि युरोपियन प्राच्यविद्यावाद्यांच्या मतांचा हवाला दिला की "अँग्लो-सॅक्सन आणि भारतीय हे एकाच आर्य समूहातून आले आहेत किंवा त्याऐवजी इंडो-युरोपियन लोक आहेत", आणि असा युक्तिवाद केला की भारतीयांना आफ्रिकन लोकांसोबत जोडले जाऊ नये.

नोबेल शांतता पारितोषिक विजेते नेल्सन मंडेला यांच्या म्हणण्यानुसार वर्षांनंतर, गांधी आणि त्यांच्या सहकाऱ्यांनी नर्स म्हणून आफ्रिकन लोकांची सेवा केली आणि त्यांना मदत

केली आणि वर्णद्वेषाचा विरोध केला. गांधी, राज्य देसाई आणि वाहेद यांची सामान्य प्रतिमा त्यांच्या हत्येपासून पुन्हा नव्याने तयार करण्यात आली आहे, जणू काही ते नेहमीच संत होते जेव्हा प्रत्यक्षात त्यांचे जीवन अधिक गुंतागुंतीचे होते, त्यात गैरसोयीचे सत्य होते आणि ते कालांतराने विकसित झाले होते. 86 याउलट, इतर आफ्रिकेचे विद्वान सांगतात की आफ्रिकन लोकांचा छळ आणि वर्णभेदाविरूद्ध गांधी आणि भारतीय लोकांच्या सहकार्याचा आणि प्रयत्नांचा समृद्ध इतिहास दर्शवितो.

1906 मध्ये, जेव्हा नतालच्या वसाहतीत बंबाथा बंडखोरी झाली, तेव्हा 36 वर्षीय गांधींनी झुलू बंडखोरांबद्दल सहानुभूती दाखवूनही भारतीय दक्षिण आफ्रिकन लोकांना स्वयंसेवक स्ट्रेचर-वाहक युनिट तयार करण्यास प्रोत्साहित केले. इंडियन ओपिनियनमध्ये लिहिताना गांधींनी असा युक्तिवाद केला की लष्करी सेवा भारतीय समुदायासाठी फायदेशीर ठरेल आणि दावा केला की यामुळे त्यांना "आरोग्य आणि आनंद मिळेल." बंडखोरी दडपशाही करताना लढवय्ये.

दक्षिण आफ्रिकेत गांधींचे छायाचित्र (1909)

गांधींच्या नेतृत्वाखालील वैद्यकीय युनिट बरखास्त होण्यापूर्वी दोन महिन्यांपेक्षा कमी काळ कार्यरत होते. 89 बंड दडपल्यानंतर, श्वेत दक्षिण आफ्रिकन लोकांना दिलेले नागरी हक्क भारतीय समुदायाला देण्यात वसाहतवादी आस्थापनेने स्वारस्य दाखवले नाही. यामुळे गांधींचा साम्राज्याबद्दल भ्रमनिरास झाला आणि त्यांच्यात आध्यात्मिक जागृती निर्माण झाली; इतिहासकार आर्थर एल. हर्मन यांनी लिहिले आहे की त्यांचा आफ्रिकन अनुभव हा त्यांच्या पश्चिमेबद्दलच्या मोठ्या मोहभंगाचा एक भाग होता, ज्यामुळे त्यांना "तडजोड न करणारा असहकारी" बनले.

1910 मध्ये गांधींनी त्यांचे मित्र हर्मन कॅलेनबॅच याच्या मदतीने जोहान्सबर्गजवळ टॉल्स्टॉय फार्म नावाचा आदर्शवादी समुदाय स्थापन केला. तेथे त्यांनी शांततापूर्ण प्रतिकाराचे धोरण जोपासले.

दक्षिण आफ्रिकेत (1994) कृष्णवर्णीय दक्षिण आफ्रिकन लोकांना मतदानाचा अधिकार मिळाल्यानंतरच्या वर्षांत, गांधींना अनेक स्मारकांसह राष्ट्रीय नायक घोषित करण्यात आले.

गोपाल कृष्ण गोखले यांच्या विनंतीनुसार, सीएफ अँड्र्यूजने त्यांना कळविले, गांधी 1915 मध्ये भारतात परतले. त्यांनी एक प्रमुख भारतीय राष्ट्रवादी, सिद्धांतवादी आणि समुदाय संघटक म्हणून आंतरराष्ट्रीय ख्याती मिळवली.

गांधी भारतीय राष्ट्रीय काँग्रेसमध्ये सामील झाले आणि भारतीय समस्या, राजकारण आणि भारतीय लोकांची ओळख प्रामुख्याने गोखले यांनी करून दिली. गोखले हे काँग्रेस पक्षाचे प्रमुख नेते होते जे त्यांच्या संयम आणि संयमासाठी प्रसिद्ध होते आणि व्यवस्थेत काम करण्याचा त्यांचा आग्रह होता. गांधींनी ब्रिटीश व्हिग्गिश परंपरेवर आधारित गोखले यांचा उदारमतवादी दृष्टीकोन घेतला आणि ते भारतीय दिसण्यासाठी त्याचे रूपांतर केले.

गांधींनी 1920 मध्ये काँग्रेसचे नेतृत्व केले आणि 26 जानेवारी 1930 रोजी भारतीय राष्ट्रीय काँग्रेसने भारताचे स्वातंत्र्य घोषित होईपर्यंत मागण्या वाढवण्यास सुरुवात केली. ब्रिटीशांनी या घोषणेला मान्यता दिली नाही परंतु वाटाघाटी झाल्या, 1930 च्या उत्तरार्धात कॉंग्रेसने प्रांतीय सरकारमध्ये भूमिका घेतली. गांधी आणि काँग्रेसने सल्लामसलत न करता सप्टेंबर १९३९ मध्ये व्हाईसरॉयने जर्मनीविरुद्ध युद्ध घोषित केले तेव्हा राजचा पाठिंबा काढून घेतला. 1942 मध्ये गांधींनी तात्काळ स्वातंत्र्याची मागणी करेपर्यंत तणाव वाढला आणि ब्रिटिशांनी त्यांना आणि हजारो काँग्रेस नेत्यांना तुरुंगात टाकून प्रतिसाद दिला. दरम्यान, मुस्लीम लीगने ब्रिटनशी सहकार्य केले आणि गांधींच्या तीव्र विरोधाविरुद्ध, पूर्णपणे स्वतंत्र मुस्लिम राज्य पाकिस्तानच्या मागणीसाठी पुढे सरकले. ऑगस्ट 1947 मध्ये ब्रिटिशांनी भारत आणि पाकिस्तानसह प्रत्येकी गांधींनी नाकारलेल्या अटींवर स्वातंत्र्य मिळवून भूमीची फाळणी केली.

एप्रिल 1918 मध्ये, पहिल्या महायुद्धाच्या उत्तरार्धात, व्हाइसरॉयने गांधींना दिल्लीतील युद्ध परिषदेसाठी आमंत्रित केले. 96 गांधींनी युद्धाच्या प्रयत्नांसाठी सक्रियपणे भारतीयांची भरती करण्यास सहमती दर्शविली. 97 98 1906 चे झुलू युद्ध आणि 1914 मध्ये पहिले महायुद्ध सुरू झाल्याच्या विपरीत, जेव्हा त्यांनी ॲम्ब्युलन्स कॉर्प्ससाठी स्वयंसेवकांची भरती केली तेव्हा यावेळी गांधींनी लढाऊ भरती करण्याचा प्रयत्न केला. जून 1918 च्या "अपील फॉर एनलिस्टमेंट" या शीर्षकाच्या पत्रकात गांधींनी लिहिले "अशी स्थिती आणण्यासाठी आपल्यात स्वतःचा बचाव करण्याची क्षमता असली पाहिजे, म्हणजेच शस्त्रे धारण करण्याची आणि त्यांचा वापर करण्याची क्षमता... जर आपल्याला हवे असेल तर शक्य तितक्या मोठ्या प्रमाणात शस्त्रास्त्रांचा वापर शिकण्यासाठी, सैन्यात भरती करणे हे आपले कर्तव्य आहे." 99 तथापि, त्यांनी व्हाईसरॉयच्या खाजगी सचिवाला लिहिलेल्या पत्रात अशी अट घातली की ते "वैयक्तिकरित्या मारणार नाहीत किंवा जखमी करणार नाहीत. कोणीही, मित्र किंवा शत्रू."

गांधींच्या युद्धभरती मोहिमेमुळे त्यांच्या अहिंसेवरील सातत्यावर प्रश्नचिन्ह निर्माण झाले. गांधींच्या खाजगी सचिवाने नमूद केले की "त्यांच्या 'अहिंसा' (अहिंसा) च्या पंथातील सातत्य आणि त्यांची भरती मोहीम यातील सातत्य हा प्रश्न तेव्हाच उपस्थित झाला नाही तर तेव्हापासून त्यावर चर्चा होत आहे.

1917 मध्ये बिहारमधील चंपारण आंदोलनाने गांधींची पहिली मोठी कामगिरी झाली. चंपारण आंदोलनाने स्थानिक शेतकरी मोठ्या प्रमाणावर अँग्लो-इंडियन मळ्यांच्या मालकांच्या विरोधात उभा राहिला ज्यांना स्थानिक प्रशासनाचा पाठिंबा होता. शेतकऱ्यांना इंडिगोफेरा हे इंडिगो डाईचे नगदी पीक घेण्यास भाग पाडले गेले ज्याची मागणी दोन दशकांपासून कमी होत चालली होती आणि त्यांना त्यांची पिके निश्चित किंमतीला लागवड करणाऱ्यांना विकण्यास भाग पाडले गेले. त्यामुळे नाराज झालेल्या शेतकरी वर्गाने गांधींना त्यांच्या अहमदाबाद येथील आश्रमात आवाहन केले. अहिंसक निषेधाच्या धोरणाचा अवलंब

करून, गांधींनी प्रशासनाला आश्चर्यचकित केले आणि अधिकाऱ्यांकडून सवलती मिळवल्या.

1918 मध्ये खेडाला पूर आणि दुष्काळाचा फटका बसला होता आणि शेतकरी करमुक्तीची मागणी करत होते. गांधींनी आपले मुख्यालय नडियाद येथे हलवले, 102 अनेक समर्थक आणि नवीन स्वयंसेवकांचे संघटन करून, वल्लभभाई पटेल हे सर्वात उल्लेखनीय होते. 103 असहकाराचा एक तंत्र म्हणून वापर करून, गांधींनी स्वाक्षरी मोहीम सुरू केली ज्यात शेतकऱ्यांनी जमीन जप्त करण्याच्या धोक्यातही महसूल न भरण्याचे वचन दिले. आंदोलनासोबत मामलतदार आणि तलातदार (जिल्ह्यातील महसूल अधिकारी) यांच्यावर सामाजिक बहिष्कार टाकण्यात आला. गांधींनी देशभरातील आंदोलनाला जनतेचा पाठिंबा मिळवण्यासाठी कठोर परिश्रम केले. पाच महिन्यांपर्यंत, प्रशासनाने नकार दिला, परंतु मे 1918 च्या अखेरीस, सरकारने महत्त्वाच्या तरतुदींना मार्ग दिला आणि दुष्काळ संपेपर्यंत महसूल कर भरण्याच्या अटी शिथिल केल्या. खेड्यात, वल्लभभाई पटेल यांनी ब्रिटिशांशी वाटाघाटी करताना शेतकऱ्यांचे प्रतिनिधित्व केले, ज्यांनी महसूल वसुली स्थगित केली आणि सर्व कैद्यांची सुटका केली.

1919 मध्ये, पहिल्या महायुद्धानंतर, गांधी (वय 49) यांनी महायुद्धात पराभूत झालेल्या ऑट्टोमन साम्राज्याला पाठिंबा देऊन ब्रिटिश साम्राज्यवादाविरुद्धच्या लढ्यात मुस्लिमांकडून राजकीय सहकार्य मागितले. गांधींच्या या पुढाकारापूर्वी, 1917-18 च्या दंगलींसारख्या ब्रिटिश भारतात हिंदू आणि मुस्लिमांमधील जातीय वाद आणि धार्मिक दंगली सामान्य होत्या. इंग्रजांच्या बाजूने युरोपमधील युद्ध लढण्यासाठी गांधींनी आधीच ब्रिटिश राजवटीला संसाधनांसह आणि भारतीय सैनिकांची भरती करून पाठिंबा दिला होता. गांधींचा हा प्रयत्न प्रथम महायुद्धाच्या समाप्तीनंतर भारतीयांना स्वराज्य (स्वराज्य) च्या मदतीची प्रतिपूर्ती करण्याच्या ब्रिटीश वचनामुळे प्रेरित होता. 105 ब्रिटीश सरकारने, स्वराज्याऐवजी, गांधींना निराश करून किरकोळ सुधारणांची ऑफर दिली होती. 106 गांधींनी त्यांच्या सत्याग्रहाचे (सविनय कायदेभंग) इरादे जाहीर केले. ब्रिटीश वसाहती अधिकाऱ्यांनी गांधींच्या चळवळीला रोखण्यासाठी रौलट कायदा पास करून प्रतिवाद केला. कायद्याने ब्रिटीश सरकारला सविनय कायदेभंगातील सहभागींना गुन्हेगार मानण्याची परवानगी दिली आणि "प्रतिबंधात्मक अनिश्चित काळासाठी ताब्यात ठेवणे, न्यायालयीन पुनरावलोकनाशिवाय तुरुंगवास किंवा खटल्याची आवश्यकता नसताना" कोणालाही अटक करण्याचा कायदेशीर आधार दिला.

इंग्रजांच्या विरोधात राजकीय प्रगतीसाठी हिंदू-मुस्लिम सहकार्य आवश्यक आहे असे गांधींना वाटत होते. त्यांनी खिलाफत चळवळीचा फायदा घेतला, ज्यामध्ये भारतातील सुन्नी मुस्लिम, त्यांचे नेते जसे की भारतातील रियासतांचे सुलतान आणि अली बंधूंनी सुन्नी इस्लामिक समुदायाचे (उम्मा) एकतेचे प्रतीक म्हणून तुर्की खलिफाला चॅम्पियन केले. त्यांनी पहिल्या महायुद्धात ऑट्टोमन साम्राज्याचा पराभव झाल्यानंतर इस्लाम

आणि इस्लामिक कायद्याचे समर्थन करण्याचे साधन म्हणून खलीफाकडे पाहिले. 108 109 110 गांधींनी खिलाफत चळवळीला दिलेल्या पाठिंब्याचे मिश्र परिणाम झाले. त्यामुळे सुरुवातीला गांधींना मुस्लिमांचा भक्कम पाठिंबा मिळाला. तथापि, रवींद्रनाथ टागोरांसह हिंदू नेत्यांनी गांधींच्या नेतृत्वावर प्रश्नचिन्ह उपस्थित केले कारण ते तुर्कस्तानमधील सुन्नी इस्लामिक खलिफाला मान्यता देण्याच्या किंवा समर्थन देण्याच्या विरोधात होते.

गांधींनी खलिफाच्या कार्याला पाठिंबा दिल्यानंतर वाढत्या मुस्लिम समर्थनामुळे हिंदू-मुस्लिम जातीय हिंसाचार तात्पुरता थांबला. याने संयुक्त रौलेट सत्याग्रह निदर्शन रॅलीमध्ये आंतर-सांप्रदायिक सौहार्दाचे पुरावे दिले, ज्यामुळे ब्रिटिशांना राजकीय नेता म्हणून गांधींचा दर्जा वाढला. खिलाफत चळवळीला त्यांच्या पाठिंब्याने त्यांना मुहम्मद अली जिना यांना बाजूला करण्यास मदत केली, ज्यांनी गांधींच्या सत्याग्रह असहकार चळवळीच्या दृष्टिकोनाला विरोध जाहीर केला होता. जिना यांनी आपला स्वतंत्र पाठिंबा निर्माण करण्यास सुरुवात केली आणि नंतर पश्चिम आणि पूर्व पाकिस्तानच्या मागणीचे नेतृत्व केले. भारतीय स्वातंत्र्यावर त्यांनी सर्वसाधारणपणे सहमती दर्शवली असली तरी ते साध्य करण्याच्या साधनांवर ते असहमत होते. जनसमुदायाला भडकवण्याचा प्रयत्न करण्याऐवजी घटनात्मक वाटाघाटीद्वारे ब्रिटिशांशी व्यवहार करण्यात जिना यांना प्रामुख्याने रस होता.

1922 च्या अखेरीस खिलाफत चळवळ कोलमडली होती. तुर्कस्तानच्या अतातुर्कने खिलाफत संपवली, खिलाफत चळवळ संपली आणि गांधींना मुस्लिमांचा पाठिंबा मोठ्या प्रमाणात वाया गेला. मुस्लिम नेते आणि प्रतिनिधींनी गांधी आणि त्यांच्या काँग्रेसचा त्याग केला. हिंदू-मुस्लिम जातीय संघर्ष पुन्हा पेटला. प्राणघातक धार्मिक दंगली असंख्य शहरांमध्ये पुन्हा दिसू लागल्या, एकट्या आग्रा आणि औध या संयुक्त प्रांतात.

त्यांच्या हिंद स्वराज (1909) या पुस्तकाद्वारे गांधी, वयाच्या 40 व्या वर्षी, भारतीयांच्या सहकार्याने भारतात ब्रिटीश राजवट प्रस्थापित झाली आणि केवळ या सहकार्यामुळेच टिकून असल्याचे जाहीर केले. जर भारतीयांनी सहकार्य करण्यास नकार दिला तर ब्रिटीश राजवट कोसळेल आणि स्वराज्य (भारतीय स्वातंत्र्य) येईल.

फेब्रुवारी 1919 मध्ये, गांधींनी भारताच्या व्हाईसरॉयला केबल संप्रेषणाद्वारे सावध केले की जर ब्रिटिशांनी रौलेट कायदा पास केला तर ते भारतीयांना सविनय कायदेभंग सुरू करण्याचे आवाहन करतील. 124 ब्रिटीश सरकारने त्याच्याकडे दुर्लक्ष केले आणि धमक्यांना बळी पडणार नाही असे सांगून कायदा केला. सत्याग्रह सविनय कायदेभंग झाला आणि रौलेट कायद्याचा निषेध करण्यासाठी लोक एकत्र आले. 30 मार्च 1919 रोजी, ब्रिटीश कायदे अधिकाऱ्यांनी दिल्लीतील सत्याग्रहात सहभागी झालेल्या, शांततेने जमलेल्या निःशस्त्र लोकांच्या सभेवर गोळीबार केला.

लोकांनी सूड म्हणून दंगा केला. 6 एप्रिल 1919 रोजी, हिंदू सणाच्या दिवशी, त्यांनी जमावाला ब्रिटीश लोकांना दुखापत किंवा ठार न करण्याचे लक्षात ठेवण्यास सांगितले, परंतु

शांततेत त्यांची निराशा व्यक्त केली, ब्रिटिश वस्तूंवर बहिष्कार टाकला आणि त्यांच्या मालकीचे कोणतेही ब्रिटिश कपडे जाळले. त्यांनी इंग्रजांना आणि एकमेकांसाठी अहिंसेचा वापर करण्यावर भर दिला, जरी दुसऱ्या बाजूने हिंसाचाराचा वापर केला. भारतभरातील समुदायांनी निषेध करण्यासाठी मोठ्या संख्येने एकत्र येण्याची योजना जाहीर केली. सरकारने त्यांना दिल्लीत न येण्याचा इशारा दिला. गांधींनी आदेश धुडकावून लावला. 9 एप्रिल रोजी गांधींना अटक करण्यात आली.

लोकांनी दंगा केला. 13 एप्रिल 1919 रोजी अमृतसरच्या उद्यानात लहान मुलांसह महिलांसह लोक जमले आणि ब्रिटिश भारतीय सैन्य अधिकारी रेजिनाल्ड डायर यांनी त्यांना घेरले आणि त्यांच्या नेतृत्वाखालील सैन्याला त्यांच्यावर गोळीबार करण्याचे आदेश दिले. शेकडो शीख आणि हिंदू नागरिकांच्या परिणामी जालियनवाला बाग हत्याकांड (किंवा अमृतसर हत्याकांड) उपखंड संतप्त झाले, परंतु आवश्यक प्रतिसाद म्हणून काही ब्रिटन आणि ब्रिटीश मीडियाच्या काही भागांनी त्याचे समर्थन केले. अमृतसरमधील हत्याकांडाच्या दुसऱ्या दिवशी अहमदाबादमध्ये गांधींनी ब्रिटिशांवर टीका केली नाही आणि त्याऐवजी ब्रिटीश सरकारच्या 'द्वेषाला' सामोरे जाण्यासाठी केवळ 'प्रेम'चा वापर न केल्याबद्दल आपल्या देशबांधवांवर टीका केली. गांधींनी भारतीय जनतेने सर्व हिंसाचार थांबवावा, सर्व मालमत्तेचा नाश थांबवावा अशी मागणी केली आणि भारतीयांवर दंगली थांबवण्यासाठी दबाव आणण्यासाठी आमरण उपोषण केले.

हत्याकांड आणि त्यावर गांधींच्या अहिंसक प्रतिसादाने अनेकांना प्रवृत्त केले, परंतु काही शीख आणि हिंदूंनाही अस्वस्थ केले की डायर हत्येपासून दूर जात आहे. इंग्रजांनी तपास समित्या स्थापन केल्या, ज्यावर गांधींनी भारतीयांना बहिष्कार टाकण्यास सांगितले. उलगडणाऱ्या घटना, हत्याकांड आणि ब्रिटीशांच्या प्रतिसादामुळे गांधींना असा विश्वास निर्माण झाला की ब्रिटिश शासकांखाली भारतीयांना कधीही समान वागणूक मिळणार नाही आणि त्यांनी त्यांचे लक्ष भारतासाठी स्वराज्य आणि राजकीय स्वातंत्र्याकडे वळवले. 1921 मध्ये, गांधी भारतीय राष्ट्रीय काँग्रेसचे नेते होते. 110 त्यांनी काँग्रेसची पुनर्रचना केली. आता काँग्रेस त्यांच्या मागे आहे, आणि तुर्कीमध्ये खलिफाची पुनर्स्थापना करण्यासाठी त्यांनी खिलाफत चळवळीला पाठिंबा दिल्याने मुस्लिमांचा पाठिंबा सुरू झाला, गांधींना राजकीय पाठिंबा आणि ब्रिटिश राजाचे लक्ष होते.

गांधींनी स्वदेशी धोरणाचा समावेश करण्यासाठी त्यांच्या अहिंसक असहकार व्यासपीठाचा विस्तार केला - परदेशी वस्तूंवर बहिष्कार, विशेषतः ब्रिटिश वस्तू. खादी (होमस्पन कापड) ब्रिटीश-निर्मित कापडांच्या ऐवजी सर्व भारतीयांनी परिधान करावे असा त्यांचा पुरस्कार होता. गांधींनी भारतीय स्त्री-पुरुषांना, श्रीमंत असो वा गरीब, स्वातंत्र्य चळवळीच्या समर्थनार्थ खादी कातण्यासाठी दररोज वेळ घालवण्याचे आवाहन केले. 127 ब्रिटीश उत्पादनांवर बहिष्कार टाकण्याव्यतिरिक्त, गांधींनी लोकांना ब्रिटीश संस्था आणि कायदा न्यायालयांवर बहिष्कार टाकण्याचे, सरकारी नोकरीचा राजीनामा देण्याचे आणि

ब्रिटिश पदव्या आणि सन्मान सोडण्याचे आवाहन केले. अशा प्रकारे गांधींनी ब्रिटिश भारत सरकारला आर्थिक, राजकीय आणि प्रशासकीय दृष्ट्या अपंग करण्याच्या उद्देशाने आपला प्रवास सुरू केला.

"असहकार" चे आवाहन वाढले, त्याची सामाजिक लोकप्रियता भारतीय समाजातील सर्व स्तरातून सहभागी झाली. 10 मार्च 1922 रोजी गांधींना अटक करण्यात आली, देशद्रोहाचा खटला चालवला गेला आणि सहा वर्षांच्या तुरुंगवासाची शिक्षा झाली. 18 मार्च 1922 रोजी त्यांनी आपल्या शिक्षेला सुरुवात केली. गांधींना तुरुंगात एकाकी पडल्याने भारतीय राष्ट्रीय काँग्रेस दोन गटात विभागली गेली, एकाचे नेतृत्व चित्त रंजन दास आणि मोतीलाल नेहरू यांच्या नेतृत्वाखालील पक्षाचे विधानमंडळात सहभाग होता आणि दुसरे चक्रवर्ती राजगोपालाचारी आणि सरदार वल्लभभाई यांच्या नेतृत्वाखाली होते. पटेल यांनी या हालचालीला विरोध केला. शिवाय, तुर्कस्तानमध्ये अतातुर्कच्या उदयानंतर खिलाफत चळवळ कोलमडल्याने हिंदू आणि मुस्लिमांमधील सहकार्य संपुष्टात आले. मुस्लिम नेत्यांनी काँग्रेस सोडली आणि मुस्लिम संघटना स्थापन करण्यास सुरुवात केली. गांधींमागील राजकीय पाया दुफळीत मोडला होता. गांधींना फेब्रुवारी 1924 मध्ये ॲपेन्डिसाइटिसच्या ऑपरेशनसाठी सोडण्यात आले होते, त्यांनी फक्त दोन वर्षे सेवा केली होती.

1924 मध्ये राजकीय गुन्ह्यांसाठी तुरुंगातून लवकर सुटल्यानंतर, 1920 च्या उत्तरार्धात गांधींनी स्वराज्याचा पाठपुरावा सुरू ठेवला. त्यांनी डिसेंबर 1928 मध्ये कलकत्ता काँग्रेसमधील ठरावाद्वारे ब्रिटीश सरकारला भारताला वर्चस्वाचा दर्जा देण्याचे आवाहन केले किंवा देशासाठी संपूर्ण स्वातंत्र्यासह असहकाराच्या नवीन मोहिमेला सामोरे जाण्याचे उद्दिष्ट मानले. पहिल्या महायुद्धाला भारतीय लढाऊ सैन्याने दिलेला पाठिंबा, आणि तुर्कस्तानमधील खलिफाची सत्ता टिकवण्यात खिलाफत चळवळीचे अपयश, त्यानंतर त्याच्या नेतृत्वाला मुस्लिमांचा पाठिंबा कमी झाल्यानंतर, सुभाषचंद्र बोस आणि भगतसिंग यांसारख्या काहींनी त्याच्या मूल्यांवर प्रश्नचिन्ह उपस्थित केले. आणि अहिंसक दृष्टीकोन. अनेक हिंदू नेत्यांनी तात्काळ स्वातंत्र्याच्या मागणीला पाठिंबा दिला असताना, गांधींनी दोन ऐवजी एक वर्ष प्रतीक्षा करण्याची स्वतःची मागणी सुधारली.

इंग्रजांनी गांधींच्या प्रस्तावाला अनुकूल प्रतिसाद दिला नाही. ब्रिटीश राजकीय नेत्यांनी जसे की लॉर्ड बर्कनहेड आणि विन्स्टन चर्चिल यांनी भारतीय मागण्यांबद्दल सहानुभूती दर्शविणाऱ्या युरोपियन मुत्सद्द्यांसोबतच्या चर्चेत "गांधींचे तुष्टीकरण करणाऱ्यांना" विरोध जाहीर केला. 31 डिसेंबर 1929 ला लाहोरमध्ये भारतीय ध्वज फडकवण्यात आला. 26 जानेवारी 1930 रोजी लाहोरमध्ये भारताच्या स्वातंत्र्य दिनाच्या उत्सवात गांधींनी काँग्रेसचे नेतृत्व केले. हा दिवस जवळजवळ प्रत्येक भारतीय संघटनांद्वारे साजरा केला जातो. त्यानंतर गांधींनी मार्च 1930 मध्ये ब्रिटीश मीठ कराच्या विरोधात नवीन सत्याग्रह सुरू केला. गांधींनी 2 मार्च रोजी भारताचे व्हाइसरॉय लॉर्ड आयर्विन यांना वैयक्तिकरित्या

संबोधित केलेल्या पत्राच्या रूपात अल्टिमेटम पाठवले. गांधींनी पत्रात ब्रिटीश राजवटीचा निषेध केला आणि "शाप" असे वर्णन केले की "पुरोगामी शोषणाच्या व्यवस्थेने आणि उध्वस्तपणे महागड्या लष्करी आणि नागरी प्रशासनामुळे लाखो मुक्या लोकांना दरिद्री केले आहे... यामुळे आपल्याला राजकीयदृष्ट्या गुलामगिरीत कमी केले आहे." गांधींनी पत्रात असेही नमूद केले की व्हाईसरॉयला "भारताच्या सरासरी उत्पन्नाच्या पाच हजार पट जास्त" पगार मिळाला होता. पत्रात, गांधींनी निषेधाच्या अहिंसक प्रकारांचे सतत पालन करण्यावर जोर दिला.

हे 12 मार्च ते 6 एप्रिल या कालावधीतील सॉल्ट मार्च ते दांडी द्वारे अधोरेखित केले गेले होते, जिथे त्यांनी 78 स्वयंसेवकांसह, अहमदाबाद ते दांडी, गुजरात पर्यंत 388 किलोमीटर (241 मैल) कूच करून स्वतः मीठ तयार केले, मीठ तोडण्याच्या घोषित हेतूने. कायदे या पदयात्रेला 240 मैलांचे अंतर पार करण्यासाठी 25 दिवस लागले आणि गांधींनी वाटेत अनेकदा मोठ्या जनसमुदायाशी संवाद साधला. दांडीत हजारो भारतीय त्यांच्यासोबत सामील झाले. 5 मे रोजी त्याला 1827 पासूनच्या एका नियमांतर्गत नियोजित निषेधाच्या अपेक्षेने नजरकैदेत ठेवण्यात आले. 21 मे रोजी धरसना मिठाच्या कामावर आंदोलन त्याला न पाहता पुढे गेले. एक भयंकर अमेरिकन पत्रकार, वेब मिलर यांनी ब्रिटिश प्रतिसादाचे वर्णन असे केले:

पूर्ण शांततेत गांधी माणसे वर आली आणि स्टॅकडेपासून शंभर यार्डांवर थांबली. गर्दीतून एक उचललेला स्तंभ पुढे सरकत, खड्डे पार करत काटेरी तारांच्या साठ्याजवळ पोहोचला... एका शब्दात, अनेक स्थानिक पोलिसांनी पुढे जाणाऱ्या मिरवणुकांवर धाव घेतली आणि त्यांच्या पोलादी लाठ्या लांब बांबू'ने त्यांच्या डोक्यावर वार केले. काठ्या . मोर्चेकऱ्यांपैकी एकानेही हाणामारी रोखण्यासाठी हात वर केला नाही. ते नाइनपिनसारखे खाली गेले. मी जिथे उभा होतो तिथून मी असुरक्षित कवटीवर क्लब्सचा त्रासदायक धक्का ऐकला... जे खाली पडले ते विस्तीर्ण, बेशुद्ध पडले किंवा फ्रॅक्चर झालेल्या कवट्या किंवा तुटलेल्या खांद्याने मुरगळले.

सुमारे 300 किंवा त्याहून अधिक आंदोलकांना मारहाण होईपर्यंत हे काही तास चालले, अनेक गंभीर जखमी झाले आणि दोन ठार झाले. त्यांनी कोणत्याही वेळी प्रतिकार केला नाही.

ही मोहीम भारतावरील ब्रिटिशांची पकड विस्कळीत करण्यात त्यांची सर्वात यशस्वी मोहीम होती; ब्रिटनने 60,000 पेक्षा जास्त लोकांना तुरुंगात टाकून प्रतिसाद दिला. काँग्रेसच्या अंदाजानुसार हा आकडा ९०,००० इतका आहे. त्यात गांधींचे लेफ्टनंट जवाहरलाल नेहरू होते.

सर्मा यांच्या मते, गांधींनी मीठ कर मोहिमांमध्ये आणि विदेशी उत्पादनांवर बहिष्कार टाकण्यासाठी महिलांची भरती केली, ज्यामुळे अनेक महिलांना भारतीय सार्वजनिक जीवनाच्या मुख्य प्रवाहात नवीन आत्मविश्वास आणि प्रतिष्ठा प्राप्त झाली. 138 तथापि,

मर्लिन फ्रेंच सारख्या इतर विद्वानांचे म्हणणे आहे की गांधींनी स्त्रियांना त्यांच्या सविनय कायदेभंगाच्या चळवळीत सामील होण्यापासून रोखले कारण त्यांना भीती होती की त्यांच्यावर महिलांचा राजकीय ढाल म्हणून वापर केल्याचा आरोप होईल. 139 जेव्हा महिलांनी आंदोलनात सामील होण्याचा आणि सार्वजनिक निदर्शनांमध्ये सहभागी होण्याचा आग्रह धरला तेव्हा गांधींनी स्वयंसेवकांना त्यांच्या पालकांची परवानगी घेण्यास सांगितले आणि ज्या स्त्रियांना बाल संगोपनाची व्यवस्था करता येईल त्यांनीच त्यांच्याशी सामील व्हावे. गांधींच्या आशंका आणि विचारांची पर्वा न करता, ब्रिटिश मिठावरील कर आणि मिठाच्या खाणावरील मक्तेदारीला नकार देण्यासाठी भारतीय महिला हजारोंच्या संख्येने सॉल्ट मार्चमध्ये सामील झाल्या. गांधींच्या अटकेनंतर, महिलांनी मोर्चा काढला आणि स्वतःहून दुकाने फोडली, गांधींनी प्रेरित केलेल्या रीतीने ब्रिटीश अधिकाऱ्यांकडून हिंसा आणि शाब्दिक शिवीगाळ स्वीकारली.

1920 च्या दशकात भारतीय काँग्रेसने आंध्र प्रदेशातील शेतकर्‍यांना तेलुगू भाषेतील नाटके तयार करून आवाहन केले ज्यात भारतीय पौराणिक कथा आणि दंतकथा एकत्र केल्या गेल्या, त्यांना गांधींच्या विचारांशी जोडले गेले आणि गांधींना मशीहा, प्राचीन आणि मध्ययुगीन भारतीय राष्ट्रवादी नेते आणि संत यांचा पुनर्जन्म म्हणून चित्रित केले. मुरली यांच्या मते या नाटकांनी पारंपारिक हिंदू संस्कृतीत अडकलेल्या शेतकऱ्यांमध्ये आधार निर्माण केला आणि या प्रयत्नाने गांधींना तेलुगू भाषिक खेड्यांमध्ये लोकनायक बनवले, एक पवित्र मशीहा सारखी व्यक्तिरेखा.

डेनिस डाल्टनच्या मते, गांधींचे विचारच त्यांच्या व्यापक अनुयायींना कारणीभूत होते. गांधींनी पाश्चात्य सभ्यतेवर "पाशवी शक्ती आणि अनैतिकता" द्वारे चाललेली अशी टीका केली आणि भारतीय सभ्यतेचे वर्गीकरण "आत्मा शक्ती आणि नैतिकता" द्वारे चालविलेले असे म्हणून विरोधाभास केले. 142 गांधींनी "प्रेमाने द्वेष" जिंकण्याच्या त्यांच्या कल्पनांनी त्यांच्या वारशातील लोकांची कल्पनाशक्ती पकडली. 1890 च्या दशकातील दक्षिण आफ्रिकेतील त्यांच्या पॅम्प्लेट्समध्ये या कल्पनांचा पुरावा आहे, जिथे ते भारतीय कामगारांमध्ये लोकप्रिय होते. तो भारतात परतल्यानंतर, लोक त्याच्याकडे झुकले कारण त्याने त्यांची मूल्ये प्रतिबिंबित केली.

1921 मध्ये गांधींची पहिली ओडिशा भेट, काठजोडीच्या नदीपात्रात आयोजित सर्वसाधारण सभा

गांधींनी भारतीय उपखंडाच्या एका ग्रामीण कोपऱ्यातून दुसऱ्या कोपऱ्यात जाण्याचा जोरदार प्रचार केला. त्यांनी रामायणातील रामराज्य, प्रल्हाद हे प्रतिमान प्रतीक म्हणून, आणि स्वराज्य आणि सत्याग्रहाचे दुसरे पैलू म्हणून अशी सांस्कृतिक चिन्हे यासारख्या शब्दावली आणि वाक्प्रचार वापरले. त्यांच्या हयातीत, या कल्पना भारताबाहेर विचित्र वाटल्या, परंतु त्यांच्या लोकांच्या संस्कृती आणि ऐतिहासिक मूल्यांशी ते सहज आणि खोलवर प्रतिध्वनित झाले.

लॉर्ड आयर्विनच्या प्रतिनिधीत्वाच्या सरकारने गांधींशी वाटाघाटी करण्याचा निर्णय घेतला. गांधी-आयर्विन करारावर मार्च 1931 मध्ये स्वाक्षरी झाली. ब्रिटिश सरकारने सविनय कायदेभंग चळवळ स्थगित करण्याच्या बदल्यात सर्व राजकीय कैद्यांना मुक्त करण्याचे मान्य केले. या करारानुसार, गांधींना लंडनमधील गोलमेज परिषदेत चर्चेसाठी आणि भारतीय राष्ट्रीय काँग्रेसचे एकमेव प्रतिनिधी म्हणून उपस्थित राहण्यासाठी आमंत्रित करण्यात आले होते. ही परिषद गांधी आणि राष्ट्रवादीची निराशा करणारी होती. गांधींनी भारताच्या स्वातंत्र्यावर चर्चा करणे अपेक्षित होते, तर ब्रिटीश पक्षाने सत्ता हस्तांतरित करण्याऐवजी भारतीय राजपुत्रांवर आणि भारतीय अल्पसंख्याकांवर लक्ष केंद्रित केले. लॉर्ड आयर्विनचा उत्तराधिकारी लॉर्ड विलिंग्डन याने स्वतंत्र राष्ट्र म्हणून भारताविरुद्ध कठोर भूमिका घेतली , राष्ट्रवादी चळवळीला नियंत्रित आणि दबविण्याची नवी मोहीम सुरू केली. गांधींना पुन्हा अटक करण्यात आली आणि सरकारने त्यांना त्यांच्या अनुयायांपासून पूर्णपणे वेगळे करून त्यांचा प्रभाव नाकारण्याचा प्रयत्न केला आणि अयशस्वी झाला.

ब्रिटनमध्ये, विन्स्टन चर्चिल, एक प्रख्यात पुराणमतवादी राजकारणी जो तेव्हा पदाबाहेर होता परंतु नंतर त्याचे पंतप्रधान बनले, ते गांधींचे जोरदार आणि स्पष्ट टीकाकार आणि त्यांच्या दीर्घकालीन योजनांचे विरोधक बनले. चर्चिल यांनी 1931 च्या मोठ्या प्रमाणावर नोंदवलेल्या भाषणात असे म्हणत अनेकदा गांधींची थट्टा केली:

मिस्टर गांधी, एक देशद्रोही मिडल टेंपल वकील, आता पूर्वेला प्रसिद्ध असलेल्या फकीरच्या रुपात, व्हाईस-रिगल पॅलेसच्या पायऱ्यांवर अर्धनग्नपणे चालताना पाहणे चिंताजनक आणि मळमळ करणारे देखील आहे. राजा-सम्राटाच्या प्रतिनिधीशी समान अटींवर.

1930 मध्ये चर्चिलची गांधींविरुद्ध कटुता वाढली. त्यांनी गांधींना "देशद्रोही" असे संबोधले ज्याची दुष्ट प्रतिभा आणि बहुरूपी धोका ब्रिटीश साम्राज्यावर हल्ला करत होता. चर्चिलने त्याला हुकूमशहा, "हिंदू मुसोलिनी" म्हटले, वंश युद्धाला खतपाणी घातले, राजाची जागा ब्राह्मण मित्रांनी घेण्याचा प्रयत्न केला, सर्व काही स्वार्थासाठी भारतीय जनतेच्या अज्ञानावर खेळले. चर्चिलने गांधींना एकाकी पाडण्याचा प्रयत्न केला आणि त्यांची गांधींवरील टीका युरोपियन आणि अमेरिकन प्रेसने मोठ्या प्रमाणावर कव्हर केली. त्याला चर्चिलचा सहानुभूतीपूर्ण पाठिंबा मिळाला, परंतु युरोपीय लोकांमध्ये गांधींना पाठिंबाही वाढला. या घडामोडींमुळे चर्चिलची चिंता वाढली की "ब्रिटिश स्वतः शांततावाद सोडून देतील आणि चुकीचा विवेक सोडतील"

गांधी आणि ब्रिटीश सरकार यांच्यात 1931-32 मध्ये गोलमेज परिषदेत झालेल्या चर्चेदरम्यान, गांधी, ज्यांचे वय आता सुमारे 62 आहे, त्यांनी वसाहतवादी ब्रिटीश राजवट संपवण्याची तयारी म्हणून घटनात्मक सुधारणांची मागणी केली आणि भारतीयांनी स्वराज्य सुरू केले. १४८ ब्रिटीशांनी भारतीय उपखंडाला वसाहत म्हणून ठेवण्यासाठी सुधारणा करण्याचा प्रयत्न केला. ब्रिटीश वार्ताकारांनी ब्रिटिश डोमिनियन मॉडेलवर

घटनात्मक सुधारणा प्रस्तावित केल्या ज्याने धार्मिक आणि सामाजिक विभाजनांवर आधारित स्वतंत्र मतदारांची स्थापना केली. ब्रिटीशांनी काँग्रेस पक्ष आणि संपूर्ण भारतासाठी बोलण्याच्या गांधींच्या अधिकारावर प्रश्नचिन्ह उपस्थित केले. त्यांनी भारतीय धार्मिक नेत्यांना, जसे की मुस्लिम आणि शीख यांना त्यांच्या मागण्या धार्मिक धर्तीवर दाबण्यासाठी आमंत्रित केले, तसेच अस्पृश्यांचे प्रतिनिधी नेते म्हणून बी.आर. आंबेडकर यांना आमंत्रित केले. गांधींनी जातीय विभाजनांवर आधारित अधिकार किंवा प्रतिनिधित्व असलेल्या संविधानाला तीव्र विरोध केला, कारण त्यांना भीती होती की ते लोकांना एकत्र आणणार नाही तर त्यांना विभाजित करेल, त्यांचा दर्जा टिकवून ठेवेल आणि वसाहतवादी राजवट संपवण्याच्या भारताच्या लढ्यापासून लक्ष विचलित करेल.

1914 आणि 1948 मध्ये त्यांचा मृत्यू यादरम्यान त्यांनी भारत सोडला तेव्हाच दुसरी गोलमेज परिषद होती. त्यांनी वेस्ट एंड हॉटेलमध्ये राहण्याची सरकारी ऑफर नाकारली, ईस्ट एंडमध्ये राहणे पसंत केले, कामगार-वर्गीय लोकांमध्ये राहणे, जसे त्याने भारतात केले. तीन महिन्यांच्या मुक्कामासाठी तो किंग्सले हॉलमधील एका लहान सेल-बेडरूममध्ये राहत होता आणि ईस्ट एंडर्सने त्याचे उत्साहाने स्वागत केले. यावेळी त्यांनी ब्रिटीश शाकाहारी चळवळीशी आपले संबंध पुन्हा जोडले.

महात्मा गांधी, 1931 च्या आगमनाचे साक्षीदार होण्यासाठी ईस्ट एन्डची प्रशंसा करणारी गर्दी

गांधी दुसऱ्या गोलमेज परिषदेतून परतल्यानंतर त्यांनी नवीन सत्याग्रह सुरू केला. त्याला अटक करून पुण्याच्या येरवडा कारागृहात ठेवण्यात आले. ते तुरुंगात असतानाच ब्रिटिश सरकारने अस्पृश्यांना स्वतंत्र मतदार देणारा नवा कायदा केला. तो सांप्रदायिक पुरस्कार म्हणून ओळखला जाऊ लागला. याच्या निषेधार्थ, गांधींनी आमरण उपोषण सुरू केले, त्यांना तुरुंगात डांबण्यात आले. परिणामी जनक्षोभामुळे, आंबेडकरांशी सल्लामसलत करून, पूना कराराने जातीय पुरस्काराच्या जागी सरकारला भाग पाडले.

1934 मध्ये गांधींनी काँग्रेस पक्षाच्या सदस्यत्वाचा राजीनामा दिला. ते पक्षाच्या भूमिकेशी असहमत नव्हते परंतु त्यांना असे वाटले की जर त्यांनी राजीनामा दिला तर भारतीयांमध्ये त्यांची लोकप्रियता संपुष्टात येईल, ज्यामध्ये कम्युनिस्ट, समाजवादी, ट्रेड युनियनवादी, विद्यार्थी, धार्मिक रूढीवादी आणि प्रो-बिझनेस असलेले पक्षाचे सदस्यत्व कमी होईल. विश्वास, आणि या विविध आवाजांना स्वतःला ऐकण्याची संधी मिळेल. ज्या पक्षाने राजसोबत तात्पुरते राजकीय राहणे स्वीकारले होते त्या पक्षाचे नेतृत्व करून गांधींना राज प्रचाराचे लक्ष्य बनू नये असे वाटत होते.

1936 मध्ये नेहरू अध्यक्षपद आणि काँग्रेसच्या लखनौ अधिवेशनासह गांधी पुन्हा सक्रिय राजकारणात परतले. जरी गांधींना स्वातंत्र्य मिळवण्याच्या कार्यावर संपूर्ण लक्ष केंद्रित करायचे होते आणि भारताच्या भवितव्याबद्दल अनुमान न लावायचे होते, तरीही त्यांनी काँग्रेसला समाजवादाचे ध्येय म्हणून स्वीकारण्यापासून रोखले नाही. 1938 मध्ये

अध्यक्ष म्हणून निवडून आलेले सुभाष चंद्र बोस यांच्याशी गांधींचा संघर्ष झाला आणि ज्यांनी यापूर्वी निषेधाचे साधन म्हणून अहिंसेवर विश्वास नसल्याची भावना व्यक्त केली होती. 159 गांधींच्या विरोधाला न जुमानता, बोस यांनी गांधींचे उमेदवार डॉ. पट्टाभी सीतारामय्या यांच्या विरोधात काँग्रेस अध्यक्ष म्हणून दुसऱ्यांदा विजय मिळवला; परंतु गांधींनी मांडलेल्या तत्त्वांचा त्याग केल्याच्या निषेधार्थ अखिल भारतीय नेत्यांनी सामूहिक राजीनामे दिल्यावर काँग्रेस सोडली. सीतारामय्या यांचा पराभव हा त्यांचा पराभव असल्याचे गांधींनी जाहीर केले.

गांधींनी ब्रिटिश युद्धाच्या प्रयत्नांना कोणतीही मदत देण्यास विरोध केला आणि त्यांनी दुसऱ्या महायुद्धात कोणत्याही भारतीय सहभागाविरुद्ध मोहीम चालवली. गांधींच्या मोहिमेला भारतीय लोकसंख्येचा किंवा सरदार पटेल आणि राजेंद्र प्रसाद यांसारख्या अनेक भारतीय नेत्यांचा पाठिंबा मिळाला नाही आणि त्यामुळे तो अयशस्वी झाला. त्याच्या प्रयत्नांना न जुमानता, 2.5 दशलक्षाहून अधिक भारतीयांनी स्वेच्छेने काम केले आणि मित्र राष्ट्रांच्या विविध आघाड्यांवर लढण्यासाठी ब्रिटिश सैन्यात सामील झाले.

दुसर्‍या महायुद्धात भारताच्या सहभागास गांधींचा विरोध त्यांच्या या विश्वासाने प्रेरित होता की भारत लोकशाही स्वातंत्र्यासाठी लढल्या जाणाऱ्या युद्धाचा पक्ष असू शकत नाही, तर ते स्वातंत्र्य भारतालाच नाकारण्यात आले होते. 164 त्यांनी नाझीवाद आणि फॅसिझमचाही निषेध केला, या दृष्टिकोनाने इतर भारतीय नेत्यांचे समर्थन केले. जसजसे युद्ध वाढत गेले, तसतसे गांधींनी मुंबईतील १९४२ च्या भाषणात इंग्रजांना भारत सोडण्याचे आवाहन करून स्वातंत्र्याची मागणी तीव्र केली. 165 हे गांधींचे आणि काँग्रेस पक्षाचे सर्वात निश्चित बंड होते ज्याचे उद्दिष्ट ब्रिटिशांना भारतातून बाहेर काढण्यासाठी होते. 166 ब्रिटिश सरकारने भारत छोडो या भाषणाला त्वरीत प्रतिसाद दिला आणि गांधींच्या भाषणानंतर काही तासांतच गांधी आणि काँग्रेस कार्यकारिणीच्या सर्व सदस्यांना अटक केली. त्याच्या देशबांधवांनी अटकेचा बदला घेतला शेकडो सरकारी मालकीच्या रेल्वे स्टेशन्स, पोलिस स्टेशन्सचे नुकसान किंवा जाळपोळ करून आणि टेलीग्राफच्या तारा तोडून टाकल्या. 168

1942 मध्ये, गांधींनी आता वय 73 च्या जवळ आहे, आपल्या लोकांना शाही सरकारशी सहकार्य करणे पूर्णपणे थांबविण्याचे आवाहन केले. या प्रयत्नात, त्यांनी ब्रिटीश लोकांना मारणार नाही किंवा जखमी करणार नाही, परंतु ब्रिटीश अधिकार्‍यांकडून हिंसाचार सुरू झाल्यास ते सहन करण्यास आणि मरण्यास तयार असल्याचे त्यांनी आवाहन केले. 165 त्यांनी स्पष्ट केले की कोणत्याही वैयक्तिक हिंसेमुळे चळवळ थांबवली जाणार नाही, असे सांगून, "सध्याच्या प्रशासन प्रणाली" ची "आदेशित अराजकता" "वास्तविक अराजकतेपेक्षा वाईट आहे." त्यांनी भारतीयांना आवाहन केले. करो या मारो ("करा किंवा मरो") त्यांच्या हक्क आणि स्वातंत्र्यासाठी.

गांधींची अटक दोन वर्षे चालली, कारण त्यांना पुण्यातील आगा खान पॅलेसमध्ये ठेवण्यात आले होते. याच काळात त्यांचे दीर्घकाळचे सचिव महादेव देसाई यांचे हृदयविकाराच्या झटक्याने निधन झाले, त्यांच्या पत्नी कस्तुरबा यांचे १८ महिन्यांच्या तुरुंगवासानंतर २२ फेब्रुवारी १९४४ रोजी निधन झाले; आणि गांधींना मलेरियाचा तीव्र झटका आला. 168 तुरुंगात असताना त्यांनी स्टुअर्ट गेल्डर या ब्रिटीश पत्रकाराच्या मुलाखतीसाठी होकार दिला. त्यानंतर गेल्डर यांनी मुलाखतीचा सारांश तयार केला आणि प्रसिद्ध केला, तो मुख्य प्रवाहातील प्रेसला पाठवला, ज्याने अचानक सवलती जाहीर केल्या, ज्याने गांधी द्यायला तयार होते, अशा टिप्पण्या ज्याने त्यांच्या देशवासीयांना, काँग्रेस कार्यकर्त्यांना आणि गांधींनाही धक्का बसला. नंतरच्या दोघांनी असा दावा केला की गांधींनी अनेक विषयांवर जे म्हटले त्याचा विपर्यास केला आणि भारत छोडो आंदोलनाचा खोटा निषेध केला. 168

गांधींची तब्येत बिघडल्यामुळे आणि आवश्यक शस्त्रक्रिया झाल्यामुळे 6 मे 1944 रोजी युद्ध संपण्यापूर्वी त्यांची सुटका झाली; त्याने तुरुंगात मरण पत्करावे आणि राष्ट्र संतप्त व्हावे अशी राजची इच्छा नव्हती. नजरकैदेतून ते एका बदललेल्या राजकीय दृश्यात बाहेर आले - उदाहरणार्थ मुस्लिम लीग, जी काही वर्षांपूर्वी किरकोळ दिसली होती, "आता राजकीय मंचाच्या केंद्रस्थानी आहे" १७२ आणि मुहम्मद अली जिना यांच्या पाकिस्तानसाठीच्या मोहिमेचा विषय होता. एक प्रमुख बोलण्याचा मुद्दा. गांधी आणि जिना यांचा विस्तृत पत्रव्यवहार होता आणि सप्टेंबर 1944 मध्ये दोन आठवड्यांच्या कालावधीत दोघेजण मुंबईतील जिना यांच्या घरी अनेक वेळा भेटले, जिथे गांधींनी भारतीय उपखंडातील मुस्लिम आणि गैर-मुस्लिम यांचा समावेश असलेल्या धार्मिकदृष्ट्या बहुवचन आणि स्वतंत्र भारताचा आग्रह धरला. सहअस्तित्व जिना यांनी हा प्रस्ताव नाकारला आणि धर्माच्या आधारे उपखंडाची फाळणी करून वेगळा मुस्लिम भारत (नंतर पाकिस्तान) निर्माण करण्याचा आग्रह धरला. 11 173 या चर्चा 1947 पर्यंत चालू राहिल्या.

काँग्रेसचे नेते तुरुंगात असताना इतर पक्षांनी युद्धाला पाठिंबा देऊन संघटनात्मक बळ मिळवले. काँग्रेसच्या निर्दयी दडपशाहीमुळे भूमिगत प्रकाशने भडकली, परंतु घटनांवर त्यांचे नियंत्रण नव्हते. युद्धाच्या शेवटी, इंग्रजांनी स्पष्ट संकेत दिले की सत्ता भारतीयांच्या हाती जाईल. या टप्प्यावर गांधींनी संघर्ष मागे घेतला आणि काँग्रेसच्या नेतृत्वासह सुमारे 100,000 राजकीय कैद्यांची सुटका झाली.

गांधींनी धार्मिक धर्तीवर भारतीय उपखंडाच्या फाळणीला विरोध केला. भारतीय राष्ट्रीय काँग्रेस आणि गांधींनी ब्रिटिशांना भारत सोडण्याचे आवाहन केले. तथापि, मुस्लिम लीगने "विभाजन करा आणि भारत सोडा" अशी मागणी केली. 178 179 गांधींनी एक करार सुचविला ज्यामध्ये काँग्रेस आणि मुस्लिम लीग यांना तात्पुरत्या सरकारच्या अंतर्गत सहकार्य करणे आणि स्वातंत्र्य प्राप्त करणे आवश्यक होते, त्यानंतर मुस्लिम बहुसंख्य असलेल्या जिल्ह्यांमध्ये फाळणीचा प्रश्न सार्वमताद्वारे सोडवला जाऊ शकतो.

जिना यांनी गांधींचा प्रस्ताव नाकारला आणि 16 ऑगस्ट 1946 रोजी मुस्लिमांना शहरांमध्ये सार्वजनिकपणे एकत्र येण्यासाठी आणि भारतीय उपखंडाच्या मुस्लिम राज्य आणि गैर-मुस्लिम राज्यामध्ये विभाजन करण्याच्या त्यांच्या प्रस्तावाला पाठिंबा देण्यासाठी थेट कृती दिनाची हाक दिली. हुसेन शहीद सुहरावर्दी, बंगालचे मुस्लीम लीगचे मुख्यमंत्री – आता बांगलादेश आणि पश्चिम बंगाल, यांनी थेट कृती दिन साजरा करण्यासाठी कलकत्त्याच्या पोलिसांना विशेष सुट्टी दिली. डायरेक्ट ॲक्शन डेमुळे कलकत्ता हिंदूंची सामूहिक हत्या झाली आणि त्यांच्या मालमत्तेला आग लागली आणि संघर्ष रोखण्यासाठी किंवा थांबवण्यासाठी सुट्टीवर जाणारे पोलिस गहाळ झाले. ब्रिटीश सरकारने हिंसाचार रोखण्यासाठी आपल्या सैन्याला पुढे जाण्याचा आदेश दिला नाही. डायरेक्ट ॲक्शन डेच्या दिवशी झालेल्या हिंसाचारामुळे भारतभर मुस्लिमांविरुद्ध प्रत्युत्तराची हिंसा झाली. त्यानंतरच्या काही दिवसांत हिंसाचाराच्या चक्रात हजारो हिंदू आणि मुस्लिमांची हत्या झाली आणि हजारो जखमी झाले. हत्याकांड थांबवण्याचे आवाहन करण्यासाठी गांधींनी सर्वाधिक दंगलग्रस्त भागात भेट दिली.

1947 मध्ये गांधी, ब्रिटनचे भारताचे शेवटचे व्हाईसरॉय लुई माउंटबॅटन आणि त्यांची पत्नी एडविना माउंटबॅटन यांच्यासोबत

ब्रिटिश भारताचे व्हाइसरॉय आणि गव्हर्नर-जनरल आर्चीबाल्ड वेव्हेल यांनी फेब्रुवारी 1947 पर्यंत तीन वर्षे गांधी आणि जिना यांच्यासोबत एक समान आधार शोधण्यासाठी कार्य केले होते, भारतीय स्वातंत्र्य तत्त्वतः स्वीकारण्यापूर्वी आणि नंतर. वेव्हेलने गांधींच्या चारित्र्याचा आणि हेतूंचा तसेच त्यांच्या विचारांचा निषेध केला. वेव्हेल यांनी गांधींवर "ब्रिटिश राजवट आणि प्रभाव पाडून हिंदू राज स्थापन करण्यासाठी" एकल मनाच्या कल्पनेला आश्रय दिल्याचा आरोप केला आणि गांधींना "दुष्ट, दुष्ट, अत्यंत चतुर" राजकारणी म्हटले. वेव्हेल यांना भारतीय उपखंडात गृहयुद्धाची भीती वाटत होती आणि गांधी ते थांबवू शकतील अशी शंका होती.

ब्रिटिशांनी अनिच्छेने भारतीय उपखंडातील लोकांना स्वातंत्र्य देण्याचे मान्य केले, परंतु पाकिस्तान आणि भारतामध्ये जमिनीचे विभाजन करण्याचा जिनांचा प्रस्ताव स्वीकारला. अंतिम वाटाघाटींमध्ये गांधींचा सहभाग होता, परंतु स्टॅन्ले वोल्पर्ट म्हणतात की "ब्रिटिश भारताची निर्मिती करण्याची योजना गांधींनी कधीही मंजूर केली नाही किंवा स्वीकारली नाही".

फाळणी वादग्रस्त आणि हिंसकपणे वादग्रस्त होती. 10 दशलक्ष ते 12 दशलक्ष गैर-मुस्लिम (हिंदू आणि शीख बहुतेक) पाकिस्तानातून भारतात स्थलांतरित झाल्यामुळे धार्मिक दंगलींमध्ये अर्धा दशलक्षाहून अधिक लोक मारले गेले आणि मुस्लिम भारतातून पाकिस्तानमध्ये स्थलांतरित झाले, भारत, पश्चिम पाकिस्तान आणि नव्याने निर्माण झालेल्या सीमा ओलांडून पूर्व पाकिस्तान.

गांधींनी स्वातंत्र्याचा दिवस ब्रिटीश राजवटीचा अंत साजरा केला नाही तर 15 ऑगस्ट 1947 रोजी कलकत्ता येथे उपोषण आणि कात टाकून आपल्या देशवासियांमध्ये शांततेचे आवाहन केले. फाळणीमुळे भारतीय उपखंडात धार्मिक हिंसाचार झाला होता आणि रस्ते मृतदेहांनी भरले होते. १८७ काही लेखक धार्मिक दंगली आणि जातीय हिंसाचार थांबवण्याचे श्रेय गांधींच्या उपोषणाला आणि निषेधाला देतात.

30 जानेवारी 1948 रोजी संध्याकाळी 5:17 वाजता, गांधी आपल्या नातवंडांसोबत बिर्ला हाऊसच्या बागेत (आता गांधी स्मृती) प्रार्थना सभेला संबोधित करण्यासाठी जात असताना, हिंदू राष्ट्रवादी नथुराम गोडसेने त्यांच्या छातीत तीन गोळ्या झाडल्या. जवळच्या पिस्तूलमधून. काही खात्यांनुसार, गांधींचा तत्काळ मृत्यू झाला. 188 189 इतर खात्यांमध्ये, जसे की एका प्रत्यक्षदर्शी पत्रकाराने तयार केलेले, गांधींना बिर्ला हाऊसमध्ये, बेडरूममध्ये नेण्यात आले. गांधींच्या कुटुंबातील एका सदस्याने हिंदू धर्मग्रंथातील श्लोक वाचल्यामुळे सुमारे 30 मिनिटांनंतर तेथे त्यांचा मृत्यू झाला.

पंतप्रधान जवाहरलाल नेहरू यांनी आपल्या देशवासीयांना ऑल-इंडिया रेडिओवरून संबोधित करताना म्हटले:

मित्रांनो आणि मित्रांनो, आमच्या आयुष्यातून प्रकाश निघून गेला आहे, आणि सर्वत्र अंधार आहे, आणि तुम्हाला काय सांगावे किंवा कसे बोलावे ते मला समजत नाही. आमचे लाडके नेते, राष्ट्रपिता म्हणून ओळखले जाणारे बापू आता राहिले नाहीत. कदाचित माझे म्हणणे चुकीचे असेल; तरीसुद्धा, आपण त्याला पुन्हा भेटणार नाही, जसे आपण त्याला इतक्या वर्षांपासून पाहिले आहे, आपण त्याच्याकडे सल्ल्यासाठी धावणार नाही किंवा त्याच्याकडून सांत्वन घेणार नाही, आणि हा एक भयानक धक्का आहे, केवळ माझ्यासाठीच नाही तर लाखो आणि लाखो लोकांसाठी. या देशात.

स्मारक जेथे 1948 मध्ये गांधींची हत्या झाली होती. त्यांच्या शैलीकृत पावलांनी स्मारकाकडे नेले.

अतिरेकी हिंदू महासभेशी संबंध असलेले हिंदू राष्ट्रवादी गोडसे, 193 यांनी पळून जाण्याचा कोणताही प्रयत्न केला नाही; इतर अनेक षड्यंत्रकर्त्यांना लवकरच अटक करण्यात आली. 194 195 त्यांच्यावर दिल्लीतील लाल किल्ल्यावर खटला चालवण्यात आला. त्याच्या खटल्याच्या वेळी, गोडसेने आरोप नाकारले नाहीत किंवा कोणताही पश्चात्ताप व्यक्त केला नाही. औपनिवेशिक भारताच्या अभ्यासासाठी प्रख्यात फ्रेंच इतिहासकार क्लॉड मार्कोविट्स यांच्या मते, गोडसेने असे म्हटले आहे की त्यांनी गांधींना मुस्लिमांबद्दल आत्मसंतुष्टतेमुळे ठार मारले, उपखंडाच्या पाकिस्तान आणि भारताच्या फाळणीदरम्यान झालेल्या हिंसाचार आणि दुःखांसाठी गांधींना जबाबदार धरले. गोडसे यांनी गांधींवर व्यक्तिवादाचा आणि सत्याची मक्तेदारी असल्यासारखे वागण्याचा आरोप केला. गोडसे दोषी आढळला आणि 1949 मध्ये त्याला फाशी देण्यात आली.

गांधींच्या अंत्यसंस्काराला लाखो भारतीयांनी चिन्हांकित केले होते.

गांधींच्या निधनावर देशभरात शोक व्यक्त करण्यात आला. बिर्ला घरापासून राज घाटापर्यंत पोहोचण्यासाठी पाच तासांपेक्षा जास्त वेळ लागलेल्या पाच मैलांच्या अंत्ययात्रेत दहा लाखांहून अधिक लोक सामील झाले होते, जिथे त्यांची हत्या झाली होती आणि इतर दशलक्षांनी मिरवणूक जवळून जाताना पाहिली. 198 गांधींचे पार्थिव शस्त्र वाहकावर नेण्यात आले, ज्याची चेसिस रात्रभर उखडून टाकण्यात आली जेणेकरून लोक त्यांच्या शरीराचे दर्शन घेऊ शकतील. वाहनाचे इंजिन वापरले नाही; त्याऐवजी प्रत्येकी 50 लोकांनी धरलेल्या चार ड्रॅग-रोप्सने वाहन खेचले. 199 लंडनमधील सर्व भारतीय मालकीच्या आस्थापने शोकसागरात बंद राहिल्या कारण सर्व धर्म आणि संप्रदायातील हजारो लोक आणि संपूर्ण ब्रिटनमधील भारतीय लंडनमधील इंडिया हाऊसमध्ये एकत्र आले.

गांधींच्या हत्येने राजकीय परिदृश्य नाटकीयरित्या बदलले. नेहरू त्यांचे राजकीय वारसदार झाले. मार्कोविट्सच्या म्हणण्यानुसार, गांधी हयात असताना, पाकिस्तानने ते "मुस्लिम राज्य" असल्याची घोषणा केल्याने भारतीय गटांना "हिंदू राज्य" घोषित करण्याची मागणी करण्यास प्रवृत्त केले होते. 196 हिंदू राष्ट्रवादाच्या सर्व समर्थकांना तसेच त्यांच्या राजकीय आव्हानकर्त्यांना शांत करण्यासाठी नेहरूंनी गांधींच्या हौतात्म्याचा राजकीय शस्त्र म्हणून वापर केला. त्यांनी गांधींच्या हत्येचा संबंध द्वेष आणि दुर्बुद्धीच्या राजकारणाशी जोडला.

गुहा यांच्या मते, नेहरू आणि त्यांच्या काँग्रेस सहकार्यांनी भारतीयांना गांधींच्या स्मृतीचा आणि त्यांच्या आदर्शांचा सन्मान करण्याचे आवाहन केले. 201 202 नेहरूंनी हत्येचा उपयोग नवीन भारतीय राज्याचा अधिकार मजबूत करण्यासाठी केला. गांधींच्या मृत्यूमुळे नवीन सरकारला मार्शल पाठिंबा मिळण्यास आणि काँग्रेस पक्षाच्या नियंत्रणाला वैध बनविण्यात मदत झाली, ज्याने अनेक दशकांपासून त्यांना प्रेरणा दिली होती अशा व्यक्तीसाठी हिंदूंच्या दुःखाच्या मोठ्या प्रमाणात व्यक्त होत आहे. सरकारने RSS, मुस्लिम नॅशनल गार्ड्स आणि खाकसरांना जवळपास 200,000 अटक करून दडपले.

हत्येनंतर वर्षानुवर्षे, मार्कोविट्स म्हणतात, "नव्या भारतीय प्रजासत्ताकाच्या राजकीय जीवनावर गांधींची सावली मोठी होती". गांधींच्या विचारांच्या विरुद्ध असूनही, गांधींच्या प्रतिमा आणि आदर्शांची पुनर्रचना करून सरकारने आपल्या आर्थिक आणि सामाजिक धोरणांना विरोध केला.

गांधींवर हिंदू परंपरेनुसार अंत्यसंस्कार करण्यात आले. गांधींच्या अस्थी कलशांमध्ये ओतल्या गेल्या ज्या संपूर्ण भारतभर स्मारकासाठी पाठवण्यात आल्या. 206 12 फेब्रुवारी 1948 रोजी अलाहाबाद येथील संगमावर बहुतेक अस्थिकलशांचे विसर्जन करण्यात आले, परंतु काही गुप्तपणे नेण्यात आले. 1997 मध्ये, तुषार गांधी यांनी अलाहाबाद येथील संगम येथे एका कलशातील सामग्री विसर्जित केली, बँकेच्या तिजोरीत सापडली आणि न्यायालयांद्वारे पुन्हा दावा केला. 207 208 गांधीजींच्या काही अस्थी युगांडातील जिंजाजवळील नाईल नदीच्या उगमस्थानी विखुरल्या गेल्या होत्या आणि एक स्मृती

फलक या घटनेला चिन्हांकित करते. 30 जानेवारी 2008 रोजी गिरगाव चौपाटीवर दुसऱ्या कलशाचे विसर्जन करण्यात आले. आणखी एक कलश पुण्यातील आगा खानच्या राजवाड्यात आहे (जिथे गांधींना 1942 ते 1944 या काळात राजकीय कैदी म्हणून ठेवण्यात आले होते) आणि दुसरा कलश लॉस एंजेलिसमधील सेल्फ-रिलायझेशन फेलोशिप लेक श्राइनमध्ये आहे.

ज्या बिर्ला हाऊसमध्ये गांधींची हत्या झाली होती ती जागा आता गांधी स्मृती नावाचे स्मारक आहे. यमुना नदीजवळ ज्या ठिकाणी त्यांच्यावर अंत्यसंस्कार करण्यात आले ते ठिकाण म्हणजे नवी दिल्लीतील राजघाट स्मारक. 212 काळ्या संगमरवरी व्यासपीठावर "हे राम" (देवनागरी: ??! ??? किंवा, हे राम) असा अग्रलेख आहे. गोळ्या झाडल्यानंतर गांधींचे हे शेवटचे शब्द असल्याचे मानले जाते, जरी या विधानाच्या सत्यतेवर प्रश्नचिन्ह उपस्थित केले गेले आहे.

गांधींची विधाने, पत्रे आणि जीवन यांनी त्यांची तत्त्वे, कार्यपद्धती आणि विश्वास यांचे बरेच राजकीय आणि अभ्यासपूर्ण विश्लेषण आकर्षित केले आहे, ज्यात त्यांच्यावर काय प्रभाव पडला. काही लेखक त्याला नैतिक राहणीमान आणि शांततावादाचे प्रतिरूप म्हणून सादर करतात, तर काहींनी त्याला त्याच्या संस्कृती आणि परिस्थितीचा प्रभाव असलेले अधिक जटिल, विरोधाभासी आणि विकसित होणारे पात्र म्हणून सादर केले आहे.

गांधी त्यांच्या मूळ गुजरातमधील हिंदू आणि जैन धार्मिक वातावरणात वाढले, जे त्यांचे प्राथमिक प्रभाव होते, परंतु त्यांच्या वैयक्तिक प्रतिबिंब आणि हिंदू भक्ती संत, अद्वैत वेदांत, इस्लाम, बौद्ध, ख्रिस्ती आणि विचारवंत यांच्या साहित्याचाही त्यांच्यावर प्रभाव होता. टॉल्स्टॉय, रस्किन आणि थोरो. 216 217 वयाच्या 57 व्या वर्षी त्यांनी त्यांच्या धार्मिक अनुनयामध्ये स्वतःला अद्वैतवादी हिंदू असल्याचे घोषित केले, परंतु त्यांनी द्वैतवादी दृष्टिकोन आणि धार्मिक बहुलवादाचे समर्थन केल्याचे जोडले.

गांधींवर त्यांची धर्मनिष्ठ वैष्णव हिंदू माता, प्रादेशिक हिंदू मंदिरे आणि गुजरातमधील जैन परंपरेसह सहअस्तित्व असलेली संत परंपरा यांचा प्रभाव होता. इतिहासकार आरबी क्रिब म्हणतात की गांधींचे विचार कालांतराने विकसित झाले, त्यांच्या सुरुवातीच्या कल्पना त्यांच्या परिपक्व तत्त्वज्ञानाचा गाभा किंवा मचान बनल्या. त्यांनी सत्यवाद, संयम, पवित्रता आणि शाकाहार यांसाठी लवकर वचनबद्ध केले.

गांधींच्या लंडनच्या जीवनशैलीत ते वाढलेले मूल्य समाविष्ट होते. १८९१ मध्ये जेव्हा ते भारतात परतले तेव्हा त्यांचा दृष्टीकोन संकोचपूर्ण होता आणि ते वकील म्हणून उदरनिर्वाह करू शकत नव्हते. यामुळे व्यावहारिकता आणि नैतिकता एकरूप असणे आवश्यक आहे या त्यांच्या विश्वासाला आव्हान दिले. 1893 मध्ये दक्षिण आफ्रिकेत जाऊन त्यांनी या समस्येवर उपाय शोधला आणि त्यांच्या परिपक्व तत्त्वज्ञानाच्या मध्यवर्ती संकल्पना विकसित केल्या.

भिखू पारेख यांच्या मते, दक्षिण आफ्रिकेत गांधींवर सर्वाधिक प्रभाव पाडणारी तीन पुस्तके म्हणजे विल्यम सॉल्टरचे नैतिक धर्म (1889); हेन्री डेव्हिड थोरोचे ऑन द ड्युटी ऑफ सिव्हिल डिसॉब्डिअन्स (1849); आणि लिओ टॉल्स्टॉयचे द किंगडम ऑफ गॉड इज विदिन यू (१८९४). कला समीक्षक आणि राजकीय अर्थव्यवस्थेचे समीक्षक जॉन रस्किन यांनी प्रथम नेटालमधील फिनिक्स फार्मवर आणि नंतर जोहान्सबर्ग, दक्षिण आफ्रिकेच्या अगदी बाहेर टॉल्स्टॉय फार्मवर, कम्युनमध्ये कठोर जीवन जगण्याच्या त्यांच्या निर्णयाची प्रेरणा दिली. 67 गांधींवर सर्वात खोल प्रभाव हिंदू, ख्रिश्चन आणि जैन धर्माचा होता, असे पारेख म्हणतात, त्यांच्या विचारांनी "अभिजात भारतीय परंपरा, विशेषतः अद्‌वैत किंवा अद्‌वैत परंपरा यांच्याशी सुसंगत".

इंदिरा कार आणि इतरांच्या मते, गांधींवर वैष्णव, जैन आणि अद्‌वैत वेदांत यांचा प्रभाव होता. 225 226 बाळकृष्ण गोखले सांगतात की गांधींवर हिंदू आणि जैन धर्माचा प्रभाव होता आणि त्यांचा ख्रिश्चन, रस्किन आणि टॉल्स्टॉयच्या पर्वतावरील प्रवचनाचा अभ्यास होता.

गांधींवरील संभाव्य प्रभावाचे अतिरिक्त सिद्‌धांत मांडण्यात आले आहेत. उदाहरणार्थ, 1935 मध्ये, एनए टूथी यांनी सांगितले की गांधी हिंदू धर्माच्या स्वामीनारायण परंपरेतील सुधारणा आणि शिकवणींनी प्रभावित होते. रेमंड विल्यम्सच्या मते, टूथीने जैन समाजाच्या प्रभावाकडे दुर्लक्ष केले असावे आणि स्वामीनारायण परंपरेतील सामाजिक सुधारणा आणि गांधींच्या कार्यक्रमांमध्ये "अहिंसा, सत्य-सांगणे, स्वच्छता, संयम आणि उन्नती यांवर आधारित समांतरता आढळते. जनतेचे." 228 229 इतिहासकार हॉवर्ड सांगतात की गुजरातच्या संस्कृतीचा गांधी आणि त्यांच्या पद्‌धतींवर प्रभाव पडला.

वर उल्लेख केलेल्या पुस्तकाबरोबरच, 1908 मध्ये लिओ टॉल्स्टॉय यांनी हिंदूंना एक पत्र लिहिले, ज्यात असे म्हटले होते की निष्क्रीय प्रतिकाराद्‌वारे केवळ प्रेमाचा शस्त्र म्हणून वापर करून भारतीय लोक वसाहतवादी शासन उलथून टाकू शकतात. 1909 मध्ये गांधींनी टॉल्स्टॉयला एक पत्र लिहून गुजरातीमध्ये हिंदूला पत्र पुन्हा प्रकाशित करण्यासाठी सल्ला आणि परवानगी मागितली. टॉल्स्टॉयने प्रतिसाद दिला आणि 1910 मध्ये टॉल्स्टॉयच्या मृत्यूपर्यंत दोघांनी पत्रव्यवहार चालू ठेवला (टॉल्स्टॉयचे शेवटचे पत्र गांधींना होते). 231 अक्षरे अहिंसेच्या व्यावहारिक आणि धर्मशास्त्रीय अनुप्रयोगांशी संबंधित आहेत. 232 गांधींनी स्वतःला टॉल्स्टॉयचे शिष्य पाहिले, कारण ते राज्याधिकार आणि वसाहतवादाच्या विरोधाबाबत सहमत होते; दोघांनीही हिंसेचा तिरस्कार केला आणि अ-प्रतिकाराचा उपदेश केला. तथापि, राजकीय रणनीतीवर त्यांच्यात तीव्र मतभेद होते. गांधींनी राजकीय सहभागाचे आवाहन केले; तो राष्ट्रवादी होता आणि अहिंसक शक्ती वापरण्यास तयार होता. तो तडजोड करण्यासही तयार होता. 233 हे टॉल्स्टॉय फार्म येथे होते जिथे गांधी आणि हर्मन कॅलेनबॅक यांनी त्यांच्या शिष्यांना अहिंसेच्या तत्वज्ञानात पद्‌धतशीरपणे प्रशिक्षण दिले.

गांधींनी त्यांचे प्रभावशाली सल्लागार म्हणून श्रीमद राजचंद्र या कवी आणि जैन तत्वज्ञ यांना श्रेय दिले. मॉडर्न रिव्ह्यू, जून 1930 मध्ये, गांधींनी 1891 मध्ये डॉ. पी.जे. मेहता

यांच्या मुंबईतील निवासस्थानी झालेल्या पहिल्या चकमकीबद्दल लिहिले. त्यांची श्रीमदांशी ओळख डॉ. प्राणजीवन मेहता यांनी करून दिली. 235 दक्षिण आफ्रिकेत असताना गांधींनी राजचंद्र यांच्याशी पत्रांची देवाणघेवाण केली आणि त्यांना कवी (शब्दशः "कवी") म्हणून संबोधले. 1930 मध्ये गांधींनी लिहिले, "असा माणूस होता ज्याने धार्मिक बाबींमध्ये माझे हृदय मोहित केले जे आजपर्यंत इतर कोणत्याही माणसाने केले नाही." 236 "मी इतरत्र म्हटले आहे की माझे आंतरिक जीवन तयार करताना टॉल्स्टॉय आणि रस्किन यांनी कवीशी स्पर्धा केली. पण कवीचा प्रभाव निःसंशयपणे अधिक खोल होता कारण मी त्याच्या जवळच्या वैयक्तिक संपर्कात आलो होतो."

गांधींनी त्यांच्या आत्मचरित्रात राजचंद्रांना त्यांचे "मार्गदर्शक आणि सहाय्यक" आणि "आध्यात्मिक संकटाच्या क्षणी त्यांचा आश्रय ... असे संबोधले. त्यांनी गांधींना धीर धरण्याचा आणि हिंदू धर्माचा सखोल अभ्यास करण्याचा सल्ला दिला होता.

दक्षिण आफ्रिकेतील त्यांच्या वास्तव्यादरम्यान, हिंदू धर्म आणि इतर भारतीय धर्मांचे धर्मग्रंथ आणि तात्विक ग्रंथांसह, गांधींनी बायबलसारखे ख्रिस्ती धर्माचे अनुवादित ग्रंथ आणि कुराण सारख्या इस्लामचे वाचन केले. 240 दक्षिण आफ्रिकेतील क्वेकर मिशनने त्याला ख्रिश्चन धर्मात बदलण्याचा प्रयत्न केला. गांधी त्यांच्या प्रार्थनेत सामील झाले आणि त्यांच्यासोबत ख्रिश्चन धर्मशास्त्रावर चर्चा केली, परंतु त्यांनी धर्मांतरास नकार दिला आणि असे सांगून धर्मांतरास नकार दिला की त्यांनी त्यातील धर्मशास्त्र स्वीकारले नाही किंवा ख्रिस्त हा देवाचा एकुलता एक पुत्र आहे.

त्यांचा धर्मांचा तुलनात्मक अभ्यास आणि विद्वानांशी संवाद यामुळे त्यांना सर्व धर्मांचा आदर वाटू लागला तसेच त्या सर्वांमधील अपूर्णता आणि वारंवार चुकीच्या व्याख्यांबद्दल त्यांना काळजी वाटू लागली. 240 गांधींना हिंदू धर्माची आवड निर्माण झाली, आणि त्यांनी भगवद्गीतेला त्यांचा आध्यात्मिक शब्दकोष आणि त्यांच्या जीवनावरील सर्वात मोठा प्रभाव म्हणून उल्लेख केला. 240 243 244 नंतर १९३० मध्ये गांधींनी गीतेचा गुजरातीमध्ये अनुवाद केला.

दक्षिण आफ्रिकेतील वास्तव्यादरम्यान गांधींना सुफी इस्लामच्या चिश्ती आदेशाची ओळख झाली होती. रिव्हरसाइड येथे खानकाह मेळाव्यात ते उपस्थित राहिले. मार्गारेट चॅटर्जी यांच्या मते, गांधींनी वैष्णव हिंदू म्हणून नम्रता, भक्ती आणि गरिबांसाठी बंधुता यांसारखी मूल्ये सामायिक केली जी सुफीवादातही आढळतात. 246 247 विन्स्टन चर्चिल यांनीही गांधींची तुलना सुफी फकीरशी केली.

1899 मध्ये ब्रिटीशांच्या बाजूने बोअर्स विरुद्ध दक्षिण आफ्रिकेच्या युद्धात गांधींनी भारतीय रुग्णवाहिका कॉर्प्स तयार करण्यात भाग घेतला. 248 डच स्थायिक करणारे दोन्ही बोअर्स आणि शाही ब्रिटीशांनी त्यावेळी त्यांना निकृष्ट समजत असलेल्या रंगीत वंशांमध्ये भेदभाव केला आणि नंतर गांधींनी बोअर युद्धादरम्यान त्यांच्या परस्परविरोधी विश्वासांबद्दल लिहिले. त्यांनी सांगितले की "जेव्हा युद्ध घोषित झाले, तेव्हा माझी

वैयक्तिक सहानुभूती बोअर्सशी होती, परंतु ब्रिटीश राजवटीवरील माझ्या निष्ठेने मला त्या युद्धात ब्रिटिशांसोबत भाग घेण्यास प्रवृत्त केले. मला असे वाटले की, जर मी ब्रिटिश नागरिक म्हणून अधिकारांची मागणी केली तर, ब्रिटीश साम्राज्याच्या रक्षणात भाग घेणे हे माझे कर्तव्य देखील होते, म्हणून मी शक्य तितके कॉमरेड एकत्र केले आणि अत्यंत कष्टाने त्यांची सेवा रुग्णवाहिका म्हणून स्वीकारली."

पहिल्या महायुद्धादरम्यान (1914-1918), वयाच्या 50 च्या जवळ, गांधींनी ब्रिटीश सैन्यात सामील होण्यासाठी भारतीयांची भरती करून ब्रिटीश आणि त्याच्या सहयोगी सैन्याला पाठिंबा दिला, भारतीय दलाचा विस्तार सुमारे 100,000 वरून 1.1 दशलक्ष पर्यंत केला. 106 248 त्यांनी भारतीय लोकांना युरोप आणि आफ्रिकेतील युद्धाच्या एका बाजूने त्यांच्या प्राणांची किंमत देऊन लढण्यासाठी प्रोत्साहित केले. 248 शंकर घोष यांच्या म्हणण्यानुसार, "मी ज्या समाजाशी संबंधित आहे त्या समाजाशी माझा संबंध तोडणे हे माझ्यासाठी वेडेपणाचे ठरेल" असे सांगून या प्रथांचे रक्षण करणाऱ्या गांधींवर शांततावाद्यांनी टीका केली आणि प्रश्न केला. 248 कीथ रॉबिन्सच्या मते, भरतीचा प्रयत्न काही प्रमाणात प्रथम महायुद्धाच्या समाप्तीनंतर भारतीयांना स्वराज्य (स्व-शासन) द्वारे मदत देण्याच्या ब्रिटीश वचनामुळे प्रेरित होता. 105 युद्धानंतर, ब्रिटिश सरकारने त्याऐवजी किरकोळ सुधारणा सुचवल्या, ज्यामुळे गांधी निराश झाले. 106 त्यांनी 1919 मध्ये त्यांची सत्याग्रह चळवळ सुरू केली. त्याच बरोबरीने, गांधींचे सहकारी त्यांच्या शांततावादी विचारांवर साशंक झाले आणि ते राष्ट्रवाद आणि साम्राज्यवादविरोधी विचारांनी प्रेरित झाले.

1920 च्या एका निबंधात, पहिल्या महायुद्धानंतर, गांधींनी लिहिले, "जेथे फक्त भ्याडपणा आणि हिंसाचार यापैकी एक पर्याय आहे तेथे मी हिंसेचा सल्ला देईन." राहुल सागर यांनी युद्धादरम्यान ब्रिटीश सैन्यात भरती करण्याच्या गांधींच्या प्रयत्नांचा अर्थ लावला, कारण गांधींचा विश्वास होता की, त्या वेळी, भारतीय लढण्यास इच्छुक होते हे दर्शवेल. पुढे, हे ब्रिटीशांना हे देखील दर्शवेल की त्यांचे सहकारी भारतीय "भ्याडपणापेक्षा त्यांच्या आवडीनुसार प्रजा आहेत." 1922 मध्ये गांधींनी लिहिले की हिंसेपासून दूर राहणे प्रभावी आहे आणि खरी क्षमा तेव्हाच आहे जेव्हा एखाद्याला शिक्षा करण्याची शक्ती असते, जेव्हा कोणी असहाय असल्यामुळे काहीही न करण्याचा निर्णय घेतो तेव्हा नाही.

द्वितीय विश्वयुद्धाने ब्रिटनला वेठीस धरल्यानंतर, गांधींनी ब्रिटीश युद्धाच्या प्रयत्नांना कोणत्याही मदतीला आणि युद्धातील कोणत्याही भारतीय सहभागाला विरोध करण्यासाठी सक्रियपणे मोहीम चालवली. आर्थर हर्मनच्या मते, गांधींना विश्वास होता की त्यांच्या मोहिमेमुळे साम्राज्यवादाला मोठा धक्का बसेल. 163 गांधींच्या भूमिकेला अनेक भारतीय नेत्यांनी पाठिंबा दिला नाही आणि ब्रिटीश युद्धाच्या प्रयत्नांविरुद्धची त्यांची मोहीम अयशस्वी ठरली. हिंदू नेता, तेज बहादूर सप्रू यांनी 1941 मध्ये घोषित केले, हरमन म्हणतो, "काँग्रेसचे बरेच नेते महात्माच्या वांझ कार्यक्रमाला कंटाळले आहेत".

163 2.5 दशलक्षाहून अधिक भारतीयांनी गांधींकडे दुर्लक्ष केले, स्वेच्छेने काम केले आणि ब्रिटिशांच्या बाजूने सामील झाले. ते युरोप, उत्तर आफ्रिका आणि दुसऱ्या महायुद्धातील विविध आघाड्यांवर मित्र राष्ट्रांचा एक भाग म्हणून लढले आणि मरण पावले.

गांधींनी आपले जीवन सत्य किंवा सत्य शोधण्यासाठी आणि त्याचा पाठपुरावा करण्यासाठी समर्पित केले आणि त्यांच्या चळवळीला सत्याग्रह म्हटले, ज्याचा अर्थ "सत्याचे आवाहन, आग्रह किंवा विसंबून राहणे" आहे. 252 राजकीय चळवळ आणि तत्त्व म्हणून सत्याग्रहाची पहिली रचना 1920 मध्ये झाली, जी त्यांनी भारतीय काँग्रेसच्या अधिवेशनापूर्वी त्याच वर्षी सप्टेंबरमध्ये "असहकाराचा ठराव" म्हणून मांडली. डेनिस डाल्टन सांगतात की, सत्याग्रहाची रचना आणि पाऊल होते, जे त्याच्या लोकांच्या श्रद्धा आणि संस्कृतीशी खोलवर प्रतिध्वनित होते, त्याला लोकप्रिय चेतनेमध्ये अंतर्भूत केले आणि त्वरीत त्याचे महात्मा बनले.

"ईश्वर सत्य आहे. सत्याचा मार्ग अहिंसा (अहिंसे) द्वारे आहे" - साबरमती, 13 मार्च 1927

आत्म-साक्षात्कार, अहिंसा (अहिंसा), शाकाहार आणि वैश्विक प्रेम या वेदांतिक आदर्शावर गांधींनी सत्याग्रह केला. विल्यम बोरमन म्हणतात की त्यांच्या सत्याग्रहाची गुरुकिल्ली हिंदू उपनिषदिक ग्रंथांमध्ये आहे. 254 इंदिरा कारच्या मते, अहिंसा आणि सत्याग्रहावरील गांधींच्या विचारांची स्थापना अद्वैत वेदांताच्या तात्विक पायावर झाली होती. 255 I. ब्रुस वॉटसन सांगतात की यातील काही कल्पना केवळ हिंदू धर्मातील परंपरांमध्येच आढळत नाहीत, तर जैन किंवा बौद्ध धर्मातही आढळतात, विशेषतः अहिंसा, शाकाहार आणि सार्वभौम प्रेमाबद्दल, परंतु गांधींचे संश्लेषण या कल्पनांचे राजकारण करणे होते. 256 ग्लिन रिचर्ड्स म्हणतात, नागरी चळवळ म्हणून सत्याची गांधींची संकल्पना, धर्म आणि टा या हिंदू शब्दावलीच्या संदर्भात उत्तम प्रकारे समजली जाते.

गांधींनी सांगितले की लढण्यासाठी सर्वात महत्वाची लढाई म्हणजे स्वतःच्या राक्षसांवर, भीतीवर आणि असुरक्षिततेवर मात करणे. गांधींनी "देव सत्य आहे" असे म्हटल्यावर प्रथम त्यांच्या श्रद्धांचा सारांश दिला. तो नंतर हे विधान बदलून "सत्य हेच देव" असे करेल. अशा प्रकारे, गांधींच्या तत्त्वज्ञानातील सत्य (सत्य) हे "देव" आहे. 258 गांधी, रिचर्ड्स म्हणतात, "देव" या शब्दाचे वर्णन एक वेगळी शक्ती म्हणून नाही तर अद्वैत वेदांत परंपरेतील अस्तित्व (ब्रह्म, आत्मा) म्हणून केले आहे, एक अद्वैत वैश्विक जो सर्व गोष्टींमध्ये, प्रत्येक व्यक्तीमध्ये आणि सर्व जीवनात व्याप्त आहे. 257 निकोलस गियर यांच्या मते, गांधींना याचा अर्थ देव आणि मानव यांच्यात एकता आहे, सर्व प्राणीमात्रांमध्ये एकच आत्मा आहे आणि म्हणून समानता आहे, आत्मा अस्तित्त्वात आहे आणि विश्वातील सर्व गोष्टींप्रमाणेच आहे, अहिंसा (अहिंसा) हा स्वभावच आहे. या आत्म्याचे.

मिठाच्या सत्याग्रहादरम्यान गांधी मिठाच्या संकलनाची मक्तेदारी ब्रिटिशांना देणारा वसाहतवादी कायदा मोडीत काढत आहेत. त्यांच्या सत्याग्रहाने मोठ्या संख्येने भारतीय

स्त्री-पुरुषांना आकर्षित केले.

सत्याग्रहाचे सार म्हणजे राजकीय माध्यम म्हणून "आत्मा शक्ती" आहे, जुलमी विरुद्ध क्रूर शक्ती वापरण्यास नकार देणे, जुलमी आणि अत्याचारित यांच्यातील वैमनस्य दूर करण्याचा प्रयत्न करणे, जुलमीचे परिवर्तन किंवा "शुद्ध" करण्याचा हेतू आहे. ही निष्क्रियता नाही तर दृढनिश्चयपूर्ण प्रतिकार आणि असहकार आहे, जेथे आर्थर हर्मन म्हणतात, "प्रेमाने द्वेषावर विजय मिळवला". 262 सत्याग्रहासाठी काहीवेळा वापरला जाणारा एक शब्दप्रयोग असा आहे की ती एक "मूक शक्ती" किंवा "आत्माची शक्ती" आहे (मार्टिन ल्यूथर किंग जूनियर यांनी त्यांच्या "आय हॅव अ ड्रीम" भाषणात देखील वापरलेला शब्द). हे व्यक्तीला शारीरिक शक्ती ऐवजी नैतिक शक्तीने सशस्त्र करते. सत्याग्रहाला "सार्वभौमिक शक्ती" असेही संबोधले जाते, कारण ते मूलतः "नातेवाईक आणि अनोळखी, तरुण आणि वृद्ध, स्त्री आणि पुरुष, मित्र आणि शत्रू यांच्यात भेद करत नाही." 263

गांधींनी लिहिले: "कोणतीही अधीरता, रानटीपणा, उद्धटपणा, कोणताही अवाजवी दबाव नसावा. जर आपल्याला लोकशाहीची खरी भावना जोपासायची असेल, तर आपण असहिष्णु होणे परवडत नाही. असहिष्णुता एखाद्याच्या कारणावरील विश्वासाचा विश्वासघात करते." सत्याग्रहांतर्गत सराव केल्याप्रमाणे सविनय कायदेभंग आणि असहकार हे "दुःखाच्या नियमावर" आधारित आहेत, दुःख सहन करणे हे संपवण्याचे साधन आहे. हा शेवट सहसा एखाद्या व्यक्तीची किंवा समाजाची नैतिक उन्नती किंवा प्रगती सूचित करतो. त्यामुळे सत्याग्रहातील असहकार हे खरे तर प्रतिस्पर्ध्याला सत्य आणि न्यायाने सातत्याने सहकार्य करण्याचे साधन आहे.

गांधींच्या सत्याग्रहाच्या कल्पनेला एक राजकीय माध्यम म्हणून भारतीयांमध्ये मोठ्या प्रमाणात अनुयायी आकर्षित केले गेले, परंतु समर्थन सार्वत्रिक नव्हते. उदाहरणार्थ, जिनांसारख्या मुस्लिम नेत्यांनी सत्याग्रहाच्या कल्पनेला विरोध केला, गांधींवर राजकीय सक्रियतेद्वारे हिंदू धर्माचे पुनरुज्जीवन केल्याचा आरोप केला आणि गांधींचा मुस्लीम राष्ट्रवाद आणि मुस्लिम मातृभूमीच्या मागणीचा विरोध करण्याचा प्रयत्न सुरू केला. 267 268 269 अस्पृश्यतावादी नेते आंबेडकर, जून 1945 मध्ये, बौद्ध धर्म स्वीकारण्याचा निर्णय घेतल्यानंतर आणि आधुनिक भारताच्या राज्यघटनेचे प्रमुख शिल्पकार, गांधींच्या विचारांना "अंध हिंदू भक्त", आदिम, टॉल्स्टॉय आणि रस्किन यांच्या बनावट मद्याचा प्रभाव असलेल्या, आवडते म्हणून फेटाळून लावले. आणि "त्यांचा उपदेश करण्यासाठी नेहमीच काही साधेपणा असतो". 270 271 विन्स्टन चर्चिल यांनी गांधींना स्वार्थ साधणारा "धूर्त हकस्टर", "आकांक्षी हुकूमशहा" आणि " मूर्तिपूजक हिंदू धर्माचा अटॅविस्टिक प्रवक्ता" असे व्यंगचित्र रेखाटले. चर्चिल यांनी सांगितले की गांधींच्या सविनय कायदेभंग चळवळीच्या तमाशामुळे "तिथल्या ब्रिटिश भारत श्वेत लोकांचा धोका वाढला आहे"

गांधी हे अहिंसेच्या तत्त्वाचे प्रवर्तक नसले तरी राजकीय क्षेत्रात ते मोठ्या प्रमाणावर लागू करणारे ते पहिले होते. 273 भारतीय धार्मिक विचारांमध्ये अहिंसा (अहिंसा) या संकल्पनेचा

मोठा इतिहास आहे, ज्यामध्ये ती सर्वोच्च धर्म (नैतिक मूल्य सद्गुण) मानली जाते, सर्व सजीवांना (सर्वभूत), सर्वकाळ (सर्वदा) मध्ये पाळली जावी अशी उपदेश आहे. सर्व बाबतीत (सर्वथ), कृती, शब्द आणि विचार. २७४ गांधींनी त्यांच्या आत्मचरित्र द स्टोरी ऑफ माय एक्सपेरिमेंट्स विथ ट्रुथमध्ये राजकीय माध्यम म्हणून अहिंसेबद्दलचे त्यांचे तत्वज्ञान आणि कल्पना स्पष्ट केल्या आहेत.

भगतसिंग, सुखदेव, उधम सिंग आणि राजगुरू यांच्या फाशीला विरोध करण्यास नकार दिल्याबद्दल गांधींवर टीका करण्यात आली. त्याच्यावर राजाचे प्रतिनिधी इर्विनशी करार स्वीकारल्याचा आरोप होता ज्याने सविनय कायदेभंग करणाऱ्या नेत्यांना तुरुंगातून सोडले आणि अत्यंत लोकप्रिय क्रांतिकारक भगतसिंग यांच्या विरोधात फाशीची शिक्षा स्वीकारली, ज्याने त्याच्या खटल्याच्या वेळी "क्रांती हा मानवजातीचा अविभाज्य अधिकार आहे" असे उत्तर दिले होते. १३३ तथापि, काँग्रेसजन, जे अहिंसेचे समर्थक होते, त्यांनी भगतसिंग आणि इतर क्रांतिकारी राष्ट्रवादीचा लाहोरमध्ये खटला चालवल्याचा बचाव केला. 280

ब्रिटनवर नाझी जर्मनीकडून हल्ला झाला तेव्हा आणि नंतर जेव्हा होलोकॉस्ट उघड झाला तेव्हा गांधींच्या विचारांवर जोरदार टीका झाली. त्यांनी 1940 मध्ये ब्रिटीश जनतेला सांगितले, "तुम्ही तुमच्याकडे असलेले शस्त्रे तुम्हाला किंवा मानवतेला वाचवण्यासाठी निरुपयोगी आहेत म्हणून खाली ठेवावेत. तुम्ही हेर हिटलर आणि सिग्नर मुसोलिनी यांना तुमची संपत्ती म्हणता त्या देशांना हवे ते घेण्यासाठी आमंत्रित कराल. .. जर या गृहस्थांनी तुमची घरे ताब्यात घ्यायची ठरवली, तर तुम्ही ती रिकामी कराल. जर त्यांनी तुम्हाला मुक्त रस्ता दिला नाही, तर तुम्ही स्वतःला, पुरुष, स्त्री आणि मुलाची कत्तल करू द्याल, परंतु तुम्ही निष्ठा ठेवण्यास नकार द्याल. ते." 281 जॉर्ज ऑर्वेल यांनी टिप्पणी केली की गांधींच्या पद्धतींनी "जुन्या पद्धतीच्या आणि त्याऐवजी डळमळीत तानाशाहीचा सामना केला ज्याने त्यांच्याशी बऱ्यापैकी शत्रुत्वाने वागले, एकाधिकारशाही नाही, "जेथे राजकीय विरोधक फक्त गायब होतात."

1946 मध्ये युद्धानंतरच्या एका मुलाखतीत ते म्हणाले, "हिटलरने पन्नास लाख ज्यूंना मारले. हा आपल्या काळातील सर्वात मोठा गुन्हा आहे. पण ज्यूंनी स्वतःला कसायाच्या चाकूला अर्पण करायला हवे होते. त्यांनी कड्यावरून समुद्रात झोकून दिले असावे. ... याने जगाला आणि जर्मनीतील लोकांमध्ये खळबळ उडाली असती... कारण त्यांनी त्यांच्या लाखोंच्या संख्येने आत्महत्या केली. वीरता होती". पडताळणी अयशस्वी

गांधी राजकारणी म्हणून, व्यवहारात, संपूर्ण अहिंसेपेक्षा कमी मार्गावर स्थिरावले. त्यांची अहिंसक सत्याग्रहाची पद्धत सहजपणे जनतेला आकर्षित करू शकते आणि ती व्यापारी गट, चांगल्या दर्जाचे लोक आणि शेतकरी वर्गाच्या हितसंबंध आणि भावनांशी सुसंगत होती, ज्यांना अनियंत्रित आणि हिंसक सामाजिक क्रांती नको होती ज्यामुळे त्यांचे नुकसान होऊ शकते. . त्यांचा अहिंसेचा सिद्धांत गांधीवादी काँग्रेसने खेळलेल्या एकत्रीकरणाच्या भूमिकेचा गाभा होता. पण भारत छोडो आंदोलनातही अनेक कट्टर

गांधीवाद्यांनी 'हिंसक मार्ग' वापरले.

गांधींचा असा विश्वास होता की बौद्ध, जैन आणि शीख धर्म या हिंदू धर्माच्या परंपरा आहेत, त्यांचा इतिहास, संस्कार आणि विचार आहेत. इतर वेळी, त्यांनी कबूल केले की त्यांना बौद्ध धर्माबद्दल एडविन अरनॉल्डचे पुस्तक वाचण्याशिवाय इतर काही माहिती नाही. त्या पुस्तकाच्या आधारे त्यांनी बौद्ध धर्माला एक सुधारणा चळवळ मानली आणि बुद्धाला हिंदू मानले. 287 त्यांनी सांगितले की त्यांना जैन धर्म जास्त माहीत आहे आणि जैनांनी त्यांच्यावर खोलवर प्रभाव टाकल्याचे श्रेय त्यांनी दिले. गांधींच्या दृष्टीने शीख धर्म हा हिंदू धर्माचा अविभाज्य भाग होता, दुसऱ्या सुधारणा चळवळीच्या रूपात. शीख आणि बौद्ध नेते गांधींशी असहमत होते, मतभेद म्हणून गांधींचा आदर केला जात असे.

गांधींचे इस्लामबद्दल सामान्यतः सकारात्मक आणि सहानुभूतीपूर्ण विचार होते आणि त्यांनी कुराणचा विस्तृत अभ्यास केला. त्यांनी इस्लामला एक विश्वास म्हणून पाहिले जे सक्रियपणे शांततेला प्रोत्साहन देते, आणि त्यांना वाटले की कुराणमध्ये अहिंसेला प्रमुख स्थान आहे. 289 त्यांनी इस्लामी संदेष्टा मुहम्मद यांचे चरित्रही वाचले आणि असा युक्तिवाद केला की "त्या काळात इस्लामला जीवनाच्या योजनेत स्थान मिळवून देणारी ती तलवार नव्हती. ती कठोर साधेपणा, पैगंबराचा पूर्णपणे स्वार्थीपणा, निष्ठूरपणा होता. प्रतिज्ञा, त्यांच्या मित्र आणि अनुयायांसाठी त्यांची तीव्र भक्ती, त्यांची निर्भीडता, त्यांची निर्भयता, त्यांचा देवावर आणि स्वतःच्या ध्येयावर पूर्ण विश्वास." 290 गांधींचे भारतीय मुस्लिम अनुयायी मोठ्या प्रमाणात होते, ज्यांना त्यांनी त्यांच्यासोबत सामील होण्यासाठी प्रोत्साहित केले. त्यांच्या काळातील सामाजिक अत्याचाराविरुद्ध परस्पर अहिंसक जिहाद. त्यांच्या अहिंसक प्रतिकार चळवळीतील प्रमुख मुस्लिम सहयोगींमध्ये मौलाना अबुल कलाम आझाद आणि अब्दुल गफार खान यांचा समावेश होता. तथापि, गांधींची इस्लामबद्दलची सहानुभूती, आणि शांतताप्रिय मुस्लिम सामाजिक कार्यकर्त्यांची प्रशंसा करण्याची त्यांची उत्सुकता, अनेक हिंदूंनी मुस्लिमांचे तुष्टीकरण म्हणून पाहिले आणि नंतर असहिष्णू हिंदू अतिरेक्यांच्या हातून त्यांची हत्या होण्याचे प्रमुख कारण बनले.

गांधींनी इस्लामबद्दल बहुतांश सकारात्मक विचार व्यक्त केले, तरी त्यांनी अधूनमधून मुस्लिमांवर टीका केली. 289 त्यांनी 1925 मध्ये सांगितले की त्यांनी कुराणच्या शिकवणीवर टीका केली नाही, परंतु त्यांनी कुराणच्या व्याख्या करणाऱ्यांवर टीका केली. गांधींचा असा विश्वास होता की असंख्य दुभाषींनी त्यांच्या पूर्वकल्पित कल्पनेनुसार त्याचा अर्थ लावला आहे. 292 त्यांचा असा विश्वास होता की मुस्लिमांनी कुराणच्या टीकेचे स्वागत केले पाहिजे, कारण "प्रत्येक खरा धर्मग्रंथ केवळ टीकेतूनच प्राप्त होतो". गांधींनी मुस्लिमांवर टीका केली जे "इस्लामशी संबंधित कोणत्याही गैर-मुस्लिम व्यक्तीने केलेल्या टीकेचा विश्वासघात करतात", जसे की इस्लामिक कायद्यानुसार दगडाने ठेचून मारण्याची शिक्षा. गांधींच्या मते, इस्लामला "टीका अवास्तव असली तरीही घाबरण्यासारखे काही नाही". हिंदू धर्म आणि इस्लाम यांच्यात भौतिक विरोधाभास असल्याचाही त्यांचा विश्वास

होता, आणि त्यांनी हिंसाचाराचा अवलंब करणाऱ्या कम्युनिस्टांसह मुस्लिमांवरही टीका केली.

फाळणीपूर्व भारतातील मुस्लिम नेत्यांसोबत काम करणे, भारतीय उपखंडात आणि बाहेरील ब्रिटिश साम्राज्यवादाचा विरोध करणे ही गांधींनी अवलंबलेली एक रणनीती होती. पहिल्या महायुद्धानंतर, 1919-22 मध्ये, त्यांनी इस्लामिक खलीफा आणि त्याच्या ऐतिहासिक ओट्टोमन खलिफाच्या बाजूने खिलाफत चळवळीला पाठिंबा देऊन आणि मुस्तफा कमाल अतातुर्कला पाठिंबा देणाऱ्या धर्मनिरपेक्ष इस्लामला विरोध करून अली ब्रदर्सचे मुस्लिम नेतृत्व समर्थन मिळवले. 1924 पर्यंत, अतातुर्कने खिलाफत संपवली होती, खिलाफत चळवळ संपली होती, आणि गांधींना मुस्लिमांचा पाठिंबा मोठ्या प्रमाणात कमी झाला होता.

1925 मध्ये, गांधींनी ते खिलाफत चळवळ आणि ब्रिटन आणि ऑट्टोमन साम्राज्य यांच्यातील मध्य पूर्व प्रकरणांमध्ये का अडकले याचे आणखी एक कारण दिले. गांधींनी त्यांच्या सह-धर्मवाद्यांना (हिंदू) समजावून सांगितले की त्यांनी इस्लामिक कारणासाठी सहानुभूती दाखवली आणि मोहीम चालवली, कारण त्यांना सुलतानची काळजी होती म्हणून नव्हे तर "मला गोरक्षणाच्या बाबतीत मुस्लिमांची सहानुभूती नोंदवायची होती". 297 इतिहासकार एम. नईम कुरेशी यांच्या मते, धर्म आणि राजकारण यांची सांगड घालणाऱ्या तत्कालीन भारतीय मुस्लिम नेत्यांप्रमाणे, गांधींनीही खिलाफत चळवळीदरम्यान त्यांच्या राजकीय रणनीतीमध्ये त्यांचा धर्म आयात केला.

1940 च्या दशकात, गांधींनी त्यांच्यासारख्या धार्मिक सलोख्याची मागणी करणाऱ्या काही मुस्लिम नेत्यांसोबत विचार मांडले आणि ब्रिटिश भारताच्या भारत आणि पाकिस्तानमध्ये प्रस्तावित विभाजनाला विरोध केला. उदाहरणार्थ, त्यांचा जवळचा मित्र बादशाह खान याने सुचवले की त्यांनी दोन धार्मिक गटांना जवळ आणण्यासाठी हिंदू मंदिरे मुस्लिम प्रार्थनांसाठी आणि इस्लामिक मशिदी हिंदू प्रार्थनांसाठी उघडण्याच्या दिशेने काम करावे. 299 गांधींनी हे मान्य केले आणि त्यांची भूमिका बजावण्यासाठी हिंदू मंदिरांमध्ये मुस्लिम प्रार्थना वाचण्यास सुरुवात केली, परंतु मशिदींमध्ये हिंदू प्रार्थना वाचण्यास ते असमर्थ ठरले. हिंदू राष्ट्रवादी गटांनी आक्षेप घेतला आणि गांधींच्या आयुष्याच्या शेवटच्या वर्षांत हिंदू मंदिरांमध्ये ओरडून आणि निदर्शने करून या एकतर्फी प्रथेसाठी गांधींचा सामना करण्यास सुरुवात केली.

गांधींनी टीका केली तसेच ख्रिश्चन धर्माची प्रशंसा केली. ब्रिटिश भारतातील ख्रिश्चन मिशनरींच्या प्रयत्नांवर त्यांनी टीका केली, कारण त्यांनी लाभार्थी ख्रिस्ती धर्म स्वीकारण्याच्या मागणीसह वैद्यकीय किंवा शैक्षणिक सहाय्य मिश्रित केले होते. 302 गांधींच्या मते, ही खरी "सेवा" नसून लोकांना धार्मिक धर्मांतरासाठी प्रलोभन देण्याच्या आणि आर्थिक किंवा वैद्यकीयदृष्ट्या हताश लोकांचे शोषण करण्याच्या गुप्त हेतूने चाललेली सेवा होती. हे आंतरिक परिवर्तन किंवा नैतिक प्रगती किंवा "प्रेम" च्या ख्रिश्चन

शिकवणीकडे नेत नाही, परंतु इतर धर्मांच्या खोट्या एकतर्फी टीकेवर आधारित होते, जेव्हा ख्रिश्चन समाजांना दक्षिण आफ्रिका आणि युरोपमध्ये समान समस्यांचा सामना करावा लागला. यामुळे धर्मांतरित व्यक्ती आपल्या शेजाऱ्यांचा आणि इतर धर्मांचा द्वेष करू लागली आणि लोकांना करुणेने जवळ आणण्याऐवजी विभाजित केले. गांधींच्या मते, "कोणतीही धार्मिक परंपरा सत्य किंवा मोक्षावर मक्तेदारीचा दावा करू शकत नाही". 302 303 गांधींनी मिशनरी क्रियाकलापांना प्रतिबंधित करणाऱ्या कायद्यांचे समर्थन केले नाही, परंतु ख्रिश्चनांनी प्रथम येशूचा संदेश समजून घ्यावा आणि नंतर इतर धर्मांबद्दल चुकीचे वर्णन न करता जगण्याचा प्रयत्न करावा अशी मागणी केली. गांधींच्या मते, येशूचा संदेश इतर लोकांना कनिष्ठ किंवा द्वितीय श्रेणी किंवा गुलाम मानून त्यांचा अपमान आणि साम्राज्यवादीपणे राज्य करण्याचा नव्हता, तर "जेव्हा भुकेल्यांना अन्न मिळते आणि आपल्या वैयक्तिक आणि सामूहिक जीवनात शांतता येते तेव्हा ख्रिस्ताचा जन्म होतो" असा होता.

गांधींचा असा विश्वास होता की ख्रिश्चन धर्माशी असलेल्या त्यांच्या दीर्घ परिचयामुळे त्यांना ते आवडले आणि ते अपूर्ण वाटले. त्याने ख्रिश्चनांना आपल्या देशाचा आणि त्याच्या लोकांना विधर्मी, मूर्तिपूजक आणि इतर अपमानास्पद भाषा म्हणून अपमानित करणे थांबवावे आणि भारताबद्दल त्यांचे नकारात्मक विचार बदलण्यास सांगितले. त्यांचा असा विश्वास होता की ख्रिश्चनांनी "धर्माचा खरा अर्थ" आत्मपरीक्षण केला पाहिजे आणि वैश्विक बंधुत्वाच्या भावनेने भारतीय धर्मांचा अभ्यास आणि शिकण्याची इच्छा बाळगली पाहिजे. 304 एरिक शार्प - धार्मिक अभ्यासाचे प्राध्यापक यांच्या मते, गांधींचा जन्म हिंदू कुटुंबात झाला होता आणि नंतर ते दृढनिश्चयाने हिंदू झाले होते, परंतु कालांतराने अनेक ख्रिश्चनांनी त्यांना "अनुकरणीय ख्रिश्चन आणि संत म्हणूनही" मानले.

काही औपनिवेशिक काळातील ख्रिश्चन धर्मोपदेशक आणि विश्वासू गांधींना संत मानत होते. 306 307 308 फ्रान्स आणि ब्रिटनमधील चरित्रकारांनी गांधी आणि ख्रिश्चन संत यांच्यात समांतरता रेखाटली आहे. अलीकडील विद्वानांनी या रोमँटिक जीवनचरित्रांवर प्रश्नचिन्ह उपस्थित केले आहे आणि असे म्हटले आहे की गांधी हे ख्रिश्चन व्यक्ती नव्हते किंवा ते ख्रिश्चन संताचे प्रतिरूपही नव्हते. 309 मायकेल डी सेंट-चेरॉन म्हणतात, ख्रिश्चन आणि हिंदू यांच्या "विविध अध्यात्मांच्या अभिसरण" वरील त्यांच्या विश्वासाचे उदाहरण म्हणून गांधींच्या जीवनाकडे अधिक चांगले पाहिले जाते.

कुमारस्वामी यांच्या म्हणण्यानुसार, गांधींनी सुरुवातीला पॅलेस्टाईनच्या संदर्भात अरबांच्या मागण्यांचे समर्थन केले. जझिरत अल-अरब (अरब द्वीपकल्प) मध्ये "गैर-मुस्लिम सार्वभौम अधिकारक्षेत्र प्राप्त करू शकत नाहीत" असे सांगून त्यांनी इस्लामचे आवाहन करून या समर्थनाचे समर्थन केले. 310 हे युक्तिवाद, कुमारस्वामी म्हणतात, खिलाफत चळवळीदरम्यान मुस्लिमांचा पाठिंबा मिळवण्याच्या त्यांच्या राजकीय रणनीतीचा एक भाग होता. खिलाफतोत्तर काळात, गांधींनी ज्यूंच्या मागण्या नाकारल्या

नाहीत किंवा त्यांनी इस्रायलविरुद्ध मुस्लिम दाव्यांचे समर्थन करण्यासाठी इस्लामिक ग्रंथ किंवा इतिहासाचा वापर केला नाही. खिलाफत कालखंडानंतर गांधींचे मौन कुमारस्वामी यांच्या मते पॅलेस्टाईनवरील परस्परविरोधी धार्मिक दाव्यांचे त्यांच्या आकलनातील उत्क्रांती दर्शवू शकते. 310 1938 मध्ये, गांधींनी ज्यू दाव्यांच्या बाजूने बोलले आणि मार्च 1946 मध्ये, त्यांनी ब्रिटिश संसद सदस्य सिडनी सिल्व्हरमन यांना सांगितले, "जर अरबांचा पॅलेस्टाईनवर दावा असेल तर ज्यूंचा पूर्वीचा दावा आहे", ही स्थिती त्यांच्यापेक्षा खूप वेगळी आहे. त्याची पूर्वीची भूमिका.

गांधींनी त्यांच्या सत्याग्रहाच्या माध्यमातून जर्मनीतील ज्यूंचा छळ आणि युरोपमधून पॅलेस्टाईनमध्ये ज्यूंच्या स्थलांतराची चर्चा केली. 187 312 1937 मध्ये गांधींनी त्यांचे जवळचे ज्यू मित्र हर्मन कॅलेनबॅच यांच्याशी झिओनिझमवर चर्चा केली. 313 ते म्हणाले की झिओनिझम हे ज्यूंना भेडसावणाऱ्या समस्यांचे योग्य उत्तर नाही ३१४ आणि त्याऐवजी सत्याग्रहाची शिफारस केली. गांधींना वाटले की पॅलेस्टाईनमधील झिओनिस्ट युरोपियन साम्राज्यवादाचे प्रतिनिधित्व करतात आणि त्यांचे ध्येय साध्य करण्यासाठी हिंसाचाराचा वापर करतात; त्याने असा युक्तिवाद केला की "शस्त्रांच्या संरक्षणाखाली ज्यूंनी आपली आकांक्षा पूर्ण करण्याचा कोणताही हेतू नाकारला पाहिजे आणि पूर्णपणे अरबांच्या सद्भावनेवर अवलंबून रहावे. पॅलेस्टाईनमध्ये घर शोधण्याच्या ज्यूंच्या नैसर्गिक इच्छेला अपवाद केला जाऊ शकत नाही. परंतु अरबांचे मत तयार होईपर्यंत त्यांनी त्याची पूर्तता होण्याची वाट पाहावी."

1938 मध्ये गांधींनी सांगितले की त्यांची "सर्वांची सहानुभूती ज्यूंशी आहे. मी त्यांना दक्षिण आफ्रिकेत जवळून ओळखतो. त्यांच्यापैकी काही आयुष्यभराचे सोबती बनले." तत्ववेत्ता मार्टिन बुबेर यांनी गांधींच्या दृष्टिकोनावर अत्यंत टीका केली आणि १९३९ मध्ये त्यांना या विषयावर एक खुले पत्र लिहिले. गांधींनी त्यांच्या भूमिकेचा पुनरुच्चार केला की "ज्यू अरबांचे हृदय बदलण्याचा प्रयत्न करतात", आणि 1947 मध्ये "अरबांचा सामना करण्यासाठी सत्याग्रह" वापरतात. सिमोन पॅंटर-ब्रिक यांच्या मते, ज्यू-अरब संघर्षावर गांधींची राजकीय भूमिका 1917-1947 या कालावधीत विकसित झाली, प्रथम अरब स्थान आणि 1940 च्या दशकात ज्यूंच्या भूमिकेला मिळालेल्या समर्थनापासून पुढे सरकले.

गांधींना त्यांच्या धर्माभिमानी आईने शाकाहारी म्हणून वाढवले होते. 317 318 शाकाहाराची कल्पना भारतातील हिंदू वैष्णव आणि जैन परंपरांमध्ये खोलवर रुजलेली आहे, जसे की त्याच्या मूळ गुजरातमध्ये, जिथे मांस हे प्राण्यांच्या हिंसाचाराने मिळवलेले अन्न मानले जाते. शाकाहारासाठी गांधींचे तर्क मुख्यत्वे हिंदू आणि जैन ग्रंथांमध्ये आढळतात. गांधींचा असा विश्वास होता की कोणत्याही प्रकारचे अन्न अपरिहार्यपणे काही प्रकारच्या सजीवांना हानी पोहोचवते, परंतु एखाद्याने जे खातो त्यामधील हिंसा समजून घेण्याचा आणि कमी करण्याचा प्रयत्न केला पाहिजे कारण "सर्व जीवनात एकता आवश्यक आहे".

गांधींचा असा विश्वास होता की काही जीवन प्रकार दु:ख सहन करण्यास अधिक सक्षम आहेत आणि त्यांच्यासाठी अहिंसेचा अर्थ सर्व जीवन प्रकारांना दुखापत, दुखापत किंवा दु:ख कमी करण्याचा हेतू तसेच सक्रिय प्रयत्न नसणे असा आहे. गांधींनी अन्न स्रोतांचा शोध लावला ज्यामुळे अन्न साखळीतील विविध जीवन प्रकारांमध्ये हिंसा कमी झाली. त्यांचा असा विश्वास होता की प्राण्यांची कत्तल करणे अनावश्यक आहे, कारण अन्नाचे इतर स्त्रोत उपलब्ध आहेत. हेन्री स्टीफन्स सॉल्ट सारख्या त्यांच्या हयातीत त्यांनी शाकाहार प्रचारकांशी देखील सल्लामसलत केली. गांधींसाठी अन्न हे केवळ शरीर टिकवण्याचे साधन नव्हते, तर इतर सजीवांवर त्याचा परिणाम करणारे आणि त्यांचे मन, चारित्र्य आणि आध्यात्मिक आरोग्यावर परिणाम करणारे एक स्रोत होते. त्याने केवळ मांसच नव्हे तर अंडी आणि दूध देखील टाळले. गांधींनी शाकाहाराचा नैतिक आधार हे पुस्तक लिहिले आणि लंडन व्हेजिटेरियन सोसायटीच्या प्रकाशनासाठी लिहिले.

त्यांच्या धार्मिक श्रद्धेच्या पलीकडे, गांधींनी त्यांच्या आहारातील प्रयोगांसाठी आणखी एक प्रेरणा सांगितली. त्यांनी भाजीपाला आणि फळे, आणि गुजरातमधील त्यांच्या आश्रमाबद्दलचे निरीक्षण, भाजीपाला आणि फळे यांची बारकाईने नोंद घेऊन सर्वात गरीब माणसाला परवडणारे अहिंसक शाकाहारी जेवण शोधण्याचा प्रयत्न केला. त्याच्या डॉक्टरांच्या सल्ल्यानुसार आणि त्याच्या मित्रांच्या चिंतेनुसार त्याने पूर्वीचा शाकाहारी आहार पुन्हा सुरू करण्यापूर्वी ताजे आणि सुका मेवा (फ्रूटेरिझम), नंतर फक्त सूर्यप्रकाशात सुका मेवा वापरण्याचा प्रयत्न केला. 1890 च्या दशकात त्यांचे अन्नाबाबतचे प्रयोग सुरू झाले आणि अनेक दशके चालू राहिले. यापैकी काही प्रयोगांसाठी, गांधींनी त्यांच्या स्वतःच्या कल्पना भारतीय योग ग्रंथांमध्ये आहारावर आढळलेल्या कल्पनांशी जोडल्या. त्यांचा असा विश्वास होता की प्रत्येक शाकाहारीने त्यांच्या आहाराबाबत प्रयोग केले पाहिजेत कारण, त्यांच्या आश्रमातील अभ्यासात त्यांनी "एका माणसाचे अन्न दुसऱ्यासाठी विष असू शकते" असे पाहिले.

गांधींनी सर्वसाधारणपणे प्राण्यांच्या हक्कांचे समर्थन केले. शाकाहारी निवडी करण्याव्यतिरिक्त, त्यांनी विज्ञान आणि वैद्यकीय अभ्यासाच्या नावाखाली विच्छेदन अभ्यास आणि जिवंत प्राण्यांवरील प्रयोग (व्हिव्हिसेक्शन) विरुद्ध सक्रियपणे मोहीम चालवली. त्याने याला प्राण्यांवरील हिंसा मानले, ज्यामुळे वेदना आणि वेदना होतात. त्यांनी लिहिले, "माझ्या मते, देव आणि त्याच्या न्याय्य सृष्टीविरूद्ध मनुष्य सध्या करत असलेल्या सर्व काळ्या गुन्ह्यांपैकी व्हिव्हिसेक्शन हा सर्वात काळा आहे."

गांधींनी उपोषणाचा वापर राजकीय साधन म्हणून केला, अनेकदा मागण्या पूर्ण न झाल्यास आत्महत्येची धमकी दिली. काँग्रेसने उपोषणांना राजकीय कृती म्हणून प्रसिद्धी दिली ज्यामुळे व्यापक सहानुभूती निर्माण झाली. प्रत्युत्तर म्हणून, राज यांच्यासमोरील त्यांचे आव्हान कमी करण्यासाठी सरकारने बातम्यांच्या कव्हरेजमध्ये फेरफार करण्याचा प्रयत्न केला. त्यांनी 1932 मध्ये दलितांसाठी स्वतंत्र राजकीय प्रतिनिधित्वाच्या मतदान

योजनेला विरोध करण्यासाठी उपोषण केले; गांधींना ते वेगळे करायचे नव्हते. ब्रिटीश सरकारने लंडनच्या प्रेसला त्याच्या क्षीण झालेल्या शरीराची छायाचित्रे दाखवण्यापासून रोखले कारण त्यामुळे सहानुभूती निर्माण होईल. वसाहतवादविरोधी भारत छोडो आंदोलनासाठी दोन वर्षांच्या तुरुंगवासात गांधींचे 1943 चे उपोषण झाले. सरकारने पौष्टिक तज्ञांना त्याच्या कृतीचा उलगडा करण्यासाठी बोलावले आणि पुन्हा फोटोंना परवानगी दिली नाही. तथापि, भारतातील ब्रिटीश राजवट संपल्यानंतर 1948 मध्ये त्यांचे अंतिम उपोषण, ब्रिटीश प्रेसने त्यांच्या उपोषणाचे कौतुक केले आणि यावेळी पूर्ण लांबीचे फोटो समाविष्ट केले.

अल्टर सांगतात की गांधींचे उपवास, शाकाहार आणि आहार हे राजकीय लाभापेक्षा जास्त होते, ते त्यांच्या आत्मसंयम आणि निरोगी जीवनाच्या प्रयोगांचा एक भाग होते. ते "पारंपारिक आयुर्वेदाबद्दल सखोल संशयवादी" होते, ते वैज्ञानिक पद्धतीचा अभ्यास करण्यासाठी आणि त्याच्या प्रगतीशील शिक्षण पद्धतीचा अवलंब करण्यास प्रोत्साहित करत होते. गांधींचा विश्वास होता की योगामुळे आरोग्य फायदे मिळतात. त्यांचा असा विश्वास होता की प्रादेशिक खाद्यपदार्थ आणि स्वच्छतेवर आधारित निरोगी पौष्टिक आहार चांगल्या आरोग्यासाठी आवश्यक आहे. अलीकडेच ICMR ने 'Gandhi and Health@150' या पुस्तकात गांधींच्या आरोग्याच्या नोंदी सार्वजनिक केल्या आहेत. या नोंदींवरून असे दिसून येते की, 46.7 किलो वजन कमी असूनही गांधी साधारणपणे निरोगी होते. त्यांनी आधुनिक औषधोपचार टाळले आणि पाणी आणि पृथ्वीच्या उपचारांवर व्यापक प्रयोग केले. त्याच्या कार्डिओ रेकॉर्डवरून त्याचे हृदय सामान्य असल्याचे दिसून येते, परंतु त्याला मलेरिया सारख्या आजारांनी ग्रासले होते आणि मूळव्याध आणि ॲपेन्डिसाइटिससाठी दोनदा शस्त्रक्रिया करण्यात आली होती. आरोग्यविषयक आव्हाने असूनही, गांधी त्यांच्या आयुष्यात सुमारे 79000 किमी चालण्यात सक्षम होते जे दररोज सरासरी 18 किमी येते आणि ते पृथ्वीभोवती दोनदा फिरण्याइतके आहे.

गांधींनी स्त्रियांच्या मुक्तीसाठी जोरदार समर्थन केले आणि "स्त्रियांना त्यांच्या स्वतः च्या स्वयं-विकासासाठी लढण्याचे आवाहन केले." त्यांनी पर्दा, बालविवाह, हुंडा आणि सतीला विरोध केला. पत्नी ही पतीची गुलाम नसते, असे गांधी म्हणाले, परंतु लिन नॉरवेलच्या म्हणण्यानुसार त्यांचे सहकारी, चांगले अर्धांगिनी, सहकारी आणि मित्र आहे. तथापि, त्यांच्या स्वतःच्या जीवनात, सुरुची थापर-बजोर्कर्टच्या मते, गांधींचे त्यांच्या पत्नीशी असलेले नाते यापैकी काही मूल्यांशी विसंगत होते.

वेगवेगळ्या प्रसंगी, गांधींनी सत्याग्रहाच्या पहिल्या धड्याचे श्रेय आपल्या सनातनी हिंदू आईला आणि त्यांच्या पत्नीला दिले. त्यांनी स्त्रियांची जन्मजात शक्ती, स्वायत्तता आणि "आत्मातील सिंहीण" स्पष्ट करण्यासाठी हिंदू देवी सीतेच्या दंतकथांचा वापर केला ज्याचा नैतिक होकायंत्र कोणत्याही राक्षसाला "बकरीसारखा असहाय्य" बनवू शकतो. 335 गांधींच्या दृष्टीने, भारतातील स्त्रिया "स्वदेशी चळवळी" (भारतीय खरेदी करा) चा एक

महत्त्वाचा भाग होत्या आणि भारतीय अर्थव्यवस्थेला उपनिवेशमुक्त करण्याचे त्यांचे ध्येय होते.

अँजेला वुलाकॉट आणि कुमारी जयवर्धने यांसारख्या काही इतिहासकारांनी असे म्हटले आहे की जरी गांधींनी अनेकदा आणि सार्वजनिकपणे लिंग समानतेवर आपला विश्वास व्यक्त केला, तरीही त्यांची दृष्टी लिंग भिन्नता आणि त्यांच्यातील पूरकता होती. महिलांनी, गांधींच्या मते, देशांतर्गत क्षेत्रात चांगले राहण्यासाठी आणि पुढील पिढीला शिक्षित करण्यासाठी शिक्षित केले पाहिजे. स्त्रियांच्या हक्कांबद्दलची त्यांची मते कमी उदारमतवादी होती आणि स्त्रियांच्या प्युरिटन-व्हिक्टोरियन अपेक्षांशी अधिक समानता होती, असे जयवर्धन सांगतात, त्यांच्याबरोबरच्या इतर हिंदू नेत्यांच्या तुलनेत ज्यांनी आर्थिक स्वातंत्र्य आणि सर्व पैलूंमध्ये समान लिंग हक्कांचे समर्थन केले.

इतर अनेक ग्रंथांसह गांधींनी दक्षिण आफ्रिकेत असताना भगवद्गीतेचा अभ्यास केला. या हिंदू धर्मग्रंथात अहिंसा, संयम, सचोटी, ढोंगीपणाचा अभाव, आत्मसंयम आणि संयम यासारख्या सद्गुणांसह ज्ञान योग, भक्ती योग आणि कर्मयोगाची चर्चा केली आहे. गांधींनी याचे प्रयोग सुरू केले आणि 1906 मध्ये वयाच्या 37 व्या वर्षी, विवाहित आणि वडील असूनही, त्यांनी लैंगिक संबंधांपासून दूर राहण्याची शपथ घेतली.

गांधींचा त्यागाचा प्रयोग लैंगिकतेच्या पलीकडे गेला आणि अन्नापर्यंत विस्तारला. त्यांनी जैन विद्वान राजचंद्र यांचा सल्ला घेतला, ज्यांना ते प्रेमाने रायचंदभाई म्हणत. 340 राजचंद्रांनी त्याला सल्ला दिला की दूध लैंगिक उत्कटतेला उत्तेजित करते. गांधींनी 1912 मध्ये गायीचे दूध वर्ज्य करण्यास सुरुवात केली आणि डॉक्टरांनी त्यांना दूध पिण्याचा सल्ला दिला तेव्हाही त्यांनी तसे केले. 238 341 शंकर घोष यांच्या म्हणण्यानुसार, टागोरांनी गांधींचे असे वर्णन केले की ज्याने लैंगिक किंवा स्त्रियांचा तिरस्कार केला नाही, परंतु लैंगिक जीवनाला त्यांच्या नैतिक ध्येयांशी विसंगत मानले.

गांधींनी स्वतःचे ब्रह्मचर्य तपासण्याचा आणि सिद्ध करण्याचा प्रयत्न केला. फेब्रुवारी 1944 मध्ये त्यांच्या पत्नीच्या मृत्यूनंतर काही काळाने प्रयोग सुरू झाले. प्रयोगाच्या सुरुवातीला त्यांनी स्त्रियांना एकाच खोलीत पण वेगवेगळ्या बेडवर झोपवले होते. नंतर तो महिलांसोबत त्याच पलंगावर झोपला पण कपडे घातले आणि शेवटी तो महिलांसोबत नग्न होऊन झोपला. एप्रिल 1945 मध्ये, गांधींनी प्रयोगांचा एक भाग म्हणून बिर्ला यांना लिहिलेल्या पत्रात अनेक "स्त्रिया किंवा मुली" सोबत नग्न होण्याचा संदर्भ दिला. 343 त्यांची नात मनूच्या 1960 च्या दशकातील आठवणीनुसार, गांधींना 1947 च्या सुरुवातीला भीती वाटली की ऑगस्ट 1947 मध्ये भारताच्या स्वातंत्र्याच्या धावपळीत मुस्लिमांकडून त्यांची व तिची हत्या केली जाऊ शकते आणि तिने 18 वर्षांची असताना तिला विचारले की तिला मदत करायची आहे का? त्यांची "शुद्धता" तपासण्यासाठी त्याचे प्रयोग, ज्यासाठी तिने सहज स्वीकारले. 344 रात्रभर बेडरूमचे दरवाजे उघडे ठेवून मनूसोबत एकाच पलंगावर गांधी नग्न झोपले. मनूने सांगितले की प्रयोगाचा तिच्यावर कोणताही "वाईट परिणाम"

झाला नाही. गांधींनी त्यांचा नातवा कानूची पत्नी 18 वर्षांच्या आभासोबतही त्यांचा बेड शेअर केला होता. गांधी मनू आणि आभा या दोघांसोबत एकाच वेळी झोपायचे. 344 345 गांधींच्या ब्रह्मचारी प्रयोगात सहभागी झालेल्या एकाही महिलांनी असे सूचित केले नाही की त्यांनी लैंगिक संबंध ठेवले किंवा गांधी कोणत्याही लैंगिक पद्धतीने वागले. जे लोक सार्वजनिक झाले त्यांनी सांगितले की त्यांना असे वाटले की ते त्यांच्या वृद्ध आईसोबत झोपले आहेत.

सीन स्कॅल्मरच्या मते, गांधी त्यांच्या आयुष्याच्या शेवटच्या वर्षांत एक तपस्वी होते आणि त्यांच्या आजारी कंकालच्या आकृतीचे वेस्टर्न मीडियामध्ये व्यंगचित्र केले गेले होते. 347 फेब्रुवारी 1947 मध्ये, त्यांनी बिर्ला आणि रामकृष्ण यांसारख्या त्यांच्या विश्वासूंना विचारले की त्यांच्या ब्रह्मचर्य शपथेचा प्रयोग करणे चुकीचे आहे का. 342 गांधींचे सार्वजनिक प्रयोग, जसजसे ते प्रगती करत गेले, तसतसे त्यांच्या कुटुंबातील सदस्यांनी आणि आघाडीच्या राजकारण्यांनी मोठ्या प्रमाणावर चर्चा केली आणि टीका केली. तथापि, गांधी म्हणाले की जर ते मनूला त्यांच्यासोबत झोपू देणार नाहीत तर ते अशक्तपणाचे लक्षण आहे. त्यांच्या काही कर्मचाऱ्यांनी राजीनामा दिला, ज्यात त्यांच्या वृत्तपत्राच्या दोन संपादकांचा समावेश होता ज्यांनी त्यांच्या प्रयोगांशी संबंधित गांधींचे काही उपदेश छापण्यास नकार दिला होता. 344 उदाहरणार्थ, गांधींचे बंगाली दुभाषी निर्मलकुमार बोस यांनी गांधींवर टीका केली, गांधींनी काही चूक केली म्हणून नाही, तर बोस त्यांच्या प्रयोगांमध्ये सहभागी झालेल्या महिलांवर होणाऱ्या मानसिक परिणामाबद्दल चिंतित होते. 345 वीणा हॉवर्ड सांगते की ब्रह्मचर्य आणि धार्मिक त्याग प्रयोगांबद्दल गांधींचे विचार त्यांच्या काळात स्त्रियांच्या समस्यांना तोंड देण्याची पद्धत होती.

गांधींनी अस्पृश्यतेच्या विरोधात त्यांच्या आयुष्याच्या सुरुवातीस आवाज उठवला. 349 1932 पूर्वी ते आणि त्यांचे सहकारी अस्पृश्यांसाठी अंत्यज हा शब्द वापरत. 1920 मध्ये नागपूर येथे अस्पृश्यतेवरील एका प्रमुख भाषणात गांधींनी याला हिंदू समाजातील एक मोठे दुष्कृत्य म्हटले परंतु ते हिंदू धर्मासाठी अद्वितीय नाही, खोलवर मुळे आहेत असे निरीक्षण नोंदवले आणि सांगितले की दक्षिण आफ्रिकेतील युरोपीय लोक "आपल्या सर्वांना, हिंदू आणि मुस्लिमांना वागवतात. , अस्पृश्य म्हणून; आम्ही त्यांच्यामध्ये राहू शकत नाही, किंवा ते जे अधिकार करतात त्याचा उपभोग घेऊ शकत नाही". 350 अस्पृश्यतेच्या सिद्धांताला असह्य ठरवून, त्यांनी असे प्रतिपादन केले की ही प्रथा नष्ट केली जाऊ शकते, हिंदू धर्म निर्मूलनासाठी पुरेसा लवचिक आहे आणि चुकीच्या लोकांचे मन वळवण्यासाठी आणि त्यांचे निर्मूलन करण्यास उद्युक्त करण्यासाठी एकत्रित प्रयत्न करणे आवश्यक आहे.

क्रिस्टोफ जाफ्रेलॉट यांच्या मते, गांधी अस्पृश्यतेला चुकीचे आणि वाईट मानत असत, तर त्यांचा असा विश्वास होता की जात किंवा वर्ग असमानता किंवा कनिष्ठतेवर आधारित नाही. 349 गांधींचा असा विश्वास होता की व्यक्तींनी आपल्या इच्छेनुसार स्वतंत्रपणे

परस्पर विवाह करावा, परंतु कोणीही प्रत्येकाने आपले मित्र व्हावे अशी अपेक्षा करू नये: प्रत्येक व्यक्तीला, पार्श्वभूमी काहीही असो, त्याला आपल्या घरात कोणाचे स्वागत करायचे, कोणाशी मैत्री करायची आणि कोणाशी मैत्री करायची हे निवडण्याचा अधिकार आहे. तो त्याच्यासोबत वेळ घालवेल.

1932 मध्ये, गांधींनी अस्पृश्यांचे जीवन सुधारण्यासाठी एक नवीन मोहीम सुरू केली, ज्यांना ते हरिजन म्हणू लागले, "देवाची मुले". 351 8 मे 1933 रोजी, गांधींनी 21 दिवसांच्या आत्म-शुध्दीकरणासाठी उपोषण सुरू केले आणि हरिजन चळवळीला मदत करण्यासाठी वर्षभर मोहीम सुरू केली. 352 ही मोहीम दलित समाजाने सार्वत्रिकपणे स्वीकारली नाही: आंबेडकर आणि त्यांच्या सहयोगींना वाटले की गांधी पितृसत्ताक आहेत आणि दलितांच्या राजकीय अधिकारांचे उल्लंघन करत आहेत. आंबेडकरांनी त्यांचे वर्णन "भ्रष्ट आणि अविश्वासू" असे केले. 353 त्यांनी गांधींवर जातिव्यवस्था टिकवून ठेवण्याची इच्छा बाळगणारा असा आरोप केला. 155 आंबेडकर आणि गांधी यांनी त्यांच्या कल्पना आणि चिंतांवर चर्चा केली, प्रत्येकजण एकमेकांचे मन वळवण्याचा प्रयत्न करत होते. 354 355 हरिजन दौऱ्यातच त्यांना पहिल्या हत्येच्या प्रयत्नाला सामोरे जावे लागले. पूना येथे असताना, एका अज्ञात हल्लेखोराने (प्रेसमध्ये केवळ सनातनी म्हणून वर्णन केलेले 356) त्यांच्या कार्यकर्त्यांच्या कारवर बॉम्ब फेकण्यात आला, परंतु गांधी आणि त्यांचे कुटुंब त्यांच्या पाठोपाठ येणाऱ्या कारमध्ये असल्याने ते बचावले. गांधींनी नंतर घोषित केले की "कोणताही विचारी सनातनवादी कधीही वेड्या कृत्याला प्रोत्साहन देऊ शकेल यावर विश्वास ठेवू शकत नाही ... दुःखद घटनेने निःसंशयपणे हरिजन कारण पुढे केले आहे. हे पाहणे सोपे आहे की जे त्यांच्यासाठी उभे आहेत त्यांच्या हौतात्म्यामुळे ते समृद्ध होते."

हत्येच्या प्रयत्नाचे कव्हरेज, द बॉम्बे क्रॉनिकल, 27 जून 1934

1935 मध्ये, आंबेडकरांनी हिंदू धर्म सोडून बौद्ध धर्मात सामील होण्याचा त्यांचा इरादा जाहीर केला. 155 शंकर घोष यांच्या म्हणण्यानुसार, या घोषणेने गांधींना हादरवून सोडले, ज्यांनी त्यांच्या मतांचे पुनर्मूल्यांकन केले आणि जाती, आंतरविवाह आणि या विषयावर हिंदू धर्म काय म्हणतो यावर त्यांचे विचार असलेले अनेक निबंध लिहिले. ही मते आंबेडकरांच्या मतांशी भिन्न होती. 358 तरीही 1937 च्या निवडणुकीत, आंबेडकरांच्या पक्षाने जिंकलेल्या मुंबईतील काही जागा वगळता, भारतातील अस्पृश्यांनी गांधींच्या मोहिमेच्या आणि त्यांच्या पक्षाच्या, काँग्रेसच्या बाजूने प्रचंड मतदान केले.

गांधी आणि त्यांचे सहकारी आंबेडकरांना प्रभावशाली ठेवून त्यांचा सल्ला घेत राहिले. आंबेडकरांनी 1940 च्या दशकात इतर काँग्रेस नेत्यांसोबत काम केले आणि 1940 च्या उत्तरार्धात भारताच्या संविधानाचा मोठा भाग लिहिला, परंतु 1956 मध्ये त्यांनी बौद्ध धर्म स्वीकारला. 155 जाफ्रेलॉटच्या मते, गांधींचे विचार 1920 ते 1940 च्या दरम्यान विकसित झाले; 1946 पर्यंत त्यांनी जातींमधील आंतरविवाहाला सक्रियपणे प्रोत्साहन दिले. त्यांचा अस्पृश्यतेचा दृष्टीकोन देखील आंबेडकरांपेक्षा वेगळा होता, जो चॅम्पियनिंग फ्यूजन, चॉईस

आणि फ्री इंटरमिक्सिंग होता, तर आंबेडकरांनी समाजातील प्रत्येक घटकाची समूह ओळख कायम ठेवण्याची आणि प्रत्येक गटाने स्वतंत्रपणे "समानतेचे राजकारण" पुढे नेण्याची कल्पना केली होती.

गांधींच्या मृत्यूनंतर आंबेडकरांनी गांधींवर केलेली टीका दलित चळवळीवर प्रभाव टाकत राहिली. आर्थर हर्मनच्या मते, आंबेडकरांचा गांधी आणि गांधी विचारांबद्दलचा द्वेष इतका तीव्र होता की, जेव्हा त्यांना गांधींच्या हत्येबद्दल कळले तेव्हा त्यांनी क्षणिक शांततेनंतर पश्चात्तापाची भावना व्यक्त केली आणि नंतर ते पुढे म्हणाले, "माझा खरा शत्रू गेला आहे; देवाचे आभार ग्रहण आहे. आता " 270 360 रामचंद्र गुहा यांच्या म्हणण्यानुसार, "आंबेडकरांच्या नावाने बोलणाऱ्या राजकारण्यांमध्ये गांधींच्या राक्षसीकरणासह, विचारवंतांनी या जुन्या शत्रुत्वाला वर्तमानात आणले आहे."

नई तालीम, मूलभूत शिक्षण

मुख्य लेख: नई तालीम

गांधींनी शिक्षण व्यवस्थेचे वसाहतवादी पाश्चात्य स्वरूप नाकारले. त्यांनी सांगितले की यामुळे मॅन्युअल कामाबद्दल तिरस्कार निर्माण झाला, सामान्यत: उच्चभ्रू प्रशासकीय नोकरशाही निर्माण झाली. गांधींनी व्यावहारिक आणि उपयुक्त कार्यात कौशल्ये शिकण्यावर अधिक भर देणारी शिक्षण प्रणाली पसंत केली, ज्यामध्ये शारीरिक, मानसिक आणि आध्यात्मिक अभ्यास समाविष्ट होते. त्याच्या कार्यपद्धतीने सर्व व्यवसायांना समान वागणूक देण्याचा आणि सर्वांना समान वेतन देण्याचा प्रयत्न केला. 362 363 यामुळे ते अहमदाबाद, गुजरात विदयापीठ येथे विद्यापीठ तयार करतात.

गांधींनी त्यांच्या कल्पनांना नई तालीम (शब्दशः, 'नवीन शिक्षण') म्हटले. त्यांचा असा विश्वास होता की पाश्चात्य शैलीतील शिक्षणामुळे स्थानिक संस्कृतींचे उल्लंघन होते आणि त्यांचा नाश होतो. एक वेगळे मूलभूत शिक्षण मॉडेल, त्याचा विश्वास होता, तो अधिक चांगल्या आत्म-जागरूकतेस नेईल, लोकांना सर्व कामांना समान आदर आणि मूल्यवान वागणूक देण्यास तयार करेल आणि कमी सामाजिक रोग असलेल्या समाजाकडे नेईल. 364 365

दक्षिण आफ्रिकेतील टॉल्स्टॉय फार्ममधील त्यांच्या अनुभवातून नई तालीम विकसित झाली आणि गांधींनी 1937 नंतर सेवाग्राम आश्रमात नवीन प्रणाली तयार करण्याचा प्रयत्न केला. 363 1947 नंतर नेहरू सरकारच्या औद्योगिक, केंद्रिय नियोजित अर्थव्यवस्थेच्या दृष्टीकोनात गांधींच्या ग्रामाभिमुख दृष्टिकोनाला फारसे स्थान नव्हते. 366

गांधींनी त्यांच्या आत्मचरित्रात लिहिले आहे की त्यांचा विश्वास होता की प्रत्येक हिंदू मुलाने संस्कृत शिकलीच पाहिजे कारण त्याचे ऐतिहासिक आणि आध्यात्मिक ग्रंथ त्या भाषेत आहेत. 46

स्वराज्य, स्वराज्य

मुख्य लेख: स्वराज

स्वराज्य केवळ अहिंसेनेच मिळवता येत नाही, तर ते अहिंसेनेही चालवता येते, असा गांधींचा विश्वास होता. सैन्य अनावश्यक आहे, कारण कोणत्याही आक्रमकाला अहिंसक असहकाराच्या पद्धतीचा वापर करून हाकलून लावले जाऊ शकते. स्वराज तत्त्वाखाली संघटित राष्ट्रात लष्कराची गरज नसताना, गांधींनी पुढे सांगितले की मानवी स्वभावानुसार पोलिस दल आवश्यक आहे. तथापि, राज्य पोलिसांकडून शस्त्रांचा वापर कमीत कमी मर्यादित ठेवेल, त्यांचा प्रतिबंधक शक्ती म्हणून वापर करण्याच्या उद्देशाने.

गांधींच्या मते, अहिंसक राज्य हे "आदेशित अराजकता" सारखे असते. 367 बहुतेक अहिंसक व्यक्तींच्या समाजात, जे हिंसक आहेत ते लवकरच किंवा नंतर शिस्त स्वीकारतील किंवा समुदाय सोडून जातील, असे गांधी म्हणाले. 367 त्यांनी अशा समाजावर जोर दिला जेथे व्यक्ती त्यांच्या कर्तव्ये आणि जबाबदाऱ्यांबद्दल शिकण्यावर अधिक विश्वास ठेवतात, अधिकार आणि विशेषाधिकारांची मागणी करत नाहीत. दक्षिण आफ्रिकेतून परतल्यावर, जेव्हा गांधींना मानवाधिकारांसाठी जागतिक सनद लिहिण्यात सहभागी होण्यासाठी विचारणा करणारे पत्र प्राप्त झाले, तेव्हा त्यांनी उत्तर दिले, "माझ्या अनुभवानुसार, मानवी कर्तव्यांसाठी सनद असणे अधिक महत्त्वाचे आहे."

गांधी ते स्वराज म्हणजे वसाहतवादी काळातील ब्रिटीश सत्तेची दलाली व्यवस्था, इष्ट-चालित, नोकरशाही, वर्गीय शोषण करणारी रचना आणि मानसिकता भारतीयांच्या हातात हस्तांतरित करणे असा नव्हता. त्यांनी असा इशारा दिला की इंग्रजांशिवाय ही बदली इंग्रजी राजवट असेल. "हे मला हवे असलेले स्वराज्य नाही", गांधी म्हणाले. 369 370 तिवारी सांगतात की, गांधींनी लोकशाहीला शासनपद्धतीपेक्षा जास्त पाहिले; याचा अर्थ व्यक्तिमत्व आणि समुदायाची स्वयं-शिस्त या दोन्हींना प्रोत्साहन देणे होते. लोकशाही म्हणजे अहिंसक पद्धतीने वाद मिटवणे; त्यासाठी विचार आणि अभिव्यक्ती स्वातंत्र्य आवश्यक आहे. गांधींसाठी लोकशाही ही जीवनपद्धती होती.

हिंदू राष्ट्रवाद आणि पुनरुत्थानवाद

काही विद्वानांचे म्हणणे आहे की गांधींनी धार्मिकदृष्ट्या वैविध्यपूर्ण भारताचे समर्थन केले, तर काहींचे म्हणणे आहे की फाळणी आणि स्वतंत्र मुस्लिम पाकिस्तानच्या निर्मितीचे समर्थन करणारे मुस्लिम नेते गांधींना हिंदू राष्ट्रवादी किंवा पुनरुज्जीवनवादी मानत होते. उदाहरणार्थ, मोहम्मद इक्बाल यांना लिहिलेल्या पत्रांमध्ये, जिना यांनी गांधींवर हिंदू शासन आणि पुनरुज्जीवनवादाच्या बाजूने असल्याचा आरोप केला, की गांधींच्या नेतृत्वाखालील भारतीय राष्ट्रीय कॉंग्रेस हा फॅसिस्ट पक्ष होता.

सीएफ अँड्र्यूजला दिलेल्या मुलाखतीत, गांधींनी सांगितले की जर आपण मानतो की सर्व धर्म सर्व मानवांमध्ये प्रेम आणि शांतीचा समान संदेश देतात, तर धर्मांतर करण्याची किंवा लोकांना एका धर्मातून दुसऱ्या धर्मात बदलण्याचा कोणताही तर्क किंवा गरज नाही. ३७६ गांधींनी भारतीय धर्मांवर टीका करणाऱ्या मिशनरी संघटनांना विरोध केला आणि नंतर भारतीय धर्मांच्या अनुयायांचे इस्लाम किंवा ख्रिश्चन धर्मात रुपांतर करण्याचा प्रयत्न

केला. गांधींच्या मते, जे हिंदू धर्मांतर करण्याचा प्रयत्न करतात, त्यांनी "हिंदू धर्म ही एक चूक आहे" आणि त्यांचा स्वतःचा धर्म "एकमेव खरा धर्म" आहे हा विश्वास त्यांच्या छातीत ठेवला पाहिजे. 376 377 गांधींचा असा विश्वास होता की जे लोक धार्मिक आदर आणि अधिकारांची मागणी करतात त्यांनी समान आदर दाखवला पाहिजे आणि इतर धर्मांच्या अनुयायांना समान अधिकार दिले पाहिजेत. त्यांनी सांगितले की अध्यात्मिक अभ्यासाने "हिंदूला चांगला हिंदू बनण्यासाठी, मुस्लिमाने चांगला मुस्लिम बनण्यासाठी आणि ख्रिश्चनला चांगला ख्रिश्चन बनण्यासाठी प्रोत्साहित केले पाहिजे."

गांधींच्या मते, धर्म हा माणूस कशावर विश्वास ठेवतो यावर नाही, तर तो माणूस कसा जगतो, तो इतर लोकांशी कसा संबंध ठेवतो, त्याचे इतरांप्रती आचरण आणि देवाच्या संकल्पनेशी त्याचा संबंध असतो. ३७८ कोणत्याही धर्मात धर्मांतर करणे किंवा त्यात सामील होणे महत्त्वाचे नाही, परंतु कोणत्याही स्त्रोताच्या आणि कोणत्याही धर्माच्या कल्पना आत्मसात करून आपली जीवनशैली आणि आचार सुधारणे महत्त्वाचे आहे, असे गांधींचे मत होते. 378

गांधीवादी अर्थशास्त्र

मुख्य लेख: गांधीवादी अर्थशास्त्र

गांधींचा सर्वोदय आर्थिक मॉडेलवर विश्वास होता, ज्याचा शाब्दिक अर्थ "सर्वांचे कल्याण, उन्नती" आहे. 379 भट्ट म्हणतात, हे समाजवादाच्या मॉडेलपेक्षा खूप वेगळे आर्थिक मॉडेल होते आणि त्यानंतर नेहरूंनी स्वतंत्र भारत - भारताचे पहिले पंतप्रधान. भट्ट यांच्या मते, दोघांसाठी, गरिबी आणि बेरोजगारी दूर करणे हे उद्दिष्ट होते, परंतु गांधीवादी आर्थिक आणि विकास दृष्टीकोन नेहरूंच्या मोठ्या प्रमाणावर, सामाजिक राज्याच्या मालकीच्या उद्योगांच्या विरोधात, स्थानिक परिस्थितीशी जुळवून घेणारे तंत्रज्ञान आणि पायाभूत सुविधांना प्राधान्य दिले.

गांधींच्या दृष्टीने, "सर्वात मोठ्या संख्येसाठी सर्वोत्कृष्ट चांगले" हे उद्दिष्ट असलेले आर्थिक तत्वज्ञान मूलभूतपणे सदोष होते आणि त्यांच्या पर्यायी प्रस्ताव सर्वोदयाने "सर्वांसाठी सर्वात चांगले" हे उद्दिष्ट ठेवले. त्यांचा असा विश्वास होता की सर्वोत्कृष्ट आर्थिक प्रणाली केवळ "गरीब, कमी कुशल, गरीब पार्श्वभूमीचे" उचलण्याची काळजी घेत नाही तर "श्रीमंत, अत्यंत कुशल, भांडवल साधन आणि जमीनदार" यांना उचलण्याचे सामर्थ्य देखील देते. गरीब किंवा श्रीमंत जन्माला आलेल्या कोणत्याही मनुष्याविरुद्ध हिंसा करणे चुकीचे आहे, असे गांधींचे मत होते. 379 381 त्यांनी नमूद केले की बहुसंख्य लोकशाहीच्या आदेश सिद्धांताला मूर्खपणाच्या टोकाकडे ढकलले जाऊ नये, वैयक्तिक स्वातंत्र्य कधीही नाकारले जाऊ नये आणि कोणत्याही व्यक्तीला "बहुसंख्यांकांच्या ठराव" चे सामाजिक किंवा आर्थिक गुलाम बनवले जाऊ नये.

गांधींनी 1930 च्या उत्तरार्धात नेहरू आणि आधुनिकीकरणकर्त्यांना आव्हान दिले ज्यांनी सोव्हिएत मॉडेलवर जलद औद्योगिकीकरणाचे आवाहन केले; गांधींनी ते

अमानवीय आणि बहुसंख्य लोक राहत असलेल्या खेड्यांच्या गरजांच्या विरुद्ध असल्याची निंदा केली. 383 गांधींच्या हत्येनंतर, नेहरूंनी त्यांच्या वैयक्तिक समाजवादी समजुतीनुसार भारताचे नेतृत्व केले. 384 385 इतिहासकार कुरुविला पंडिकट्टू म्हणतात, "ही नेहरूंची दृष्टी होती, गांधींची नाही, जी अखेरीस भारतीय राज्याने पसंत केली."

गांधींनी सुधारित शेती आणि लघु-कुटीर ग्रामीण उद्योगांद्वारे गरिबी संपवण्याचे आवाहन केले. 387 राजकीय सिद्धांताचे अभ्यासक आणि अर्थशास्त्रज्ञ भिखू पारेख यांच्या मते गांधींची आर्थिक विचारसरणी मार्क्सशी असहमत होती. आर्थिक शक्तींना "विरोधी वर्ग हित" समजले जाते या मताचे समर्थन करण्यास गांधींनी नकार दिला. 388 त्यांनी असा युक्तिवाद केला की कोणताही माणूस स्वतः ला अपमानित आणि क्रूर केल्याशिवाय दुसऱ्याला कमी करू शकत नाही किंवा क्रूर करू शकत नाही आणि शाश्वत आर्थिक वाढ ही शोषणातून नव्हे तर सेवेतून होते. पुढे, गांधींचा विश्वास होता की, मुक्त राष्ट्रामध्ये, पीडित फक्त तेव्हाच अस्तित्वात असतात जेव्हा ते त्यांच्या अत्याचारी व्यक्तीशी सहकार्य करतात आणि वाढत्या पर्यायांची ऑफर देणारी आर्थिक आणि राजकीय व्यवस्था सर्वात गरीब माणसाला निवडीचे अधिकार देते.

समाजवादी आर्थिक मॉडेलबद्दल नेहरूंशी असहमत असताना, गांधींनी भांडवलशाहीवरही टीका केली जी अंतहीन गरजा आणि माणसाच्या भौतिकवादी दृष्टिकोनातून चालते. त्याचा असा विश्वास होता की, अध्यात्म आणि सामाजिक संबंधांसारख्या इतर मानवी गरजांच्या किंमतीवर भौतिकवादाची एक दुष्ट निहित व्यवस्था निर्माण केली. 388 गांधींच्या मते, पारेख म्हणतात, साम्यवाद आणि भांडवलवाद दोन्ही चुकीचे होते, कारण दोघांनी केवळ माणसाच्या भौतिकवादी दृष्टिकोनावर लक्ष केंद्रित केले होते आणि कारण पूर्वीच्या लोकांनी हिंसाचाराच्या अमर्याद शक्तीने राज्याचे देवीकरण केले होते, तर नंतरचे भांडवल देवत होते. त्यांचा असा विश्वास होता की एक चांगली आर्थिक व्यवस्था ही अशी आहे जी एखाद्याची संस्कृती आणि आध्यात्मिक साधने खराब करत नाही. 389

गांधीवाद

मुख्य लेखः गांधीवाद

गांधीवाद गांधींनी प्रचारित केलेल्या कल्पना आणि तत्त्वांना नियुक्त करतो; मध्यवर्ती महत्त्व अहिंसक प्रतिकार आहे. गांधीवादी याचा अर्थ एकतर अनुसरणारी व्यक्ती किंवा गांधीवादाला श्रेय दिलेले विशिष्ट तत्वज्ञान असा असू शकतो. 101 एम.एम.संखधेर यांनी असा युक्तिवाद केला की गांधीवाद हे मेटाफिजिक्स किंवा राजकीय तत्त्वज्ञानात पद्धतशीर स्थान नाही. उलट, तो एक राजकीय पंथ, एक आर्थिक सिद्धांत, एक धार्मिक दृष्टीकोन, एक नैतिक नियम आणि विशेषतः मानवतावादी जागतिक दृष्टिकोन आहे. हा शहाणपणाला पद्धतशीर करण्याचा प्रयत्न नाही तर समाजात परिवर्तन घडवून आणण्याचा प्रयत्न आहे आणि मानवी स्वभावाच्या चांगुलपणावर अमिट विश्वासावर आधारित आहे. 390 तथापि,

गांधींनी स्वतः 1936 मध्ये स्पष्ट केल्याप्रमाणे "गांधीवाद" या कल्पनेला मान्यता दिली नाही:

"गांधी धर्म" असे काही नाही आणि माझ्या पश्चात कोणताही संप्रदाय सोडायचा नाही. मी कोणत्याही नवीन तत्त्वाचा किंवा सिद्धांताचा उगम झाल्याचा दावा करत नाही. आपल्या दैनंदिन जीवनात आणि समस्यांना शाश्वत सत्य लागू करण्याचा मी माझ्या स्वतःच्या मार्गाने प्रयत्न केला आहे... मी तयार केलेली मते आणि मी जे निष्कर्ष काढले आहेत ते अंतिम नाहीत. मी उद्या ते बदलू शकतो. जगाला शिकवण्यासाठी माझ्याकडे नवीन काही नाही. सत्य आणि अहिंसा हे डोंगराएवढे जुने आहेत. 391

साहित्यिक कामे

यंग इंडिया, गांधींनी 1919 ते 1932 पर्यंत प्रकाशित केलेले साप्ताहिक जर्नल

गांधी हे विपुल लेखक होते. त्यांची स्वाक्षरी शैली साधी, नेमकी, स्पष्ट आणि कृत्रिमता नसलेली होती. 392 1909 मध्ये गुजराती भाषेत प्रकाशित झालेले गांधींच्या सुरुवातीच्या प्रकाशनांपैकी एक, हिंद स्वराज, भारताच्या स्वातंत्र्य चळवळीसाठी "बौद्धिक ब्लू प्रिंट" बनले. पुढच्या वर्षी या पुस्तकाचे इंग्रजीमध्ये भाषांतर करण्यात आले, ज्यामध्ये कॉपीराइट दंतकथा "नो राइट्स रिझर्व्हर्ड" असे लिहिले आहे. 393 अनेक दशके त्यांनी गुजराती, हिंदी आणि इंग्रजी भाषेतील हरिजनसह अनेक वृत्तपत्रांचे संपादन केले; दक्षिण आफ्रिकेत असताना इंडियन ओपिनियन आणि, यंग इंडिया, इंग्रजीत आणि नवजीवन हे गुजराती मासिक, भारतात परतल्यावर. पुढे हिंदीतही नवजीवन प्रकाशित झाले. याव्यतिरिक्त, तो जवळजवळ दररोज व्यक्ती आणि वर्तमानपत्रांना पत्रे लिहीत होता.

गांधींनी त्यांचे आत्मचरित्र, द स्टोरी ऑफ माय एक्सपेरिमेंट्स विथ ट्रुथ यासह अनेक पुस्तके लिहिली, ज्यापैकी त्यांनी विकत घेतले. संपूर्ण पहिली आवृत्ती पुनर्मुद्रित केली आहे याची खात्री करण्यासाठी. 353 त्यांच्या इतर आत्मचरित्रांमध्ये हे समाविष्ट होते: दक्षिण आफ्रिकेतील त्यांच्या संघर्षाबद्दल सत्याग्रह, हिंद स्वराज किंवा भारतीय गृहराज्य, एक राजकीय पत्रक, आणि जॉन रस्किनच्या अनटू दिस लास्टचे गुजराती भाषेतील एक वाक्य जे राजकीय अर्थव्यवस्थेचे प्रारंभिक टीकाकार होते. 395 हा शेवटचा निबंध अर्थशास्त्रावरील त्यांचा कार्यक्रम मानला जाऊ शकतो. त्यांनी शाकाहार, आहार आणि आरोग्य, धर्म, सामाजिक सुधारणा इत्यादींवरही विपुल लेखन केले. गांधींनी सहसा गुजराती भाषेत लिहिले, परंतु त्यांनी त्यांच्या पुस्तकांच्या हिंदी आणि इंग्रजी अनुवादातही सुधारणा केली.

गांधींची संपूर्ण कामे भारत सरकारने 1960 मध्ये द कलेक्टेड वर्क्स ऑफ महात्मा गांधी या नावाने प्रकाशित केली. सुमारे 50,000 पृष्ठांचे लेखन सुमारे शंभर खंडांमध्ये प्रकाशित झाले आहे. 2000 मध्ये, पूर्ण कामांच्या सुधारित आवृत्तीने एक वाद निर्माण केला, कारण त्यात मोठ्या प्रमाणात त्रुटी आणि त्रुटी होत्या. 397 भारत सरकारने नंतर सुधारित आवृत्ती मागे घेतली.

लोकप्रिय संस्कृतीतील वारसा आणि चित्रण

हे देखील पहा: महात्मा गांधींच्या कलात्मक चित्रणांची यादी, महात्मा गांधींच्या नावावर असलेल्या गोष्टींची यादी आणि महात्मा गांधींच्या नावावर असलेल्या रस्त्यांची यादी महात्मा हा शब्द, पाश्चिमात्य देशात गांधींच्या दिलेल्या नावासाठी अनेकदा चुकीचा वापर केला जातो, तो संस्कृत शब्द महा (म्हणजे महान) आणि आत्मा (म्हणजे आत्मा) या शब्दांपासून घेतलेला आहे. रवींद्रनाथ टागोर यांनी गांधींना ही उपाधी दिली असे म्हटले जाते. 399 b त्यांच्या आत्मचरित्रात, गांधींनी असे स्पष्ट केले आहे की त्यांनी या उपाधीची कधीच कदर केली नाही आणि त्यामुळे त्यांना अनेकदा वेदना होत होत्या.

भारतातील असंख्य गल्ल्या, रस्ते आणि परिसरांना गांधींची नावे देण्यात आली आहेत. यामध्ये एमजीरोड (मुंबई आणि बंगलोरसह अनेक भारतीय शहरांचा मुख्य रस्ता), गांधी मार्केट (सायन, मुंबईजवळ) आणि गांधीनगर (गुजरात राज्याची राजधानी, गांधींचे जन्मस्थान) यांचा समावेश आहे. 405

फ्लोरियन लघुग्रह 120461 गांधी यांचे नाव सप्टेंबर 2020 मध्ये त्यांच्या सन्मानार्थ ठेवण्यात आले.अनुयायी आणि आंतरराष्ट्रीय प्रभाव

यॉर्क विद्यापीठात महात्मा गांधींचा पुतळा

सोव्हिएत युनियनच्या १९६९ च्या टपाल तिकिटावर महात्मा गांधी

महात्मा गांधी प्रासा तुलिओ फॉटौरा, साओ पाउलो, ब्राझील येथे

गांधींनी महत्त्वाच्या नेत्यांवर आणि राजकीय हालचालींवर प्रभाव टाकला. युनायटेड स्टेट्समधील नागरी हक्क चळवळीचे नेते, मार्टिन ल्यूथर किंग ज्युनियर, जेम्स लॉसन आणि जेम्स बेव्हेल यांनी गांधींच्या लेखनातून अहिंसेबद्दलचे स्वतःचे सिद्धांत विकसित केले. किंग म्हणाले "ख्रिस्ताने आम्हाला ध्येये दिली आणि महात्मा गांधींनी डावपेच दिले." राजाने काहीवेळा गांधींना "छोटा तपकिरी संत" म्हणून संबोधले. वर्णभेद विरोधी कार्यकर्ते आणि दक्षिण आफ्रिकेचे माजी राष्ट्राध्यक्ष नेल्सन मंडेला यांना प्रेरणा मिळाली. गांधींद्वारे. इतरांमध्ये स्टीव्ह बिको, व्हॅक्लाव हॅवेल, आणि आंग सान स्यू की यांचा समावेश आहे.

त्यांच्या सुरुवातीच्या काळात, दक्षिण आफ्रिकेचे माजी अध्यक्ष नेल्सन मंडेला हे गांधींच्या अहिंसक प्रतिकार तत्त्वज्ञानाचे अनुयायी होते. 412 भाना आणि वाहेद यांनी या घटनांवर भाष्य केले की "गांधी यांनी दक्षिण आफ्रिकेतील कार्यकर्त्यांच्या पुढील पिढ्यांना श्वेत राजवट संपुष्टात आणण्यासाठी प्रेरित केले. हा वारसा त्यांना नेल्सन मंडेला यांच्याशी जोडतो... एका अर्थाने गांधींनी जे सुरू केले ते मंडेला यांनी पूर्ण केले."

गांधींच्या जीवनाने आणि शिकवणीने अनेकांना प्रेरणा दिली ज्यांनी गांधींना त्यांचे गुरू म्हणून संबोधले किंवा ज्यांनी गांधींच्या विचारांचा प्रसार करण्यासाठी आपले जीवन समर्पित केले. युरोपमध्ये, रोमेन रोलँड यांनी 1924 च्या महात्मा गांधी या पुस्तकात गांधींबद्दल चर्चा करणारे पहिले होते आणि ब्राझिलियन अराजकतावादी आणि स्त्रीवादी मारिया लासेर्डा डी मौरा यांनी शांततावादावरील त्यांच्या कार्यात गांधींबद्दल लिहिले. 1931 मध्ये, प्रख्यात युरोपीय भौतिकशास्त्रज्ञ अल्बर्ट आइनस्टाईन यांनी गांधींसोबत

लिखित पत्रांची देवाणघेवाण केली आणि त्यांच्याबद्दल लिहिलेल्या पत्रात त्यांना "येणाऱ्या पिढ्यांसाठी एक आदर्श" असे संबोधले. 416 आईन्स्टाईन गांधींबद्दल म्हणाले:

महात्मा गांधींचे जीवनकार्य राजकीय इतिहासात अद्वितीय आहे. अत्याचारग्रस्त देशाच्या मुक्तिसंग्रामासाठी त्यांनी एक पूर्णपणे नवीन आणि मानवीय साधन शोधून काढले आहे आणि ते मोठ्या उर्जेने आणि निष्ठेने आचरणात आणले आहे. संपूर्ण सुसंस्कृत जगाच्या जाणीवपूर्वक विचार करणाऱ्या मानवावर त्याचा जो नैतिक प्रभाव पडला तो कदाचित आपल्या काळात क्रूर हिंसक शक्तींच्या अतिरेकी अंदाजाने जितका दिसतो त्यापेक्षा जास्त चिरस्थायी असेल. कारण चिरस्थायी हे फक्त अशा राजकारण्यांचेच काम असेल जे आपल्या उदाहरणाने आणि शैक्षणिक कार्यातून आपल्या लोकांची नैतिक शक्ती जागृत करतात आणि मजबूत करतात. नियतीने आपल्याला असा प्रबुद्ध समकालीन, येणाऱ्या पिढ्यांसाठी आदर्श म्हणून भेट दिल्याबद्दल आपण सर्वजण आनंदी आणि कृतज्ञ असू. याच्यासारखा माणूस रक्तात आणि रक्ताने पृथ्वीवर फिरला यावर येणाऱ्या पिढ्यांचा विश्वास बसणार नाही.

सोमालीलँडमधील राजकीय कार्यकर्त्या फराह उमर यांनी 1930 मध्ये भारताला भेट दिली, जिथे ते महात्मा गांधींना भेटले आणि गांधींच्या अहिंसक तत्त्वज्ञानाने प्रभावित झाले जे त्यांनी ब्रिटिश सोमालीलँडमधील त्यांच्या मोहिमेत स्वीकारले.

गांधींसोबत राहण्याच्या इराद्याने 1936 मध्ये लान्झा डेल वास्तो भारतात गेला; नंतर ते गांधींच्या तत्त्वज्ञानाचा प्रसार करण्यासाठी युरोपला परतले आणि त्यांनी 1948 मध्ये कम्युनिटी ऑफ द आर्कची स्थापना केली (गांधींच्या आश्रमांनंतरचे मॉडेल). मॅडेलीन स्लेड ("मीराबेहन" म्हणून ओळखल्या जाणाऱ्या) ही ब्रिटिश ॲडमिरलची मुलगी होती जिने तिचे प्रौढ आयुष्य भारतात गांधींचे भक्त म्हणून व्यतीत केले.

याव्यतिरिक्त, ब्रिटीश संगीतकार जॉन लेनन यांनी अहिंसेवरील त्यांच्या मतांवर चर्चा करताना गांधींचा उल्लेख केला. 420 2007 मध्ये, अमेरिकेचे माजी उप-राष्ट्रपती आणि पर्यावरणवादी अल गोर यांनी हवामान बदलावरील भाषणात गांधींच्या सत्याग्रहाच्या कल्पनेवर लक्ष केंद्रित केले.

अमेरिकेचे राष्ट्राध्यक्ष बराक ओबामा यांनी 2010 मध्ये भारतीय संसदेत केलेल्या भाषणात असे म्हटले होते की:

गांधी आणि त्यांनी अमेरिका आणि जगाला दिलेला संदेश नसता तर मी आज युनायटेड स्टेट्सचे अध्यक्ष या नात्याने तुमच्यासमोर उभा राहिलो नसतो याची मला जाणीव आहे.

सप्टेंबर 2009 मध्ये ओबामा म्हणाले की त्यांची सर्वात मोठी प्रेरणा गांधींकडून आहे. त्याचे उत्तर या प्रश्नाच्या उत्तरात होते, "एक व्यक्ती कोण होती, मृत किंवा जिवंत, ज्याच्यासोबत तुम्ही जेवण करायचे?" त्यांनी पुढे सांगितले की "तो कोणीतरी आहे ज्याच्यामध्ये मला खूप प्रेरणा मिळते. त्यांनी डॉ. किंगला त्यांच्या अहिंसेच्या संदेशाने प्रेरित केले. त्यांनी इतके काही केले आणि केवळ त्यांच्या नैतिकतेच्या बळावर जग बदलले."

टाईम मासिकाने 14 व्या दलाई लामा, लेच वालेसा, मार्टिन ल्यूथर किंग जूनियर, सेझर चावेझ, आंग सॅन स्यू की, बेनिग्नो अक्विनो ज्युनियर, डेसमंड टुटू, आणि नेल्सन मंडेला यांना गांधींची मुले आणि अहिंसेचे त्यांचे आध्यात्मिक वारस म्हणून नाव दिले. 424 ह्यूस्टन, टेक्सास, युनायटेड स्टेट्समधील महात्मा गांधी जिल्हा, एक जातीय भारतीय एन्क्लेव्ह, अधिकृतपणे गांधींच्या नावावर आहे.

20 व्या शतकातील तत्त्वज्ञानावर गांधींच्या विचारांचा महत्त्वपूर्ण प्रभाव होता. रोमेन रोलँड आणि मार्टिन बुबेर यांच्याशी त्याच्या प्रतिबद्धतेने त्याची सुरुवात झाली. जीन-लूक नॅन्सी म्हणाले की फ्रेंच तत्वज्ञानी मॉरिस ब्लँचॉट यांनी "युरोपियन अध्यात्म" या दृष्टिकोनातून गांधींशी गंभीरपणे सहभाग घेतला. 426 तेव्हापासून हन्ना अरेन्ड्ट, एटिएन बालिबार आणि स्लावोज झिझेक यांच्यासह तत्त्वज्ञांना असे आढळले की राजकारणातील नैतिकतेवर चर्चा करण्यासाठी गांधी आवश्यक संदर्भ आहेत. अलीकडेच वातावरणातील बदलाच्या प्रकाशात गांधींच्या तंत्रज्ञानावरील विचारांना पर्यावरणविषयक तत्त्वज्ञान आणि तंत्रज्ञानाच्या तत्त्वज्ञानाच्या क्षेत्रात महत्त्व प्राप्त होत आहे.

गांधी साजरे करणारे जागतिक दिवस

2007 मध्ये, युनायटेड नेशन्स जनरल असेंब्लीने 2 ऑक्टोबर हा गांधींचा जन्मदिवस "आंतरराष्ट्रीय अहिंसा दिवस" म्हणून घोषित केला. अनेक देशांतील शाळांमध्ये जानेवारी हा अहिंसा आणि शांतीचा शालेय दिवस म्हणून साजरा केला जातो 429 दक्षिण गोलार्ध शाळा दिनदर्शिका असलेल्या देशांमध्ये, तो 30 मार्च रोजी साजरा केला जातो. 429

पुरस्कार

Crystal Clear ॲप kedit.svg

विकिपीडियाच्या गुणवत्ता मानकांचे पालन करण्यासाठी हा लेख पुन्हा लिहावा लागेल. तुम्ही मदत करु शकता. चर्चा पानावर सूचना असू शकतात. (नोव्हेंबर २०२१)

माद्रिद, स्पेनमधील गांधींचे स्मारक

टाइम मासिकाने 1930 मध्ये गांधींना वर्षातील सर्वोत्कृष्ट व्यक्ती म्हणून घोषित केले. याच मासिकाने 1999 च्या शतकातील सर्वात महत्त्वाच्या व्यक्तींच्या यादीत गांधींना "आमच्या काळातील सर्वात महान व्यक्ती" म्हणून संबोधले होते, अशा अल्बर्ट आइन्स्टाईननंतर गांधी दुसऱ्या क्रमांकावर होते. 430 नागपूर विद्यापीठाने त्यांना एल.एल.डी. 1937 मध्ये. 431 भारत सरकारने प्रतिष्ठित सामाजिक कार्यकर्ते, जागतिक नेते आणि नागरिकांना वार्षिक गांधी शांतता पुरस्कार प्रदान केला. नेल्सन मंडेला, वांशिक भेदभाव आणि पृथक्करण निर्मूलनासाठी दक्षिण आफ्रिकेच्या संघर्षाचे नेते, एक प्रमुख गैर-भारतीय प्राप्तकर्ता होते. 2011 मध्ये, टाइमने गांधींना सर्व काळातील शीर्ष 25 राजकीय चिन्हांपैकी एक म्हणून नाव दिले.

गांधींना नोबेल शांतता पारितोषिक मिळाले नाही, जरी त्यांना 1937 आणि 1948 दरम्यान पाच वेळा नामांकन देण्यात आले होते, ज्यात अमेरिकन फ्रेंड्स सर्व्हिस

कमिटीद्वारे प्रथमच नामांकन समाविष्ट होते, 433 त्यांनी 1937 आणि 1947 मध्ये फक्त दोनदा छोटी यादी केली होती. ४३४ अनेक दशकांनंतर, नोबेल समितीने जाहीरपणे वगळल्याबद्दल खेद व्यक्त केला आणि पुरस्कार नाकारत खोलवर विभाजित राष्ट्रीय मत असल्याचे मान्य केले. 434 गांधींना 1948 मध्ये नामांकन देण्यात आले होते परंतु नामांकन बंद होण्यापूर्वी त्यांची हत्या करण्यात आली होती. त्या वर्षी, समितीने "कोणताही योग्य जिवंत उमेदवार नव्हता" असे सांगून शांतता पारितोषिक न देणे निवडले आणि नंतरच्या संशोधनातून असे दिसून आले की गांधींना मरणोत्तर पारितोषिक देण्याच्या शक्यतेवर चर्चा करण्यात आली होती आणि कोणत्याही योग्य जिवंत उमेदवाराचा संदर्भ गांधींना नव्हता. ४३४ 2006 मध्ये नॉर्वेजियन नोबेल समितीचे सचिव गेयर लुंडेस्टॅड म्हणाले, "आमच्या 106 वर्षांच्या इतिहासातील सर्वात मोठी चूक म्हणजे महात्मा गांधींना कधीही नोबेल शांतता पारितोषिक मिळालेले नाही. गांधी नोबेल शांतता पुरस्काराशिवाय करू शकत होते की नाही, नोबेल समिती गांधींशिवाय करू शकत नाही. हा प्रश्न आहे". 435 1989 मध्ये जेव्हा 14 व्या दलाई लामा यांना पुरस्कार प्रदान करण्यात आला तेव्हा समितीच्या अध्यक्षांनी सांगितले की ही "महात्मा गांधींच्या स्मृतीस एक श्रद्धांजली आहे". 434 1995 च्या उन्हाळ्यात, नॉर्थ अमेरिकन व्हेजिटेरियन सोसायटीने त्यांना मरणोत्तर व्हेजिटेरियन हॉल ऑफ फेममध्ये समाविष्ट केले.

राष्ट्रपिता

भारतीय लोक गांधींचे राष्ट्रपिता म्हणून वर्णन करतात. 16 17 या शीर्षकाचे मूळ 6 जुलै 1944 रोजी सुभाषचंद्र बोस यांच्या रेडिओ पत्त्यावर (सिंगापूर रेडिओवर) आढळते जेथे बोस यांनी गांधींना "राष्ट्रपिता" म्हणून संबोधित केले होते. 437 28 एप्रिल 1947 रोजी सरोजिनी नायडू यांनी एका परिषदेत गांधींना "राष्ट्रपिता" म्हणून संबोधले. 438 439 तथापि, 2012 मध्ये आरटीआय अर्जाला उत्तर देताना, भारत सरकारने असे नमूद केले की भारताच्या संविधानाने शिक्षण किंवा लष्करी सेवेद्वारे प्राप्त केलेल्या पदाशिवाय इतर कोणत्याही पदव्यांना परवानगी दिली नाही. 440

चित्रपट, नाटक आणि साहित्य

पाच तासांचा नऊ मिनिटांचा एक चरित्रात्मक माहितीपट, ४४१ महात्मा: लाइफ ऑफ गांधी, १८६९-१९४८, १९६८ मध्ये विठ्ठलभाई झवेरी ४४२ यांनी बनवला, गांधींचे शब्द उद्धृत करून आणि कृष्णधवल अभिलेखीय फुटेज आणि छायाचित्रे वापरून त्या काळचा इतिहास. बेन किंग्सले यांनी रिचर्ड ॲटनबरोच्या 1982 मधील गांधी चित्रपटात त्यांची भूमिका साकारली, 443 ज्याने सर्वोत्कृष्ट चित्रपटाचा अकादमी पुरस्कार जिंकला. हे लुई फिशर यांच्या चरित्रावर आधारित होते. 444 1996 च्या द मेकिंग ऑफ द महात्मा या चित्रपटात गांधींचा दक्षिण आफ्रिकेतील काळ आणि अननुभवी बॅरिस्टर ते मान्यताप्राप्त राजकीय नेत्यात झालेल्या परिवर्तनाचे दस्तऐवजीकरण होते. 445 2006 मध्ये बॉलीवूड कॉमेडी फिल्म लगे रहो मुन्ना भाई मध्ये गांधी हे एक केंद्रीय व्यक्तिमत्व होते. जाह्नू

बरुआच्या मैने गांधी को नहीं मारा (मी गांधींना मारले नाही), समकालीन समाजाला त्याच्या 2005 च्या चित्रपटातील नायकाच्या वृद्ध विस्मरणाचे रूपक म्हणून गांधींच्या मूल्यांच्या लुप्त होत चाललेल्या स्मृतीसह पार्श्वभूमी म्हणून ठेवते, 446 विनय लाल लिहितात. ४४७

अमेरिकन संगीतकार फिलिप ग्लास यांचा 1979 चा ऑपेरा सत्याग्रह गांधींच्या जीवनावर आधारित आहे. भगवद्गीतेतून घेतलेले ऑपेराचे लिब्रेटो मूळ संस्कृतमध्ये गायले जाते.

चित्रपट आणि नाटकांतूनही गांधीविरोधी विषय मांडण्यात आले आहेत. 1995 मधील गांधी विरुध गांधी या मराठी नाटकाने गांधी आणि त्यांचा मुलगा हरिलाल यांच्यातील नातेसंबंध शोधले होते. 2007 मध्ये आलेला गांधी, माय फादर हा चित्रपट याच थीमवर प्रेरित होता. 1989 च्या मराठी नाटक मी नथुराम गोडसे बोलतोय आणि 1997 च्या हिंदी नाटक गांधी आंबेडकर यांनी गांधी आणि त्यांच्या तत्त्वांवर टीका केली होती.

अनेक चरित्रकारांनी गांधीजींच्या जीवनाचे वर्णन करण्याचे काम हाती घेतले आहे. त्यात त्यांच्या महात्मासोबत डीजी तेंडुलकर आहेत. आठ खंडांमध्ये मोहनदास करमचंद गांधी यांचे जीवन, चमन नहल यांचे गांधी चौकडी, आणि प्यारेलाल आणि सुशीला नय्यर यांच्या महात्मा गांधींसोबत १० खंडांमध्ये. 2010 चे चरित्र, ग्रेट सोल: महात्मा गांधी अँड हिज स्ट्रगल विथ इंडिया जोसेफ लेलीवेल्ड लिखित यात गांधींच्या लैंगिक जीवनाविषयी अनुमान लावणारी वादग्रस्त सामग्री होती. 453 तथापि, लेलीवेल्ड यांनी सांगितले की, प्रेस कव्हरेज पुस्तकाचा एकूण संदेश "मोठ्या प्रमाणात विकृत" करते. 454 2014 मधील वेलकम बॅक गांधी हा चित्रपट आधुनिक काळातील भारतावर गांधी कशी प्रतिक्रिया देऊ शकतात यावर एक काल्पनिक रूप धारण करतो. 455 पूज्य गुरुदेवश्री राकेशभाई यांच्या प्रेरणेने आणि संगीत नाटक अकादमी आणि श्रीमद राजचंद्र मिशन धरमपूर निर्मित 2019 मधील भारत भाग्य विधाता हे नाटक गांधींनी सत्य आणि अहिंसेची मूल्ये कशी जोपासली याचा आढावा घेतला आहे.

"महात्मा गांधी" हे कोल पोर्टर यांनी 1934 च्या म्युझिकल एनिथिंग गोजमध्ये समाविष्ट केलेल्या यू आर द टॉप या गाण्यासाठी त्यांच्या गीतांमध्ये वापरले आहे. गाण्यात पोर्टर "नेपोलियन ब्रँडी" सोबत "महात्मा गांधी" गातो.

भारतातील सध्याचा प्रभाव

भारतातील तामिळनाडूमधील कन्याकुमारी येथील गांधी मंडपम हे मंदिर एमके गांधींच्या सन्मानार्थ उभारण्यात आले होते.

भारताने आपल्या जलद आर्थिक आधुनिकीकरण आणि शहरीकरणासह गांधींचे अर्थशास्त्र नाकारले आहे 457 परंतु त्यांचे बरेचसे राजकारण स्वीकारले आहे आणि त्यांच्या स्मृतीचा आदर करत आहे. रिपोर्टर जिम यार्डले नोंदवतात की, "आधुनिक भारत क्वचितच गांधीवादी राष्ट्र आहे, जर ते कधीच असेल. खेड्यांचे वर्चस्व असलेल्या अर्थव्यवस्थेची

त्यांची दृष्टी त्यांच्या हयातीत ग्रामीण रोमँटिसिझम म्हणून बाजूला ठेवली गेली आणि वैयक्तिक तपस्या आणि राष्ट्रीय नीतिमत्तेची त्यांची हाक होती. अहिंसा ही महत्त्वाकांक्षी आर्थिक आणि लष्करी शक्तीच्या उद्दिष्टांच्या विरूद्ध सिद्ध झाली आहे." याउलट, गांधींना "सहिष्णु, धर्मनिरपेक्ष लोकशाही म्हणून भारताच्या राजकीय ओळखीचे संपूर्ण श्रेय दिले जाते."

गांधींचा जन्मदिवस, 2 ऑक्टोबर, ही भारतातील राष्ट्रीय सुट्टी, गांधी जयंती आहे. एक रुपयाची नोट वगळता रिझर्व्ह बँक ऑफ इंडियाने जारी केलेल्या सर्व मूल्यांच्या कागदी चलनावरही गांधींची प्रतिमा दिसते. 459 गांधींच्या मृत्यूची तारीख, 30 जानेवारी, भारतात शहीद दिन म्हणून साजरा केला जातो.

भारतात गांधींना समर्पित तीन मंदिरे आहेत. एक ओडिशातील संबलपूर येथे आणि दुसरे कर्नाटकातील चिकमंगळूर जिल्ह्यातील कदूरजवळील निदाघट्टा गावात आणि तिसरे तेलंगणातील नलगोंडा जिल्ह्यातील चिताल येथे आहे. कन्याकुमारीमधील गांधी स्मारक हे मध्य भारतीय हिंदू मंदिरांसारखे आहे आणि मदुराईमधील तमुककम किंवा समर पॅलेसमध्ये आता महात्मा गांधी संग्रहालय आहे.

19
सरदार वल्लभभाई पटेल

सरदार वल्लभभाई पटेल

Freedom Fighters

Scan for Story Videos - www.itibook.com

सरदार वल्लभभाई पटेल हे भारतीय राष्ट्रीय काँग्रेसचे ज्येष्ठ नेते आणि भारतीय स्वातंत्र्य संग्रामातील एक प्रमुख व्यक्ती होते, जे नंतर भारताचे पहिले उपपंतप्रधान आणि पहिले गृहमंत्री बनले. 565 संस्थानांचे नव्याने स्वतंत्र भारतात एकत्रीकरण करण्यात सरदार पटेल यांचे योगदान अविस्मरणीय आहे.

वल्लभभाई पटेल यांचा जन्म 31 ऑक्टोबर 1875 रोजी गुजरातमधील नडियाद येथे झाला (त्यांची जयंती आता राष्ट्रीय एकता दिवस किंवा राष्ट्रीय एकता दिवस म्हणून पाळली जाते

तो शेतकरी कुटुंबातील होता. त्यांच्या सुरुवातीच्या काळात, पटेल यांना अनेकांनी सामान्य नोकरीसाठी नियत असलेला एक महत्वाकांक्षी माणूस मानले होते. मात्र, पटेल यांनी ते चुकीचे सिद्ध केले. त्याने कायद्याची परीक्षा उत्तीर्ण केली, अनेकदा स्वतःचा अभ्यास करून, उधार घेतलेल्या पुस्तकांसह.

बार परीक्षा उत्तीर्ण झाल्यानंतर पटेल यांनी गुजरातमधील गोधा, बोरसद आणि आनंद येथे वकिली केली. एक तडफदार आणि कुशल वकील म्हणून त्यांनी लौकिक मिळवला.

पटेल यांचे इंग्लंडमध्ये कायद्याचे शिक्षण घेण्याचे स्वप्न होते. आपल्या कष्टाने कमावलेल्या बचतीचा वापर करून, त्याने इंग्लंडला जाण्यासाठी पास आणि तिकीट मिळवले.

मात्र, तिकीट 'व्हीजे पटेल' यांना उद्देशून होते. त्यांचे थोरले भाऊ विठ्ठलभाई यांचीही आद्याक्षरे वल्लभाईसारखीच होती. सरदार पटेलांना समजले की त्यांच्या मोठ्या भावाचेही शिक्षणासाठी इंग्लंडला जाण्याचे स्वप्न होते.

त्यांच्या कौटुंबिक सन्मानाची चिंता लक्षात घेऊन (मोठ्या भावाने आपल्या धाकट्या भावाचे अनुसरण करणे अप्रतिष्ठित), वल्लभभाई पटेल यांनी विठ्ठलभाई पटेल यांना त्यांच्या जागी जाण्याची परवानगी दिली.

1911 मध्ये, वयाच्या 36 व्या वर्षी, त्यांच्या पत्नीच्या मृत्यूनंतर दोन वर्षांनी, वल्लभभाई पटेल इंग्लंडला गेले आणि त्यांनी लंडनमधील मिडल टेंपल इनमध्ये प्रवेश घेतला. पूर्वीची महाविद्यालयीन पार्श्वभूमी नसतानाही पटेलने त्याच्या वर्गात अव्वल स्थान पटकावले. त्यांनी 36 महिन्यांचा अभ्यासक्रम 30 महिन्यांत पूर्ण केला.

भारतात परतल्यावर, पटेल अहमदाबादमध्ये स्थायिक झाले आणि शहरातील सर्वात यशस्वी बॅरिस्टर बनले.

स्वातंत्र्य चळवळीच्या सुरुवातीच्या टप्प्यात, पटेल सक्रिय राजकारणासाठी किंवा महात्मा गांधींच्या तत्त्वांना उत्सुक नव्हते. तथापि, गोध्रा येथे मोहनदास करमचंद गांधी यांच्याशी झालेल्या भेटीने (1917) पटेल यांचे जीवन मूलतः बदलले.

पटेल काँग्रेसमध्ये सामील झाले आणि नंतर काँग्रेसचा बालेकिल्ला बनलेल्या गुजरात सभेचे सचिव झाले.

गांधींच्या आवाहनावर, पटेल यांनी कष्टाने मिळवलेली नोकरी सोडली आणि प्लेग आणि दुष्काळाच्या वेळी (1918) खेडा येथे करमुक्तीसाठी लढा देण्यासाठी चळवळीत सामील झाले.

पटेल गांधींच्या असहकार चळवळीत (1920) सामील झाले आणि 3,00,000 सदस्यांची भरती करण्यासाठी त्यांनी पश्चिम भारतभर प्रवास केला. पक्षनिधीसाठी त्यांनी 15 लाखांपेक्षा जास्त रक्कम जमा केली.

भारतीय ध्वज फडकावण्यास बंदी घालणारा ब्रिटिश कायदा होता. महात्मा गांधी तुरुंगात असताना पटेल यांनीच १९२३ मध्ये नागपुरात ब्रिटीश कायद्याविरुद्ध सत्याग्रह आंदोलन केले.

1928 च्या बारडोली सत्याग्रहाने वल्लभभाई पटेल यांना 'सरदार' ही पदवी मिळवून दिली आणि त्यांना देशभर लोकप्रिय केले. पंडित मोतीलाल नेहरूंनी काँग्रेसच्या अध्यक्षपदासाठी गांधीजींना वल्लभभाईंचे नाव सुचविले याचा प्रभाव इतका मोठा होता.

1930 मध्ये मिठाच्या सत्याग्रहादरम्यान ब्रिटिशांनी सरदार पटेल यांना अटक केली आणि साक्षीदारांशिवाय त्यांच्यावर खटला चालवला.

दुसरे महायुद्ध सुरू झाल्यावर (1939), पटेल यांनी नेहरूंच्या केंद्रीय आणि प्रांतीय कायदेमंडळातून काँग्रेस काढून घेण्याच्या निर्णयाचे समर्थन केले.

1942 मध्ये महात्मा गांधींच्या आदेशानुसार राष्ट्रव्यापी सविनय कायदेभंग चळवळ सुरू करण्यासाठी मुंबईतील ग्वालिया टँक मैदानावर (आता ऑगस्ट क्रांती मैदान म्हटले जाते) भाषण केले तेव्हा पटेल हे त्यांच्या मनाला पटणारे होते.

भारत छोडो आंदोलनादरम्यान (1942) ब्रिटिशांनी पटेलांना अटक केली. 1942 ते 1945 या काळात संपूर्ण काँग्रेस कार्यकारिणीसह ते अहमदनगरच्या किल्ल्यावर तुरुंगात होते.

गांधी-आयर्विन करारावर स्वाक्षरी केल्यानंतर, पटेल यांची 1931 च्या अधिवेशनासाठी (कराची) कॉंग्रेसचे अध्यक्ष म्हणून निवड झाली. कॉंग्रेसने मूलभूत हक्क आणि नागरी स्वातंत्र्याच्या रक्षणासाठी वचनबद्ध केले. पटेल यांनी धर्मनिरपेक्ष राष्ट्राच्या स्थापनेचा पुरस्कार केला. कामगारांसाठी किमान वेतन आणि अस्पृश्यता निर्मूलन हे त्यांचे इतर प्राधान्य होते.

गुजरातमधील शेतकऱ्यांना जप्त केलेल्या जमिनी परत करण्यासाठी पटेल यांनी कॉंग्रेस अध्यक्ष म्हणून आपल्या पदाचा वापर केला. पटेल यांनी मद्यपान, अस्पृश्यता, जातीय भेदभाव आणि गुजरात आणि बाहेरील महिला मुक्तीसाठी मोठ्या प्रमाणावर काम केले.

स्वातंत्र्यानंतर ते भारताचे पहिले उपपंतप्रधान बनले. स्वातंत्र्याच्या पहिल्या वर्धापनदिनानिमित्त पटेल यांची भारताचे गृहमंत्री म्हणून नियुक्ती करण्यात आली. राज्य विभाग आणि माहिती आणि प्रसारण मंत्रालयाचाही प्रभारी त्यांच्याकडे होता

भारताचे पहिले गृहमंत्री आणि उपपंतप्रधान म्हणून, पटेल यांनी पंजाब आणि दिल्लीतून पळून आलेल्या निर्वासितांसाठी मदत कार्ये आयोजित केली आणि शांतता पुनर्संचयित करण्यासाठी कार्य केले.

सरदार पटेल यांचा सर्वात चिरस्थायी वारसा म्हणून, त्यांनी राज्य खात्याचा कार्यभार स्वीकारला आणि 565 संस्थानांचे भारत संघात प्रवेश करण्यासाठी जबाबदार होते. त्यांना आदरांजली वाहताना नेहरूंनी सरदारांना 'नव्या भारताचे निर्माते आणि संकलक' म्हटले. मात्र, सरदार पटेलांच्या अमूल्य सेवा स्वतंत्र भारताला अवघ्या ३ वर्षांसाठी उपलब्ध होत्या. भारताच्या शूर सुपुत्राचे 15 डिसेंबर 1950 (वय 75) रोजी हृदयविकाराच्या तीव्र झटक्याने निधन झाले.

सरदार पटेल यांची तब्येत आणि वय कमी असूनही त्यांनी संयुक्त भारत निर्माण करण्याच्या मोठ्या उद्देशाकडे दुर्लक्ष केले नाही. भारताचे पहिले गृहमंत्री आणि उपपंतप्रधान म्हणून, सरदार पटेल यांनी सुमारे 565 संस्थानांचे भारतीय संघराज्यात एकीकरण करण्यात महत्त्वाची भूमिका बजावली. त्रावणकोर, हैदराबाद, जुनागढ, भोपाळ आणि काश्मीर सारखी काही संस्थाने भारतामध्ये सामील होण्यास प्रतिकूल होती.

सरदार पटेलांनी संस्थानांशी सहमती निर्माण करण्यासाठी अथक परिश्रम घेतले परंतु आवश्यक तेथे साम, दाम, दंड आणि भेड या पद्धती वापरण्यास त्यांनी मागेपुढे पाहिले नाही.

त्यांनी नवाब शासित जुनागढ आणि निजामाने शासित हैदराबाद या संस्थानांना जोडण्यासाठी बळाचा वापर केला होता, दोघांनीही आपापली राज्ये भारत संघात विलीन करू नयेत अशी त्यांची इच्छा होती.

सरदार वल्लभभाई पटेल यांनी ब्रिटीश भारतीय भूभागासह संस्थानांना जोडले आणि भारताचे बाल्कनीकरण रोखले. सरदार पटेलांचे असे मत होते की, जर आपल्याकडे चांगली अखिल भारतीय सेवा नसेल तर आपल्याला अखंड भारत मिळणार नाही.

स्वतंत्र भारताला आपली नागरी, लष्करी आणि प्रशासकीय नोकरशाही चालवण्यासाठी स्टील फ्रेमची आवश्यकता आहे हे पटेल यांना स्पष्टपणे माहित होते. संघटित कमांड-आधारित सैन्य आणि पद्धतशीर नोकरशाही यासारख्या संस्थात्मक यंत्रणेवरील त्यांचा विश्वास वरदान ठरला. त्यांनी परिविक्षाधीनांना अत्यंत निःपक्षपातीपणा आणि प्रशासनाची अविचलता राखण्याचे दिलेले उपदेश आजही तितकेच समर्पक आहे जितके त्यावेळचे होते.

वर्धा येथे 15 जानेवारी 1942 रोजी झालेल्या AICC अधिवेशनात गांधीजींनी औपचारिकपणे जवाहरलाल नेहरूंना त्यांचे राजकीय उत्तराधिकारी म्हणून नियुक्त केले. गांधीजींच्याच शब्दात "... राजाजी नाही, सरदार वल्लभभाई नाही तर जवाहरलाल माझे उत्तराधिकारी असतील... मी गेल्यावर ते माझी भाषा बोलतील". अशाप्रकारे, हे दिसून येते की गांधीजींनीच नेहरूंनी भारताचे नेतृत्व करावे अशी जनतेची इच्छा होती. पटेल यांनी नेहमीच गांधींचे ऐकले आणि त्यांचे पालन केले – ज्यांना स्वतंत्र भारतात कोणतीही राजकीय महत्त्वाकांक्षा नव्हती.

तथापि, 1946 मध्ये काँग्रेस अध्यक्षपदासाठी, प्रदेश काँग्रेस समित्या (पीसीसी) ची निवड वेगळी होती - पटेल. नेहरूंचे जन आवाहन आणि जगाविषयी एक व्यापक दृष्टीकोन असूनही, 15 पैकी 12 पीसीसीने पटेल यांना काँग्रेस अध्यक्ष म्हणून पसंती दिली. एक उत्तम कार्यकारी, संघटक आणि नेता म्हणून पटेल यांच्या गुणांची सर्वत्र प्रशंसा झाली.

नेहरूंना पीसीसीच्या निवडीबद्दल कळले तेव्हा ते गप्प राहिले. महात्मा गांधींना वाटले की "जवाहरलाल दुसरे स्थान घेणार नाहीत", आणि त्यांनी पटेल यांना काँग्रेस अध्यक्षपदासाठी उमेदवारी मागे घेण्यास सांगितले. पटेल यांनी नेहमीप्रमाणे गांधींचे पालन केले. नेहरूंनी 1946 मध्ये जे.बी.कृपलानी यांच्याकडे जबाबदारी सोपवण्यापूर्वी थोड्या काळासाठी काँग्रेसचे अध्यक्षपद स्वीकारले. नेहरूंसाठी, मुक्त भारताचे पंतप्रधानपद हे अंतरिम मंत्रिमंडळातील त्यांच्या भूमिकेचा विस्तार होता.

जवाहरलाल नेहरू हेच 2 सप्टेंबर 1946 ते 15 ऑगस्ट 1947 पर्यंत भारताच्या अंतरिम सरकारचे नेतृत्व करत होते. नेहरू पंतप्रधानांच्या अधिकारांसह व्हाइसरॉयच्या कार्यकारी परिषदेचे उपाध्यक्ष होते. वल्लभभाई पटेल यांनी परिषदेत दुसरे-सर्वात शक्तिशाली पद भूषवले, ते गृहखात्याचे आणि माहिती व प्रसारण विभागाचे प्रमुख होते.

1 ऑगस्ट 1947 रोजी, भारत स्वतंत्र होण्याच्या दोन आठवड्यांपूर्वी, नेहरूंनी पटेल यांना मंत्रिमंडळात सामील होण्यास सांगणारे पत्र लिहिले. नेहरूंनी मात्र पटेल यांना मंत्रिमंडळाचा सर्वात मजबूत आधारस्तंभ मानत असल्याचे संकेत दिले. पटेल यांनी निर्विवाद निष्ठा आणि भक्तीची हमी देत उत्तर दिले. त्यांचे संयोजन अतूट आहे आणि त्यातच त्यांची ताकद आहे, असेही त्यांनी नमूद केले होते.

नेहरू आणि पटेल हे दुर्मिळ संयोजन होते. ते एकमेकांना पूरक होते. भारतीय राष्ट्रीय काँग्रेसच्या दोन महान नेत्यांमध्ये एकमेकांचे कौतुक आणि आदर होता. दृष्टिकोनात फरक होता – परंतु दोघांचे अंतिम ध्येय भारतासाठी सर्वोत्तम काय आहे ते शोधणे हे होते.

मतभिन्नता हे मुख्यतः काँग्रेस पदानुक्रम, कार्यशैली किंवा विचारसरणींबाबत होते. काँग्रेसमध्ये - नेहरूंना डाव्या विचारसरणीचा (समाजवाद) विचार केला जात असे, तर पटेलांच्या विचारधारा उजव्या (भांडवलशाही) बरोबर होत्या.

नेहरू आणि पटेल यांच्यात 1950 मध्ये काँग्रेस अध्यक्षपदाच्या उमेदवारांच्या निवडीवरून मतभेद होते. नेहरूंनी जेबी कृपलानी यांना पाठिंबा दिला. पटेल यांची निवड पुरुषोत्तम दास टंडन यांची होती. शेवटी कृपलानी यांचा पटेलांचे उमेदवार पुरुषोत्तम दास टंडन यांच्याकडून पराभव झाला.

तथापि, हे लक्षात घेतले पाहिजे की काँग्रेस किंवा सरकारमध्ये मोठी फूट पडण्याइतके मतभेद कधीही मोठे नव्हते. पटेल नेहमीच गांधींशी एकनिष्ठ होते. तथापि, काही मुद्द्यांवर त्यांचे गांधीजींशी मतभेद होते.

गांधीजींच्या हत्येनंतर, ते म्हणालेः "मी त्यांच्या आवाहनाचे पालन करणाऱ्या लाखो लोकांप्रमाणे त्यांचा एक आज्ञाधारक सैनिक असल्याशिवाय काहीही नसल्याचा दावा करतो. एक काळ असा होता की सगळे मला त्यांचा आंधळा अनुयायी म्हणायचे. पण, त्याला आणि मला दोघांनाही माहीत होते की मी त्याचा पाठलाग केला कारण आमची समजूत वाढली आहे."

13 नोव्हेंबर 1947 रोजी भारताचे तत्कालीन उपपंतप्रधान सरदार पटेल यांनी सोमनाथ मंदिराच्या पुनर्निर्माणाची शपथ घेतली. सोमनाथ पूर्वी अनेकवेळा उद्ध्वस्त व बांधला गेला होता. यावेळच्या अवशेषातून पुनरुत्थानाची कथा भारताच्या पुनरुत्थानाच्या कथेचे प्रतीक असेल असे त्याला वाटले.

आत्मनिर्भरता हा पटेलांच्या आर्थिक तत्त्वज्ञानाचा मुख्य सिद्धांत होता. त्यांना भारतात लवकर औद्योगिकीकरण करायचे होते. बाह्य संसाधनावरील अवलंबित्व कमी करणे अत्यावश्यक होते.

पटेल यांनी गुजरातमधील सहकारी चळवळींना मार्गदर्शन केले आणि कैरा जिल्हा सहकारी दूध उत्पादक संघाची स्थापना करण्यात मदत केली जी संपूर्ण देशभरातील दुग्ध व्यवसायासाठी गेम चेंजर ठरली.

समाजवादासाठी लावलेल्या घोषणांमुळे सरदार प्रभावित झाले नाहीत आणि भारताने संपत्ती निर्माण करण्याची गरज काय आहे, ती कशी वाटावी यावर वादविवाद करण्यापूर्वी ते अनेकदा बोलत होते. त्यांनी सरकारसाठी जी भूमिका मांडली होती ती कल्याणकारी राज्याची होती परंतु हे लक्षात आले की इतर देशांनी विकासाच्या अधिक प्रगत टप्प्यांवर हे काम हाती घेतले आहे.

सरदार वल्लभभाई पटेल यांनी राष्ट्रीयीकरण पूर्णपणे नाकारले आणि ते नियंत्रणाच्या विरोधात होते. त्याच्यासाठी, नफ्याचा हेतू हा परिश्रमासाठी एक उत्कृष्ट उत्तेजक होता, कलंक नव्हता. पटेल निष्क्रिय राहिलेल्या लोकांच्या विरोधात होते. 1950 मध्ये ते म्हणाले, "काम नसलेल्या लाखो हातांना मशीनवर रोजगार मिळत नाही". न्याय्य वाट्याचा दावा

करण्यापूर्वी संपत्ती निर्माण करण्यात सहभागी होण्याचे आवाहन त्यांनी मजुरांना केले.

सरदार यांनी गुंतवणुकीच्या नेतृत्वात वाढ केली. ते म्हणाले, "कमी खर्च करा, जास्त बचत करा आणि जास्तीत जास्त गुंतवणूक करा हे प्रत्येक नागरिकाचे ब्रीदवाक्य असले पाहिजे.

सरदारांनी सुरुवातीच्या काळात ब्रिटिश भारताच्या फाळणीला विरोध केला. तथापि, त्यांनी डिसेंबर 1946 पर्यंत भारताची फाळणी स्वीकारली. व्ही.पी. मेनन आणि अबुल कलाम आझाद यांच्यासह अनेकांना असे वाटले की पटेल नेहरूंपेक्षा फाळणीच्या कल्पनेला अधिक ग्रहणक्षम आहेत.

अबुल कलाम आझाद अगदी शेवटपर्यंत फाळणीचे कट्टर टीकाकार होते, तथापि, पटेल आणि नेहरूंच्या बाबतीत तसे नव्हते. आझाद यांनी त्यांच्या 'इंडिया विन्स फ्रीडम' या संस्मरणात म्हटले आहे की, 'फाळणीची गरज का आहे' या प्रश्नाच्या उत्तरात सरदार वल्लभभाई पटेल यांनी 'आम्हाला आवडो किंवा न आवडो, भारतात दोन राष्ट्रे होती' असे सांगताना त्यांना आश्चर्य वाटले आणि वेदना झाल्या.

राज मोहन गांधी यांच्या मते, पटेलांच्या अत्यंत प्रतिष्ठित चरित्रकारांपैकी एक, पटेल हे भारतीय राष्ट्रवादाचा हिंदू चेहरा होते. नेहरू हे भारतीय राष्ट्रवादाचे धर्मनिरपेक्ष आणि जागतिक चेहरा होते. मात्र, दोघांनीही भारतीय राष्ट्रीय काँग्रेसच्या एकाच छत्राखाली काम केले.

सरदार वल्लभभाई पटेल हे हिंदू हिताचे खुले रक्षक होते. मात्र यामुळे पटेल अल्पसंख्याकांमध्ये कमी लोकप्रिय झाले.

मात्र, पटेल कधीच जातीयवादी नव्हते. गृहमंत्री या नात्याने त्यांनी दिल्लीतील दंगलीत मुस्लिमांच्या जीविताचे रक्षण करण्यासाठी सर्वतोपरी प्रयत्न केले. पटेल यांच्याकडे हिंदू हृदय होते (त्याच्या संगोपनामुळे) परंतु त्यांनी निष्पक्ष आणि धर्मनिरपेक्ष हाताने राज्य केले.

सरदार पटेल यांच्या मनात सुरुवातीला राष्ट्रीय स्वयंसेवक संघ (RSS) आणि हिंदू हितासाठी त्यांच्या प्रयत्नांबद्दल मवाळ कोपरा होता. मात्र, गांधींच्या हत्येनंतर सरदार पटेल यांनी आरएसएसवर बंदी घातली.

1948 मध्ये संघावर बंदी आणल्यानंतर त्यांनी लिहिले, "त्यांची सर्व भाषणे जातीय विषाने भरलेली होती". "विषाचा अंतिम परिणाम म्हणून गांधीजींच्या अमूल्य जीवनाचे बलिदान देशाला भोगावे लागले." बंदी मागे घेण्याच्या अटींनुसार काही आश्वासने देण्याचे गोळवलकरांनी मान्य केल्यावर अखेरीस 11 जुलै 1949 रोजी RSS वरील बंदी उठवण्यात आली. बंदी उठवण्याची घोषणा करताना भारत सरकारने म्हटले आहे की संघटना आणि तिच्या नेत्याने संविधान आणि ध्वज यांच्याशी एकनिष्ठ राहण्याचे वचन दिले आहे.

सरदार वल्लभभाई पटेल हे भारतीय राष्ट्रीय काँग्रेसचे नेते होते – त्यांच्या मृत्यूपर्यंत. रामचंद्र गुहा यांच्यासारख्या अनेक इतिहासकारांना वाटते की पटेल हे "स्वतः आजीवन

काँग्रेसचे" असताना भाजपकडून त्यांच्यावर दावा केला जात आहे हे विडंबनात्मक आहे. काँग्रेस नेते शशी थरूर यांनी आरोप केला की, भाजप स्वातंत्र्यसैनिक आणि पटेल यांच्यासारख्या राष्ट्रीय वीरांचा वारसा 'हायजॅक' करण्याचा प्रयत्न करत आहे कारण त्यांच्याकडे इतिहासात उत्सव साजरा करण्यासाठी स्वतःचा नेता नाही. अनेक विरोधी नेत्यांना उजव्या विचारसरणीच्या पक्षाच्या पटेलांना योग्य करण्याचा आणि नेहरू कुटुंबाला वाईट प्रकाशात आणण्याच्या प्रयत्नात निहित स्वार्थ दिसतो.

रुपये खर्चून बांधले. 2,989 कोटी, या पुतळ्यामध्ये भारताचे पहिले गृहमंत्री सरदार वल्लभभाई पटेल यांना पारंपारिक धोतर आणि शाल परिधान करून नर्मदा नदीवर उभ्या असल्याचे चित्रित केले आहे. 182-मीटर, हा पुतळा जगातील सर्वात उंच पुतळा म्हणून ओळखला जातो - तो चीनच्या स्प्रिंग टेंपल बुद्धापेक्षा 177 फूट उंच आहे, सध्या जगातील सर्वात उंच पुतळा आहे. भारताचे लोहपुरुष म्हणून ओळखले जाणारे सरदार वल्लभभाई पटेल यांच्या पुतळ्यासाठी देशभरातून लोखंड गोळा करण्यात आले.

"काम ही पूजा आहे पण हसणे हे जीवन आहे. जो कोणी जीवनाला खूप गांभीर्याने घेतो त्याने स्वतःला दयनीय अस्तित्वासाठी तयार केले पाहिजे. जो कोणी सुख-दुःखाला समान सोयीने अभिवादन करतो तो खरोखरच सर्वोत्तम जीवन मिळवू शकतो."

"माझी संस्कृती शेती आहे."

"आम्ही आमचे स्वातंत्र्य मिळवण्यासाठी कठोर परिश्रम केले; त्याचे समर्थन करण्यासाठी आपल्याला अधिक प्रयत्न करावे लागतील."

पटेल हे निःस्वार्थी नेते होते, ज्यांनी देशाच्या हितांना सर्व गोष्टींपेक्षा जास्त स्थान दिले आणि एकल मनाच्या भक्तीने भारताचे भाग्य घडवले. आधुनिक आणि एकसंध भारताच्या उभारणीत सरदार वल्लभभाई पटेल यांचे अमूल्य योगदान प्रत्येक भारतीयाने लक्षात ठेवण्याची गरज आहे कारण देश जगातील सर्वात मोठ्या अर्थव्यवस्थांपैकी एक म्हणून पुढे जात आहे.

20
अशफाकुल्ला खान

अशफाकुल्ला खान

Freedom Fighters

Scan for Story Videos - www.itibook.com

अशफाकुल्ला खान (२२ ऑक्टोबर १९०० - १९ डिसेंबर १९२७) हे भारतीय स्वातंत्र्य चळवळीतील एक भारतीय स्वातंत्र्य कार्यकर्ते आणि हिंदुस्थान रिपब्लिकन असोसिएशनचे सह-संस्थापक होते.

खानचा जन्म संयुक्त प्रांतातील शाहजहानपूर जिल्ह्यात शफीक उल्लाह खान आणि मजरुनिसा, खैबर जमातीतील मुस्लिम पठाण 3 4 येथे झाला होता, जो जमीनदार वर्गातील होता. 5 6 7 तो त्याच्या पाच भावंडांमध्ये सर्वात लहान होता.

1918 मध्ये, खान सातव्या इयत्तेत असताना, पोलिसांनी त्याच्या शाळेवर छापा टाकला आणि मैनपुरी षड्यंत्राच्या संदर्भात राजाराम भारतीय या विद्यार्थ्याला अटक केली, ज्यामध्ये कार्यकर्त्यांनी वसाहतविरोधी साहित्याच्या प्रकाशनासाठी निधी देण्यासाठी मैनपुरीमध्ये लूटमार आयोजित केली. 9 या अटकेमुळे खानला संयुक्त प्रांतातील क्रांतिकारी कार्यात गुंतण्यास चालना मिळाली.

खान यांनी एका मित्रामार्फत राम प्रसाद बिस्मिल या क्रांतिकारकाची भेट घेतली, जो मैनपुरी कटात जवळून सहभागी होता. तो लवकरच बिस्मिलशी जवळून जोडला गेला आणि असहकार, स्वराज पक्ष आणि हिंदुस्तान रिपब्लिकन असोसिएशनशी संबंधित कार्यात त्याच्याशी सामील झाला. 5 बिस्मिल आणि खान हे दोघेही कवी होते, खान यांनी हसरत या टोपणनावाने उर्दू कविता लिहिल्या होत्या.

हिंदुस्तान रिपब्लिकन असोसिएशनमधील इतरांप्रमाणे, खान हे लेनिन आणि रशियातील बोल्शेविक क्रांतीपासून जोरदारपणे प्रेरित होते. त्यांनी गरिबांच्या मुक्ततेवर आणि भांडवलदारांच्या हितसंबंधांना नकार देण्याचा विश्वास व्यक्त केला. भारतीय लोकसंख्येवर नियंत्रण ठेवण्यासाठी आणि भारतीय स्वातंत्र्य रोखण्यासाठी ते ब्रिटीश साधन म्हणून ओळखून त्यांनी धार्मिक जातीयवादाच्या विरोधात देखील बोलले.

हिंदुस्थान रिपब्लिकन असोसिएशनच्या क्रांतिकारकांनी 8 ऑगस्ट 1925 रोजी शाहजहानपूर येथे शस्त्रास्त्रे आणि दारूगोळ्यासाठी निधी कसा उभा करायचा हे ठरवण्यासाठी एक बैठक आयोजित केली होती. त्यांनी काकोरीमार्गे सरकारी रोकड घेऊन जाणारी रेल्वे लुटण्याचा निर्णय घेतला. एचआरएने यापूर्वी अशाच प्रकारच्या रेल्वे दरोड्या केल्या होत्या, ज्या रशियन बोल्शेविक तंत्राचा वापर करून क्रांतिकारी ऑपरेशनला निधी देण्यासाठी दरोडा टाकला होता. 12 तो मूळतः काकोरी ट्रेन लुटण्याच्या विरोधात होता, परंतु शेवटी जेव्हा HRA मधील इतरांनी योजनेला मान्यता दर्शवली तेव्हा ते सहभागी होण्यास तयार झाले.

9 ऑगस्ट 1925 रोजी खान आणि इतर क्रांतिकारकांनी, म्हणजे राम प्रसाद बिस्मिल, राजेंद्र लाहिरी, ठाकूर रोशन सिंग, सचिंद्र बक्षी, चंद्रशेखर आझाद, केशब चक्रवर्ती, बनवारी लाल, मुरारी लाल गुप्ता, मुकुंडी लाल आणि मन्मथनाथ गुप्ता यांनी सरकारवर हल्ला केला आणि लुटले. लखनौजवळ काकोरी येथे ट्रेन. 8 14 15 दरोड्यानंतर, ब्रिटीश सरकारने गुन्हेगारांना पकडण्यासाठी व्यापक तपास मोहीम सुरू केली. 8 26 ऑक्टोबर 1925 रोजी सकाळी बिस्मिलला पोलिसांनी पकडले. पकडण्यापासून वाचण्यासाठी खान नेपाळला पळून गेला. नेपाळमधून, तो कानपूर आणि नंतर डाल्टनगंजला गेला, जिथे त्याने टोपणनावाने एका अभियांत्रिकी फर्ममध्ये लिपिक म्हणून काम केले.

अखेरीस, खानने आपली क्रांतिकारी कार्ये सुरू ठेवण्यासाठी दिल्लीला जाण्याचा निर्णय घेतला. दिल्लीत असताना, तो शाहजहांपूरमध्ये त्याच्या ओळखीच्या एका पठाण मित्राला भेटला, त्याने गुप्तपणे त्याचा ठावठिकाणा पोलिसांना कळवला. 7 डिसेंबर 1926 रोजी सकाळी, खानला दिल्ली पोलिसांनी पकडले आणि अटक केली. त्याला फैजाबाद येथील जिल्हा कारागृहात ठेवण्यात आले आणि त्याच्यावर गुन्हा दाखल करण्यात आला.

काकोरी रेल्वे दरोडेखोरांचा खटला लखनौमध्ये एका वर्षाहून अधिक काळ चालला होता आणि लोकांकडून त्याला विशेष रस मिळाला होता. 16 एचआरएने 1925 मध्ये अधिकृत विधान जारी केले होते ज्यात दावा केला होता की ते स्वतःला दहशतवादी मानत नाहीत आणि त्याऐवजी त्यांच्या क्रांतिकारी क्रियाकलापांना वसाहती सरकारच्या हिंसेविरुद्ध लढण्याचा एक मार्ग म्हणून पाहिले. तुरुंगात असताना, खान यांनी एक पत्र लिहिले ज्यामध्ये अशीच भावना व्यक्त केली गेली, ज्याने पुष्टी केली की HRA द्वारे हिंसाचार पसरवण्याचा त्यांचा हेतू नव्हता परंतु केवळ भारताचे स्वातंत्र्य सुनिश्चित करण्याची आशा होती.

बिस्मिल, खान, लाहिरी आणि रोशन यांना फाशीची शिक्षा देऊन काकोरी डकैतीचा खटला पूर्ण करण्यात आला. इतरांना जन्मठेपेची शिक्षा सुनावण्यात आली. 8 18 19 19 डिसेंबर 1927 रोजी फैजाबाद तुरुंगात खानला फाशी देण्यात आली. 20 भारताच्या स्वातंत्र्यासाठी त्यांना शहीद मानले जाते.

खान, बिस्मिल, लाहिरी आणि रोशन यांना फाशी दिल्यानंतर, HRA ने त्यांचे नाव बदलून हिंदुस्तान सोशलिस्ट रिपब्लिकन आर्मी असे ठेवले आणि अधिकृतपणे समाजवादी आणि मार्क्सवादी विचारसरणीचे समर्थन करण्यास सुरुवात केली.

21

जवाहरलाल नेहरू

जवाहरलाल नेहरू

जवाहरलाल नेहरू (नोव्हेंबर 1889 - 27 मे 1964) एक भारतीय वसाहतविरोधी राष्ट्रवादी, धर्मनिरपेक्ष मानवतावादी, सामाजिक लोकशाहीवादी 2 आणि लेखक होते जे मध्यवर्ती काळात भारतातील मध्यवर्ती व्यक्ती होते. 20 वे शतक. नेहरू हे 1930 आणि 1940 च्या दशकात भारतीय राष्ट्रवादी चळवळीचे प्रमुख नेते होते. 1947 मध्ये भारताच्या स्वातंत्र्यानंतर, त्यांनी 16 वर्षे देशाचे पंतप्रधान म्हणून काम केले. नेहरूंनी 1950 च्या दशकात संसदीय लोकशाही, धर्मनिरपेक्षता आणि विज्ञान आणि तंत्रज्ञानाचा प्रचार केला आणि आधुनिक राष्ट्र म्हणून भारताच्या चापावर जोरदार प्रभाव पाडला. आंतरराष्ट्रीय घडामोडींमध्ये त्यांनी भारताला शीतयुद्धाच्या दोन गटांपासून मुक्त केले. एक प्रतिष्ठित लेखक, त्यांची तुरुंगात लिहिलेली पुस्तके, जसे की लेटर्स फ्रॉम अ फादर टू हिज डॉटर

(1929), ॲन ऑटोबायोग्राफी (1936) आणि द डिस्कव्हरी ऑफ इंडिया (1946), जगभरात वाचली गेली आहेत. त्यांच्या हयातीत, सन्माननीय पंडित हे सामान्यतः त्यांच्या नावापुढे भारतात लावले जात होते.

मोतीलाल नेहरू, एक प्रख्यात वकील आणि भारतीय राष्ट्रवादी, जवाहरलाल नेहरू यांचे पुत्र, त्यांचे शिक्षण इंग्लंडमध्ये- हॅरो स्कूल आणि ट्रिनिटी कॉलेज, केंब्रिज येथे झाले आणि आतील मंदिरात कायद्याचे प्रशिक्षण घेतले. ते बॅरिस्टर झाले, भारतात परतले, अलाहाबाद उच्च न्यायालयात दाखल झाले आणि हळूहळू राष्ट्रीय राजकारणात रस घेण्यास सुरुवात केली, जो कालांतराने पूर्णवेळ व्यवसाय बनला. ते भारतीय राष्ट्रीय काँग्रेसमध्ये सामील झाले, 1920 च्या दशकात पुरोगामी गटाचे नेते बनले आणि अखेरीस काँग्रेसचे, महात्मा गांधींचे समर्थन प्राप्त झाले, जे नेहरूंना त्यांचे राजकीय वारस म्हणून नियुक्त करायचे होते. 1929 मध्ये काँग्रेस अध्यक्ष या नात्याने नेहरूंनी ब्रिटिश राजवटीपासून संपूर्ण स्वातंत्र्याची हाक दिली. 1930 च्या दशकात नेहरू आणि काँग्रेसचे भारतीय राजकारणावर वर्चस्व होते. नेहरूंनी 1937 च्या भारतीय प्रांतीय निवडणुकांमध्ये धर्मनिरपेक्ष राष्ट्र-राज्याच्या कल्पनेला चालना दिली, ज्यामुळे काँग्रेसला निवडणुकीत विजय मिळवता आला आणि अनेक प्रांतांमध्ये सरकारे स्थापन केली. सप्टेंबर 1939 मध्ये व्हाईसरॉय लॉर्ड लिनलिथगो यांच्याशी सल्लामसलत न करता युद्धात सामील होण्याच्या निर्णयाचा निषेध करण्यासाठी काँग्रेस मंत्रिपदांचा राजीनामा दिला. अखिल भारतीय काँग्रेस कमिटीच्या 8 ऑगस्ट 1942 च्या भारत छोडो ठरावानंतर, काँग्रेसच्या वरिष्ठ नेत्यांना तुरुंगात टाकण्यात आले आणि काही काळासाठी संघटना चिरडली गेली. नेहरू, ज्यांनी तात्काळ स्वातंत्र्यासाठी गांधींच्या आवाहनाकडे अनिच्छेने लक्ष दिले होते आणि दुसऱ्या महायुद्धात मित्र राष्ट्रांच्या युद्ध प्रयत्नांना पाठिंबा देण्याची इच्छा व्यक्त केली होती, ते दीर्घकालीन तुरुंगवासातून बाहेर आले आणि राजकीय परिदृश्य बदलले. मुहम्मद अली जिना यांच्या नेतृत्वाखालील मुस्लिम लीग मध्यंतरी मुस्लिम राजकारणावर वर्चस्व गाजवायला आली होती. 1946 च्या प्रांतिक निवडणुकांमध्ये, कॉंग्रेसने निवडणुका जिंकल्या परंतु लीगने मुस्लिमांसाठी राखीव असलेल्या सर्व जागा जिंकल्या, ज्याचा ब्रिटीशांनी अर्थ पाकिस्तानसाठी एक स्पष्ट आदेश असल्याचे स्पष्ट केले. नेहरू सप्टेंबर 1946 मध्ये भारताचे अंतरिम पंतप्रधान बनले आणि ऑक्टोबर 1946 मध्ये लीग त्यांच्या सरकारमध्ये सामील झाली.

15 ऑगस्ट 1947 रोजी भारताला स्वातंत्र्य मिळाल्यावर, नेहरूंनी "प्रयत्न विथ डेस्टिनी" हे समीक्षकांनी प्रशंसनीय भाषण दिले; त्यांनी भारताच्या पंतप्रधानपदाची शपथ घेतली आणि दिल्लीतील लाल किल्ल्यावर भारतीय ध्वज उंच केला. 26 जानेवारी 1950 रोजी, जेव्हा भारत कॉमनवेल्थ ऑफ नेशन्समध्ये प्रजासत्ताक बनला तेव्हा नेहरू भारताचे पहिले पंतप्रधान बनले. त्यांनी आर्थिक, सामाजिक आणि राजकीय सुधारणांचा महत्त्वाकांक्षी कार्यक्रम सुरू केला. नेहरूंनी बहुलवादी बहुपक्षीय लोकशाहीचा पुरस्कार केला. परराष्ट्र व्यवहारात, त्यांनी 1950 च्या दशकातील दोन मुख्य वैचारिक गटांमध्ये सदस्यत्व

न घेणाऱ्या राष्ट्रांचा समूह, असंलग्न चळवळ स्थापन करण्यात प्रमुख भूमिका बजावली.

नेहरूंच्या नेतृत्वाखाली, काँग्रेस एक सर्वपक्षीय पक्ष म्हणून उदयास आली, ज्याने राष्ट्रीय आणि राज्यस्तरीय राजकारणावर वर्चस्व गाजवले आणि 1951, 1957 आणि 1962 मध्ये निवडणुका जिंकल्या. 1962 च्या चीन-भारत युद्धात भारताचा पराभव होऊनही नेहरू भारतीय लोकांमध्ये लोकप्रिय राहिले. ज्याचा त्याला मोठ्या प्रमाणावर दोष देण्यात आला. 27 मे 1964 रोजी हृदयविकाराच्या झटक्याने त्यांच्या निधनाने 16 वर्षे, 286 दिवसांचे - जे आजपर्यंतचे भारतातील सर्वात मोठे प्रीमियरशिप - संपले. त्यांचा जन्मदिवस भारतात बालदिन म्हणून साजरा केला जातो. त्याच्या वारशावर भारतीय आणि आंतरराष्ट्रीय निरीक्षकांनी जोरदार चर्चा केली आहे. त्यांच्या मृत्यूनंतरच्या वर्षांमध्ये, नेहरूंना "आधुनिक भारताचे शिल्पकार" म्हणून गौरवण्यात आले, ज्यांनी भारतात लोकशाही सुरक्षित केली आणि जातीय गृहयुद्ध रोखले. c अलीकडच्या काही वर्षांत, उजव्या विचारसरणीच्या राजकीय व्यक्तींकडून नेहरूंवर टीका होऊ लागली. भारतात, विशेषतः नरेंद्र मोदींच्या पंतप्रधानपदाच्या सुरुवातीपासून.

जवाहरलाल नेहरू यांचा जन्म 14 नोव्हेंबर 1889 रोजी ब्रिटीश भारतातील अलाहाबाद येथे झाला. त्यांचे वडील, मोतीलाल नेहरू (1861-1931), एक स्वनिर्मित धनाढ्य बॅरिस्टर जे काश्मिरी पंडित समाजाचे होते, त्यांनी 1919 आणि 1928 मध्ये दोनदा भारतीय राष्ट्रीय काँग्रेसचे अध्यक्ष म्हणून काम केले. 15 त्यांची आई, स्वरूप राणी थुस्सू (1868-1938), जी लाहोरमध्ये स्थायिक झालेल्या एका सुप्रसिद्ध काश्मिरी ब्राह्मण कुटुंबातून आली होती, 16 मोतीलालची दुसरी पत्नी होती, त्यांची पहिली पत्नी बाळंतपणात मरण पावली होती. जवाहरलाल हे तीन मुलांपैकी सर्वात मोठे होते. 17 त्यांची मोठी बहीण, विजया लक्ष्मी, नंतर संयुक्त राष्ट्र महासभेची पहिली महिला अध्यक्ष बनली. 18 त्यांची सर्वात धाकटी बहीण, कृष्णा हुथीसिंग, एक प्रसिद्ध लेखिका बनली आणि तिच्या भावावर अनेक पुस्तके लिहिली.

नेहरूंनी त्यांच्या बालपणाचे वर्णन "आश्रयस्थान आणि असह्य" असे केले. तो आनंद भवन नावाच्या प्रासादिक इस्टेटसह श्रीमंत घरांमध्ये विशेषाधिकाराच्या वातावरणात वाढला. त्याच्या वडिलांनी त्याला घरीच खाजगी प्रशासन आणि शिक्षकांद्वारे शिक्षण दिले होते. आयरिश थिऑसॉफिस्ट फर्डिनांड टी. ब्रूक्स यांच्या शिकवणीने प्रभावित होऊन, २२ नेहरूंना विज्ञान आणि धर्मशास्त्रात रस निर्माण झाला. 23 एक कौटुंबिक मित्र, ॲनी बेझंट यांनी त्यानंतर वयाच्या तेराव्या वर्षी त्यांना थिओसॉफिकल सोसायटीमध्ये दीक्षा दिली. तथापि, थिऑसॉफीमध्ये त्याची आवड कायम राहिली नाही आणि ब्रूक्स त्याच्या शिक्षक म्हणून निघून गेल्यानंतर लगेचच त्याने समाज सोडला. त्यांनी लिहिले: "जवळपास तीन वर्षे ब्रूक्स माझ्यासोबत होते आणि अनेक मार्गांनी त्यांनी माझ्यावर खूप प्रभाव पाडला".

नेहरूंच्या थिऑसॉफिकल आवडींमुळे त्यांना बौद्ध आणि हिंदू धर्मग्रंथांचा अभ्यास करण्यास प्रवृत्त केले होते. बी.आर. नंदा यांच्या मते, हे धर्मग्रंथ नेहरूंच्या " भारताच्या धार्मिक आणि सांस्कृतिक वारशाचा पहिला परिचय होता. ... त्यांनी नेहरूंना त्यांच्या प्रदीर्घ

बौद्धिक शोधासाठी प्रारंभिक प्रेरणा दिली ज्याचा पराकाष्ठा झाला...

नेहरू त्यांच्या तारुण्यात प्रखर राष्ट्रवादी बनले. दुसरे बोअर युद्ध आणि रुसो-जपानी युद्धाने त्याच्या भावना तीव्र केल्या. नंतरचे त्यांनी लिहिले, " जपानींच्या विजयांनी माझा उत्साह वाढवला. ...राष्ट्रवादी विचारांनी माझे मन भरून गेलं. ... मी भारतीय स्वातंत्र्य आणि युरोपातील आशियाई स्वातंत्र्याचा विचार केला." नंतर, 1905 मध्ये, जेव्हा त्यांनी इंग्लंडमधील हॅरो या अग्रगण्य शाळेत त्यांचे संस्थात्मक शालेय शिक्षण सुरू केले, जिथे त्यांना "जो" असे टोपणनाव देण्यात आले, जीएम ट्रेव्हेलियन यांच्या गॅरीबाल्डी पुस्तकांनी, ज्यांना त्यांना शैक्षणिक गुणवत्तेसाठी पारितोषिक मिळाले होते, त्यांचा त्यांच्यावर खूप प्रभाव पडला. २८ त्यांनी गॅरिबाल्डीला क्रांतिकारी नायक म्हणून पाहिले. त्यांनी लिहिले: "भारतातील माझ्या स्वातंत्र्यासाठी माझ्या पराक्रमी लढ्याचे, भारतातील समान कृत्यांचे दर्शन आधी आले होते आणि माझ्या मनात, भारत आणि इटली विचित्रपणे एकत्र आले होते."

नेहरू ऑक्टोबर 1907 मध्ये ट्रिनिटी कॉलेज, केंब्रिज येथे गेले आणि 1910 मध्ये नैसर्गिक विज्ञानात सन्मान पदवी प्राप्त केली. या काळात त्यांनी राजकारण, अर्थशास्त्र, इतिहास, साहित्य यांचा आवडीने अभ्यास केला. बर्नार्ड शॉ, एचजी वेल्स, जॉन मेनार्ड केन्स, बर्ट्रांड रसेल, लोवेस डिकिन्सन आणि मेरेडिथ टाऊनसेंड यांच्या लेखनाने त्यांच्या राजकीय आणि आर्थिक विचारसरणीचा बराचसा भाग बनवला.

1910 मध्ये पदवी पूर्ण केल्यानंतर, नेहरू लंडनला गेले आणि त्यांनी इनर टेंपल इन येथे कायद्याचा अभ्यास केला. 30 या काळात, त्यांनी बीट्रिस वेबसह फॅबियन सोसायटीच्या विद्वानांचा अभ्यास सुरू ठेवला. त्यांना 1912 मध्ये बारमध्ये बोलावण्यात आले.

ऑगस्ट 1912 मध्ये भारतात परतल्यानंतर, नेहरूंनी अलाहाबाद उच्च न्यायालयात वकील म्हणून नावनोंदणी केली आणि बॅरिस्टर म्हणून स्थायिक होण्याचा प्रयत्न केला. परंतु, त्याच्या वडिलांच्या विपरीत, त्याला त्याच्या व्यवसायात फारच कमी रस होता आणि त्याला कायद्याचा सराव किंवा वकिलांच्या सहवासाचा आनंद झाला नाही: "निश्चितपणे वातावरण बौद्धिकदृष्ट्या उत्तेजक नव्हते आणि माझ्यावर जीवनातील अस्पष्टतेची भावना वाढली." राष्ट्रवादी राजकारणात त्यांचा सहभाग हळूहळू त्यांच्या कायदेशीर पद्धतीची जागा घेणार होता.

ब्रिटनमध्ये विद्यार्थी आणि बॅरिस्टर असताना नेहरूंना भारतीय राजकारणात रस निर्माण झाला होता. 1912 मध्ये भारतात परतल्यानंतर काही महिन्यांतच नेहरूंनी पाटणा येथील भारतीय राष्ट्रीय काँग्रेसच्या वार्षिक अधिवेशनात भाग घेतला. 1912 मधील काँग्रेस हा मध्यमवर्गीय आणि उच्चभ्रूंचा पक्ष होता, आणि "अत्यंत इंग्रजी जाणणारा उच्चवर्गीय व्यवहार" म्हणून त्यांनी जे पाहिले त्यामुळे ते अस्वस्थ झाले. नेहरूंना काँग्रेसच्या परिणामकारकतेबद्दल शंका होती परंतु त्यांनी दक्षिण आफ्रिकेत महात्मा गांधींच्या नेतृत्वाखालील भारतीय नागरी हक्क चळवळीला पाठिंबा देण्यासाठी पक्षासाठी काम

करण्यास सहमती दर्शविली, 35 १९१३ मध्ये चळवळीसाठी निधी गोळा केला. नंतर, त्यांनी ब्रिटिश वसाहतींमध्ये भारतीयांना भेडसावणाऱ्या इंडेंटर्ड लेबर आणि अशा इतर भेदभावाविरुद्ध मोहीम चालवली.

पहिले महायुद्ध सुरू झाले तेव्हा भारतातील सहानुभूती विभागली गेली. जरी सुशिक्षित भारतीयांनी ब्रिटीश शासकांना नम्र झालेले पाहून "मोठ्या प्रमाणावर" आनंद घेतला असला तरी, सत्ताधारी उच्च वर्ग मित्र राष्ट्रांची बाजू घेत होता. नेहरूंनी कबूल केले की त्यांनी युद्धाकडे संमिश्र भावनांनी पाहिले. फ्रँक मोरेस यांनी लिहिल्याप्रमाणे, " i f नेहरूंची सहानुभूती कोणत्याही देशाविषयी होती, ती फ्रान्सशी होती, ज्याच्या संस्कृतीचे त्यांनी खूप कौतुक केले". युद्धादरम्यान, नेहरूंनी सेंट जॉन ॲम्ब्युलन्ससाठी स्वेच्छेने काम केले आणि संघटनेच्या प्रांतीय सचिवांपैकी एक म्हणून अलाहाबाद येथे काम केले. त्यांनी भारतात ब्रिटीश सरकारने केलेल्या सेन्सॉरशिप कायद्यांविरोधातही बोलले.

नेहरू युद्धाच्या वर्षातून एक नेता म्हणून उदयास आले ज्यांचे राजकीय विचार कट्टरपंथी मानले जात होते. त्यावेळच्या राजकीय प्रवचनावर संयमी, गोपाळ कृष्ण गोखले, 35 यांचे वर्चस्व असले तरी, ज्यांनी "स्वातंत्र्याचा विचार करणे हे वेडेपणा" असल्याचे म्हटले होते, 33 नेहरूंनी "असहकाराचे राजकारण उघडपणे बोलले होते. , सरकारच्या अंतर्गत मानद पदांचा राजीनामा देण्याची आणि प्रतिनिधित्वाचे निरर्थक राजकारण चालू न ठेवण्याची गरज आहे." ब्रिटिश धोरणांना पाठिंबा दिल्याबद्दल त्यांनी भारतीय नागरी सेवेची खिल्ली उडवली. त्यांनी नमूद केले की कोणीतरी एकदा भारतीय नागरी सेवेची व्याख्या केली होती, "ज्यामुळे आपण दुर्दैवाने अजूनही या देशात पीडित आहोत, ना भारतीय, ना नागरी, ना सेवा". मोतीलाल नेहरू, एक प्रमुख संयत नेते, त्यांनी घटनात्मक आंदोलनाच्या मर्यादा मान्य केल्या, परंतु त्यांच्या मुलाला सल्ला दिला की याला दुसरा "व्यावहारिक पर्याय" नाही. नेहरू मात्र राष्ट्रीय चळवळीच्या वेगावर असमाधानी होते. भारतीयांसाठी होमरूलची मागणी करणाऱ्या आक्रमक राष्ट्रवादी नेत्यांमध्ये त्यांचा सहभाग होता.

1915 मध्ये गोखले यांच्या निधनानंतर काँग्रेसच्या राजकारणावरील मध्यमवर्गाचा प्रभाव कमी झाला. 33 ॲनी बेझंट आणि बाळ गंगाधर टिळक यांसारख्या मध्यमविरोधी नेत्यांनी होमरूलसाठी राष्ट्रीय आंदोलन पुकारण्याची संधी घेतली. तथापि, 1915 मध्ये, अशा कट्टरपंथीय कृतीसाठी मध्यमवर्गीयांच्या अनिच्छेमुळे हा प्रस्ताव नाकारण्यात आला.

नेहरूंनी 1916 मध्ये कमला कौल यांच्याशी विवाह केला. त्यांची एकुलती एक मुलगी इंदिरा हिचा जन्म एका वर्षानंतर 1917 मध्ये झाला. कमला यांनी नोव्हेंबर 1924 मध्ये एका मुलाला जन्म दिला, परंतु ते फक्त एक आठवडा जगले.

तरीसुद्धा, बेझंटने 1916 मध्ये होम रूलच्या समर्थनासाठी एक लीग स्थापन केली. तुरुंगातून सुटल्यानंतर टिळकांनी एप्रिल 1916 मध्ये स्वतःची लीग स्थापन केली होती. 33

नेहरू दोन्ही लीगमध्ये सामील झाले, परंतु त्यांनी प्रामुख्याने पूर्वीच्या संघांसाठी काम केले. त्यांनी नंतर टिप्पणी केली की "माझ्या लहानपणी बेझंट चा माझ्यावर खूप प्रभावशाली प्रभाव होता... नंतर जेव्हा मी राजकीय जीवनात प्रवेश केला तेव्हाही तिचा प्रभाव कायम राहिला." आणखी एक विकास ज्याने भारतीय राजकारणात आमूलाग्र बदल घडवून आणला तो होता. डिसेंबर 1916 मध्ये काँग्रेसच्या वार्षिक बैठकीत लखनौ करारासह हिंदू-मुस्लिम ऐक्याचा. हा करार वर्षाच्या सुरुवातीला अलाहाबाद येथे आनंद येथील नेहरू निवासस्थानी झालेल्या अखिल भारतीय काँग्रेस समितीच्या बैठकीत करण्यात आला होता. भवन. नेहरूंनी दोन भारतीय समुदायांमधील मैत्रीचे स्वागत केले आणि प्रोत्साहन दिले.

1916 मध्ये अनेक राष्ट्रवादी नेत्यांनी स्वराज्याच्या मागणीसाठी आवाज उठवण्यासाठी ॲनी बेझंटच्या नेतृत्वाखाली एकत्र येऊन ब्रिटीश साम्राज्यातील वर्चस्वाचा दर्जा मिळवला, ज्याचा आनंद त्या वेळी ऑस्ट्रेलिया, कॅनडा, दक्षिण आफ्रिका, न्यूझीलंड आणि न्यूफाउंडलँड. नेहरू चळवळीत सामील झाले आणि बेझंटच्या होम रूल लीगचे सचिव बनले.

जून 1917 मध्ये ब्रिटिश सरकारने बेझंटला अटक करून नजरकैदेत ठेवले. काँग्रेस आणि इतर भारतीय संघटनांनी तिची सुटका न केल्यास आंदोलन करण्याची धमकी दिली. त्यानंतर, तीव्र निषेधाच्या कालावधीनंतर ब्रिटिश सरकारला बेझंटची सुटका करण्यास आणि महत्त्वपूर्ण सवलती देण्यास भाग पाडले गेले.

नेहरूंचा पहिला मोठा राष्ट्रीय सहभाग 1920 मध्ये असहकार आंदोलनाच्या प्रारंभी आला. युनायटेड प्रोव्हिन्स (आता उत्तर प्रदेश) मध्ये त्यांनी चळवळीचे नेतृत्व केले. 1921 मध्ये सरकारविरोधी कारवायांच्या आरोपाखाली नेहरूंना अटक करण्यात आली आणि काही महिन्यांनंतर त्यांची सुटका झाली. चौरी चौरा घटनेनंतर गांधींनी असहकार आंदोलन अचानक थांबवल्यानंतर काँग्रेसमध्ये निर्माण झालेल्या मतभेदामध्ये नेहरू त्यांच्याशी एकनिष्ठ राहिले आणि त्यांचे वडील मोतीलाल नेहरू आणि सीआर दास यांनी स्थापन केलेल्या स्वराज पक्षात ते सामील झाले नाहीत. 1923 मध्ये, नेहरूंना नाभा या संस्थानात तुरुंगात टाकण्यात आले, जेव्हा ते भ्रष्ट महंतांविरुद्ध शीखांनी चालवलेला संघर्ष पाहण्यासाठी तेथे गेले होते.

नेहरूंनी भारतीय स्वातंत्र्यलढ्याचा आंतरराष्ट्रीय दृष्टिकोन विकसित करण्यात प्रमुख भूमिका बजावली. त्यांनी भारतासाठी परकीय मित्र देश शोधले आणि जगभरातील स्वातंत्र्य आणि लोकशाहीच्या चळवळींशी संबंध जोडले. 1927 मध्ये, त्यांच्या प्रयत्नांना यश आले आणि काँग्रेसला ब्रुसेल्स, बेल्जियम येथे शोषित राष्ट्रीयतेच्या काँग्रेसमध्ये उपस्थित राहण्यासाठी आमंत्रित करण्यात आले. सामंजस्य आणि सामायिक लढ्याची योजना करण्यासाठी ही बैठक बोलावण्यात आली होती. नेहरूंनी भारताचे प्रतिनिधित्व केले आणि या बैठकीत जन्मलेल्या साम्राज्यवादाच्या विरुद्ध लीगच्या कार्यकारी परिषदेत त्यांची निवड झाली.

वाढत्या प्रमाणात, नेहरूंनी ब्रिटिश साम्राज्यवादापासून स्वातंत्र्याचा संघर्ष हा साम्राज्याच्या विविध वसाहती आणि वर्चस्वाचा बहुराष्ट्रीय प्रयत्न म्हणून पाहिले; तथापि, या प्रकरणावरील त्याच्या काही विधानांचा अर्थ हिटलरच्या उदय आणि त्याच्या समर्थनीय हेतूंशी संगनमताने केला गेला. या आरोपांना तोंड देत नेहरूंनी उत्तर दिले:

पॅलेस्टाईनमधील अरबांच्या राष्ट्रीय चळवळीबद्दल आम्हाला सहानुभूती आहे कारण ती ब्रिटिश साम्राज्यवादाच्या विरोधात आहे. राष्ट्रीय चळवळ हिटलरच्या हितसंबंधांशी जुळते या वस्तुस्थितीमुळे आमची सहानुभूती कमकुवत होऊ शकत नाही.

नेहरूंनी 1929 मध्ये काँग्रेस आणि भावी भारतीय राष्ट्राची धोरणे तयार केली. धर्मस्वातंत्र्य हे काँग्रेसचे उद्दिष्ट असल्याचे त्यांनी जाहीर केले; संघटना स्थापन करण्याचा अधिकार; विचारांच्या अभिव्यक्तीचे स्वातंत्र्य; जात, रंग, पंथ किंवा धर्म असा भेद न करता प्रत्येक व्यक्तीसाठी कायद्यासमोर समानता; प्रादेशिक भाषा आणि संस्कृतींचे संरक्षण, शेतकरी आणि कामगारांच्या हिताचे रक्षण करणे; अस्पृश्यता निर्मूलन; प्रौढ मताधिकाराचा परिचय; बंदी लादणे, उद्योगांचे राष्ट्रीयीकरण; समाजवाद आणि धर्मनिरपेक्ष भारताची स्थापना. ही सर्व उद्दिष्टे नेहरूंनी 1929-1931 मध्ये तयार केलेल्या "मूलभूत हक्क आणि आर्थिक धोरण" ठरावाचा गाभा बनवल्या होत्या आणि वल्लभभाई पटेल यांच्या अध्यक्षतेखाली कराची येथे झालेल्या काँग्रेस पक्षाच्या अधिवेशनात 1931 मध्ये मंजूर करण्यात आल्या होत्या.

काँग्रेस पक्षाने ब्रिटीश साम्राज्याशी असलेले सर्व संबंध पूर्णपणे आणि स्पष्टपणे तोडण्याचा निर्णय घ्यावा अशी मागणी करणाऱ्या नेहरू हे पहिले नेते होते. 1927 मध्ये काँग्रेसच्या मद्रास अधिवेशनात गांधींच्या टीकेला न जुमानता त्यांनी स्वातंत्र्याचा ठराव मंजूर केला. त्या वेळी, त्यांनी इंडिपेंडन्स फॉर इंडिया लीग, काँग्रेसमधील दबावगटाची स्थापना केली. 1928 मध्ये, गांधींनी नेहरूंच्या मागण्या मान्य केल्या आणि दोन वर्षांच्या आत इंग्रजांना भारताला अधिराज्याचा दर्जा देण्याचे आवाहन करणारा ठराव मांडला. जर ब्रिटीश मुदती पूर्ण करण्यात अयशस्वी ठरले तर काँग्रेस सर्व भारतीयांना संपूर्ण स्वातंत्र्यासाठी लढण्याचे आवाहन करेल. ब्रिटीशांना दिलेल्या वेळेवर आक्षेप घेणाऱ्या नेत्यांपैकी नेहरू एक होते - त्यांनी गांधींना ब्रिटीशांकडून तात्काळ कारवाई करण्याची मागणी केली. गांधींनी दोन वर्षांचा कालावधी कमी करून एक तडजोड केली. ब्रिटिशांनी 1929 मध्ये डोमिनियन दर्जाची मागणी नाकारली. 29 डिसेंबर 1929 रोजी लाहोर अधिवेशनादरम्यान नेहरूंनी काँग्रेस पक्षाचे अध्यक्षपद स्वीकारले आणि संपूर्ण स्वातंत्र्याची हाक देणारा यशस्वी ठराव मांडला. नेहरूंनी भारतीय स्वातंत्र्याच्या घोषणेचा मसुदा तयार केला, ज्यामध्ये असे म्हटले होते:

आमचा विश्वास आहे की भारतीय लोकांचा, इतर लोकांप्रमाणेच, स्वातंत्र्य मिळणे आणि त्यांच्या कष्टाचे फळ उपभोगणे आणि त्यांना जीवनाच्या गरजा मिळणे हा अविभाज्य अधिकार आहे, जेणेकरून त्यांना वाढीच्या पूर्ण संधी मिळतील. आमचा असा विश्वास आहे

की जर कोणतेही सरकार हे अधिकार हिरावून घेत असेल आणि त्यांच्यावर अत्याचार करत असेल तर लोकांना ते बदलण्याचा किंवा तो रद्द करण्याचा आणखी अधिकार आहे. भारतातील ब्रिटीश सरकारने केवळ भारतीय जनतेचे स्वातंत्र्य हिरावून घेतलेले नाही तर जनतेच्या शोषणावर आधारित आहे आणि भारताची आर्थिक, राजकीय, सांस्कृतिक आणि आध्यात्मिक दृष्ट्या नासधूस केली आहे. त्यामुळे भारताने ब्रिटीशांशी संबंध तोडून पूर्ण स्वराज्य किंवा पूर्ण स्वातंत्र्य मिळवले पाहिजे असे आमचे मत आहे.

1929 च्या नववर्षाच्या पूर्वसंध्येला मध्यरात्री नेहरूंनी लाहोरमध्ये रावीच्या काठावर भारताचा तिरंगा ध्वज फडकावला. स्वातंत्र्याची प्रतिज्ञा वाचण्यात आली, ज्यामध्ये कर रोखण्याची तयारी समाविष्ट होती. समारंभाला उपस्थित असलेल्या जनतेच्या प्रचंड मेळाव्याला विचारले गेले की ते त्यास सहमत आहेत का, आणि बहुसंख्य लोकांनी मंजुरीसाठी हात वर केले. या ठरावाच्या समर्थनार्थ आणि भारतीय जनभावनेनुसार केंद्रीय आणि प्रांतिक विधानसभांच्या 172 भारतीय सदस्यांनी राजीनामा दिला. काँग्रेसने भारतातील लोकांना २६ जानेवारी हा स्वातंत्र्य दिन म्हणून साजरा करण्यास सांगितले. काँग्रेसचे स्वयंसेवक, राष्ट्रवादी आणि जनतेने भारताचा ध्वज भारतभर सार्वजनिकरित्या फडकवला. सामूहिक सविनय कायदेभंगाच्या योजनाही चालू होत्या.

1929 मध्ये काँग्रेसच्या लाहोर अधिवेशनानंतर नेहरू हळूहळू भारतीय स्वातंत्र्य चळवळीचे सर्वोच्च नेते म्हणून उदयास आले. गांधींनी पुन्हा आध्यात्मिक भूमिकेत पाऊल ठेवले. गांधींनी 1942 पर्यंत नेहरूंना त्यांचा राजकीय वारस म्हणून स्पष्टपणे नियुक्त केले नसले तरी, 1930 च्या मध्यापर्यंत, देशाने नेहरूंना गांधींचे नैसर्गिक उत्तराधिकारी म्हणून पाहिले.

ब्रिटिश मीठ कराच्या उद्देशाने सत्याग्रह करून सविनय कायदेभंग सुरू करण्याच्या गांधींच्या योजनेबद्दल नेहरू आणि काँग्रेसचे बहुतेक नेते सुरुवातीला द्विधा मनस्थितीत होते. विरोधाला वाफ मिळाल्यानंतर, त्यांना प्रतीक म्हणून मीठाची शक्ती समजली. नेहरूंनी अभूतपूर्व लोकप्रिय प्रतिसादाबद्दल टिपणी केली, "असे वाटले की जणू एक झरा अचानक निघून गेला". 14 एप्रिल 1930 रोजी अलाहाबादहून रायपूरला जात असताना त्यांना अटक करण्यात आली. तत्पूर्वी, एका विशाल सभेला संबोधित केल्यानंतर आणि विशाल मिरवणुकीचे नेतृत्व केल्यानंतर, त्यांनी औपचारिकपणे काही प्रतिबंधित मीठ तयार केले होते. त्याच्यावर मीठ कायद्याचे उल्लंघन केल्याचा आरोप ठेवण्यात आला आणि त्याला मध्यवर्ती कारागृहात सहा महिने कारावासाची शिक्षा झाली.

तुरुंगात नसताना त्यांनी गांधींना काँग्रेस अध्यक्ष म्हणून नियुक्त केले, परंतु गांधींनी नकार दिला आणि नेहरूंनी त्यांच्या वडिलांना त्यांचा उत्तराधिकारी म्हणून नामनिर्देशित केले. नेहरूंच्या अटकेने, सविनय कायदेभंगाला एक नवीन गती मिळाली आणि अटक, जमावावर गोळीबार आणि लाठीचार्ज या सामान्य घटना बनल्या.

मीठ सत्याग्रह ("निष्क्रिय प्रतिकाराद्वारे सुधारणेसाठी दबाव") जगाचे लक्ष वेधण्यात यशस्वी झाला. भारतीय, ब्रिटीश आणि जागतिक जनमताने काँग्रेस पक्षाने स्वातंत्र्यासाठी केलेल्या दाव्यांची वैधता वाढत्या प्रमाणात ओळखली. नेहरूंनी मिठाच्या सत्याग्रहाला गांधींसोबतच्या त्यांच्या सहवासाचे उच्च-पाणी चिन्ह मानले, आणि भारतीयांच्या वृत्ती बदलण्यात त्याचे चिरस्थायी महत्त्व असल्याचे त्यांना वाटले:

अर्थात या आंदोलनांनी ब्रिटिश सरकारवर प्रचंड दबाव आणला आणि सरकारी यंत्रणा हादरली. पण खरे महत्त्व, माझ्या मते, त्यांनी आपल्या लोकांवर आणि विशेषत: खेड्यातील लोकांवर काय प्रभाव टाकला. ... असहकाराने त्यांना दलदलीतून बाहेर काढले आणि स्वाभिमान आणि स्वावलंबन दिले. ... ते धैर्याने वागले आणि अन्यायी अत्याचाराला इतक्या सहजतेने अधीन झाले नाहीत; त्यांचा दृष्टीकोन रुंदावत गेला आणि ते संपूर्ण भारताच्या दृष्टीने थोडा विचार करू लागले. ... हे एक विलक्षण परिवर्तन होते आणि गांधींच्या नेतृत्वाखाली काँग्रेसला त्याचे श्रेय दिले पाहिजे.

1936 मध्ये नेहरूंचा युरोप दौरा हा त्यांच्या राजकीय आणि आर्थिक मानसिकतेला कलाटणी देणारा ठरला. या भेटीमुळे मार्क्सवाद आणि त्यांच्या समाजवादी विचार पद्धतीबद्दल त्यांची आवड निर्माण झाली. नंतर तुरुंगवासात घालवलेल्या वेळेमुळे त्यांना मार्क्सवादावर अधिक खोलवर संशोधन करता आले. त्याच्या कल्पनांनी आकर्षित केले परंतु त्याच्या काही डावपेचांनी मागे टाकले, तो कार्ल मार्क्सचे शब्द प्रकट गॉस्पेल म्हणून विकत घेऊ शकला नाही. तथापि, तेव्हापासून, त्यांच्या आर्थिक दृष्टिकोनाचा बेंचमार्क मार्क्सवादी राहिला, आवश्यक तेथे भारतीय परिस्थितीशी जुळवून घेतले.

नेहरूंनी 1936 चे सुरुवातीचे महिने स्वित्झर्लंडमध्ये त्यांच्या आजारी पत्नीला लुसाने येथे भेटायला घालवले, जिथे त्यांचे मार्चमध्ये निधन झाले. युरोपमध्ये असताना, ते दुसऱ्या महायुद्धाच्या शक्यतेबद्दल खूप चिंतित झाले. त्या वेळी, त्यांनी यावर भर दिला की, युद्ध झाल्यास, भारताचे स्थान लोकशाहीच्या बाजूने होते, जरी त्यांनी आग्रह धरला की भारत केवळ ग्रेट ब्रिटन आणि फ्रान्सच्या समर्थनार्थ स्वतंत्र देश म्हणून लढू शकतो.

1936 च्या लखनौ अधिवेशनात, पक्षाध्यक्ष म्हणून नवनिर्वाचित नेहरूंच्या विरोधाला न जुमानता, कॉंग्रेस पक्षाने 1937 मध्ये भारत सरकार कायदा 1935 अंतर्गत होणाऱ्या प्रांतीय निवडणुका लढविण्याचे मान्य केले. या निवडणुकांमुळे काँग्रेस पक्षाला बहुसंख्य प्रांतांमध्ये नेहरूंची लोकप्रियता आणि शक्ती वाढली. मुहम्मद अली जिना (जे पाकिस्तानचे निर्माते बनणार होते) यांच्या नेतृत्वाखालील मुस्लिम लीगने निवडणुकीत वाईट कामगिरी केली होती, नेहरूंनी घोषित केले की भारतात महत्त्वाचे असलेले दोनच पक्ष ब्रिटिश वसाहतवादी अधिकारी आणि काँग्रेस होते. मुस्लिम लीग ही भारतीय राजकारणात तिसरी आणि "समान भागीदार" असल्याचे जिना यांचे विधान मोठ्या प्रमाणावर नाकारण्यात आले. नेहरूंनी मौलाना आझाद यांना भारतीय मुस्लिमांचे प्रमुख नेते म्हणून उंचावेल अशी आशा व्यक्त केली होती, परंतु जीना यांना भारतीय मुस्लिमांचा आवाज मानणाऱ्या गांधींनी त्यांना यात

कमी केले.

1930 च्या दशकात, जयप्रकाश नारायण, नरेंद्र देव आणि इतरांच्या नेतृत्वाखाली, काँग्रेस सोशलिस्ट पार्टी गटाची स्थापना काँग्रेसमध्ये झाली. नेहरू कधीही या गटात सामील झाले नसले तरी, त्यांनी त्यांच्या आणि गांधी यांच्यातील पूल म्हणून काम केले. त्यांना डाव्या विचारसरणीचे काँग्रेसजन मौलाना आझाद आणि सुभाष चंद्र बोस यांचा पाठिंबा होता. या तिघांनी मिळून 1936 मध्ये राजेंद्र प्रसाद यांची काँग्रेस अध्यक्षपदावरून हकालपट्टी केली. नेहरू त्यांच्या जागी निवडून आले आणि त्यांनी दोन वर्षे (1936-37) अध्यक्षपद भूषविले. 85 त्यांचे समाजवादी सहकारी बोस (1938-39) आणि आझाद (1940-46) हे त्यांच्यानंतर आले. काँग्रेसचे सरचिटणीस म्हणून नेहरूंच्या दुसऱ्या कार्यकाळात त्यांनी भारताच्या परराष्ट्र धोरणासंबंधी काही ठराव मांडले. तेव्हापासून, भविष्यातील कोणत्याही भारतीय राष्ट्राचे परराष्ट्र धोरण तयार करण्यासाठी त्यांना कार्टे ब्लँचे ("ब्लँक चेक") देण्यात आले. नेहरूंनी जगभरातील मुक्त देशांच्या सरकारांशी चांगले संबंध विकसित करण्यासाठी बोस यांच्याशी जवळून काम केले.

नेहरू हे पहिले राष्ट्रवादी नेत्यांपैकी एक होते ज्यांनी भारतीय राजपुत्रांनी शासित राज्यांतील लोकांच्या दुःखाची जाणीव करून दिली. राष्ट्रवादी चळवळ थेट ब्रिटीशांच्या अधिपत्याखाली असलेल्या प्रदेशांपुरती मर्यादित होती. त्यांनी संस्थानांतील लोकांच्या लढ्याला स्वातंत्र्याच्या राष्ट्रवादी चळवळीचा एक भाग बनविण्यात मदत केली. नेहरूंना भावी भारताच्या अर्थव्यवस्थेचे नियोजन करण्याची जबाबदारीही देण्यात आली आणि अशा धोरणांची आखणी करण्यासाठी 1938 मध्ये राष्ट्रीय नियोजन आयोगाची नियुक्ती करण्यात आली. तथापि, नेहरू आणि त्यांच्या सहकाऱ्यांनी आखलेल्या अनेक योजना 1947 मधील भारताच्या अनपेक्षित फाळणीने पूर्ववत झाल्या.

ऑल इंडिया स्टेट्स पीपल्स कॉन्फरन्स (एआयएसपीसी) ची स्थापना 1927 मध्ये झाली आणि नेहरू, ज्यांनी अनेक वर्षे संस्थानांतील लोकांसाठी समर्थन केले होते, त्यांना 1939 मध्ये संघटनेचे अध्यक्ष बनवण्यात आले. त्याने राजकीय स्पेक्ट्रम ओलांडून सदस्यत्वासाठी त्याची श्रेणी उघडली. एआयएसपीसी भारताच्या राजकीय एकात्मतेदरम्यान महत्त्वाची भूमिका बजावणार होते, भारतीय नेते वल्लभभाई पटेल आणि व्हीपी मेनन (ज्यांना नेहरूंनी संस्थानांचे भारतात एकत्रीकरण करण्याचे सोपवले होते) शेकडो राजपुत्रांशी वाटाघाटी करण्यात मदत केली.

दुसरे महायुद्ध सुरू झाले तेव्हा व्हाईसरॉय लिनलिथगो यांनी निवडून आलेल्या भारतीय प्रतिनिधींशी सल्लामसलत न करता भारताला ब्रिटनच्या बाजूने एकतर्फी युद्धखोर घोषित केले होते. लोकशाही आणि फॅसिझम यांच्यातील संघर्षात, "आपली सहानुभूती अपरिहार्यपणे लोकशाहीच्या बाजूने असली पाहिजे, अशी घोषणा करून नेहरू घाईघाईने चीन भेटीवरून परतले, ... भारताने आपली पूर्ण भूमिका बजावावी आणि आपली सर्व संसाधने त्यात टाकावीत असे मला वाटते. नवीन ऑर्डरसाठी संघर्ष".

बराच विचारविनिमय केल्यानंतर, नेहरूंच्या नेतृत्वाखालील काँग्रेसने सरकारला कळवले की ते ब्रिटिशांना सहकार्य करतील पण काही अटींवर. प्रथम, ब्रिटनने युद्धानंतर भारताला पूर्ण स्वातंत्र्याचे आश्वासन दिले पाहिजे आणि नवीन संविधान तयार करण्यासाठी संविधान सभेच्या निवडणुकीला परवानगी दिली पाहिजे; दुसरे, जरी भारतीय सशस्त्र सेना ब्रिटीश कमांडर-इन-चीफच्या अधिपत्याखाली राहतील, तरी भारतीयांना केंद्र सरकारमध्ये ताबडतोब समाविष्ट केले पाहिजे आणि त्यांना शक्ती आणि जबाबदारी वाटून घेण्याची संधी दिली पाहिजे. नेहरूंनी लॉर्ड लिनलिथगो यांच्यासमोर या मागण्या मांडल्या तेव्हा त्यांनी त्या नाकारण्याचा निर्णय घेतला. एक गतिरोध गाठला गेला: "पुन्हा तोच जुना खेळ खेळला जातो," नेहरूंनी गांधींना कडवटपणे लिहिले, "पार्श्वभूमी एकच आहे, विविध उपनाम समान आहेत आणि कलाकार तेच आहेत आणि परिणाम सारखेच असले पाहिजेत".

23 ऑक्टोबर 1939 रोजी काँग्रेसने व्हाइसरॉयच्या वृत्तीचा निषेध केला आणि विविध प्रांतांतील काँग्रेसच्या मंत्रिपदांचा निषेध म्हणून राजीनामा देण्याचे आवाहन केले. या महत्त्वपूर्ण घोषणेपूर्वी, नेहरूंनी जिना आणि मुस्लिम लीग यांना आंदोलनात सामील होण्याचे आवाहन केले, परंतु जिना यांनी नकार दिला.

जेव्हा जग फॅसिझमच्या धोक्यात होते तेव्हा नेहरूंनी भारताला लोकशाही आणि स्वातंत्र्याच्या मार्गावर ठामपणे उभे केले होते, तेव्हा 1930 च्या दशकाच्या उत्तरार्धात ते आणि बोस वेगळे झाले जेव्हा त्यांनी ब्रिटीशांना बाहेर काढण्यासाठी फॅसिस्टांची मदत घेण्याचे मान्य केले. भारत. त्याच वेळी, नेहरूंनी स्पॅनिश गृहयुद्धात फ्रान्सिस्को फ्रँकोच्या सैन्याविरुद्ध लढणाऱ्या रिपब्लिकनांना पाठिंबा दिला होता. नेहरू आणि त्यांचे सहकारी व्ही के कृष्ण मेनन यांनी स्पेनला भेट दिली आणि रिपब्लिकनला पाठिंबा जाहीर केला. इटलीचा हुकूमशहा बेनिटो मुसोलिनी यांनी भेटण्याची इच्छा व्यक्त केली तेव्हा नेहरूंनी त्यांना नकार दिला.

मार्च 1940 मध्ये मुहम्मद अली जिना यांनी पाकिस्तान ठराव पारित केला, ज्यात घोषित केले की, "राष्ट्राच्या कोणत्याही व्याख्येनुसार मुस्लिम हे एक राष्ट्र आहेत आणि त्यांना त्यांची मातृभूमी, त्यांचा प्रदेश आणि त्यांचे राज्य असणे आवश्यक आहे." हे राज्य पाकिस्तान म्हणून ओळखले जाणार होते, ज्याचा अर्थ 'शुद्ध भूमी' आहे. नेहरूंनी रागाने घोषित केले की "सर्व जुन्या समस्या... लाहोरमधील मुस्लिम लीगच्या नेत्याने घेतलेल्या ताज्या भूमिकेपुढे तुच्छता आहे". 8 ऑक्टोबर 1940 रोजी लिनलिथगो यांनी नेहरूंना एक ऑफर दिली, ज्यामध्ये असे म्हटले होते की भारतासाठी डोमिनियन दर्जा हे ब्रिटिश सरकारचे उद्दिष्ट आहे. तथापि, हे पूर्ण करण्यासाठी तारखेचा किंवा पद्धतीचा उल्लेख नाही. फक्त जिना यांना अधिक अचूक काहीतरी मिळाले: "ब्रिटिश लोक काँग्रेसचे वर्चस्व असलेल्या राष्ट्रीय सरकारकडे सत्ता हस्तांतरित करण्याचा विचार करणार नाहीत, ज्याचा अधिकार भारताच्या राष्ट्रीय जीवनातील विविध घटकांनी नाकारला होता".

ऑक्टोबर 1940 मध्ये, गांधी आणि नेहरूंनी, ब्रिटनला पाठिंबा देण्याची त्यांची मूळ भूमिका सोडून, एक मर्यादित सविनय कायदेभंग मोहीम सुरू करण्याचा निर्णय घेतला ज्यामध्ये भारतीय स्वातंत्र्याच्या अग्रगण्य वकिलांना एक-एक करून सहभागी होण्यासाठी निवडण्यात आले. नेहरूंना अटक करण्यात आली आणि त्यांना चार वर्षांच्या तुरुंगवासाची शिक्षा झाली. 15 जानेवारी 1941 रोजी गांधींनी म्हटले होते:

काही म्हणतात जवाहरलाल आणि मी वेगळे झालो होतो. आम्हाला विचलित करण्यासाठी मत भिन्नतापेक्षा बरेच काही आवश्यक आहे. आम्ही सहकारी झालो तेव्हापासून आमच्यात मतभेद होते आणि तरीही मी काही वर्षे सांगत आलो आणि आता सांगतो की राजाजी नव्हे तर जवाहरलाल माझे उत्तराधिकारी असतील.

एका वर्षाहून अधिक काळ तुरुंगात घालवल्यानंतर, नेहरूंना, इतर काँग्रेस कैद्यांसह, हवाईमधील पर्ल हार्बरवर बॉम्बस्फोटाच्या तीन दिवस आधी सोडण्यात आले.

1942 च्या वसंत ऋतूमध्ये जेव्हा जपानी लोकांनी बर्मा (आता म्यानमार) मार्गे भारताच्या सीमेवर हल्ला केला, तेव्हा या नवीन लष्करी धोक्याला सामोरे जावे लागलेल्या ब्रिटिश सरकारने नेहरूंच्या मुळातच इच्छेनुसार भारतावर काही ओव्हर्चर करण्याचा निर्णय घेतला. पंतप्रधान विन्स्टन चर्चिल यांनी सर स्टॅफर्ड क्रिप्स, युद्ध मंत्रिमंडळाचे सदस्य, जे राजकीयदृष्ट्या नेहरूंच्या जवळचे होते आणि जीना यांना ओळखत होते, यांना घटनात्मक समस्येवर तोडगा काढण्याच्या प्रस्तावासह पाठवले. तो येताच त्याला समजले की भारत त्याच्या कल्पनेपेक्षा जास्त खोलवर विभागलेला आहे. तडजोडीसाठी उत्सुक असलेले नेहरू आशावादी होते; गांधी नव्हते. जिना यांनी काँग्रेसला विरोध करणे सुरूच ठेवले होते: "पाकिस्तान ही आमची एकमेव मागणी आहे, आणि देवाने, आम्हाला ती मिळेल," असे त्यांनी मुस्लिम लीग वृत्तपत्र डॉनमध्ये जाहीर केले. क्रिप्सचे मिशन अयशस्वी झाले कारण गांधी स्वातंत्र्यापेक्षा कमी काहीही स्वीकारणार नाहीत. नेहरू आणि गांधी यांच्यातील संबंध नंतरच्या लोकांनी क्रिप्सला सहकार्य करण्यास नकार दिल्याने थंड झाले, परंतु नंतर दोघांमध्ये समेट झाला.

1942 मध्ये गांधींनी ब्रिटिशांना भारत सोडण्याचे आवाहन केले; मित्र राष्ट्रांच्या युद्धप्रयत्नांना लाज वाटण्यास नेहरू नाखूष असले तरी गांधींसोबत सामील होण्याशिवाय पर्याय नव्हता. 8 ऑगस्ट 1942 रोजी मुंबईत काँग्रेस पक्षाने मंजूर केलेल्या भारत छोडो ठरावानंतर, गांधी आणि नेहरूंसह संपूर्ण काँग्रेस कार्यकारिणीला अटक करून तुरुंगात टाकण्यात आले. नेहरू, अब्दुल कलाम आझाद, सरदार पटेल यांच्यासह बहुतेक काँग्रेस कार्यकारिणींना अहमदनगर किल्ल्यावर 15 जून 1945 पर्यंत कैद करण्यात आले होते

ज्या काळात काँग्रेसचे सर्व नेते तुरुंगात होते, त्या काळात जिना यांच्या नेतृत्वाखालील मुस्लिम लीगची सत्ता वाढली. एप्रिल 1943 मध्ये, लीगने बंगाल आणि एका महिन्यानंतर वायव्य सरहद्द प्रांताची सरकारे ताब्यात घेतली. यापैकी कोणत्याही प्रांतात याआधी लीगचे बहुमत नव्हते-केवळ काँग्रेस सदस्यांच्या अटकेमुळे हे शक्य झाले. पंजाब वगळता सर्व

मुस्लिम बहुल प्रांत जिना यांच्या नियंत्रणाखाली असल्याने वेगळ्या मुस्लिम राज्याची संकल्पना प्रत्यक्षात येऊ लागली. तथापि, 1944 पर्यंत, जिना यांची शक्ती आणि प्रतिष्ठा कमी होत गेली.

तुरुंगात डांबलेल्या काँग्रेस नेत्यांबद्दल एक सामान्य सहानुभूती मुस्लिमांमध्ये विकसित होत होती आणि 1943-44 च्या विनाशकारी बंगालच्या दुष्काळासाठी बहुतेक दोष त्या प्रांतातील मुस्लिम लीग सरकारच्या खांद्यावर टाकण्यात आले होते. जीनांच्या सभांमधली संख्या, एकेकाळी हजारोंमध्ये मोजली जात होती, लवकरच त्यांची संख्या केवळ काहीशे झाली. निराशेने जिना यांनी काश्मीरमध्ये मुक्काम करण्यासाठी राजकीय देखावा सोडला. गांधींनी नकळत त्यांची प्रतिष्ठा पुनर्संचयित केली होती, ज्यांची मे 1944 मध्ये वैद्यकीय कारणास्तव तुरुंगातून सुटका झाली होती आणि सप्टेंबरमध्ये जिना यांची मुंबईत भेट झाली होती. तेथे, त्यांनी मुस्लिम नेत्याला युद्धानंतर मुस्लिम भागात सार्वमत घेण्याची ऑफर दिली की त्यांना उर्वरित भारतापासून वेगळे करायचे आहे की नाही हे पाहण्यासाठी. मूलतः ते पाकिस्तानच्या तत्त्वाचा स्वीकार होता-पण इतक्या शब्दांत नाही. नेमके शब्द वापरावेत अशी मागणी जिना यांनी केली. गांधींनी नकार दिल्याने चर्चा खंडित झाली. तथापि, जिना यांनी स्वतःचे आणि लीगचे स्थान खूप मजबूत केले होते. काँग्रेसचे सर्वात प्रभावशाली सदस्य त्यांच्याशी समान अटींवर वाटाघाटी करताना दिसले होते.

ब्रिटिश 1946 कॅबिनेट मिशन भारतात येण्यापूर्वी नेहरू आणि त्यांच्या सहकाऱ्यांना सत्तेच्या हस्तांतरणासाठी योजना प्रस्तावित करण्यासाठी सोडण्यात आले होते. 1946 मध्ये मान्य केलेल्या योजनेमुळे प्रांतीय विधानसभांच्या निवडणुका झाल्या. त्या बदल्यात, विधानसभांचे सदस्य संविधान सभेचे सदस्य निवडतात. काँग्रेसने विधानसभेत बहुतांश जागा जिंकल्या आणि नेहरू पंतप्रधान असताना अंतरिम सरकारचे नेतृत्व केले. मुस्लीम लीग नंतर लियाकत अली खान वित्त सदस्य म्हणून सरकारमध्ये सामील झाली.

नेहरूंनी 18 वर्षे पंतप्रधान म्हणून काम केले, प्रथम अंतरिम पंतप्रधान म्हणून आणि 1950 पासून भारतीय प्रजासत्ताकचे पंतप्रधान म्हणून.

जुलै 1946 मध्ये, नेहरूंनी स्पष्टपणे निरीक्षण केले की स्वतंत्र भारताच्या सैन्याविरुद्ध कोणतीही रियासत लष्करी रीतीने जिंकू शकत नाही. जानेवारी 1947 मध्ये त्यांनी सांगितले की स्वतंत्र भारत राजांचा दैवी अधिकार स्वीकारणार नाही. मे 1947 मध्ये, त्यांनी घोषित केले की ज्या संस्थानाने संविधान सभेत सामील होण्यास नकार दिला त्यांना शत्रू राज्य मानले जाईल. वल्लभभाई पटेल आणि व्हीपी मेनन हे राजपुत्रांच्या बाबतीत अधिक सलोख्याचे होते आणि राज्यांचे एकत्रिकरण करण्याचा आरोप असलेल्या पुरुषांनी या कार्यात यश मिळवले. भारतीय राज्यघटनेचा मसुदा तयार करताना, अनेक भारतीय नेते (नेहरू वगळता) प्रत्येक रियासत किंवा करार करणाऱ्या राज्यांना मूलतः भारत सरकार कायदा 1935 द्वारे सुचविलेल्या धर्तीवर संघराज्य म्हणून स्वतंत्र होण्यास अनुमती देण्याच्या बाजूने होते. परंतु मसुदा म्हणून संविधानाची प्रगती झाली, आणि प्रजासत्ताक

बनवण्याच्या कल्पनेने ठोस स्वरूप धारण केले, असे ठरले की सर्व संस्थान/संबंधित राज्ये भारतीय प्रजासत्ताकात विलीन होतील.

नेहरूंच्या कन्या इंदिरा गांधी यांनी पंतप्रधान म्हणून 1969 मध्ये राष्ट्रपतींच्या आदेशाने सर्व राज्यकर्त्यांची मान्यता रद्द केली, हा निर्णय भारताच्या सर्वोच्च न्यायालयाने रद्द केला. अखेरीस, 26 व्या घटनादुरुस्तीद्वारे तिचे सरकार या माजी राज्यकर्त्यांना मान्यता रद्द करण्यात आणि 1971 मध्ये त्यांना दिलेली खाजगी पर्स समाप्त करण्यात यशस्वी झाले.

1947 च्या सुरुवातीच्या काळात स्वातंत्र्यापूर्वीचा काळ जातीय हिंसाचार आणि राजकीय विकृतीचा उद्रेक आणि मुहम्मद अली जिना यांच्या नेतृत्वाखालील मुस्लिम लीगच्या विरोधामुळे प्रभावित झाला होता, जे पाकिस्तानच्या वेगळ्या मुस्लिम राज्याची मागणी करत होते. त्यांनी 15 ऑगस्ट रोजी भारताचे पंतप्रधान म्हणून पदभार स्वीकारला आणि "ट्रिस्ट विथ डेस्टिनी" नावाचे त्यांचे उद्घाटन भाषण दिले.

खूप वर्षांपूर्वी आपण नियतीने प्रयत्न केले होते आणि आता वेळ आली आहे की आपण आपल्या प्रतिज्ञाची पूर्तता करू, पूर्णपणे किंवा पूर्ण प्रमाणात नाही, परंतु खूप मोठ्या प्रमाणात. मध्यरात्रीच्या वेळी, जेव्हा जग झोपेल, तेव्हा भारत जीवन आणि स्वातंत्र्यासाठी जागे होईल. एक क्षण असा येतो, जो इतिहासात क्वचितच येतो, जेव्हा युग संपल्यावर आपण जुन्यातून नव्याकडे पाऊल टाकतो आणि जेव्हा दीर्घकाळ दडपलेल्या राष्ट्राच्या आत्म्याला उच्चार मिळतो. या पवित्र क्षणी आपण भारत आणि तिच्या लोकांच्या सेवेसाठी आणि मानवतेच्या आणखी मोठ्या कार्यासाठी समर्पणाची शपथ घेत आहोत हे योग्य आहे.

30 जानेवारी 1948 रोजी बिर्ला हाऊसच्या बागेत एका प्रार्थना सभेला संबोधित करण्यासाठी जात असताना गांधींना गोळ्या घालण्यात आल्या. मारेकरी, नथुराम गोडसे हा हिंदू राष्ट्रवादी होता, ज्याचा अतिरेकी हिंदू महासभा पक्षाशी संबंध होता, ज्याने पाकिस्तानला पैसे देण्याचा आग्रह धरून भारत कमकुवत करण्यासाठी गांधींना जबाबदार धरले होते. नेहरूंनी रेडिओद्वारे देशाला संबोधित केले:

मित्रांनो आणि मित्रांनो, आमच्या आयुष्यातून प्रकाश निघून गेला आहे, आणि सर्वत्र अंधार आहे, आणि तुम्हाला काय सांगावे किंवा कसे बोलावे ते मला समजत नाही. आमचे लाडके नेते, राष्ट्रपिता म्हणून ओळखले जाणारे बापू आता राहिले नाहीत. कदाचित माझे म्हणणे चुकीचे असेल; तरीसुद्धा, आपण त्याला पुन्हा भेटणार नाही, जसे आपण त्याला इतक्या वर्षांपासून पाहिले आहे, आपण त्याच्याकडे सल्ल्यासाठी धावणार नाही किंवा त्याच्याकडून सांत्वन घेणार नाही, आणि हा एक भयानक धक्का आहे, केवळ माझ्यासाठीच नाही तर लाखो आणि लाखो लोकांसाठी. हा देश.

यास्मिन खान यांनी असा युक्तिवाद केला की गांधींच्या मृत्यू आणि अंत्यसंस्कारामुळे नेहरू आणि पटेल यांच्या नेतृत्वाखालील नवीन भारतीय राज्याचा अधिकार मजबूत करण्यात मदत झाली. काँग्रेसने दोन आठवड्यांच्या कालावधीत शोकाचे महाकाव्य

सार्वजनिक प्रदर्शनांवर कडक नियंत्रण ठेवले - अंत्यसंस्कार, शवागारातील विधी आणि विविध कार्यक्रमांमध्ये लाखोंच्या संख्येने सहभागी होऊन हुतात्म्यांच्या अस्थींचे वाटप. सरकारची ताकद सांगणे, काँग्रेस पक्षाचे नियंत्रण वैध करणे आणि सर्व धार्मिक अर्धसैनिक गटांना दडपून टाकणे हे ध्येय होते. नेहरू आणि पटेल यांनी राष्ट्रीय स्वयंसेवक संघ (आरएसएस), मुस्लिम नॅशनल गार्ड्स आणि खाकसरांना सुमारे 200,000 अटक करून दडपले. गांधींच्या मृत्यूने आणि अंत्यसंस्काराने दूरच्या राज्याला भारतीय लोकांशी जोडले आणि भारतीय लोकांच्या स्वातंत्र्याच्या संक्रमणादरम्यान धार्मिक पक्षांना दडपण्याची गरज समजून घेण्यात त्यांना मदत झाली. नंतरच्या वर्षांमध्ये, इतिहासाची एक संशोधनवादी शाळा उदयास आली ज्याने भारताच्या फाळणीसाठी नेहरूंना दोष देण्याचा प्रयत्न केला, मुख्यतः 1947 मध्ये स्वतंत्र भारतासाठी त्यांच्या उच्च केंद्रीकृत धोरणांचा उल्लेख केला, ज्याचा जिना यांनी अधिक विकेंद्रित भारताच्या बाजूने विरोध केला.

ब्रिटीश भारतीय साम्राज्य, ज्यामध्ये सध्याचे भारत, पाकिस्तान आणि बांगलादेश समाविष्ट होते, दोन प्रकारच्या प्रदेशांमध्ये विभागले गेले होते: ब्रिटीश भारताचे प्रांत, ज्याचे शासन थेट भारताच्या व्हाईसरॉयला जबाबदार असलेल्या ब्रिटीश अधिकाऱ्यांद्वारे केले जात होते; आणि रियासत, स्थानिक वंशपरंपरागत राज्यकर्त्यांच्या अधिपत्याखाली, ज्यांनी स्थानिक स्वायत्ततेच्या बदल्यात ब्रिटिश वर्चस्व मान्य केले, बहुतेक प्रकरणांमध्ये कराराद्वारे स्थापित केल्याप्रमाणे. 1947 आणि 1950 च्या दरम्यान, संस्थानांचे प्रदेश नेहरू आणि सरदार पटेल यांच्या नेतृत्वाखाली भारतीय संघराज्यात राजकीयदृष्ट्या एकत्रित करण्यात आले. बहुतेक विद्यमान प्रांतांमध्ये विलीन केले गेले; इतर राजपुताना, हिमाचल प्रदेश, मध्य भारत आणि विंध्य प्रदेश यासारख्या नवीन प्रांतांमध्ये संघटित करण्यात आले होते, अनेक संस्थानांनी बनलेले; म्हैसूर, हैदराबाद, भोपाळ आणि बिलासपूरसह काही स्वतंत्र प्रांत बनले. भारत सरकार कायदा 1935 हा भारताचा संवैधानिक कायदा नवीन राज्यघटना स्वीकारण्यापर्यंत प्रलंबित राहिला.

26 जानेवारी 1950 रोजी (प्रजासत्ताक दिन) लागू झालेल्या भारताच्या नवीन संविधानाने भारताला एक सार्वभौम लोकशाही प्रजासत्ताक बनवले. नवीन प्रजासत्ताक "राज्यांचे संघराज्य" म्हणून घोषित करण्यात आले.

26 नोव्हेंबर 1949 रोजी संविधानाचा स्वीकार केल्यानंतर, नवीन निवडणुका होईपर्यंत संविधान सभा अंतरिम संसद म्हणून काम करत राहिली. नेहरूंच्या अंतरिम मंत्रिमंडळात विविध समुदाय आणि पक्षांचे १५ सदस्य होते. भारताच्या नवीन संविधानांतर्गत भारतीय विधान मंडळांच्या (राष्ट्रीय संसद आणि राज्य विधानसभा) पहिल्या निवडणुका 1952 मध्ये पार पडल्या. मंत्रिमंडळातील विविध सदस्यांनी आपल्या पदांचे राजीनामे देऊन निवडणूक लढवण्यासाठी आपापले पक्ष स्थापन केले. त्या काळात काँग्रेस पक्षाचे तत्कालीन अध्यक्ष पुरुषोत्तम दास टंडन यांनीही नेहरूंशी मतभेद झाल्यामुळे आणि निवडणुका जिंकण्यासाठी नेहरूंची लोकप्रियता आवश्यक असल्याने आपल्या पदाचा राजीनामा दिला.

नेहरू, पंतप्रधान असताना, 1951 आणि 1952 साठी काँग्रेसचे अध्यक्ष म्हणून निवडून आले. निवडणुकीत, अनेक प्रतिस्पर्धी पक्ष असूनही, नेहरूंच्या नेतृत्वाखालील काँग्रेस पक्षाने राज्य आणि राष्ट्रीय दोन्ही स्तरावर मोठे बहुमत मिळवले.

डिसेंबर 1953 मध्ये नेहरूंनी भाषिक धर्तीवर राज्यांच्या निर्मितीची तयारी करण्यासाठी राज्य पुनर्रचना आयोग नेमला. न्यायमूर्ती फझल अली यांच्या अध्यक्षतेखालील आयोगालाच फजल अली आयोग म्हणूनही ओळखले जात असे. डिसेंबर 1954 पासून नेहरूंचे गृहमंत्री म्हणून काम करणारे गोविंद बल्लभ पंत यांनी आयोगाच्या प्रयत्नांची देखरेख केली. आयोगाने 1955 मध्ये भारतातील राज्यांच्या पुनर्रचनेची शिफारस करणारा अहवाल तयार केला.

सातव्या दुरुस्ती अंतर्गत, भाग A, भाग B, भाग C आणि भाग D राज्यांमधील विद्यमान भेद रद्द करण्यात आला. भाग A आणि भाग B राज्यांमधील भेद काढून टाकण्यात आला, फक्त राज्ये' म्हणून ओळखले जाऊ लागले. नवीन प्रकारची संस्था, केंद्रशासित प्रदेश, भाग C किंवा भाग D राज्य म्हणून वर्गीकरण बदलले. नेहरूंनी भारतीयांमधील समानतेवर जोर दिला आणि धार्मिक किंवा जातीय आधारावर राज्यांची पुनर्रचना करण्यास नकार देत अखिल भारतीयत्वाचा प्रचार केला.

1957 च्या निवडणुकीत, नेहरूंच्या नेतृत्वाखाली, भारतीय राष्ट्रीय काँग्रेसने 494 पैकी 371 जागा घेऊन दुसऱ्यांदा सत्तेत सहज विजय मिळवला. त्यांना अतिरिक्त सात जागा मिळाल्या (लोकसभेचा आकार पाचने वाढला होता) आणि त्यांचा मतसंख्या ४५.०% वरून ४७.८% पर्यंत वाढली. INC ने दुसऱ्या क्रमांकाचा सर्वात मोठा पक्ष असलेल्या कम्युनिस्ट पक्षापेक्षा जवळपास पाच पट जास्त मते मिळवली.

1962 मध्ये नेहरूंनी काँग्रेसला कमी बहुमताने विजय मिळवून दिला. भारतीय जनसंघासारख्या उजव्या विचारसरणीच्या गटांनीही चांगली कामगिरी केली असली तरी कम्युनिस्ट आणि समाजवादी पक्षांना मतदान करणाऱ्यांची संख्या वाढली.

आजपर्यंत, नेहरूंना 45% मतांसह सलग तीन निवडणुका जिंकणारे सर्वात लोकप्रिय पंतप्रधान मानले जाते. नेहरूंच्या मृत्यूची बातमी देणारा पाथे न्यूज आर्काइव्ह व्हिडिओ "राजकीय मंचावर किंवा नैतिक उंचीवर कधीही त्यांच्या नेतृत्वाला आव्हान दिले गेले नाही". नेहरू रामचंद्र गुहा यांनी त्यांच्या व्हर्डिक्ट्स ऑन नेहरू या पुस्तकात नेहरूंच्या 1951-52 च्या भारतीय सार्वत्रिक निवडणुकीची मोहीम कशी होती याचे वर्णन केलेल्या समकालीन अहवालाचा उल्लेख केला आहे:

जवळजवळ प्रत्येक ठिकाणी, शहर, गाव, गाव किंवा रस्त्याच्या कडेला थांबलेल्या ठिकाणी, लोकांनी देशाच्या नेत्याच्या स्वागतासाठी रात्रभर थांबले होते. शाळा आणि दुकाने बंद; दुधाळ आणि गोपाळांनी सुट्टी घेतली होती; किसन आणि त्याच्या मदतनीसांनी शेतात आणि घरातील कष्टाच्या त्यांच्या पहाटे ते संध्याकाळच्या कार्यक्रमातून तात्पुरती विश्रांती घेतली. नेहरूंच्या नावावर सोडा आणि लिंबूपाणीचा साठा विकला गेला; पाण्याचीही

टंचाई निर्माण झाली. . . नेहरूंच्या सभांना, उत्साही लोक केवळ फूटबोर्डवरच नव्हे तर गाड्यांवरूनही प्रवास करण्यासाठी बाहेरच्या ठिकाणांहून विशेष गाड्या चालवल्या गेल्या. दळणवळणाच्या गर्दीत असंख्य लोक बेहोश झाले.

1950 च्या दशकात, ब्रिटीश पंतप्रधान विन्स्टन चर्चिल आणि अमेरिकेचे अध्यक्ष ड्वाइट डी. आयझेनहॉवर यांसारख्या जागतिक नेत्यांनी नेहरूंचे कौतुक केले. 27 नोव्हेंबर 1958 रोजी आयझेनहॉवरचे नेहरूंना लिहिलेले पत्र, वाचा:

जागतिक स्तरावर तुमची जगातील शांतता आणि सलोख्यासाठी सर्वात शक्तिशाली प्रभावांपैकी एक म्हणून ओळखले जाते. माझा विश्वास आहे की तुम्ही तुमच्या वैयक्तिक क्षमतेने शांततेसाठी जागतिक नेते आहात, तसेच सर्वात मोठ्या तटस्थ राष्ट्राचे प्रतिनिधी आहात....

1955 मध्ये चर्चिल यांनी नेहरूंना आशियाचा प्रकाश आणि गौतम बुद्धापेक्षा महान प्रकाश म्हटले. 165 नेहरूंचे वर्णन दुर्मिळ मोहिनी असलेले करिष्माई नेते म्हणून केले जाते.

भिखू पारेख यांच्या मते, नेहरूंना आधुनिक भारतीय राज्याचे संस्थापक मानले जाऊ शकते. नेहरूंनी भारतासाठी मांडलेल्या राष्ट्रीय तत्वज्ञानाला पारेख याचे श्रेय देतात. त्याच्यासाठी, आधुनिकीकरण हे राष्ट्रीय तत्वज्ञान होते, ज्याची सात उद्दिष्टे होती: राष्ट्रीय एकता, संसदीय लोकशाही, औद्योगिकीकरण, समाजवाद, वैज्ञानिक स्वभावाचा विकास आणि अलाइनमेंट. पारेख यांच्या मते, तत्त्वज्ञान आणि त्यातून निर्माण झालेल्या धोरणांचा सार्वजनिक क्षेत्रातील कामगार, औद्योगिक घराणे, मध्यम आणि उच्च शेतकरी अशा समाजातील मोठ्या वर्गाला फायदा झाला. तथापि, शहरी आणि ग्रामीण गरीब, बेरोजगार आणि हिंदू कट्टरपंथीयांना त्याचा फायदा होऊ शकला नाही.

सुभाषचंद्र बोस मुख्य प्रवाहातील भारतीय राजकारणातून बाहेर पडल्यानंतर (ब्रिटिशांना भारतातून बाहेर काढण्यासाठी त्यांनी हिंसेला पाठिंबा दिल्याने), १७२ काँग्रेस पक्षातील समाजवादी आणि परंपरावादी यांच्यातील सत्तासंघर्ष संतुलित झाला. तथापि, 1950 मध्ये वल्लभभाई पटेल यांच्या निधनाने नेहरू हे एकमेव उरलेले प्रतिष्ठित राष्ट्रीय नेते म्हणून उरले, आणि लवकरच परिस्थिती अशी बनली की नेहरू त्यांची अनेक मूलभूत धोरणे कोणत्याही अडथळ्याशिवाय अंमलात आणू शकले १७३ नेहरूंची कन्या इंदिरा गांधी त्यांना पूर्ण करू शकल्या. वडिलांचे स्वप्न भारतीय संविधानाच्या 42 व्या दुरुस्तीद्वारे (1976) ज्याद्वारे भारत अधिकृतपणे "समाजवादी" आणि "धर्मनिरपेक्ष" बनला, आणीबाणीच्या काळात तिने लादली.

नेहरूंनी आयात प्रतिस्थापन औद्योगिकीकरणावर आधारित धोरणे अंमलात आणली आणि मिश्र अर्थव्यवस्थेचा पुरस्कार केला जेथे सरकार-नियंत्रित सार्वजनिक क्षेत्र खाजगी क्षेत्रासोबत सह-अस्तित्वात असेल. भारतीय अर्थव्यवस्थेच्या विकासासाठी आणि आधुनिकीकरणासाठी मूलभूत आणि अवजड उद्योगांची स्थापना मूलभूत आहे, असा त्यांचा विश्वास होता. त्यामुळे सरकारने, मुख्यतः सार्वजनिक क्षेत्रातील उद्योगांमध्ये-

पोलाद, लोखंड, कोळसा आणि ऊर्जा-त्यांच्या विकासाला सबसिडी आणि संरक्षणवादी धोरणांसह प्रोत्साहन देण्यासाठी गुंतवणूक करण्याचे निर्देश दिले.

शीतयुद्धाच्या काळात अलाइनमेंटच्या धोरणाचा अर्थ असा होता की नेहरूंना भारताचा औद्योगिक पाया सुरवातीपासून तयार करण्यासाठी दोन्ही शक्ती गटांकडून आर्थिक आणि तांत्रिक सहाय्य मिळाले. सोव्हिएत युनियन आणि पश्चिम जर्मनीच्या मदतीने बोकारो आणि राउरकेला येथे स्टील मिल कॉम्प्लेक्स बांधण्यात आले. तेथे लक्षणीय औद्योगिक विकास झाला. 1950 ते 1965 दरम्यान उद्योग दरवर्षी 7.0% वाढला—औद्योगिक उत्पादन जवळजवळ तिपटीने वाढले आणि भारत जगातील सातव्या क्रमांकाचा औद्योगिक देश बनला. नेहरूंच्या समीक्षकांनी, तथापि, भारताच्या आयात प्रतिस्थापन औद्योगिकीकरणाने, जे नेहरू युगानंतरही चालू ठेवले होते, त्याच्या उत्पादन उद्योगांची आंतरराष्ट्रीय स्पर्धात्मकता कमकुवत केली आहे असे प्रतिपादन केले. जागतिक व्यापारातील भारताचा वाटा 1951-1960 मधील 1.4% वरून 1981 ते 1990 दरम्यान 0.5% पर्यंत घसरला. तथापि, भारताच्या निर्यात कामगिरीमध्ये या कालावधीत वास्तविक सातत्यपूर्ण सुधारणा दिसून आल्याचा तर्क आहे. निर्यातीचे प्रमाण 1951-1960 मध्ये 2.9% वार्षिक दराने 1971-1980 मध्ये 7.6% पर्यंत वाढले.

1950 आणि 1951 आणि 1964-1965 दरम्यान GDP आणि GNP दरवर्षी 3.9 आणि 4.0% वाढले. ब्रिटीश वसाहत काळापासून हा एक मूलगामी ब्रेक होता, परंतु युरोप आणि पूर्व आशियातील इतर औद्योगिक शक्तींच्या तुलनेत वाढीचा दर अशक्त मानला गेला. चमत्कारिक अर्थव्यवस्थेच्या (जपान, पश्चिम जर्मनी, फ्रान्स आणि इटली) भारत मागे पडला. राज्य नियोजन, नियंत्रणे आणि नियमांमुळे आर्थिक वाढ बिघडली आहे असा युक्तिवाद केला होता. भारताची अर्थव्यवस्था युनायटेड किंगडम आणि युनायटेड स्टेट्स या दोन्हीपेक्षा वेगाने वाढली असताना, कमी प्रारंभिक उत्पन्न आणि जलद लोकसंख्या वाढ याचा अर्थ असा होतो की कोणत्याही प्रकारची वाढ श्रीमंत उत्पन्न असलेल्या राष्ट्रांशी संपर्क साधण्यासाठी अपुरी होती.

मोठ्या राज्य-नियंत्रित उद्योगांना नेहरूंच्या प्राधान्याने परिमाणात्मक नियम, कोटा आणि दर, औद्योगिक परवाने आणि इतर अनेक नियंत्रणांची एक जटिल प्रणाली तयार केली. भारतात परवाना राज म्हणून ओळखली जाणारी ही प्रणाली आर्थिक अकार्यक्षमतेसाठी जबाबदार होती ज्यामुळे उद्योजकता खुंटली आणि पीव्ही नरसिंह राव यांच्या नेतृत्वाखाली कॉंग्रेस सरकारने 1991 मध्ये उदारीकरणाची धोरणे सुरू केल्यापर्यंत अनेक दशके आर्थिक वाढ रोखली.

नेहरूंच्या नेतृत्वाखाली, सरकारने कृषी सुधारणा आणि जलद औद्योगिकीकरण करून भारताचा जलद विकास करण्याचा प्रयत्न केला. एक यशस्वी जमीन सुधारणा सादर करण्यात आली ज्याने अवाढव्य जमीनदारी रद्द केली, परंतु जमीन मालकीवर मर्यादा घालून जमिनीचे पुनर्वितरण करण्याचा प्रयत्न अयशस्वी झाला. मोठ्या प्रमाणावर सहकारी

शेती सुरू करण्याच्या प्रयत्नांना ग्रामीण उच्चभ्रू जमीनदारांनी निराश केले, ज्यांनी काँग्रेसच्या शक्तिशाली उजव्या विचारसरणीचा गाभा बनवला आणि नेहरूंच्या प्रयत्नांना विरोध करण्यासाठी त्यांना मोठा राजकीय पाठिंबा मिळाला. 1960 च्या दशकाच्या सुरुवातीपर्यंत कृषी उत्पादनाचा विस्तार झाला, कारण अतिरिक्त जमीन लागवडीखाली आणली गेली आणि काही सिंचन प्रकल्पांवर परिणाम होऊ लागला. युनायटेड स्टेट्समधील जमीन-अनुदान महाविद्यालयांच्या अनुकरणाने तयार करण्यात आलेल्या कृषी विद्यापीठांच्या स्थापनेने अर्थव्यवस्थेच्या विकासास हातभार लावला. या विद्यापीठांनी गहू आणि तांदळाच्या उच्च-उत्पादक वाणांसह काम केले, सुरुवातीला मेक्सिको आणि फिलीपिन्समध्ये विकसित केले गेले, की 1960 मध्ये हरित क्रांती सुरू झाली, पीक उत्पादनात विविधता आणण्याचा आणि वाढवण्याचा प्रयत्न. त्याच वेळी, अयशस्वी मान्सूनच्या मालिकेमुळे स्थिर प्रगती आणि कृषी उत्पादनात वाढ होऊनही अन्नधान्याची गंभीर टंचाई निर्माण होईल.

नेहरू हे भारतातील मुलांसाठी आणि तरुणांसाठी शिक्षणाचे उत्कट समर्थक होते आणि ते भारताच्या भविष्यातील प्रगतीसाठी आवश्यक असल्याचे मानत होते. अखिल भारतीय आयुर्विज्ञान संस्था, भारतीय तंत्रज्ञान संस्था, भारतीय व्यवस्थापन संस्था आणि नॅशनल इन्स्टिट्यूट ऑफ टेक्नॉलॉजी यासह उच्च शिक्षणाच्या अनेक संस्थांच्या स्थापनेवर त्यांच्या सरकारने देखरेख केली. नेहरूंनी त्यांच्या पंचवार्षिक योजनांमध्ये भारतातील सर्व मुलांना मोफत आणि सक्तीच्या प्राथमिक शिक्षणाची हमी देण्याच्या वचनबद्धतेचा उल्लेख केला. या उद्देशासाठी नेहरूंनी मोठ्या प्रमाणात ग्राम नोंदणी कार्यक्रम आणि हजारो शाळांच्या निर्मितीवर देखरेख केली. नेहरूंनी कुपोषणाशी लढण्यासाठी मुलांना मोफत दूध आणि जेवणाची तरतूद यासारखे उपक्रमही सुरू केले. प्रौढांसाठी विशेषत: ग्रामीण भागात प्रौढ शिक्षण केंद्रे, व्यावसायिक आणि तांत्रिक शाळांचे आयोजन करण्यात आले होते.

नेहरूंच्या अंतर्गत, भारतीय संसदेने जातिभेदाला गुन्हेगार ठरवण्यासाठी आणि महिलांचे कायदेशीर अधिकार आणि सामाजिक स्वातंत्र्य वाढवण्यासाठी हिंदू कायद्यात अनेक बदल केले.

नेहरूंनी विशेषत: राज्य धोरणाच्या निर्देशक तत्त्वांनुसार भारतीय राज्यघटनेचे कलम 44 लिहिले ज्यामध्ये असे म्हटले आहे: "राज्य भारताच्या संपूर्ण प्रदेशात नागरिकांसाठी समान नागरी संहिता सुरक्षित करण्याचा प्रयत्न करेल." लेखाने भारतातील धर्मनिरपेक्षतेचा पाया तयार केला आहे. मात्र, कायद्याच्या विसंगत वापरासाठी नेहरूंवर टीका होत आहे. विशेष म्हणजे, त्यांनी मुस्लिमांना विवाह आणि वारसासंबंधीच्या बाबतीत त्यांचा वैयक्तिक कायदा ठेवण्याची परवानगी दिली. गोवा या छोट्या राज्यात, जुन्या पोर्तुगीज कौटुंबिक कायद्यांवर आधारित नागरी संहिता चालू ठेवण्याची परवानगी होती आणि नेहरूंनी मुस्लिम वैयक्तिक कायद्यावर बंदी घातली होती. 1961 मध्ये गोवा भारताने विलीन केल्याने याचा परिणाम झाला, जेव्हा नेहरूंनी लोकांना वचन दिले की त्यांचे कायदे

अबाधित राहतील. यामुळे निवडक धर्मनिरपेक्षतेचा आरोप झाला आहे.

नेहरूंनी मुस्लिम कायद्याला कायद्यातून सूट दिली आणि ते असुधारलेले राहिले, त्यांनी 1954 मध्ये विशेष विवाह कायदा पास केला. या कायद्यामागील कल्पना भारतातील प्रत्येकाला नागरी विवाह अंतर्गत वैयक्तिक कायद्याच्या बाहेर विवाह करण्याची क्षमता प्रदान करण्याचा होता. कायदा जम्मू आणि काश्मीर वगळता संपूर्ण भारतात लागू झाला, ज्यामुळे पुन्हा निवडक धर्मनिरपेक्षतेचा आरोप झाला. बऱ्याच बाबतीत, हा कायदा हिंदू विवाह कायदा, 1955 सारखाच होता, जो हिंदूसंबंधीचा कायदा किती धर्मनिरपेक्ष बनला होता हे दर्शवितो. विशेष विवाह कायद्याने मुस्लिमांना त्या अंतर्गत लग्न करण्याची आणि संरक्षण ठेवण्याची परवानगी दिली, सामान्यतः मुस्लिम महिलांसाठी फायदेशीर, जी वैयक्तिक कायद्यात आढळू शकत नाही. कायद्यानुसार, बहुपत्नीत्व बेकायदेशीर होते आणि वारसा आणि उत्तराधिकार संबंधित मुस्लिम वैयक्तिक कायद्याऐवजी भारतीय उत्तराधिकार कायद्याद्वारे नियंत्रित केले जातील. घटस्फोट हे धर्मनिरपेक्ष कायद्यानुसार नियंत्रित केले जातील आणि घटस्फोटित पत्नीचे पालनपोषण हे नागरी कायद्यात नमूद केलेल्या धर्तीवर असेल.

अनुसूचित जाती आणि अनुसूचित जमातीच्या लोकांना भेडसावणाऱ्या सामाजिक असमानता आणि गैरसोय दूर करण्यासाठी सरकारी सेवा आणि शैक्षणिक संस्थांमध्ये आरक्षणाची व्यवस्था निर्माण करण्यात आली. नेहरूंनी धर्मनिरपेक्षता आणि धार्मिक सौहार्दाला खात्रीपूर्वक यश मिळवून दिले आणि सरकारमध्ये अल्पसंख्याकांचे प्रतिनिधित्व वाढवले.

नेहरूंनी काँग्रेस पक्षाच्या गटाचे नेतृत्व केले, ज्याने हिंदीला भारतीय राष्ट्राची भाषा म्हणून प्रोत्साहन दिले. बिगर-हिंदी भाषिकांसह संपूर्ण आणि विभाजित वादविवादानंतर, 1950 मध्ये हिंदी ही भारताची अधिकृत भाषा म्हणून स्वीकारली गेली, इंग्रजी 15 वर्षे सहयोगी अधिकृत भाषा म्हणून चालू राहिली, त्यानंतर हिंदी ही एकमेव अधिकृत भाषा बनेल. 1965 नंतर हिंदी ही एकमेव अधिकृत भाषा बनवण्याचे भारत सरकारचे प्रयत्न अनेक गैर-हिंदी भारतीय राज्यांना अस्वीकार्य होते, ज्यांना इंग्रजीचा सतत वापर हवा होता. द्रविड मुन्नेत्र कळघम (डीएमके), द्रविडर कळघमचे वंशज, हिंदीच्या विरोधाचे नेतृत्व करते. त्यांची भीती दूर करण्यासाठी, नेहरूंनी 1965 नंतर इंग्रजीचा वापर सुरू ठेवण्याची खात्री करण्यासाठी 1963 मध्ये राजभाषा कायदा लागू केला. कायद्याच्या मजकुरामुळे द्रमुकचे समाधान झाले नाही आणि भविष्यातील प्रशासन कदाचित त्यांच्या आश्वासनांचा आदर करणार नाहीत अशी त्यांची शंका वाढली. इंदिरा गांधींच्या नेतृत्वाखालील काँग्रेस सरकारने अखेरीस 1967 मध्ये अधिकृत भाषा कायद्यात सुधारणा करून हिंदी आणि इंग्रजीचा अधिकृत भाषा म्हणून अनिश्चित काळासाठी वापर करण्याची हमी दिली. यामुळे भारतीय प्रजासत्ताकाचे वर्तमान "द्विभाषिकतेचे आभासी अनिश्चित धोरण" प्रभावीपणे सुनिश्चित झाले.

पंतप्रधानपदाच्या त्यांच्या प्रदीर्घ कार्यकाळात नेहरूंकडे परराष्ट्र खात्याची जबाबदारीही होती. त्यांचा आदर्शवादी दृष्टीकोन भारताला असंलग्नतेत नेतृत्व स्थान देण्यावर केंद्रित होता. आशिया आणि आफ्रिकेतील नव्याने स्वतंत्र झालेल्या राष्ट्रांमध्ये शीतयुद्धात भाग घेणाऱ्या दोन शत्रू महासत्तांच्या विरोधात त्यांनी पाठिंबा निर्माण करण्याचा प्रयत्न केला.

स्वातंत्र्यानंतर नेहरूंना ब्रिटन आणि इतर ब्रिटिश कॉमनवेल्थ देशांशी चांगले संबंध ठेवायचे होते. भारताच्या वर्चस्वाचे पंतप्रधान म्हणून, त्यांनी 1949 च्या लंडन जाहीरनाम्यावर स्वाक्षरी केली, ज्या अंतर्गत भारताने जानेवारी 1950 मध्ये प्रजासत्ताक झाल्यानंतर कॉमनवेल्थ ऑफ नेशन्समध्ये राहण्याचे मान्य केले आणि ब्रिटिश राजाला "मुक्त संघटनेचे प्रतीक म्हणून मान्यता दिली. त्याची स्वतंत्र सदस्य राष्ट्रे आणि त्याप्रमाणे राष्ट्रकुल प्रमुख". कॉमनवेल्थच्या इतर राष्ट्रांनी भारताच्या संघटनेचे सतत सदस्यत्व मान्य केले.

आंतरराष्ट्रीय स्तरावर नेहरू लष्करी कारवाई आणि लष्करी युती यांचे विरोधक होते. संयुक्त राष्ट्र संघाने काश्मीर प्रश्न सोडवण्याचा प्रयत्न केला त्याखेरीज ते त्यांचे खंबीर समर्थक होते. त्यांनी अलाइनमेंटच्या धोरणाचा पुढाकार घेतला आणि यूएस आणि यूएसएसआर यांच्या नेतृत्वाखालील राष्ट्रांच्या प्रतिस्पर्धी गटांमध्ये तटस्थतेचा दावा करणाऱ्या राष्ट्रांच्या अलाइन चळवळीची सह-स्थापना केली. चीनच्या स्थापनेनंतर लगेचच पीपल्स रिपब्लिक ऑफ चायना ओळखून (बहुतेक पाश्चात्य गटाने तैवानशी संबंध चालू ठेवले असताना), नेहरूंनी संयुक्त राष्ट्रांमध्ये त्याचा समावेश करण्यासाठी युक्तिवाद केला आणि कोरियासोबतच्या संघर्षात चीनला आक्रमक म्हणून नाव देण्यास नकार दिला. त्यांनी 1950 मध्ये चीनशी उबदार आणि मैत्रीपूर्ण संबंध प्रस्थापित करण्याचा प्रयत्न केला आणि कम्युनिस्ट राज्ये आणि पाश्चात्य गट यांच्यातील दरी आणि तणाव दूर करण्यासाठी मध्यस्थ म्हणून काम करण्याची अपेक्षा केली.

नेहरू एप्रिल 1955 च्या बांडुंग परिषदेचे प्रमुख संयोजक होते, ज्याने आशिया आणि आफ्रिकेतून 29 नव्याने स्वतंत्र राष्ट्रांना एकत्र आणले आणि नेहरूंच्या नेतृत्वाखाली अलाइनमेंट चळवळीला चालना देण्यासाठी डिझाइन केले गेले. जागतिक स्तरावर त्यांची प्रमुख नेतृत्व संधी म्हणून त्यांनी याची कल्पना केली, जिथे ते उदयोन्मुख राष्ट्रांना एकत्र आणतील. त्याऐवजी, चिनी प्रतिनिधी, झोऊ एनलाई, ज्याने क्रांतिकारी साम्यवादाला कमी लेखले आणि सर्व राष्ट्रांना त्यांच्या स्वत:च्या आर्थिक आणि राजकीय व्यवस्था निवडण्याचा अधिकार मान्य केला, अगदी भांडवलशाहीनेही त्याला वरचेवर केले. याउलट नेहरू आणि त्यांचे सर्वोच्च परराष्ट्र धोरण सहाय्यक व्ही के कृष्ण मेनन यांनी उद्धट आणि मुत्सद्दी म्हणून आंतरराष्ट्रीय ख्याती मिळवली. झोऊ एकांतात म्हणाले, "श्रीमान नेहरूंपेक्षा जास्त अहंकारी माणूस मला कधीच भेटला नाही." भारतीय परराष्ट्र कार्यालयातील एका वरिष्ठ अधिकाऱ्याने मेनन यांना "उत्कृष्ट जागतिक राजकारणी पण जगातील सर्वात वाईट मुत्सद्दी" असे वर्णन केले आणि ते जोडले की ते सहसा "दबंग, मुर्दाड

आणि बदला घेणारे" होते.

युद्धाला विरोध असताना नेहरूंनी काश्मीरमध्ये पाकिस्तानविरुद्धच्या मोहिमांचे नेतृत्व केले. 1948 मध्ये हैदराबाद आणि 1961 मध्ये गोवा ताब्यात घेण्यासाठी त्यांनी लष्करी बळाचा वापर केला. 1949 मध्ये राष्ट्रीय संरक्षण प्रबोधिनीची पायाभरणी करताना त्यांनी सांगितले:

पिढ्यानपिढ्या शांततेच्या मार्गाने प्रत्येक गोष्टीबद्दल बोललो आणि प्रयत्न करणारे आणि अहिंसेचे पालन करणारे आपण आता एका अर्थाने आपल्या लष्कर, नौदल आणि हवाई दलाचे गौरव करायला हवे. त्याचा अर्थ खूप आहे. जरी ते विचित्र असले तरी ते जीवनाची विचित्रता दर्शवते. जीवन तर्कसंगत असले तरी, आपल्याला सर्व आपत्कालीन परिस्थितींचा सामना करावा लागतो आणि जोपर्यंत आपण त्यांना तोंड देण्याची तयारी करत नाही तोपर्यंत आपण खाली जाऊ. महात्मा गांधींपेक्षा शांततेचा राजपुत्र आणि अहिंसेचा प्रेषित कोणीही नव्हता... पण तरीही, शरणागती पत्करणे, अयशस्वी होणे किंवा पळून जाण्यापेक्षा तलवार हाती घेणे चांगले आहे, असे ते म्हणाले. आपण सुरक्षित आहोत असे मानून आपण निश्चिंतपणे जगू शकत नाही. मानवी स्वभाव असा आहे. आम्ही जोखीम पत्करू शकत नाही आणि आमच्या कष्टाने मिळवलेले स्वातंत्र्य जोखीम घेऊ शकत नाही. आम्हाला सर्व आधुनिक संरक्षण पद्धती आणि सुसज्ज लष्कर, नौदल आणि हवाई दलासह तयार राहावे लागेल."

नेहरूंनी अणुभौतिकशास्त्रज्ञ होमी जे. भाभा यांना सर्व अणु-संबंधित घडामोडी आणि कार्यक्रमांवर संपूर्ण अधिकार सोपवले आणि ते फक्त पंतप्रधानांना उत्तरदायी होते.

कोरियन युद्ध (1950-1953) नंतर जागतिक तणाव आणि अण्वस्त्रांचा धोका कमी करण्यासाठी काम केल्याबद्दल अनेकांनी नेहरूंचे कौतुक केले. त्यांनी मानवी आरोग्यावर आण्विक स्फोटांच्या परिणामांचा पहिला अभ्यास केला आणि "विनाशाची ही भयंकर इंजिने" ज्याला ते म्हणतात त्या नष्ट करण्यासाठी अखंडपणे मोहीम चालवली. त्याच्याकडे अण्वस्त्रीकरणाला चालना देण्यासाठी व्यावहारिक कारणेही होती, अण्वस्त्रांच्या शर्यतीमुळे अति-सैन्यीकरण होईल जे त्याच्या स्वतःसारख्या विकसनशील देशांना परवडणारे नाही अशी भीती होती.

लॉर्ड माऊंटबॅटनच्या आग्रहावरून, 1948 मध्ये, नेहरूंनी काश्मीरमध्ये संयुक्त राष्ट्रसंघाच्या अधिपत्याखाली सार्वमत घेण्याचे वचन दिले होते. काश्मीर हा भारत आणि पाकिस्तान यांच्यातील विवादित प्रदेश होता, 1947 मध्ये त्या दोघांमध्ये युद्ध झाले होते. तथापि, संयुक्त राष्ट्राच्या ठरावानुसार सैन्य माघारी घेण्यास पाकिस्तान अयशस्वी ठरल्याने आणि नेहरू संयुक्त राष्ट्रांच्या अधिकाधिक सावध होऊ लागल्याने त्यांनी नकार दिला. 1953 मध्ये सार्वमत घेतले. काश्मीरवरील त्यांची धोरणे आणि राज्याचे भारतामध्ये एकत्रीकरण यांचा संयुक्त राष्ट्रसंघासमोर त्यांचे सहाय्यक व्हीके कृष्ण मेनन यांनी वारंवार बचाव केला, ज्यांनी त्यांच्या उत्कट भाषणांमुळे भारतात नावलौकिक मिळवला.

1953 मध्ये, नेहरूंनी काश्मीरचे पंतप्रधान शेख अब्दुल्ला यांची हकालपट्टी आणि अटक केली, ज्यांना त्यांनी पूर्वी पाठिंबा दिला होता परंतु आता त्यांना फुटीरतावादी महत्त्वाकांक्षेला आश्रय दिल्याचा संशय आहे; त्यांची जागा बक्षी गुलाम मोहम्मद यांनी घेतली.

मेनन यांना 1957 मध्ये काश्मीरबाबत भारताच्या भूमिकेचे समर्थन करणारे अभूतपूर्व आठ तासांचे भाषण करण्याची सूचना देण्यात आली होती; आजपर्यंत, संयुक्त राष्ट्रांच्या सुरक्षा परिषदेत दिलेले हे भाषण आतापर्यंतचे सर्वात मोठे भाषण आहे, ज्यामध्ये 23 जानेवारीच्या 762 व्या बैठकीचे पाच तास आणि 24 तारखेला दोन तास अठ्ठेचाळीस मिनिटांचा समावेश आहे, ज्याचा समारोप मेनन यांच्या सुरक्षा परिषदेच्या मजल्यावर कोसळल्याने झाला. फिलिबस्टरच्या काळात, नेहरूंनी काश्मीरमध्ये (तेव्हा मोठ्या अशांततेत) भारतीय सत्ता मजबूत करण्यासाठी वेगाने आणि यशस्वीपणे हलविले. मेननच्या काश्मीरमधील भारतीय सार्वभौमत्वाच्या उत्कट संरक्षणामुळे त्यांचा भारतातील पाठिंबा वाढला आणि भारतीय प्रेसने त्यांना तात्पुरते "काश्मीरचा नायक" म्हणून संबोधले. नेहरू तेव्हा भारतात लोकप्रियतेच्या शिखरावर होते; फक्त (किरकोळ) टीका दूर-उजवीकडून आली.

1954 मध्ये, नेहरूंनी चीनसोबत शांततापूर्ण सहअस्तित्वाच्या पाच तत्त्वांवर स्वाक्षरी केली, ज्याला भारतात पंचशील (संस्कृत शब्द, पंचः पाच, शीलः सद्गुण) म्हणून ओळखले जाते, दोन राज्यांमधील संबंध नियंत्रित करण्यासाठी तत्त्वांचा एक संच. करार स्वरूपात त्यांचे पहिले औपचारिक संहिता 1954 मध्ये चीन आणि भारत यांच्यात झालेल्या करारात होते, ज्याने तिबेटवरील चीनच्या सार्वभौमत्वाला मान्यता दिली होती. 29 एप्रिल 1954 रोजी पेकिंग येथे स्वाक्षरी झालेल्या "चीन आणि भारताच्या तिबेट प्रदेशामधील व्यापार आणि परस्परसंबंधावरील करार (नोट्सच्या देवाणघेवाणीसह)" च्या प्रस्तावनेत ते नमूद केले होते. डिसेंबर 1953 ते एप्रिल 1954 या काळात दिल्लीत वाटाघाटी झाल्या. पीपल्स रिपब्लिक ऑफ चायना (पीआरसी) सरकारचे शिष्टमंडळ आणि अक्साई चीन आणि दक्षिण तिबेटच्या विवादित प्रदेशांबाबत दोन्ही देशांमधील संबंधांवर भारत सरकारचे शिष्टमंडळ. 1957 पर्यंत, चिनी पंतप्रधान झोउ एनलाई यांनी नेहरूंना तिबेटवर चीनची भूमिका स्वीकारण्यास राजी केले होते, त्यामुळे तिबेटला संभाव्य मित्रत्वापासून वंचित ठेवले होते आणि भारताकडून लष्करी मदत मिळण्याची शक्यता होती. 1960 च्या दशकात या कराराची अवहेलना करण्यात आली होती, परंतु 1970 च्या दशकात, पाच तत्त्वे पुन्हा चीन-भारत संबंधांमध्ये आणि अधिक सामान्यतः राज्यांमधील संबंधांचे नियम म्हणून महत्त्वपूर्ण म्हणून पाहिले गेले. इंदिरा गांधींच्या पंतप्रधानपदाच्या काळात आणि जनता पक्षाच्या तीन वर्षांच्या राजवटीत (1977-1980) ते संपूर्ण प्रदेशात व्यापकपणे ओळखले आणि स्वीकारले गेले. शांततापूर्ण सहअस्तित्वाची पाच तत्त्वे 1954 च्या चीन-भारत सीमा कराराचा आधार असला तरी, नंतरच्या वर्षांत, नेहरूंच्या परराष्ट्र धोरणाला सीमा विवादांवर

चिनी ठामपणा आणि 14 व्या दलाई लामा यांना आश्रय देण्याच्या निर्णयामुळे त्रास झाला.

संयुक्त राष्ट्रांचे दुसरे सरचिटणीस डॅग हॅमरस्कॉल्ड म्हणाले की नैतिक दृष्टिकोनातून नेहरू श्रेष्ठ होते, तर झोऊ एनलाई वास्तविक राजकारणात अधिक कुशल होते.

1956 मध्ये, नेहरूंनी सुएझ कालव्यावर ब्रिटिश, फ्रेंच आणि इस्रायलींनी केलेल्या संयुक्त आक्रमणावर टीका केली. भारताचे पंतप्रधान आणि असंलग्न चळवळीचे नेते या दोन्ही भूमिकेत त्यांची भूमिका लक्षणीय होती; अँथनी इडन आणि आक्रमणाच्या सह-प्रायोजकांची जोरदार निंदा करताना त्याने दोन्ही बाजूंनी एकसंध होण्याचा प्रयत्न केला. अमेरिकेचे अध्यक्ष ड्वाइट आयझेनहॉवर यांच्यामध्ये नेहरूंचा एक शक्तिशाली सहयोगी होता, जो तुलनेने सार्वजनिकरित्या शांत राहिल्यास, ब्रिटन आणि फ्रान्सला मागे टाकण्यासाठी आंतरराष्ट्रीय नाणेनिधीवर अमेरिकेचा प्रभाव वापरण्यापर्यंत गेला. सुएझ संकटाच्या वेळी, नेहरूंचे उजवे हात असलेले, मेनन यांनी अप्रचलित गमाल नासर यांना पाश्चिमात्यांशी तडजोड करण्यासाठी राजी करण्याचा प्रयत्न केला आणि नासेर तडजोड करण्यास इच्छुक असल्याचे जागृतीसाठी पाश्चात्य शक्तींना नेण्यात त्यांचा हातखंडा होता.

सुएझ संकटाच्या वेळी अमेरिकेने नासरच्या बाजूने हस्तक्षेप केल्यावर नेहरूंना न्यायालयीन अशी अपेक्षा होती. तथापि, शीतयुद्धाची शंका आणि नेहरूवादी समाजवादावरील अमेरिकन अविश्वासामुळे भारत आणि अमेरिका यांच्यातील संबंध थंड झाले, ज्यामुळे नेहरू सोव्हिएत युनियनला स्पष्टपणे पाठिंबा देत असल्याचा संशय होता. नेहरूंनी सुएझ संकटानंतरही ब्रिटनशी चांगले संबंध ठेवले. त्यांनी यूके आणि जागतिक बँकेच्या लवादाचा स्वीकार केला, 1960 मध्ये पाकिस्तानी शासक अयुब खान यांच्यासोबत पंजाब प्रदेशातील प्रमुख नद्यांच्या स्त्रोतांच्या वाटणीबाबत दीर्घकाळ चाललेला वाद सोडवण्यासाठी सिंधू जल करारावर स्वाक्षरी केली.

अनेक वर्षांच्या अयशस्वी वाटाघाटीनंतर, नेहरूंनी 1961 मध्ये पोर्तुगीज-नियंत्रित पोर्तुगीज भारत (गोवा) वर आक्रमण करण्यासाठी भारतीय सैन्याला अधिकृत केले आणि नंतर त्यांनी ते औपचारिकपणे भारतात जोडले. त्यामुळे त्यांची भारतातील लोकप्रियता वाढली, पण लष्करी बळाचा वापर केल्यामुळे भारतातील कम्युनिस्ट विरोधकांनी त्यांच्यावर टीका केली.

1959 पासून, 1961 मध्ये गतिमान झालेल्या प्रक्रियेत, नेहरूंनी भारत-चीन सीमेवरील विवादित भागात लष्करी चौक्या उभारण्याचे "फॉरवर्ड धोरण" स्वीकारले, ज्यात पूर्वी भारताच्या ताब्यात नसलेल्या प्रदेशातील 43 चौक्यांचा समावेश होता. चीनने यापैकी काही चौक्यांवर हल्ला केला आणि चीन-भारत युद्ध सुरू झाले, ज्यामध्ये भारताचा पराभव झाला. चीनने तवांग येथील पूर्व झोनमधील युद्धपूर्व रेषेकडे माघार घेतली परंतु ब्रिटिश भारतातील अक्साई चिन कायम ठेवली आणि स्वातंत्र्यानंतर भारताच्या ताब्यात देण्यात आली. नंतर, पाकिस्तानने 1948 पासून पाकिस्तानच्या ताब्यात असलेल्या सियाचीनजवळील काश्मीरचा काही भाग चीनच्या हवाली केला.

या युद्धाने भारताच्या सैन्याची अपुरी तयारी उघडकीस आणली, जे चीनच्या मोठ्या सैन्याच्या विरोधात केवळ 14,000 सैन्य युद्धक्षेत्रात पाठवू शकले आणि नेहरूंवर त्यांच्या सरकारचे संरक्षणाकडे अपुरे लक्ष असल्याबद्दल मोठ्या प्रमाणावर टीका झाली. प्रत्युत्तर म्हणून नेहरूंनी संरक्षण मंत्री व्ही के कृष्ण मेनन यांची हकालपट्टी केली आणि अमेरिकेची लष्करी मदत मागितली. जॉन एफ. केनेडी यांच्या नेतृत्वाखाली नेहरूंचे अमेरिकेशी सुधारलेले संबंध युद्धादरम्यान उपयुक्त ठरले, कारण 1962 मध्ये, पाकिस्तानचे अध्यक्ष (तेव्हा अमेरिकन लोकांशी जवळून संबंध असलेले) अयुब खान यांना भारताबाबत तटस्थ राहण्याची हमी देण्यात आली होती, ज्याला "कम्युनिस्ट आक्रमकतेचा धोका होता. लाल चीन". भारताचे सोव्हिएत युनियनशी असलेले संबंध, मुक्त-मार्केट धोरणांचे समर्थन करणाऱ्या उजव्या विचारसरणीच्या गटांनी टीका केली होती, हे देखील वैध दिसते. काहींनी कायमस्वरूपी सहयोगी बनवण्याचे आवाहन करूनही नेहरू अलिप्त चळवळीशी आपली बांधिलकी कायम ठेवतील.

युद्धानंतरच्या काळात भारतीय सैन्यात भविष्यात अशाच प्रकारच्या संघर्षांसाठी तयार होण्यासाठी मोठ्या प्रमाणावर बदल घडून आले आणि नेहरूंवर दबाव आणला, ज्यांना चीनच्या भारतावरील हल्ल्याचा अंदाज न येण्यास जबाबदार मानले गेले. अमेरिकन सल्ल्यानुसार (अमेरिकन राजदूत जॉन केनेथ गॅलब्रेथ यांनी युद्धाबाबत अमेरिकन धोरण बनवले आणि चालवले कारण अमेरिकेतील इतर सर्व प्रमुख धोरणकर्ते योगायोगाने क्युबन मिसाईल संकटात गढून गेले होते) नेहरूंनी चिनी प्रगतीला पराभूत करण्यासाठी भारतीय हवाई दलाचा वापर करणे टाळले. . सीआयएने नंतर उघड केले की, त्या वेळी तिबेटमध्ये त्यांच्या हवाई दलाचा प्रभावीपणे वापर करण्यासाठी चिनी लोकांकडे इंधन किंवा धावपट्टी नव्हती. भारतीय, सर्वसाधारणपणे, चीन आणि त्याच्या सैन्याबद्दल अत्यंत संशयी बनले. अनेक भारतीय युद्धाकडे चीनसोबत दीर्घकालीन शांतता प्रस्थापित करण्याच्या भारताच्या प्रयत्नांचा विश्वासघात म्हणून पाहतात आणि नेहरूंनी हिंदी-चीनी भाई-भाई (भारतीय आणि चिनी भाऊ आहेत) या शब्दाच्या वापरावर प्रश्नचिन्ह उपस्थित केले होते. शीतयुद्धातील महासत्तांच्या वाढत्या प्रभावाचा प्रतिकार करण्यासाठी भारत आणि चीन एक मजबूत आशियाई अक्ष तयार करतील या नेहरूंच्या पूर्वीच्या आशेचाही या युद्धाने अंत केला.

सैन्याच्या अप्रस्तुततेचा दोष संरक्षण मंत्री मेनन यांच्यावर ठेवण्यात आला, ज्यांनी भारताच्या सैन्याला आणखी आधुनिकीकरण करू शकेल अशा व्यक्तीला परवानगी देण्यासाठी आपल्या सरकारी पदाचा "राजीनामा" दिला. स्वदेशी स्त्रोतांचा वापर करून भारताचे शस्त्रास्त्रीकरण आणि स्वयंपूर्णतेचे धोरण नेहरूंच्या नेतृत्वात जोरात सुरू झाले, ते त्यांची कन्या इंदिरा गांधी यांनी पूर्ण केले, ज्याने नंतर 1971 मध्ये प्रतिस्पर्धी पाकिस्तानवर भारताला चिरडून लष्करी विजय मिळवून दिला. युद्धाच्या शेवटी, भारताने तिला वाढवले. तिबेटी निर्वासित आणि क्रांतिकारकांना पाठिंबा, त्यापैकी काही भारतात

स्थायिक झाले, कारण ते या प्रदेशात समान शत्रूशी लढत होते. नेहरूंनी 1965 आणि 1971 मध्ये पाकिस्तानविरुद्धच्या भविष्यातील युद्धांमध्ये विशेष कामगिरी केलेल्या तिबेटी शरणार्थींनी बनलेले उच्चभ्रू भारतीय प्रशिक्षित "तिबेटी सशस्त्र दल" उभारण्याचे आदेश दिले.

संघर्षादरम्यान नेहरूंनी अमेरिकेचे अध्यक्ष जॉन एफ केनेडी यांना दोन तातडीची पत्रे लिहून 12 लढाऊ विमाने आणि आधुनिक रडार प्रणालीची विनंती केली. ही जेट विमाने भारतीय हवाई शक्ती वाढवण्यासाठी आवश्यक म्हणून पाहिली गेली जेणेकरून भारतीय दृष्टीकोनातून हवाई-टू-एअर लढाई सुरक्षितपणे सुरू करता येईल (चीनी प्रत्युत्तराच्या कारवाईच्या भीतीने बॉम्बफेक करणारे सैन्य अविचाराने पाहिले गेले). नेहरूंनी ही विमाने अमेरिकन वैमानिकांना चालवायला सांगितली, जोपर्यंत भारतीय हवाईदलांना त्यांची जागा घेण्याचे प्रशिक्षण दिले जात नाही. केनेडी प्रशासनाने (जे बहुतेक भारत-चीन युद्धादरम्यान क्यूबन क्षेपणास्त्र संकटात सामील होते) या विनंत्या नाकारल्या, ज्यामुळे भारत-अमेरिका संबंध थंडावले. माजी भारतीय मुत्सद्दी जी पार्थसारथी यांच्या मते, "आम्हाला अमेरिकेकडून काहीही न मिळाल्यानंतरच सोव्हिएत युनियनकडून भारताला शस्त्रास्त्रांचा पुरवठा सुरू झाला". टाईम मासिकाच्या 1962 च्या युद्धावरील संपादकीयानुसार, तथापि, असे झाले नसावे. संपादकीयात म्हटले आहे,

वॉशिंग्टनने अखेरीस भारताकडे लक्ष वेधले तेव्हा त्याने राजदूताच्या प्रतिज्ञाचा सन्मान केला, $5,000,000 किमतीची स्वयंचलित शस्त्रे, जड मोर्टार आणि भूसुरुंगांसह 60 यूएस विमाने लोड केली. भारतीय सैन्य आणि उपकरणे युद्धक्षेत्रात नेण्यासाठी बारा प्रचंड C-130 हरक्यूलिस वाहतूक, यूएस क्रू आणि देखरेख टीमसह पूर्ण, नवी दिल्लीला रवाना झाली. ब्रिटनने ब्रेन आणि स्टेन गनसह 150 टन शस्त्रास्त्रे भारताकडे आणली. कॅनडाने सहा वाहतूक विमाने पाठवण्याची तयारी केली. ऑस्ट्रेलियाने $1,800,000 किमतीच्या युद्धसामग्रीसाठी भारतीय क्रेडिट उघडले.

नेहरूंवर चार ज्ञात हत्येचे प्रयत्न झाले. पहिला प्रयत्न 1947 मध्ये फाळणीच्या वेळी तो कारमधून उत्तर-पश्चिम सरहद्द प्रांतात (आता पाकिस्तानात) भेट देत असताना करण्यात आला होता. दुसरा 1955 मध्ये नागपूरजवळ चाकू चालवणारा रिक्षाचालक बाबुराव लक्ष्मण कोचळे यांचा होता. 1961 मध्ये महाराष्ट्रातील ट्रॅक. आपल्या जीवाला धोका असूनही, नेहरूंनी आपल्या आजूबाजूला खूप जास्त सुरक्षा असण्याचा तिरस्कार केला आणि त्यांच्या हालचालींमुळे वाहतूक विस्कळीत होणे त्यांना आवडत नव्हते.

1962 नंतर नेहरूंची तब्येत हळूहळू ढासळू लागली आणि त्यांनी 1963 पर्यंत काश्मीरमध्ये काही महिने बरे होण्यात घालवले. काही इतिहासकारांनी या नाट्यमय घसरणीचे श्रेय चीन-भारत युद्धाबद्दल त्यांच्या आश्चर्य आणि चिडण्याला दिले, जे त्यांना विश्वासघात म्हणून समजले होते. 26 मे 1964 रोजी डेहराडूनहून परत आल्यावर त्यांना खूप आराम वाटत होता आणि ते नेहमीप्रमाणे 23:30 वाजता झोपायला गेले. सुमारे 06:30

पर्यंत त्यांची रात्र शांत होती. स्नानगृहातून परतल्यानंतर नेहरूंनी पाठदुखीची तक्रार केली. काही काळ त्याच्यावर उपचार करणाऱ्या डॉक्टरांशी तो बोलला आणि लगेचच तो कोसळला. 13:44 वाजता त्याचा मृत्यू होईपर्यंत तो बेशुद्धच राहिला. 256 27 मे 1964 रोजी स्थानिक वेळेनुसार 14:00 वाजता लोकसभेत त्यांच्या मृत्यूची घोषणा करण्यात आली; मृत्यूचे कारण हृदयविकाराचा झटका असल्याचे मानले जात होते. भारतीय राष्ट्रीय तिरंगी ध्वजात मढवलेले, जवाहरलाल नेहरूंचे पार्थिव सार्वजनिक दर्शनासाठी ठेवण्यात आले होते. पार्थिव व्यासपीठावर ठेवताच 'रघुपती राघवा राजाराम' असा जयघोष करण्यात आला. 28 मे रोजी, नेहरूंवर यमुनेच्या तीरावरील शांतीवन येथे हिंदू संस्कारानुसार अंत्यसंस्कार करण्यात आले, 1.5 दशलक्ष शोककर्त्यांच्या साक्षीने जे दिल्लीच्या रस्त्यावर आणि स्मशानभूमीत जमा झाले होते.

नेहरूंच्या मृत्यूने भारताला त्यांच्या नेतृत्वाचा कोणताही स्पष्ट राजकीय वारस उरला नाही; नंतर लाल बहादूर शास्त्री पंतप्रधान झाले. 259 गांधींच्या हत्येच्या वेळी नेहरूंच्याच शब्दात भारतीय संसदेत मृत्यूची घोषणा करण्यात आली: "लाइट इज आउट." २६० २६१ तेथे, भारताचे भावी पंतप्रधान अटलबिहारी वाजपेयी यांनी नेहरूंना प्रसिद्धी दिली. २६२ त्यांनी नेहरूंचे भारत मातेचे "आवडते राजकुमार" म्हणून कौतुक केले आणि त्यांची तुलना पौराणिक योद्धा-राजा रामाशी केली.

नेहरूंनी अठरा वर्षे पंतप्रधान म्हणून काम केले, प्रथम 1946-1947 दरम्यान अंतरिम पंतप्रधान म्हणून ब्रिटिश राजवटीच्या शेवटच्या वर्षात आणि नंतर 15 ऑगस्ट 1947 ते 27 मे 1964 पर्यंत स्वतंत्र भारताचे पंतप्रधान म्हणून. अंतरिम मंत्रिमंडळातील कायदा मंत्री बी.आर. आंबेडकर यांनीही संविधान मसुदा समितीचे अध्यक्षपद भूषवले.

वल्लभभाई पटेल यांनी अंतरिम सरकारमध्ये गृहमंत्री म्हणून काम केले. काँग्रेस पक्षाच्या कार्यकारिणीला फाळणीच्या बाजूने मतदान करून देण्यात त्यांचा मोलाचा वाटा होता. भारतातील बहुतेक संस्थानांचे शांततेने एकत्रीकरण करण्याचे श्रेयही त्यांना जाते. पटेल हे नेहरूंचे दीर्घकाळ कॉम्रेड होते परंतु 1950 मध्ये त्यांचे निधन झाले, 1964 मध्ये त्यांच्या मृत्यूपर्यंत नेहरूंना भारताचे आव्हान नसलेले नेते राहिले.

अबुल कलाम आझाद हे मानव संसाधन विकास मंत्री (25 सप्टेंबर 1958 पर्यंत, शिक्षण मंत्रालय) भारत सरकारमधील पहिले शिक्षण मंत्री होते. भारतातील शैक्षणिक प्रतिष्ठानच्या स्थापनेतील त्यांच्या योगदानाची दखल संपूर्ण भारतात राष्ट्रीय शिक्षण दिन म्हणून साजरा करून त्यांचा जन्मदिवस साजरा केला जातो.

जगजीवन राम हे भारतातील नेहरूंच्या अंतरिम सरकारमधील सर्वात तरुण मंत्री, कामगार मंत्री आणि भारताच्या संविधान सभेचे सदस्य बनले, जिथे दलित जातीचे सदस्य म्हणून, त्यांनी घटनेत सामाजिक न्याय निहित असल्याची खात्री केली. त्यांनी नेहरूंच्या कार्यकाळात आणि शास्त्री आणि इंदिरा गांधी यांच्या सरकारमध्ये विविध खात्यांसह मंत्री म्हणून काम केले.

मोरारजी देसाई हे भ्रष्टाचारविरोधी झुकाव असलेले राष्ट्रवादी होते, परंतु सामाजिकदृष्ट्या पुराणमतवादी, व्यवसाय-समर्थक आणि पंतप्रधान जवाहरलाल नेहरू यांच्या समाजवादी धोरणांच्या विरोधात मुक्त एंटरप्राइझ सुधारणांच्या बाजूने होते. मुंबई राज्याचे मुख्यमंत्री म्हणून काम केल्यानंतर, ते 1956 मध्ये भारताचे अर्थमंत्री म्हणून नेहरूंच्या मंत्रिमंडळात सामील झाले. कामराज योजनेंतर्गत नेहरू मंत्रिमंडळातील इतर ज्येष्ठ मंत्र्यांसह त्यांनी राजीनामा दिला तोपर्यंत ते 1963 पर्यंत ते पद भूषवत होते. मद्रासचे मुख्यमंत्री के. कामराज यांनी प्रस्तावित केलेल्या योजनेत सरकारी मंत्र्यांना एका ठराविक कार्यकाळानंतर पक्षाच्या पदांवर परत आणायचे होते. .1960 च्या दशकाच्या सुरुवातीला नेहरूंचे वय आणि तब्येत बिघडल्याने, देसाई हे पंतप्रधानपदाचे संभाव्य दावेदार मानले जात होते. नंतर देसाईंनी आरोप केला की नेहरूंनी कामराज योजनेचा उपयोग सर्व संभाव्य दावेदारांना त्यांची मुलगी इंदिरा गांधी यांच्या मार्गावरून दूर करण्यासाठी केला. देसाई यांनी 1977 मध्ये इंदिरा गांधी यांच्यानंतर पंतप्रधानपदी विराजमान झाले जेव्हा त्यांची विजयी जनता आघाडीने संसदीय नेता म्हणून निवड केली.

गोविंद बल्लभ पंत (1887-1961) हे भारतीय स्वातंत्र्य चळवळीतील प्रमुख व्यक्तिमत्त्व होते आणि नंतर उत्तर प्रदेश (UP) आणि भारत सरकारमधील राजकारणातील एक प्रमुख व्यक्तिमत्त्व होते. पंत यांनी 1955 ते 1961 मध्ये त्यांचा मृत्यू होईपर्यंत नेहरूंच्या मंत्रिमंडळात केंद्रीय गृहमंत्री म्हणून काम केले. गृहमंत्री या नात्याने भाषिक आधारावर राज्यांची पुनर्रचना ही त्यांची प्रमुख कामगिरी होती. केंद्र सरकार आणि काही राज्यांची अधिकृत भाषा म्हणून हिंदीची स्थापना करण्यासाठी ते जबाबदार होते. गृहमंत्री म्हणून त्यांच्या कार्यकाळात पंत यांना भारतरत्न देण्यात आला.

1950 मध्ये मंत्रिमंडळाच्या ठरावाद्वारे नियोजन आयोगाची स्थापना करण्यात आली तेव्हा सीडी देशमुख हे पाच सदस्यांपैकी एक होते. योजना आयोगाकडे काही अधिकार हस्तांतरित केल्याच्या निषेधार्थ मथाई यांनी राजीनामा दिल्यानंतर 1950 मध्ये देशमुख यांनी जॉन मथाई यांची केंद्रीय अर्थमंत्री म्हणून नियुक्ती केली. वित्तमंत्री म्हणून देशमुख नियोजन आयोगाचे सदस्य राहिले. देशमुख यांचा कार्यकाळ-ज्यादरम्यान त्यांनी सहा अर्थसंकल्प आणि अंतरिम अर्थसंकल्प सादर केला —भारतीय अर्थव्यवस्थेच्या प्रभावी व्यवस्थापनासाठी आणि 1940 च्या दशकातील घटनांच्या प्रभावातून सावरलेल्या तिच्या स्थिर वाढीसाठी प्रख्यात आहे. देशमुख यांच्या कार्यकाळात, 1955 मध्ये इम्पीरियल बँकेचे राष्ट्रीयीकरण आणि अनेक छोट्या बँकांसह विलीनीकरण करून स्टेट बँक ऑफ इंडियाची स्थापना करण्यात आली. त्यांनी विमा कंपन्यांचे राष्ट्रीयीकरण आणि लाइफ इन्शुरन्स कॉर्पोरेशन ऑफ इंडिया कायदा, 1956 द्वारे भारतीय आयुर्विमा महामंडळाची स्थापना पूर्ण केली. बॉम्बे शहराला केंद्रशासित प्रदेश ठरवताना बॉम्बे राज्याचे गुजरात आणि महाराष्ट्रात विभाजन करणारे विधेयक संसदेत मांडण्याच्या सरकारच्या प्रस्तावावर देशमुख यांनी राजीनामा दिला.

व्हीके कृष्ण मेनन (1896-1974) हे नेहरूंचे जवळचे सहकारी होते आणि नेहरूंच्या पंतप्रधानपदाच्या कार्यकाळात भारतातील दुसऱ्या क्रमांकाचा सर्वात शक्तिशाली माणूस म्हणून काहींनी त्यांचे वर्णन केले आहे. नेहरूंच्या काळात, त्यांनी यूकेमध्ये भारताचे उच्चायुक्त, संयुक्त राष्ट्रांचे राजदूत आणि केंद्रीय संरक्षण मंत्री म्हणून काम केले. 1962 च्या चीन युद्धातील पराभवानंतर त्यांना राजीनामा देण्यास भाग पाडले गेले.

स्वातंत्र्यानंतरच्या वर्षांमध्ये, नेहरू वारंवार त्यांची मुलगी इंदिरा गांधी यांच्याकडे त्यांचे वैयक्तिक व्यवहार सांभाळत होते. इंदिरा त्यांची भेट घेण्यासाठी नेहरूंच्या अधिकृत निवासस्थानी गेल्या आणि भारत आणि जगभरातील त्यांच्या प्रवासात त्या त्यांच्या सततच्या साथीदार बनल्या. ती अक्षरशः नेहरूंची चीफ ऑफ स्टाफ बनणार होती. 1950 च्या अखेरीस इंदिरा गांधी काँग्रेसच्या अध्यक्षा होत्या. त्या क्षमतेमध्ये, तिने 1959 मध्ये कम्युनिस्ट नेतृत्वाखालील केरळ राज्य सरकार बरखास्त करण्यात महत्त्वपूर्ण भूमिका बजावली. 1959 मध्ये इंदिराजी काँग्रेस पक्षाच्या अध्यक्षपदी निवडून आल्या, ज्याने कथित घराणेशाहीबद्दल टीका केली, जरी नेहरूंनी त्यांच्या निवडीस नापसंती दर्शवली होती, कारण त्यांना असे वाटले की "वंशवादाचा" फटका बसला आहे; तो म्हणाला, खरंच ही "संपूर्णपणे अलोकतांत्रिक आणि अनिष्ट गोष्ट होती" आणि तिला मंत्रिमंडळात स्थान नाकारले. 295 इंदिराजींचे स्वतःच्या वडिलांशी धोरणावरून मतभेद होते; विशेष म्हणजे, केरळ राज्यातील भारतीय कम्युनिस्ट पक्षाचे सरकार स्वतःच्या आक्षेपांवरून बरखास्त करण्यासाठी तिने काँग्रेस कार्यकारिणीला दिलेला वैयक्तिक आदराचा वापर केला. 295 नेहरूंना तिच्या निर्दयीपणामुळे आणि संसदीय परंपरेची अवहेलना पाहून लाज वाटू लागली आणि तिच्या वडिलांची स्वतंत्र ओळख निर्माण करण्याशिवाय दुसरा कोणताही हेतू नसलेला खंबीरपणा म्हणून ते "दुखले" गेले.

22

के.एम.मुन्शी

के.एम.मुन्शी

Freedom Fighters

Scan for Story Videos - www.itibook.com

कन्हैयालाल माणेकलाल मुन्शी (30 डिसेंबर 1887 - 8 फेब्रुवारी 1971), घनश्याम व्यास या नावाने प्रसिद्ध होते. गुजरात राज्यातील भारतीय स्वातंत्र्य चळवळीतील कार्यकर्ते, राजकारणी, लेखक आणि शिक्षणतज्ज्ञ. व्यवसायाने वकील, तो नंतर लेखक आणि राजकारणी बनला. गुजराती साहित्यातील ते एक प्रसिद्ध नाव आहे. त्यांनी 1938 मध्ये भारतीय विद्या भवन या शैक्षणिक ट्रस्टची स्थापना केली.

मुन्शी यांनी गुजराती, इंग्रजी आणि हिंदी अशा तीन भाषांमध्ये आपले लेखन केले. भारताच्या स्वातंत्र्यापूर्वी मुन्शी भारतीय राष्ट्रीय काँग्रेसचा भाग होते आणि स्वातंत्र्यानंतर त्यांनी स्वतंत्र पक्षात प्रवेश केला. मुन्शी यांनी भारताच्या संविधान सभेचे सदस्य, भारताचे कृषी आणि अन्न मंत्री आणि उत्तर प्रदेशचे राज्यपाल अशी अनेक महत्त्वाची पदे भूषवली. त्यांच्या नंतरच्या आयुष्यात ते विश्व हिंदू परिषदेच्या संस्थापक सदस्यांपैकी एक होते.

मुन्शी यांचा जन्म 30 डिसेंबर 1887 रोजी ब्रिटीश भारतातील गुजरात राज्यातील भरुच येथे झाला होता. मुन्शी यांनी 1902 मध्ये बडोदा कॉलेजमध्ये प्रवेश घेतला आणि 'अंबालाल सक्रलाल परितोषिक'मध्ये प्रथम श्रेणी मिळविली. 1907 मध्ये, इंग्रजी भाषेत जास्तीत जास्त गुण मिळवून, त्यांना कला शाखेच्या पदवीसह 'एलिट पारितोषिक' मिळाले. नंतर, त्याच विद्यापीठाकडून त्यांना सन्माननीय कारण देण्यात आले. त्यांनी 1910 मध्ये मुंबई येथे एलएलबीची पदवी प्राप्त केली आणि मुंबई उच्च न्यायालयात वकील म्हणून नोंदणी केली.

बडोदा कॉलेजमधील त्यांचे एक प्राध्यापक होते अरविंदो घोष (नंतर श्री अरबिंदो) ज्यांचा त्यांच्यावर खोल प्रभाव होता. मुन्शी यांच्यावर बडोद्याचे महाराजा सयाजीराव गायकवाड तिसरे, महात्मा गांधी, सरदार पटेल आणि भुलाभाई देसाई यांचाही प्रभाव होता.

अरविंदांच्या प्रभावामुळे मुन्शी क्रांतिकारी गटाकडे झुकले आणि बॉम्ब बनवण्याच्या प्रक्रियेत स्वतःला सामील झाले. परंतु मुंबईत स्थायिक झाल्यानंतर ते भारतीय गृहराज्य

चळवळीत सामील झाले आणि 1915 मध्ये सचिव झाले. 1917 मध्ये ते बॉम्बे प्रेसिडेन्सी असोसिएशनचे सचिव बनले. 5 1920 मध्ये, ते अहमदाबाद येथील वार्षिक काँग्रेस अधिवेशनात सहभागी झाले होते आणि त्याचे अध्यक्ष सुरेंद्रनाथ बॅनर्जी यांच्यावर त्यांचा प्रभाव होता.

1927 मध्ये, ते मुंबई विधानसभेवर निवडून आले परंतु बार्डोली सत्याग्रहानंतर त्यांनी महात्मा गांधींच्या प्रभावाखाली राजीनामा दिला. त्यांनी 1930 मध्ये सविनय कायदेभंग चळवळीत भाग घेतला आणि सुरुवातीला सहा महिने अटक झाली. त्याच चळवळीच्या दुसऱ्या भागात भाग घेतल्यानंतर, त्यांना पुन्हा अटक करण्यात आली आणि 1932 मध्ये दोन वर्षे तुरुंगात घालवली. 5 1934 मध्ये ते काँग्रेस संसदीय मंडळाचे सचिव बनले.

1937 च्या बॉम्बे प्रेसिडेंसी निवडणुकीत मुन्शी पुन्हा निवडून आले आणि बॉम्बे प्रेसीडेंसीचे गृहमंत्री बनले. त्यांच्या गृहमंत्रिपदाच्या काळात त्यांनी मुंबईतील जातीय दंगली दडपल्या. 5 1940 मध्ये वैयक्तिक सत्याग्रहात भाग घेतल्यावर मुन्शी यांना पुन्हा अटक करण्यात आली.

पाकिस्तानच्या मागणीला वेग आला म्हणून त्यांनी अहिंसा सोडली आणि मुस्लिमांना त्यांची मागणी सोडण्यास भाग पाडण्यासाठी गृहयुद्धाच्या कल्पनेला पाठिंबा दिला. त्यांचा असा विश्वास होता की हिंदू आणि मुस्लिमांचे भविष्य "अखंड हिंदुस्थान" मध्ये एकतेमध्ये आहे. 1941 मध्ये काँग्रेसशी मतभेद झाल्यामुळे त्यांनी काँग्रेस सोडली, परंतु महात्मा गांधींनी 1946 मध्ये त्यांना पुन्हा आमंत्रित केले.

मसुदा समिती, सल्लागार समिती, मूलभूत हक्कांवरील उप-समिती यासह अनेक समित्यांचा ते भाग होते. मुन्शी यांनी मसुदा तयार करण्यासाठी मुलभूत हक्कांवरील मसुदा सादर केला आणि पुरोगामी हक्कांना मूलभूत अधिकारांचा एक भाग बनवण्याची मागणी केली.

भारताच्या स्वातंत्र्यानंतर, मुन्शी, सरदार पटेल आणि एन.व्ही. गाडगीळ यांनी भारतीय सैन्याच्या मदतीने राज्य स्थिर करण्यासाठी जुनागड राज्याला भेट दिली. जुनागडमध्ये पटेल यांनी ऐतिहासिकदृष्ट्या महत्त्वाच्या सोमनाथ मंदिराच्या पुनर्बांधणीची घोषणा केली. पुनर्बांधणी पूर्ण होण्यापूर्वीच पटेल यांचा मृत्यू झाला. जवाहरलाल नेहरूंच्या विरोधानंतरही सोमनाथ मंदिराच्या नूतनीकरणामागे मुन्शी मुख्य प्रेरक शक्ती बनले.

मुन्शी यांची हैदराबाद संस्थानात राजनैतिक दूत आणि व्यापार प्रतिनिधी (एजंट-जनरल) म्हणून नियुक्ती करण्यात आली, जिथे त्यांनी 1948 मध्ये भारतात प्रवेश होईपर्यंत काम केले. मुन्शी ऑगस्ट 1947 मध्ये भारताचा ध्वज निवडणाऱ्या तदर्थ ध्वज समितीवर होते आणि बीआर आंबेडकर यांच्या अध्यक्षतेखाली भारतीय राज्यघटनेचा मसुदा तयार करणाऱ्या समितीवर.

मुन्शी हे राजकारणी आणि शिक्षणतज्ज्ञ असण्यासोबतच पर्यावरणवादीही होते. त्यांनी वनमहोत्सवाची सुरुवात 1950 मध्ये केली, जेव्हा ते केंद्रीय अन्न आणि कृषी मंत्री होते,

तेव्हा जंगलाखालील क्षेत्र वाढवण्यासाठी. तेव्हापासून वन महोत्सव दरवर्षी जुलै महिन्यात देशभरात वृक्षारोपणाचा आठवडाभर चालणारा उत्सव आयोजित केला जातो आणि लाखो झाडे लावली जातात.

मुन्शी यांनी 1952 ते 1957 पर्यंत उत्तर प्रदेशचे राज्यपाल म्हणून काम पाहिले. 8 1959 मध्ये मुन्शी नेहरूंचे वर्चस्व असलेल्या (समाजवादी) काँग्रेस पक्षापासून वेगळे झाले आणि अखंड हिंदुस्थान चळवळ सुरू केली. त्यांचा प्रबळ विरोधी पक्षावर विश्वास होता, म्हणून त्यांनी चक्रवर्ती राजगोपालाचारी यांच्यासमवेत स्वतंत्र पक्षाची स्थापना केली, जो राजकारणात उजव्या विचारसरणीचा, व्यवसाय समर्थक, मुक्त बाजार अर्थव्यवस्था आणि खाजगी मालमत्तेच्या अधिकारांमध्ये होता. पक्षाला बऱ्यापैकी यश मिळाले आणि शेवटी त्याचा मृत्यू झाला.

ऑगस्ट 1964 मध्ये त्यांनी सांदीपिनी आश्रमात विश्व हिंदू परिषद या हिंदू राष्ट्रवादी संघटनेच्या स्थापनेच्या बैठकीचे अध्यक्षपद भूषवले.

मुन्शी 1923 पासून त्यांच्या कल्पना आणि आदर्शांना संस्थात्मक पाया देण्याचा विचार करत होते. 7 नोव्हेंबर 1938 रोजी त्यांनी हर्षिदभाई दिवटीया आणि त्यांची पत्नी लीलावती मुन्शी यांच्यासमवेत अंधेरी, बॉम्बे येथे भारतीय विद्या भवनाची स्थापना केली. पुढे त्यांनी संस्कृत आणि प्राचीन हिंदू ग्रंथ पारंपारिक पद्धतीनुसार शिकवण्यासाठी मुंबादेवी संस्कृत महाविद्यालयाची स्थापना केली.

भारतीय विद्या भवनच्या स्थापनेव्यतिरिक्त, भवनचे महाविद्यालय, हंसराज मोरारजी पब्लिक स्कूल, राजहंस विद्यालय, राजहंस बालवाटिका आणि पंचगणी हिंदू विद्यालय (1922) च्या स्थापनेत मुन्शी यांचा मोलाचा वाटा होता. ते बॉम्बे विद्यापीठाचे फेलो म्हणून निवडले गेले, जिथे प्रादेशिक भाषांना पुरेसे प्रतिनिधित्व देण्याची जबाबदारी त्यांच्यावर होती. केमिकल टेक्नॉलॉजी विभाग सुरू करण्यातही त्यांचा मोलाचा वाटा होता.

त्यांनी कृषी संस्थेचे अध्यक्ष आनंद (1951-71), बिर्ला एज्युकेशन ट्रस्टचे विश्वस्त (1948-71), भारतीय कायदा संस्थेचे कार्यकारी अध्यक्ष (1957-60) आणि संस्कृत विश्व परिषदेचे अध्यक्ष (1951-1961) म्हणून काम केले. .

घनश्याम व्यास हे टोपणनाव असलेले मुन्शी हे गुजराती आणि इंग्रजी भाषेतील विपुल लेखक होते, त्यांनी गुजरातच्या महान साहित्यिक व्यक्तींपैकी एक म्हणून नाव कमावले होते. लेखक आणि कर्तव्यदक्ष पत्रकार असल्याने मुन्शी यांनी भार्गव नावाचे गुजराती मासिक सुरू केले. ते यंग इंडियाचे संयुक्त-संपादक होते आणि 1954 मध्ये त्यांनी भवनचे जर्नल सुरू केले जे आजपर्यंत भारतीय विद्या भवनने प्रकाशित केले आहे. मुन्शी हे गुजराती साहित्य परिषद आणि हिंदी साहित्य संमेलनाचे अध्यक्ष होते हाय

मुन्शी हे साहित्यिकही होते ज्यांची रुची विस्तृत होती. ते त्यांच्या गुजरातीतील ऐतिहासिक कादंबऱ्यांसाठी प्रसिद्ध आहेत, विशेषतः त्यांच्या पाटण-नी-प्रभुता (पाटणचे वैभव), गुजरात-नो-नाथ (गुजरातचे प्रभु आणि मास्टर) आणि राजाधिराज (राजांचा राजा)

या त्रिकथा. जय सोमनाथ (सोमनाथ मंदिरावर), कृष्णावतार (भगवान कृष्णावर), भगवान परशुराम (परशुरामावर) आणि तपस्विनी (द ल्यूर ऑफ पॉवर) ही महात्मा गांधींच्या नेतृत्वाखालील भारताच्या स्वातंत्र्य चळवळीतील काल्पनिक समांतर असलेली कादंबरी यांचा समावेश आहे. . मुन्शी यांनी इंग्रजीतही अनेक उल्लेखनीय लेखन लिहिले.

23

तात्या टोपे

तात्या टोपे

Freedom Fighters

Scan for Story Videos - www.itibook.com

तात्या टोपे (16 फेब्रुवारी 1814 - 18 एप्रिल 1859) हे 1857 च्या भारतीय बंडातील सेनापती होते आणि त्यातील एक उल्लेखनीय नेते. औपचारिक लष्करी प्रशिक्षण नसतानाही, तांत्या टोपे हे भारतीय स्वातंत्र्यलढ्यातील सर्वोत्कृष्ट आणि प्रभावी बंडखोर सेनापतींपैकी एक मानले जातात.

येवला (नासिक जवळ) येथील मराठी देशस्थ ब्राह्मण २ कुटुंबात रामचंद्र पांडुरंगा यावलकर म्हणून जन्म. तंट्याने टोपे, म्हणजे कमांडिंग ऑफिसर ही पदवी धारण केली. त्याचे पहिले नाव तांत्या म्हणजे जनरल. बिथूरच्या नाना साहेबांचे वैयक्तिक अनुयायी, इंग्रजांनी कानपूर (तेव्हा कानपूर म्हणून ओळखले जाते) पुन्हा ताब्यात घेतल्यानंतर त्यांनी ग्वाल्हेरच्या तुकडीत प्रगती केली आणि जनरल विंडहॅमला शहरातून माघार घेण्यास भाग पाडले. पुढे तंट्या टोपे झाशीची राणी लक्ष्मीबाई हिच्या मदतीला आला आणि तिच्याबरोबर ग्वाल्हेर शहर ताब्यात घेतले. तथापि, रणोड येथे जनरल नेपियरच्या ब्रिटिश भारतीय सैन्याकडून त्याचा पराभव झाला आणि सीकर येथे आणखी पराभव झाल्यानंतर त्याने मोहीम सोडून दिली.

एका अधिकृत निवेदनानुसार, तांत्या टोपेचे वडील पांडियारंगा हे सध्याच्या महाराष्ट्रातील पाटोदा जिल्हा नगर येथील जोला परगना येथील रहिवासी होते. 4 टोपे हा जन्माने मारा हा वशिष्ठ ब्राह्मण होता. एका सरकारी पत्रात ते बडोद्याचे मंत्री असल्याचे सांगण्यात आले होते, तर दुसऱ्या संभाषणात ते नाना साहेबांसारखेच होते. त्याच्या खटल्यातील एका साक्षीदाराने तांत्या टोपे यांचे वर्णन "मध्यम उंचीचा, गव्हाचा रंग असलेला आणि नेहमी पांढरा चुकरी-दार पगडी घालणारा" असे केले.

शिवपुरी येथे १८ एप्रिल १८५९ रोजी टोपे यांना ब्रिटीश सरकारने फाशी दिली.

५ जून १८५७ रोजी कानपूर (कानपूर) येथील बंडखोरी झाल्यानंतर नाना साहेब बंडखोरांचे नेते बनले. 25 जून 1857 रोजी कावनपूर येथील ब्रिटीश सैन्याने शरणागती पत्करली तेव्हा जूनच्या उत्तरार्धात नानांना पेशवा घोषित करण्यात आले. पराभवानंतर, नानांच्या सैन्याला बिथूरला माघार घ्यावी लागली, त्यानंतर हॅवलॉकने गंगा पार करून अवधकडे माघार घेतली. तंट्या टोपे बिथूरपासून नाना साहेबांच्या नावाने वावरू लागल्या.

तात्या टोपे हे 27 जून 1857 रोजी झालेल्या कानपोरच्या हत्याकांडातील एक नेते होते. त्यानंतर, टोपे यांनी 16 जुलै 1857 रोजी ब्रिटीश सैन्याने त्यांना हाकलून देईपर्यंत चांगली बचावात्मक भूमिका घेतली. त्यानंतर त्यांनी जनरल सिरिलचा पराभव केला. काऊनपोरची दुसरी लढाई, जी 19 नोव्हेंबर 1857 रोजी सुरू झाली आणि सतरा दिवस चालली. सर कॉलिन कॅम्पबेल यांच्या नेतृत्वाखाली ब्रिटिशांनी पलटवार केला तेव्हा टोपे आणि त्यांच्या सैन्याचा पराभव झाला. टोपे आणि इतर बंडखोर घटनास्थळावरून पळून गेले आणि त्यांना झाशीच्या राणीचा आश्रय घ्यावा लागला आणि तिलाही मदत केली.

पुढे तंट्या आणि राव साहेबांनी झाशीला ब्रिटिशांच्या हल्ल्यात मदत केल्यानंतर राणी लक्ष्मीबाईला हल्ल्यातून सुटण्यास मदत केली. राणी लक्ष्मीबाई यांच्यासोबत मिळून त्यांनी ग्वाल्हेरच्या नाना साहेब पेशव्यांच्या नावाखाली हिंदवी स्वराज्य (स्वतंत्र राज्य) घोषित करून ग्वाल्हेर किल्ल्याचा ताबा घेतला. ग्वाल्हेर इंग्रजांकडून गमावल्यानंतर नाना साहेबांचे पुतणे टोपे आणि रावसाहेब राजपुतानात पळून गेले. तो टोंकच्या सैन्याला त्याच्यात सामील होण्यास प्रवृत्त करू शकला.

टोपे मात्र बुंदी शहरात प्रवेश करू शकले नाहीत, आणि आपण दक्षिणेकडे जाण्याची घोषणा करत असतानाच, प्रत्यक्षात ते पश्चिमेकडे आणि निमचकडे निघाले. कर्नल होम्सच्या नेतृत्वाखालील ब्रिटीश फ्लाइंग कॉलम त्याचा पाठलाग करत होता, तर राजपुतानातील ब्रिटीश कमांडर, जनरल अब्राहम रॉबर्ट जेव्हा ते सांगानेर आणि भिलवाडा दरम्यानच्या स्थितीत पोहोचले होते तेव्हा बंडखोर सैन्यावर हल्ला करण्यास सक्षम होते. टोपे पुन्हा शेतातून उदयपूरच्या दिशेने पळून गेला आणि 13 ऑगस्ट रोजी एका हिंदू मंदिराला भेट दिल्यानंतर त्याने बनास नदीवर आपले सैन्य तयार केले. रॉबर्ट्सच्या सैन्याने त्यांचा पुन्हा पराभव केला आणि टोपे पुन्हा पळून गेला. तो चंबळ नदी ओलांडून झालावाड राज्यातील झालरापाटन या गावात पोहोचला.

1857 चा उठाव इंग्रजांनी मोडून काढल्यानंतरही, तांत्या टोपे यांनी जंगलात गनिमी सैनिक म्हणून प्रतिकार चालू ठेवला. त्याने राज्य सैन्याला राजाविरुद्ध बंड करण्यास प्रवृत्त केले आणि बनास नदीवर त्याने गमावलेल्या तोफखान्याची जागा घेण्यास सक्षम झाले. त्यानंतर टोपेने आपले सैन्य इंदूरच्या दिशेने नेले, परंतु ब्रिटीशांनी त्याचा पाठलाग केला, आता जनरल जॉन मिशेलने सिरोंजच्या दिशेने पळ काढला. रावसाहेबांसोबत टोपे यांनी त्यांच्या एकत्रित सैन्याची विभागणी करण्याचा निर्णय घेतला जेणेकरून ते मोठ्या बळासह चंदेरीकडे जाऊ शकतील आणि राव साहेबांनी दुसऱ्या बाजूला लहान सैन्यासह झाशीला जावे. तथापि, ते ऑक्टोबरमध्ये पुन्हा एकत्र आले आणि छोटा उदयपूर येथे त्यांना आणखी एक पराभव स्वीकारावा लागला.

जानेवारी १८५९ पर्यंत ते जयपूर राज्यात आले आणि आणखी दोन पराभव त्यांनी अनुभवले. यावेळी, तो नरवारचा राजा मानसिंग आणि त्याच्या घरच्यांना भेटला आणि त्याच्या दरबारात राहण्याचा निर्णय घेतला. मानसिंगचा ग्वाल्हेरच्या महाराजांशी वाद होता, तर इंग्रजांनी टोपे यांना त्यांच्या जिवाच्या बदल्यात आणि महाराजांच्या कोणत्याही सूडापासून त्यांच्या कुटुंबाचे संरक्षण करण्यासाठी त्यांच्याशी वाटाघाटी करण्यात यश मिळवले होते. या घटनेनंतर टोपे यांना इंग्रजांच्या स्वाधीन करण्यात आले आणि त्यांच्या नशिबाचा सामना करण्यासाठी त्यांना सोडण्यात आले.

तांत्या टोपे यांनी त्यांच्यासमोर लावलेले आरोप मान्य केले, परंतु ते केवळ त्यांचे स्वामी पेशवे यांच्यासमोरच जबाबदार असतील असे नमूद केले. 18 एप्रिल 1859 रोजी शिवपुरी येथे त्यांना फाशी देण्यात आली.

24
दादाभाई नौरोजी

दादाभाई नौरोजी

Freedom Fighters

Scan for Story Videos - www.itibook.com

दादाभाई नौरोजी हे भारतीय सामाजिक राजकीय नेते आणि भारतीय राष्ट्रीय काँग्रेसच्या संस्थापकांपैकी एक होते. अग्रगण्य राष्ट्रवादी लेखक आणि प्रवक्ते, ब्रिटिश संसदेत सदस्यत्वासाठी निवडून आलेले ते पहिले भारतीय होते.

1825 मध्ये मुंबईत गुजराती भाषिक पारशी कुटुंबात जन्मलेल्या नौरोजींचे शिक्षण एल्फिन्स्टन इन्स्टिट्यूट स्कूलमध्ये झाले आणि भारतीय कारणांसाठी बौद्धिक आणि प्रचारक म्हणून करिअर करण्यापूर्वी त्यांचे शिक्षण झाले. ज्या वेळी ईस्ट इंडिया कंपनी ब्रिटीश भारतावर राज्य करत होती, त्या वेळी नौरोजी भारताच्या समकालीन स्वातंत्र्य लढ्याची पायाभरणी करत होते , त्यांनी 1852 मध्ये भारताची पहिली राजकीय संघटना, बॉम्बे असोसिएशनची स्थापना केली. 1855 मध्ये त्यांची एल्फिन्स्टन येथे गणित आणि नैसर्गिक तत्त्वज्ञानाचे प्राध्यापक म्हणून नियुक्ती झाली. मुंबईतील कॉलेज. शैक्षणिक नियुक्ती मिळालेले पहिले भारतीय, त्यांना संस्थेतील दुसऱ्या एका प्राध्यापकाने 'भारताचे वचन' म्हटले. व्यापारी कामा कुटुंबातील पहिल्या भारतीय व्यावसायिक कंपनीत सामील होण्यासाठी लंडनला गेल्याच्या काही काळानंतर, ब्रिटनमध्ये स्थापन झालेली पहिली भारतीय कंपनी कामा अँड कंपनीसाठी लिव्हरपूल स्थान उघडले. तथापि, तीन वर्षांच्या आत त्यांनी नैतिक कारणास्तव राजीनामा दिला आणि 1859 पर्यंत दादाभाई नौरोजी अँड कंपनी ही त्यांची स्वतःची कापूस व्यापार कंपनी स्थापन केली. यासोबतच त्यांना युनिव्हर्सिटी कॉलेज लंडन (1856-65) येथे गुजराती भाषेचे प्राध्यापकही करण्यात आले.

1867 मध्ये त्यांनी ईस्ट इंडिया असोसिएशनची स्थापना करण्यास मदत केली ज्याचा उद्देश आशियाई लोकांच्या कनिष्ठ विचारांचा सामना करणे आणि ब्रिटिश लोकांसमोर भारतीय दृष्टिकोन ठेवण्याचा हेतू होता. ही संघटना अखेरीस १८८५ मध्ये इंडियन नॅशनल असोसिएशनमध्ये विलीन झाली, भारतीय राष्ट्रीय काँग्रेस बनली - ब्रिटीश राजवटीपासून भारतीय स्वातंत्र्यासाठी प्रचार करणारा मुख्य राष्ट्रवादी पक्ष, नंतर गांधींचा पक्ष आणि

आजही भारतीय राजकारणात एक प्रमुख पक्ष आहे. दरम्यान, 1874 मध्ये, भारतात परतल्यानंतर, नौरोजींनी बराडोच्या महाराजांचे दिवाण (मंत्री) म्हणून सार्वजनिक जीवन सुरू केले आणि नंतर ते मुंबईच्या विधान परिषदेचे सदस्य होते.

नौरोजींच्या हयातीत, भारतीय लोकसंख्येचा ब्रिटिश साम्राज्याच्या चार पंचमांश भाग होता, परंतु तेथील 250 दशलक्ष लोक ब्रिटिश संसदेत प्रतिनिधित्व करत नव्हते. आपला राजकीय सहभाग चालू ठेवत, नौरोजी पुन्हा एकदा ब्रिटनमध्ये स्थलांतरित झाले आणि हाऊस ऑफ कॉमन्सच्या निवडणुकीसाठी अनेक वेळा उभे राहिले, प्रत्येक वेळी मोठ्या प्रमाणात वर्णद्वेषाचा सामना केला. लंडनमधील जोरदार कंझर्व्हेटिव्ह हॉलबॉर्न जागेसाठी लिबरल पक्षाचे उमेदवार म्हणून 1886 मध्ये त्यांची बोली अयशस्वी ठरली आणि त्यांच्या पराभवानंतर, लॉर्ड सॅलिस्बरी, पंतप्रधान, यांनी टिप्पणी केली की एक इंग्रजी मतदारसंघ 'काळा माणूस' निवडण्यास तयार नाही. या विधानामुळे नौरोजींची बदनामी झाली आणि लोकप्रिय व्यंगचित्र मासिक पंचाने नौरोजींना ओथेलो आणि सॅलिसबरी यांना 'डॉज ऑफ वेस्टमिन्स्टर' असे चित्रित करणाऱ्या व्यंगचित्रात त्याचा उल्लेख केला आहे.

'ग्रँड ओल्ड मॅन ऑफ इंडिया' म्हणून ओळखले जाणारे, नौरोजी एक प्रसिद्ध सार्वजनिक व्यक्तिमत्त्व बनले, त्यांना फ्लोरेन्स नाइटिंगेल आणि मताधिकार प्रचारकांचा पाठिंबा मिळाला. 1892 मध्ये ते क्लर्कनवेल (आता लंडन बरो ऑफ इस्लिंग्टनचा भाग) मधील सेंट्रल फिन्सबरीच्या जोरदार कामगार-वर्गाच्या सीमांत जागेसाठी लिबरल उमेदवार म्हणून निवडून आले आणि ग्लॅडस्टोनच्या सरकारमध्ये सामील झाले.

'ब्रिटिश पार्लमेंटमध्ये फक्त एकच सदस्य पाठवण्याचा अधिकार आम्ही वीस भारतीयांना दिला असता, तर त्या पदासाठी आम्ही दादाभाई नौरोजी यांची एकमताने निवड केली असती यात शंका नाही.' - बाळ गंगाधर टिळक

नौरोजी हे ब्रिटीश खासदार असलेले पहिले आशियाई होते, एंग्लो-इंडियन खासदार डेव्हिड ऑक्टरलोनी डायस सोम्ब्रे असूनही, ते 1841 मध्ये सफोकमधील सडबरीच्या जागेवर रॅडिकल-लिबरल म्हणून निवडून आले होते परंतु 1842 मध्ये भ्रष्टाचारामुळे मतदानापासून वंचित राहिले होते (संसदेने निकाल रद्द केला. निवडणूक प्रचारादरम्यान 'एकूण, पद्धतशीर आणि व्यापक लाचखोरी', आणि तो आणि सडबरी विभागातील इतर सदस्यांनी त्यांच्या जागा गमावल्या). ते ख्रिश्चन नसल्यामुळे, नौरोजींनी बायबलवर पदाची शपथ घेण्यास नकार दिला, परंतु त्यांना खोर्देह अवेस्ता (झोरोस्ट्रियन धार्मिक ग्रंथ) च्या प्रतीवर देवाच्या नावाने शपथ घेण्याची परवानगी देण्यात आली.

हाऊस ऑफ कॉमन्समध्ये असताना नौरोजींनी भारतातील परिस्थिती सुधारण्यासाठी आपला वेळ दिला आणि भारतीय स्वातंत्र्यासाठी मोहीम चालवली. तथापि, त्यांनी महिलांसाठी मते, वृद्धांसाठी पेन्शन, आयरिश गृह भूमिका आणि हाऊस ऑफ लॉर्ड्स रद्द करण्याचे समर्थन केले. भावी मुस्लिम राष्ट्रवादी आणि पाकिस्तानचे संस्थापक मोहम्मद अली जिना यांनी खासदार म्हणून कर्तव्यात त्यांना मदत केली. जरी 1895 च्या सार्वत्रिक

निवडणुकीत कंझर्व्हेटिव्हजने पुन्हा सत्ता जिंकली तेव्हा नौरोजींनी त्यांची जागा गमावली तरी, त्यांनी आयुष्याच्या शेवटपर्यंत प्रचार सुरू ठेवला, 1906 मध्ये तिसऱ्यांदा भारतीय राष्ट्रीय कॉंग्रेसचे अध्यक्ष म्हणून निवडून आले. कॉंग्रेसमधील कट्टर संयमी बाळ गंगाधर टिळक, गोपाळ कृष्ण गोखले आणि मोहनदास करमचंद (महात्मा) गांधी यांचे ते गुरू होते.

'भारतीय लोक तुमच्याकडे वडिलांकडे मुलांप्रमाणे पाहतात. येथे खरोखरच अशी भावना आहे.' - महात्मा गांधी

25
कुंवर सिंग

कुंवर सिंग

Freedom Fighters

Scan for Story Videos - www.itibook.com

कुंवर सिंग (जन्म: 13 नोव्हेंबर 1777 – मृत्यू: 26 एप्रिल 1858) बाबू कुंवर सिंग या नावानेही ओळखले जाणारे हे 1857 च्या भारतीय बंडखोरी दरम्यान एक नेते आणि लष्करी कमांडर होते . ते परमार राजपूतांच्या उज्जैनिया कुळातील होते. जगदीसपूर, सध्या भोजपूर जिल्ह्याचा एक भाग, बिहार, भारत. वयाच्या 80 व्या वर्षी त्यांनी ब्रिटिश ईस्ट इंडिया कंपनीच्या नेतृत्वाखालील सैन्याविरुद्ध सशस्त्र सैनिकांच्या निवडक गटाचे नेतृत्व केले. बिहारमधील इंग्रजांविरुद्धच्या लढ्याचे ते मुख्य संघटक होते. ते वीर कुंवर सिंग किंवा वीर बाबू कुंवर सिंग या नावाने प्रसिद्ध आहेत.

कुंवर सिंह यांचा जन्म 13 नोव्हेंबर 1777 रोजी महाराजा शहाबजादा सिंह आणि महाराणी पंचरतन देवी यांच्या पोटी बिहार राज्यातील शहाबाद (आता भोजपूर) जिल्ह्यातील जगदीसपूर येथे झाला. तो उज्जैनीय राजपूत कुळातील होता. 4 एका ब्रिटीश न्यायिक अधिकाऱ्याने कुंवर सिंग यांचे वर्णन दिले आणि "उंच माणूस, उंची सुमारे सहा फूट" असे वर्णन केले. 5 त्याने पुढे त्याचे वर्णन केले की त्याचा चेहरा अक्विलिन नाक असलेला रुंद आहे. त्याच्या छंदांच्या बाबतीत, ब्रिटीश अधिकारी त्याचे वर्णन करतात की तो एक उत्कट शिकारी होता ज्याने घोडेस्वारीचा देखील आनंद लुटला.

1826 मध्ये वडिलांच्या मृत्यूनंतर, कुंवर सिंग जगदीसपूरचा तालुकदार झाला. त्याच्या भावांना काही गावे वारसाहक्काने मिळाली परंतु त्यांच्या नेमक्या वाटपावरून वाद निर्माण झाला. हा वाद अखेर मिटला आणि भाऊ पुन्हा सौहार्दपूर्ण संबंधात परतले.

त्याने गया जिल्ह्यातील देव राज इस्टेटमधील श्रीमंत जमीनदार राजा फतेह नारायण सिंह यांच्या मुलीशी विवाह केला जो राजपूतांच्या सिसोदिया कुळातील होता.

सिंग यांनी बिहारमध्ये १८५७ च्या भारतीय बंडाचे नेतृत्व केले. जेव्हा त्याला शस्त्रे घेण्यास बोलावले तेव्हा तो जवळजवळ ऐंशीचा होता आणि तब्येत बिघडली होती. त्याला त्याचा भाऊ बाबू अमर सिंग आणि सेनापती हरे कृष्ण सिंग या दोघांनीही मदत केली. कुंवर सिंगच्या सुरुवातीच्या लष्करी यशामागील उत्तरार्ध हे खरे कारण होते असे काहींचे म्हणणे आहे. त्यांनी चांगली लढाई दिली आणि जवळजवळ एक वर्ष ब्रिटीश सैन्याचा पराभव केला आणि शेवटपर्यंत ते अजिंक्य राहिले. तो गनिमी कावा कलेमध्ये पारंगत होता. त्याच्या डावपेचांनी ब्रिटिशांना गोंधळात टाकले.

सिंह यांनी 25 जुलै रोजी दानापूर येथे बंड केलेल्या सैनिकांची कमान स्वीकारली. दोन दिवसांनंतर त्याने जिल्हा मुख्यालय असलेल्या अराहावर कब्जा केला. मेजर व्हिन्सेंट आयरने 3 ऑगस्ट रोजी शहर मुक्त केले, सिंगच्या सैन्याचा पराभव केला आणि जगदीशपूरचा नाश केला. बंडाच्या वेळी त्याच्या सैन्याला गंगा नदी पार करावी लागली. ब्रिगेडियर डग्लसच्या सैन्याने त्यांच्या बोटीवर गोळीबार करण्यास सुरुवात केली. एका गोळीने सिंग यांच्या डाव्या मनगटाचा चक्काचूर झाला. सिंह यांना वाटले की त्यांचा हात निरुपयोगी झाला आहे आणि गोळी लागल्याने संसर्गाचा अतिरिक्त धोका आहे.

त्याने तलवार काढली आणि कोपरजवळचा डावा हात कापला आणि गंगेला अर्पण केला. अविश्वसनीय स्रोत?

सिंह यांनी त्यांचे वडिलोपार्जित गाव सोडले आणि डिसेंबर 1857 मध्ये लखनौला पोहोचले जेथे त्यांनी इतर बंडखोर नेत्यांची भेट घेतली. मार्च 1858 मध्ये त्याने आझमगड ताब्यात घेतला आणि तो भाग घेण्याच्या सुरुवातीच्या ब्रिटीशांच्या प्रयत्नांना परतवून लावले. मात्र, त्याला लवकरच ते ठिकाण सोडावे लागले. डग्लसचा पाठलाग करून तो बिहारमधील आरा येथील आपल्या घराकडे माघारला. 23 एप्रिल रोजी, सिंगने जगदीसपूरजवळ कॅप्टन ले ग्रँड (हिंदीमध्ये ले गार्ड) यांच्या नेतृत्वाखालील सैन्यावर विजय मिळवला. 26 एप्रिल 1858 रोजी त्यांचे गावी निधन झाले. जुन्या सरदाराची जबाबदारी आता त्याचा भाऊ अमरसिंग II यांच्यावर पडली, ज्यांनी प्रचंड प्रतिकूल परिस्थिती असतानाही संघर्ष सुरू ठेवला आणि बराच काळ शहाबाद जिल्ह्यात समांतर सरकार चालवले. ऑक्टोबर 1859 मध्ये, अमर सिंग दुसरा नेपाळ तराईमधील बंडखोर नेत्यांमध्ये सामील झाला

23 एप्रिल 1858 रोजी जगदीसपूरजवळ झालेल्या त्याच्या शेवटच्या लढाईत ब्रिटीश ईस्ट इंडिया कंपनीच्या नियंत्रणाखालील सैन्य पूर्णपणे पराभूत झाले. 22 आणि 23 एप्रिल रोजी जखमी अवस्थेत त्यांनी ब्रिटीश सैन्याविरुद्ध शौर्याने लढा दिला आणि आपल्या सैन्याच्या मदतीने ब्रिटीश सैन्याला हुसकावून लावले, जगदीसपूर किल्ल्यावरील युनियन जॅक खाली आणले आणि ध्वज फडकवला. 23 एप्रिल 1858 रोजी तो आपल्या राजवाड्यात परतला आणि लवकरच 26 एप्रिल 1858 रोजी त्याचा मृत्यू झाला.

भारताच्या स्वातंत्र्य चळवळीतील त्यांच्या योगदानाचा गौरव करण्यासाठी, भारतीय प्रजासत्ताकाने 23 एप्रिल 1966 रोजी एक स्मारक तिकीट जारी केले. बिहार सरकारने 1992 मध्ये वीर कुंवर सिंग युनिव्हर्सिटी, अराह, स्थापन केली.

2017 मध्ये, उत्तर आणि दक्षिण बिहारला जोडण्यासाठी वीर कुंवर सिंह सेतू, ज्याला आराह-छपरा ब्रिज म्हणूनही ओळखले जाते, त्याचे उद्घाटन करण्यात आले. 14 2018 मध्ये, कुंवर सिंग यांच्या मृत्यूची 160 वी जयंती साजरी करण्यासाठी, बिहार सरकारने त्यांचा पुतळा हार्डिंग पार्कमध्ये हलवला. उद्यानाचे अधिकृतपणे 'वीर कुंवर सिंग आझादी पार्क' असे नामकरणही करण्यात आले.

अनेक भोजपुरी लोकगीतांमध्ये त्यांचा उल्लेख ब्रिटीशांच्या दडपशाहीविरुद्ध लढणारा नायक म्हणून केला जातो. एक विशिष्ट लोकगीत असे सांगते:

अब छोड रे फिरंगीया! हमर देसवा! लुटपत कैले तुझं, मजवा उदाईले कैलास, देस पर जुलुम जोर. सहार गांव लुटी, फुंकी, दिहत फिरंगीया, सुनी सुनी कुंवर के हृदय मे लागल आगिया! अब छोड रे फिरंगीया! हमर देसवा!

इंग्रजीत अनुवाद :-

अरे ब्रिटिश! आता आपला देश सोडा! कारण तुम्ही आम्हाला लुटले आहे, आमच्या देशाच्या सुखसोयींचा उपभोग घेतला आहे आणि आमच्या देशवासीयांवर अत्याचार केले आहेत. तुम्ही आमची शहरे आणि गावे लुटली, नष्ट केली आणि जाळली. हे सर्व जाणून कुंवरचे हृदय जळते. अरे ब्रिटिश! आता आपला देश सोडा!

1970 च्या दशकात, नक्षलवादी बंडखोरांचा मुकाबला करण्यासाठी बिहारमधील राजपूत तरुणांनी 'कुअर सेना/कुंवर सेना' (कुंवरची सेना) म्हणून ओळखली जाणारी खाजगी जमीनदार मिलिशिया तयार केली होती. कुंवर सिंग यांच्या नावावर करण्यात आले.